அம்மா ஒரு கொலை செய்தாள்

அம்மா ஒரு கொலை செய்தாள்
அம்பை (பி. 1944)

அம்பை என்ற புனைப்பெயரில் எழுதும் சி.எஸ். லக்ஷ்மி, வரலாற்றாசிரியர்; புது தில்லி ஜவஹர்லால் நேரு பல்கலைக்கழகத்தில் முனைவர் பட்டம் பெற்றவர். நாற்பது ஆண்டுகளாகப் பெண்கள் வரலாறு, வாழ்க்கை பற்றிய ஆய்வில் ஈடுபட்டிருப்பவர். பெண் எழுத்தாளர்கள், பெண் இசைக் கலைஞர்கள், பெண் நடனக் கலைஞர்கள் குறித்து இவர் மேற்கொண்ட ஆய்வுகள் *The Face Behind the Mask, The Singer and the Song, Mirrors and Gestures* என்னும் புத்தகங்களாக வெளிவந்துள்ளன.

சிறுகதைத் தொகுதிகள் 'சிறகுகள் முறியும்' (1976), 'வீட்டின் மூலையில் ஒரு சமையலறை' (1988), 'காட்டில் ஒரு மான்' (2000), 'வற்றும் ஏரியின் மீன்கள்' (2007), 'ஒரு கறுப்புச் சிலந்தியுடன் ஓர் இரவு' (2013), 'அந்தேரி மேம்பாலத்தில் ஒரு சந்திப்பு' (2014) 'சிவப்புக் கழுத்துடன் ஒரு பச்சைப் பறவை' (2019), 'ஸாரஸ் பறவை ஒன்றின் மரணம்' (2019), 'இரு பைகளில் ஒரு வாழ்க்கை' (2024). இவரின் கதைகள் ஆங்கிலத்தில் *A Purple Sea, In a Forest, A Deer, Fish in a Dwindling Lake, A Night With a Black Spider, A Meeting On the Andheri Over Bridge* என ஐந்து தொகுதிகளாக மொழிபெயர்க்கப்பட்டிருக்கின்றன.

ஆங்கிலத்தில் மொழிபெயர்க்கப்பட்ட இரோம் ஷர்மிலாவின் *Fragrance of Peace* கவிதைத் தொகுப்பைத் தமிழில் 'அமைதியின் நறுமணம்' (2010) என்ற தலைப்பில் மொழிபெயர்த்திருக்கிறார். விளக்கு அமைப்பின் புதுமைப்பித்தன் விருது (2005), டொரான்டோ பல்கலைக்கழக தமிழ் இலக்கியத் தோட்டத்தின் வாழ்நாள் இலக்கிய விருது (2008), தமிழக அரசின் கலைஞர் மு. கருணாநிதி பொற்கிழி (2011), சென்னைப் பல்கலைக்கழகத்தின் இலக்கியத்தில் உன்னதத்திற்கான விருது (2011), 'சிவப்புக் கழுத்துடன் ஒரு பச்சைப் பறவை' நூலுக்காக சாகித்திய அகாதெமி விருது (2021) முதலானவற்றைப் பெற்றிருக்கிறார்.

SPARROW (Sound & Picture Archives for Research on Women) என்னும் பெண்கள் ஆவணக் காப்பகத்தை மும்பையில் 1988இல் நிறுவி அதன் இயக்குநராகச் செயல்பட்டுவருகிறார்.

அனார் (பி. 1974)
தொகுப்பாசிரியர்

1990களின் நடுப்பகுதியிலிருந்து எழுதிவரும் அனாரின் இயற்பெயர் இஸ்ஸத் ரீஹானா முஹம்மட் அஸீம். கிழக்கிலங்கையின் சாய்ந்தமருதுவில் பிறந்து வாழ்ந்துவருபவர்.

அனாரின் நூல்கள், இலங்கை அரசின் சாஹித்திய விருது, கனடா தமிழ் இலக்கியத்தோட்டத்தின் கவிதை இயல் விருது, விஜய் தொலைக்காட்சியின் – இலக்கியத்துறைக்கான சாதனைப் பெண் விருது, ஸ்பாரோ இலக்கிய விருது மற்றும் கவிஞர் ஆத்மாநாம் விருது எனப் பல விருதுகளைப் பெற்றிருக்கின்றன.

அனார் 'இதழி' (http://anarsrilanka.blogspot.com) என்ற வலைப்பூவில் தன்னுடைய எழுத்துக்களை தொடர்ந்து பதிவிட்டு வருகிறார்.

தொடர்புக்கு : 542B, கபூர் வீதி, சாய்ந்தமருது–16(32280), இலங்கை

தொலைபேசி: 0094 77 254 6569

மின்னஞ்சல் : *anar_srilanka@yahoo.com*
anar.srilanka@gmail.com

அம்பை

அம்மா ஒரு கொலை செய்தாள்

தொகுப்பாசிரியர்
அனார்

காலச்சுவடு பதிப்பகம்

அன்பார்ந்த வாசகருக்கு,

வணக்கம்.

காலச்சுவடு நூலை வாங்கியமைக்கு நன்றி.

நூலின் உள்ளடக்கம், உருவாக்கம், அட்டைப்படம் இன்ன பிற அம்சங்கள் பற்றிய உங்கள் கருத்துகளையும் ஆலோசனைகளையும் காலச்சுவடு வரவேற்கிறது. தகவல், எழுத்து, வாக்கியப் பிழைகள் தென்பட்டால் அவசியம் தெரிவித்து உதவுங்கள். நூல் தயாரிப்பில் கடும் குறைபாடு இருப்பின் மாற்றுப் பிரதி உங்களுக்குக் கிடைக்கக் காலச்சுவடு ஏற்பாடு செய்யும்.

மின்னஞ்சல்: publisher@kalachuvadu.com

காலச்சுவடு நாகர்கோவில் அலுவலகத்திற்குக் கடிதம் அனுப்பலாம்.

தங்கள்
எஸ்.ஆர். சுந்தரம் (கண்ணன்)
பதிப்பாளர் – நிர்வாக இயக்குநர்

அம்மா ஒரு கொலை செய்தாள் ❖ சிறுகதைகள் ❖ ஆசிரியர்: அம்பை ❖ தொகுப்பாசிரியர்: அனார் ❖ © சி.எஸ். லஷ்மி ❖ முதல் பதிப்பு: டிசம்பர் 2016, எட்டாம் பதிப்பு: ஜனவரி 2025 ❖ வெளியீடு: காலச்சுவடு பப்ளிகேஷன்ஸ் (பி) லிட்., 669, கே.பி. சாலை, நாகர்கோவில் 629001

ammaa oru kolai ceytaal ❖ ShortStories ❖ Author: Ambai ❖ Compiled by: Anar ❖ © C.S. Lakshmi ❖ Language: Tamil ❖ First Edition: December 2016, Eighth Edition: January 2025 ❖ Size: Demy 1 x 8 ❖ Paper: 18.6 kg maplitho ❖ Pages: 280

Published by Kalachuvadu Publications Pvt. Ltd., 669, K.P. Road, Nagercoil 629001, India ❖ Phone: 91-4652-278525 ❖ e-mail: publications @kalachuvadu.com ❖ Printed at Clicto Print, Jaleel Towers, 42 KB Dasan Road, Teynampet Chennai 600018

ISBN: 978-93-5244-080-1

01/2025/S.No.757, kcp 5559, 18.6 (8) uss

பொருளடக்கம்

முன்னுரை: வரையறைகளுக்கு அப்பால்... கனன்று ஒளிவிடும் அம்பையின் கதை எனும் நெருப்பு	9
சிறகுகள் முறியும்...	17
அம்மா ஒரு கொலை செய்தாள்	53
வீட்டின் மூலையில் ஒரு சமையலறை	65
கறுப்புக் குதிரைச் சதுக்கம்	85
மஞ்சள் மீன்	112
வாகனம்	115
மல்லுக்கட்டு	124
காட்டில் ஒரு மான்	139
ஓர் இயக்கம், ஒரு கோப்பு, சில கண்ணீர்த் துளிகள்	146
பயணம் 7	176
வற்றும் ஏரியின் மீன்கள்	186
கைலாசம்	211
காவு நாள்	225
அசர மரணங்கள்	239
பயணம் 20	250
நிலவைத் தின்னும் பெண்	258

முன்னுரை

வரையறைகளுக்கு அப்பால்... கனன்று ஒளிவிடும் அம்பையின் கதை எனும் நெருப்பு

ஆயிரத்தியொரு இரவுகள் எனும் அராபிய நெடுங்கதையை, வெஞ்சினமும் அதிகாரமும் கொண்ட மன்னன் ஷெஹ்றியாருக்கு அவனது மரண தண்டனைத் தீர்மானங்களை நிறைவேற்றவிடாமல் பெண்களைக் காப்பாற்றும் பொறுப்போடு கதை சொல்லிக்கொண்டிருப்பாள் ஷெஹர் ஸாத் எனும் பெண். அவளுடைய கதைகள் தற்காப்புக் கேடயம் மட்டுமல்ல; அவளிடமிருந்த முதலும் கடைசியுமான ஆயுதமும்கூட. அவளது கதைகள்தான் வியூகமாக செயற்பட்டன. அங்கே எவருடைய சாணக்கியமும் உதவவில்லை. பெண்ணொருத்தி ஒவ்வொரு இரவும் முடிவற்ற கதையைச் சொல்லிச் சொல்லி இரவுகளை நிறுத்திவைத்திருந்தாள். மரணத்தை நிறுத்திவைத்திருந்தாள். கதைகள் மரணத்தைத் திரும்பிச் செல்ல வைப்பவையா? காலத்தை மொழியின் வலைக்குள் பிடித்துக்கொள்ளும் வல்லமை கதைகளுக்கு உண்டா? ஷெஹர் ஸாத் எனும் பெண் கதைகளாலான ஆயுதமாவாள். அம்பையின் ஆயுதமானது சுயமுள்ள பெண்ணின் ஆன்மாவிலானதாகும். தேடல்களாலும் உணர்ச்சிகளாலும் புடம் போடப்பட்ட ஆயுதம்.

இந்தக் கடின உழைப்பாளியின் சிறுகதைகளை வாசித்து விளங்கிட முடியுமா என்னும் திகைப்பே எனக்கு ஆரம்பத்தில் தோன்றியது. உணர்ச்சி

நிலைகளின் மொத்தக் கொதிப்பை அம்பை எங்கிருந்து பெற்றிருக்கக் கூடும்? காலகாலமாக நெருப்பெரியும் சமையலறை அடுப்புகளிலிருந்தா? பூசை அறையின் தீபங்களிலிருந்தா? வயிற்றில் நெருப்பைக் கட்டிக்கொண்டு காத்திருக்கும் பெண்ணின் வயிற்றிலிருந்துதானே எல்லாப் பெண்களும் பிறந்திருக் கின்றார்கள். அதனால் நெருப்பு, கொதிப்பு என்பதைத் தன் தாய் வயிற்றிலிருந்தும் தாய் வீட்டிலிருந்தும் பெற்றுக்கொண்டதாக இருக்கலாம்.

சிறுகதைப் பரப்பில் அம்பையின் தனித்துவமான அடையாளமானது ஆழ வேரூன்றியதும் முன்னிலை வகிப்பதுமாக இருக்கின்றது. முன்னோடியான புனைகதையாளராகவும், ஆண் பெண் என்ற பிரிபுகளுக்குள் நிற்காதவராகவும், எல்லைகள் வரையறைகள் அல்லது பேணப்பட்ட வழக்கங்களுக்கு அப்பாலுக்கு அப்பால் பயணித்துவராகவும் அம்பை தன்னை நிறுவ எழுத்துக்களினூடே தொடர்ந்து முயன்று வருபவர். காட்டின் இருளில் மெல்லக் கசியும் மூலிகை வாசனையைக் காற்று சிறுகச்சிறுக அவிழ்த்து விசிறுவது போல கதைகளின் வெளியில் அம்பை சலனங்களைத் தோற்றுவிக்கின்றார். ஒரு வகை இசைத் தன்மையான அந்த அலைகள் அவரது மொழியைத் தூக்கிப்பறக்கின்றன – நெகிழ்த்தியும் இறுக்கியும் பிணைந்தும் விலகியும் தோன்றி மறையும் ஈர அலைகளாக.

மனங்களின் உள்ளார்ந்த அடுக்குகளில் கீறப்பட்ட சுவரோவியங்களின் சிதிலங்களையும் தாண்டி கலைத்துவமான சித்திரங்களை ஊடுருவி நோக்கும் அவரது பார்வையைப் பாராட்டி வியப்பதா அல்லது வாசகருக்கும் அதனைப் புரியவைக்கும் அம்பையின் கலை மனதை வியப்பதா?

சொல்லாமல் சொன்னவற்றின் வெம்மையும் அந்தரத்தில் விடப்பட்ட மௌனவெளியின் குளிர்விறைப்பும் எம்மை நிச்சலனத்தின் முன் நிறுத்துகின்றன.

பெண்ணின் முழுப் பரிமாணத்தையும் கதை சொல்பவரின் ஆழ்ந்த கலைத்துவத் தரிசனங்களையும் வாழ்க்கையைப் பிரக்ஞையோடு எதிர்கொண்ட ஒற்றைப் பெண்ணொருவரின் சாகசத்தையும் அனுபவங்களுக்கும் கற்பனைகளுக்கும் இடையே காணும் உருமாற்றங்களையும் அம்பையின் எழுத்துக்கள் நிகழ்த்துகின்றன.

பண்பாட்டின் நிர்ப்பந்தங்கள், தொன்மமான ஆதிக்கத் திணிப்புகள் என்பன அம்பையின் கதைகளில் கேள்விக்கு

உட்படுத்தப்படுகின்றன. வாசகர்களைப் பல்வேறு சமயங்களில் குற்றவுணர்ச்சிக்குத் தள்ளுகின்றன. தொன்றுதொட்டு முன்னெடுத்து வரும் பழக்கங்களை, ஒடுக்குமுறைகளைச் சுக்குநூறாக உடைத்தெறிகின்றன.

அம்பை தன் சிறுகதைகளில் வலியுறுத்துவது தன் நம்பிக்கையின் அடிப்படையிலான அற உணர்வை! நன்மை, தீமை என்ற பிரிப்புகளற்ற இடத்தில் அம்பை தன் கதைகளோடு நிற்கிறார். அதுதான் அவரது பெருமிதம். தன்னை அதனுடாகவே எழுத்திற்கு அர்ப்பணித்திருப்பவர் அவர்.

பெண்ணை அவளின் முழு அர்த்தத்தில் வெளிக்கொணர் கின்ற அதே சமயத்தில் பெண்ணின் சுயத்தை மீட்டுத் தக்க சமயத்தில் முடிவுகளை எட்டக்கூடிய ஆற்றலுள்ள பெண்களையும் அடையாளப்படுத்துகின்றார். அவரது கதைகளில் அவர் முன்வைக்கும் கேள்விகள் முக்கியமானவை. பெண்கள் பற்றி இருந்த மதிப்பீடுகளை எழுத்தின் மூலமும் செயற்பாட்டின் மூலமும் அவர் மீள் நிர்ணயம் செய்கிறார். விரிவான சமூக மாற்றங்கள் இடம்பெற்ற இன்றைய காலத்திலும் 'அம்மா ஒரு கொலை செய்தாள்', 'காவுநாள்' போன்ற கதைப்பெண்கள் நம் கண்முன்னே மாறுதலற்றும் ஒலிகளற்றும் நம்மருகிலேயே உள்ளனர். எழுத்தாளரின் நுணுக்கமான இந்தப் பின்னல் இணைப்பு அவரது சுயம் சார்ந்த ஆளுமையின்பாற்பட்டது.

கற்பு பற்றிய கற்பிதங்களும் கருத்து நிலைகளும் பால் தன்மை பற்றிய புரிதல்கொண்ட அம்பையின் கதைப் பெண்கள் கொண்டுள்ள தீர்மானங்கள் அன்றைய நாளில் எவ்வளவு சவால் மிகுந்ததாக இருந்திருக்கும். அம்பை தனது ஆரம்ப நாட்களில் அவர் பெண்ணாக இருப்பதற்காகவே மிகுந்த புறக்கணிப்புகளை எதிர்ப்புகளை எதிர்கொண்டிருப்பார் என்பதைப் பூரணமாக உணரமுடிகிறது.

'நிலவைத் தின்னும் பெண்' சிறுகதையில் அப்பெண் எதிர்கொள்ளும் காதலும் துரோகமும் பெண்ணின் வாழ்க்கையில் முக்கியமான அனுபவப் பகுதியைக் காண்பிக்கின்றது. கதை நிகழும் கணமும் களமும் கண்முன்னே துல்லியமாகத் தெரியும் விதத்தில் அந்நியோன்யமான உணர்வு மொழியில் எழுதியிருப்பார். மேலும், இக்கதையில் பெண் உடல்பற்றிப் பேசுகிறார். நுண்மையான பட்டு நூலிழைகளால் அங்கே பெண் உடலைப் பின்னுகிறாள் – பழுக்கக் காய்ச்சும் தீயின் கங்குகளால் நமக்கும் அவ்வனல் வெம்மை தாவுகின்றபடியாக.

இவ்வளவு தூரம் பெண் உடலைத் திறந்து தரிசிக்க முடியுமா என அதிசயிக்க வைக்கின்ற வகையில், நிலவைத் தின்னும் சிறுகதையில் ஒரு முதிர்ந்த பெண் இளம் பெண்ணுக்கு எழுதும் கடிதத்தின் சிறு பகுதியை இங்குக் குறிப்பிட விரும்புகிறேன்.

அதனால் எல்லாவற்றையும் பிரி சகு. கலை – கலைஞர், இரவு – நிலவு, பகல் – சூரியன், ஒலி – இசை எல்லாவற்றையும் பிரி. எதற்குள் எதுவெனத் தெரியாமல் கலந்துகிடக்கும். அதைப் பிரிக்கும்போது அவை ஒட்டியும் ஒட்டாமலும் இருப்பது தெரியும். பெண் – தாய்மை இதையும் பிரி. ஆமாம் அதையும். அவை பிரிக்க முடியாமல் இணைந்தவை என்னும் பிரமை இருக்கிறது. அதை உடை. அப்போதுதான் யதார்த்தத்தையும் தற்செயல் நிகழ்வையும் பிரிக்க முடியும். அனுபவத்தையும் வலியையும் பிரிக்க முடியும். இரண்டுக்கும் வேறு வேறு இலக்கணங்கள்.

பெண் உடல் ஒரு ஆயுதம். அதே நேரம் அது திறவுகோல்தான் எனும் புதையல் அங்குண்டு. முடிவற்ற விரிவும் புதிருமான சுழற்சியைக் கொண்டிருப்பது. கனவுக்குள் சுதந்திரத்தை உருவாக்குதல் என்பதும் பின் கனவை வாழ்தலாகவும் பின்னும் அதனைக் கடந்து உயரச் சீறிப் பாய்கின்றவளாகவும் உடலே பெண்ணைப் பழக்குகின்றது. 'கைலாசம்' கதையில் வரும் கமலம் அற்புதமான பெண்மை நிறைந்தவள்.

அவனை மணந்துகொண்டு இருபத்தைந்து ஆண்டுகளாகி விட்டன. இன்னும் காதல் புரியவில்லை, கைலாசம் மோகம் புரிவது எளிது. காதல் அப்படியல்ல. பெண் – ஆண் உறவு மிகவும் சிக்கலானது. அதில்தான் எத்தனை நெருக்கம், எத்தனை விலகல்? எத்தனை மர்மம், எத்தனை வெளிப்படை? எத்தனை வன்முறை, எத்தனை மென்மை? எத்தனை இறுக்கம், எத்தனை குழைவு? எத்தனை ஆதுரம், எத்தனை ஆவேசம்? காதலிக்கும் நபரையே விசம்வைத்துக் கொல்லலாம் என்று ஆத்திரம் வருகிறது. தணிகிறது. பந்தம்போல் கட்டிப்போடுகிறது. கூடுபோல் ஆசுவாசம் தருகிறது. தகிக்கிறது. குளிர்விக்கிறது. என் உடலை ஒரு பிரதியாகப் பார்க்கும்போது, அது ஒரு நிலைத்த பிரதியாக இல்லை கைலாசம்.

பெண்ணுக்குரிய காமம், முதலில் முழுமையான கலைத்துவத்தைக் கோருவது. ஆண் பெண் உறவுச் சிக்கல்களில் உள்ளிருக்கும் சுயநலங்கள், தவறுகள், துரோகம், அதனால் விழையும் மனநெருக்கடிகள், விடுவிக்க முடியாதபடி ஏற்படும்

நீண்டகால உளச்சிக்கல்கள் இந்தக் கதைகளில் அம்பை உணர்த்தும் இடங்கள் அவரை வித்தியாசப்படுத்துகின்றன. அம்பையின் நோக்கம் இத்தகைய போக்குகள் தவிர்க்கப்பட வேண்டும் என்பதாகவோ தவிர்க்க முடியாமல் இவ்விதம் நேர்ந்துவிடும் அனுபவங்களை வெளிப்படுத்துவதாகவோ இருக்கின்றது.

'அம்மா ஒரு கொலை செய்தாள்' கதையை ஒரு ஆணினால் என்றைக்குமே எழுத முடியாது. பருவம் என்றால் என்ன என்ற கேள்வியை யோசிக்காத சிறுமிகள் இல்லை. அந்தக் கேள்வியில் இருந்துதான் சிறுமிகளின் குதூகலங்கள் மீது விழும் முதலாம் வெட்டுக்கள் தொடங்குகின்றன. சிறுமிகள் பெரிய மனுஷிகளாகிவிடுகின்ற பிற்பாடு தேவதைகள் போன்ற அம்மாக்கள் மனித அம்மாக்களாக ஆகிவிடுகின்றனர். காரணமற்ற குற்ற உணர்ச்சி தாழ்வுமனப்பான்மையில் உள்ளொடுங்குதல் நிர்ப்பந்தங்களுக்கும் கண்டிப்புகளுக்கும் ஆட்பட தொடங்கிவிடும் நிலைக்குப் பருவத்தின் ஆரம்பத்திலேயே பெண் தள்ளப்படுகிறாள். அதனையே இக்கதை வலுவாகப் பேசுகிறது. அம்பையின் பிற கதைகளில் இடம்பெறுகின்ற அம்மாக்கள் பெருமளவு மதிப்பிற்குரிய அம்மாக்களே. அதைவிடவும் வெகுசாதாரண அம்மாக்களும் இருக்கவே செய்கின்றனர். அவர்களது கதைகளை அம்பையைத் தொடர்ந்துவரும் இன்னொரு பெண் எழுதக்கூடும்.

பெண்கள் சார்ந்துள்ள தந்தையர் கணவன்மார் சகோதரர்கள் தோழமை பற்றிய கணிப்புகள் பல்வகையான மனித உறவு நிலைசார்ந்த சந்தர்ப்பங்களைச் சிறுகதைகளில் பிராதனப்படுத்துபவராக இருக்கிறார். மேலும், ஆணின் ஆதிக்கம், அரசியல், சுயநல எதிர் நடத்தைகள் ஆகியவற்றுடன் வாழ்வின் மேடு பள்ளங்களை, தடுமாற்றங்களை, துரோகத்தைத் தன் ஆன்மாவினால் ஆராய்கின்றார். பாத்திரங்களின் மனதிலிருந்து வாசிப்பவரின் மனதிற்குக் கூடு பாய்வதான மாயப்பரிமாற்றத்திக்கு உள்ளாகின்றோம். பெண் வாழ்வதற்கும் வாழ நினைப்பதற்கும் இடையே 'முறிந்த சிறகுகள்' கதைக்குள் ஒருத்தி அலலாடுகின்றாள். அவள் மீள முடியவில்லை என்றானபின் நம்மாலும் மீளமுடிவதில்லை.

அம்பையின் கதைக்களங்கள் பல்வேறு அம்சங்களோடு விரிவுடையன. அவரது பயணங்கள் அத்தகையதாக அமைந்துள்ளன. சவாலான பல விடயங்களையும் அதனூடாக அனுபவங்களையும் படிப்பினைகளையும் பயணங்கள் அவருக்குக் கொடுத்திருக்கின்றன. இத்துணிச்சல்மிக்க பயணங்கள் வேறு பெண்களுக்கு எளிதில் கிடைத்துவிட முடியாததுமாகும். அம்பை

தன்னைத் தயார்படுத்திய நிலையில் வைத்திருக்கின்றார். அம்பையின் பயணங்கள் நாம் செல்லாத பயணங்களாகும். பெண் எழுத்தாளர்களுக்குப் பயணங்கள் வாய்ப்பது மிக அரிதான ஒன்றாகவும் தமிழ்ச் சூழலில் காணப்படுகின்றது. அம்பை தன் தொடர்ச்சியான பயணத்தின் மூலம் ஏற்கெனவே நிறுவப்பட்ட அனைத்துக் கட்டுமானங்களையும் தகர்த்தவர். அவரது தொகுப்புகளில் பயணம் பற்றிய கதைகளைத் தனியான வகைப்படுத்தலைக் கொண்டும் நோக்கலாம்.

பயணங்கள் பற்றி 'வற்றும் ஏரியின் மீன்கள்' சிறுகதையில் அம்பை குறிப்பிடுகிறார். "பயணங்கள் அவள் வாழ்க்கையின் குறியீடாகிவிட்டன. இலக்குள்ள பயணங்கள், நிர்ப்பந்தப் பயணங்கள், திட்டமிட்டு உருவாகாத பயணங்கள், திட்டங்களை உடைத்த பயணங்கள், சடங்காகிப்போன பயணங்கள்" எனக் விவரிக்கிறார். வீதிகள் சனநெரிசல் வாகன தரிப்பிடங்கள் சாரதிகள் ரயில் நிலையங்கள் நிலத்தின் காலநிலைகள் என கதையோட்டத்தோடு பிரதானப்படுத்துகின்றார். சாதாரண மனிதர்களிடம் ஏற்படும் உறவு நட்பு அனைத்தையும் பயணக் கதைகளில் அம்பை எழுதுகிறார். இயல்பாகவே அம்பையிடம் உள்ள அவதானம், ஒருவகை கரிசனம் பெண் சார்ந்தே இருக்கின்றது. ஒவ்வொரு கதையுடனும் உறவாடும் திறன் என்பது ஒரு ஆணுக்கு ஏற்படும் வாசிப்பனுபவத்தை ஒத்ததல்ல பெண்ணுக்கு நேரும் வாசிப்பு. வாசிப்பவரின் மன உணர்தலுக்கு எந்தளவான ஆற்றல் இருக்க முடியுமோ அவ்வளவிற்கு இக்கதைகளின் தனிமை வெளி, மௌனங்கள், இலக்கிய ஆற்றல் என்பனவற்றை ஒருவர் உள்வாங்க முடியும். சில வேளை, கதைகளின் விவரிப்பு அல்லது கதையளத்தல் சற்றுக் கூடிவிட்டது எனத் தோன்றினாலும் அது கதையின் ஆன்மாவை நட்டாற்றில் விட்டுச்செல்லவில்லை.

'ஓர் இயக்கம் ஒரு கோப்பு சில கண்ணீர்த்துளிகள்' சிறுகதை முக்கியமான பதிவும் படைப்புமாகும். இக்கதையின் விவரிப்பும் மன உணர்வுகளும் கதை சொல்பவரினது மனசாட்சியின் குரலும் 'சதாத் ஹசன் மண்ட்டோ'வைப் போன்றது. ஸகீனாவின் அனுபவங்கள் உணர்த்தும் அரசியல் முக்கியமானது. கதையில் காலா என்பவரது முதிர்ந்த பாத்திரம், செல்வி சாரு என்கின்ற நபர்கள் என நீளமான இக்கதையில் பல கிளைக்கதைகளையும் இந்து முஸ்லிம் அரசியல் கலவரங்களின் பிரதிபலிப்பையும் இரு மதங்களிடையே உருவாக்கப்பட்ட பிளவுகள் உக்கிரமான நிகழ்த்தப்பட்ட கலவரம் வலுவான சித்தரிப்புகளாக இருக்கின்றன.

"அது முஸ்லிம், அதைக் கொன்னுட்டேன்" என ஒரு குழந்தை தன் பொம்மையை உடைத்துவிட்டுச் சொல்லும் என்கின்ற பகுதியும், "நான் பச்சைப்புடவை வாங்கியபோது இந்தத் துலுக்கப் பச்சையை ஏன் வாங்கினாய் என்று அம்மா கூறியது" என வரும் பகுதியும் பல்லாயிரம் அர்த்தம் கொள்கின்றன.

இதே சிறுகதையில் அபூர்வமான மனிதராக வரும் காலாவிடம் கதைப்பெண் உரையாடும் பகுதி இருக்கிறது.

சும்மா இருங்கள் காலா. உங்களைப் போன்றவர்கள் வாழ்க்கையின் முக்கியமான கட்டங்களை காந்தியுடன் கழித்து, சுதந்திரத்துக்காக உழைத்த உங்களைப் போன்றவர்கள், அதன் பின்பு ஏன் ஆசிரமங்களிலும் சிற்றூர்களிலும் முடங்கிக்கொண்டீர்கள்? அரசியல் லாபம் வேண்டாம் என்று ஏன் தீர்மானித்தீர்கள்? காந்திமேல் வைத்த பாதி பக்தியை நாட்டின் மேல் வைத்திருந்தால் நம் நாட்டு அரசியல் மாறி இருக்கும். யார் உங்களை இந்த தியாகம் செய்யச் சொன்னது? 1942இல் இந்த வீதிகளில் நீங்கள் எல்லாம் பேட்டை ராணிகள்போல் ஊர்வலம் போனீர்கள். யாருக்கும் பயப்படாமல். நீங்கள் எங்களுக்குத் தந்திருப்பதெல்லாம் இந்த பிம்பங்களைத்தான். கொடியை உயர்த்தியபடி நீங்கள் போன ஊர்வலப் புகைப்படங்களை எத்தனை தடவை நாங்கள் பார்த்து புல்லரித்திருப்போம்? என் ஆத்திரத்தைக் கிளப்பாதீர்கள். நீங்களும் உங்கள் கதறும் ராட்டையும் காந்தியும் வெறும் சின்னமாகி விட்டீர்கள்.

வன்முறைகளது ஒருவகை முகமும், அதற்கு நட்பும் தோழமையும் உறவுகளும் பலியாகும் இடங்களும் அம்பை விவரித்துச் செல்லும் இடங்களில் நமது இயலாமையும் கரிய புகையாய்க் கவிகின்றன. போரும் கலவரங்களும் நசுக்குகின்ற அனைத்து நிலங்களுக்கும் மனித இனங்களுக்கும் பொருத்தப்பாடுகளைக் கொண்டுள்ளது இச்சிறுகதை.

இத்துடன் இணைந்ததாகவும் வேறு கோணங்களில் அம்பையின் உணர்வோட்டங்கள் பயணிக்கின்றன. 'பயணம் 20', 'பயணம் 7' இந்தக் கதைகளும் கூட சிந்திக்கத்தக்க மத, இன முரண்பாடுகள் பற்றிய பக்கங்களை அடையாளப்படுத்துகின்றன.

இந்தத் தொகுப்பில் பல சிறந்த கதைகள் விடுபட்டுள்ளதற்கான காரணம் பக்க வரையறையாகும். அம்பையின் தொகுப்புகளான 'சிறகுகள் முறியும்', 'வீட்டின் மூலையில் ஒரு சமையலறை', 'காட்டில் ஒரு மான்', 'வற்றும் ஏரியின் மீன்கள்', 'கறுப்புச்

சிலந்தியுடன் ஒரு இரவு' – இவ் ஐந்து தொகுப்புகளிலிருந்தும் சிறுகதைகளைத் தேர்ந்திருக்கிறேன். அதாவது 'அடவி', 'புனர், பிளாஸ்டிக் டப்பாவில் பராசக்தி முதலியோர்', 'கூடத்தில் துள்ளிய கன்றுகுட்டி' எனப் பல நல்ல சிறுகதைகளை இணைக்க முடியாமல் விடுபட்டுப்போனது தனிப்பட்ட வகையில் எனக்கு மிகுந்த கவலையைத் தருவது. அவற்றை வாசகர்கள் தேடிப்படிக்க முடியும். இவ்வாறான சில கதைகள் விடுபட்ட நிலையில் 'அந்தேரி மேம்பாலத்தில் ஒரு சந்திப்பு' என்ற தொகுப்பிலிருந்து கதையைத் தேர்வு செய்யாமல் தவிர்த்திருக்கிறேன்.

வேறொருவருக்கு அவரின் ரசனையின் அடிப்படையில் இத்தொகுப்பில் விடுபட்ட கதைகளில் சிறப்பான கதைகள் இருப்பதாகத் தோன்றலாம்.

தலைகீழாக உயரத்திலிருந்து வீழும் வாள் சிலரைக் குத்தி விடுகிறது. சிலரின் அருகே விழுகிறது. சிலர் தப்பி விடுகின்றனர். சிலருக்கு வெட்டுத் தழும்புகள். வாழ்க்கை அப்படிப்பட்ட கூரான வாள் எனில், அம்பையின் கதைகள் நமக்குத் தடுத்தாளத் தெரிந்திருக்க வேண்டுமென்பதையே வலியுறுத்துகின்றன.

அம்பை பரந்த நோக்கமும் கூர்மையான வெளிப்பாடும் வலுவான தீர்மானங்களும் கொண்டவர். அம்பையின் சிறுகதைகள் வாசிப்பவரை ஆழநேசித்து வலுப்படுத்தும் சக்தியைக்கொண்டிருக்கின்றன. ஷெஹர் ஸாத்தின் கதைகளைப்போல மரணத்தை நிறுத்திவைக்கும் நிர்ப்பந்தங்களில் இருந்து எழுந்தவையல்ல அம்பையின் கதைகள். பெண்ணானவள் கொல்லப்படுகின்ற ரணங்களிலிருந்து மீண்டெழுந்து சொல்லப்பட்டவை. பெருமிதம் கொள்ளத்தக்க தனித்துவமானவர். நிராகரிக்க முடியாதபடி தன்னைப் பரிபூரணமாக அர்ப்பணித்தவர். சமகாலத்தில் மட்டுமல்ல எதிர்காலத்திலும் அம்பையின் மொழியானது எந்த இருட்டிலும் கன்று ஒளிவிடும் உயிர் நெருப்பு...

இலங்கை   அனார்
07.12.2016

சிறகுகள் முறியும் . . .

ஆண்கள் உடம்பெல்லாம் வயிறாக, மார்புச் சதை தொங்க ஊதக்கூடாது என்று ஒரு சட்டம் கொண்டு வரவேண்டும் என்று எண்ணிக் கொண்டாள் சாயா.

இப்படி மனத்தளவில் பல சட்டங்களைச் சாயா உருவாக்கியிருக்கிறாள்.

1. ரோமம் இல்லாத வழவழத்த மார்பு உள்ள ஆண்கள் மணக்கக் கூடாது என்றொரு சட்டம்.
2. வெற்றிலை சாப்பிட்டுச்சாப்பிட்டுத் தகரம் போல் நசுங்கிக்கிடக்கும் பற்களை உடைய ஆண் முத்தமிடக் கூடாது என்றொரு சட்டம்.
3. ஆவலுடன் மனைவியின் கண்கள் ஒரு பொருளின்மீது படியும்போது பர்ஸைக் கெட்டியாக மூடிக் கொள்ளும் கணவனின் பர்ஸ் பறிமுதல் செய்யப்பட வேண்டும் என்றொரு சட்டம்.

இப்படி எத்தனையோ.

அத்தனை சட்டங்களும் அமுலாக்கப்படும் பட்சத்தில் வெகுவாகப் பாதிக்கப்படப்போகும் ஒருவன் அவள் முன் அமர்ந்து, மலைமாதிரி உடம்பில் வேர்வை பெருக, "ரஸம் ஒரே சூடு" என்று முணுமுணுத்துக் கொண்டிருந்தான்.

"நிதானமா சாப்பிடலாமே என்ன அவசரம்?" என்றாள் சாயா.

"என்னது?" என்று அந்த "எ...ன்...ன...து"வை வாயில் அரைத்தவாறே அவன் கேட்டான்.

ஒதுங்கிப் போகும் பெண் நாயைப் பார்த்து உறுமும் ஆண் நாயின் உறுமலில்கூட இன்னும் மென்மை இருக்கும் என்று நினைத்தாள் சாயா.

"அம்மா, சாதம் ஜாஸ்திம்மா" என்று சிணுங்கினான் சேகர்.

"என்னடா ஜாஸ்தி ராஸ்கல்? அரிசி என்ன விலை விக்கறது? உதை விழும். சாப்பிடுடா."

சேகரின் கன்னங்கள் இரண்டும் அழுகையை அடக்கியதால் பிதுங்கின. சாயா மனத்தில் அவசரச் சட்டம் ஒன்றைத் தீர்மானித்தாள்.

மென்மையே இல்லாத ஆண்களுக்குக் குழந்தையே பிறக்கக் கூடாது என்று கட்டாய வாஸக்டமி செய்துவிடவேண்டும்.

பாஸ்கரன் பெண் பார்க்க வரும்போதே பருமன்தான். தமிழ்ப்பட 'ஹீரோ'க்களைப் பார்த்துப்பார்த்துப் பழகிவிட்டதாலோ என்னவோ சற்றே ஸ்தூல சரீரம் ஆண்மைக்கு அழகு என்றொரு கற்பனை சாயாவுக்கு.

அம்மா மெல்ல சொன்னாள்: "மாப்பிள்ளைக்கு நல்ல வேலை. ஆனால் கொஞ்சம் ஸ்தூல சரீரம். நம்ப சாயா கொடி மாதிரி ஒல்லி. பொருத்தம் இல்லையே?" என்று இழுத்தாள்.

சந்துரு மாமாவுக்குக் கோபம் வந்துவிட்டது.

"என்ன அத்திம்பேர், இவள் உளர்றா? நல்ல ஆரோக்கியமா இருக்கான் பையன். ஜுரத்திலே அடிபட்டவன் மாதிரியா ஆம்பிளை இருப்பான்? இவள் மட்டும் என்ன? பிள்ளை கிள்ளை பெத்தா பருத்துடுவா" என்று கத்தினார்.

சாயாவுக்குப் பரிபூரண சம்மதம்.

அவள் மனத்தில் பாஸ்கரன் ஸ்டைலாக தொந்தி குலுங்க நடந்து, காதல் டூயட் பாடிக்கொண்டிருந்தான்.

சாயா – பாஸ்கரன் – என்ன பெயர்ப் பொருத்தம்!

அகத்து சாஸ்திரிகள் சொன்னார்: "ஹாங்! பெயர்ப் பொருத்தத்தைப் பார்த்தேளா? ராமர் சீதை ஜோடின்னா இது!"

"சாயா, அந்த மாங்காய் ஊறுகாய் போடேன். ஒரு மாசமா போட்டுக்கவே இல்லை."

மாங்காய் ஜாடியைத் திறந்தாள். பஞ்சுப்படுக்கை விரித்தாற் போல் பூஞ்சைக் காளான் பூத்துக் கிடந்தது.

"ஐயையோ ..."

"என்ன? கெட்டுப் போயிடுத்தா?" என்றான் பாஸ்கரன்.

தலை அசைத்தாள்.

"பணத்தைக் கொட்டி வாங்கினது. உனக்கு ஆனாலும் கவனம் போறாது."

உதட்டைக் கடித்துக்கொண்டாள் சாயா. அவள் தவறுதான். ஜாடியைக் குலுக்கிவிட வேண்டும் என்று ஞாபகமே இல்லை.

"அத்தனை உப்பும், காரமும் எண்ணெய்யும் வீண். பணத்தோட அருமை தெரிஞ்சால்தானே?" என்று கத்திவிட்டுக் கை அலம்பப் போய்விட்டான் பாஸ்கரன்.

உப்பும், காரமும், எண்ணெய்யும் ... ஹூம்! எங்கேயும் போய்விடவில்லை. அத்தனை உப்பும் காரமும் சேர்ந்துதான் நெஞ்சில் பற்றிக்கொண்டு எரிகிறதே? எண்ணெய் முகத்தில் வழிகிறதே?

"அம்மா, எனக்கு ஸ்கூலுக்குப் போகக் காசு குடும்மா."

"உன்னை மறந்தே போயிட்டேண்டா கண்ணா. இந்தா, சமத்தா போ, என்ன?"

சாப்பிட்ட இடத்தைச் சுத்தம் செய்யும்போது, பாஸ்கரன் உடை மாற்றிக்கொண்டிருந்தான். இஸ்திரி போட்ட மடிப்பெல்லாம் மறைந்து போய் தொளதொளத்த பாண்ட்தான் ஒரு வாரமாய். ஸ்தூல தேகத்துக்கு இன்னும் இத்தனை ஒழுங்கில்லாமல் காட்டியது.

"வேற பான்ட்டே இல்லையாக்கும்?"

"எல்லாம் இது போறும். எத்தனென்னு வண்ணானுக்கு அழறது?"

சட்டம்: கருமிகளுக்குக் கல்யாணமே ஆகக் ...

"ப்ளாஸ்கில் காப்பி விட்டாச்சா?"

சட்டத்தைப் பாதியில் நிறுத்தி "ம்" என்றாள்.

"டிபன் கட்டியாச்சா?"

"ம்."

எல்லாவற்றையும் சுமந்து கொண்டுபோக வேண்டும்.

அங்கே ஹோட்டலில் வாங்கிச் சாப்பிட்டால் செலவுதானே?

முதலில் அவள் பெருமைப்பட்டாள். என் கை ருசி அவருக்கு விசேஷம் என்று. காரியாலயத்திலிருந்து வந்ததும் கேட்பாள்:

"வெண் பொங்கல் பிடிச்சுதா?"

"ம்."

"இன்னிக்குச் சக்கரைப் பொங்கல் எப்படி? எதிர்வீட்டு மாமிக்குக்கூட வாசனை அடிச்சுதாம்."

"நன்னாத்தான் இருந்தது. நெய் ஜாஸ்தி. பார்த்துச் செலவு பண்ணு."

எல்லோருக்குமேவா புகழ வந்துவிடுகிறது? அப்படித்தான் அவள் நினைத்தாள்.

ஒருநாள் அவனிடம் கேட்டேவிட்டாள்.

இரவு இதமாய் அந்தரங்கங்களைத் திறந்த வெளியில் காட்ட வாய்ப்பைத் தந்தது. திறந்திருந்த ஜன்னல் வழியாகக் காற்றின் சுகத்தோடு, பல சுகந்தங்களும் வீசி மனத்தைப் பஞ்சாக்கிப் பறக்க வைத்தது.

மெல்ல அவனை நெருங்கி, அவன்மேல் சாய்ந்துகொண்டு அவன் சுருள் முடியில் – எண்ணெய் வழியும் அதில். ஒருவனைப் பிடித்துவிட்டால் எண்ணெய்த் தலைமயிர்கூடப் பரவாயில்லையோ? பிடிக்காவிட்டால் இரு பற்களிடையே இருக்கும் இடுக்குகூட குகை வாயாய்த் தெரிகிறது – கைகளை அலையவிட்டாறே அவன் காதோடு அவள் ரகசியமாய்க் கேட்டாள்.

"நான் ஒண்ணு கேட்கட்டுமா?"

அவனுக்கு அரைத் தூக்கம். நெஞ்சைச் சுண்ட வைக்கும் "எ...ன்...ன...து?" கூட அன்று கேட்கவில்லை.

அவன் தோளில் கன்னத்தைப் பதியவைத்துக்கொண்டு அவள் குழறினாள்.

"நான் பண்ணித் தர டிபன்னா உங்களுக்கு ரொம்பப் பிடிக்கும். இல்லையா? ஆபீஸிலே யாரும் கேலி பண்ணறது இல்லையா?"

அவன் சுருக்கமாகப் பதில் சொன்னான்.

"நீ நன்னாத்தான் சமைக்கறே. சாமானை வீணடிச்சுடறே. இருந்தாலும் ஹோட்டல்லே சாப்பிடறதைவிட இது லாபம்தான்."

அவன் தோள் நெருப்பாய் எரிந்து. கேசத்தில் விளையாடிய கைகள் துண்டிக்கப்பட்டவை போல் வலித்தன.

அவள் நகர்ந்து அவள் படுக்கையில் படுத்துக்கொண்டாள். அந்த மாதிரி சமயங்களில் விசித்திரக் கற்பனைகள் அவளுக்கு வருவதுண்டு.

சிவாஜி கணேசன் இதையே சரோஜாதேவியிடம் ஒரு படத்தில் கூறினால் அவள் என்ன செய்வாள்? ஜன்னல் அருகே போய் "வில்லம்பு பட்ட புண்" என்று ஒரு பாட்டுப் பாடுவாள். தனக்கோ "மீனாக்ஷி மே முதம்" என்று கீர்த்தனைகள்தான் வரும். ஆனந்த பைரவி ஆலாபனை செய்யலாம். சோகம் ஒழுகும். சிரிப்பு வந்துவிடும் கற்பனையிலேயே.

கற்பனைக்கு நன்றி.

எத்தனை சட்டங்களை ஆணித்தரமாயும், அழுத்தமாயும் படைக்க முடிகிறது?

"நான் கிளம்பறேன் சாயா."

"ம்."

"அந்த மாங்காய் முழுசும் கெட்டுப் போயிடுத்தான்னு பார். இல்லாட்டா மேலாக அலம்பி எடுத்துடு."

"சரி."

அவன் சென்றுவிட்டான்.

சாயா சாப்பிட உட்கார்ந்தாள். சேகர் மீதம் வைத்த சாத்துடன் கொஞ்சம் சாதம் விட்டுப் பிசைந்தாள். வற்றல் குழம்பில் பிசைந்துகொண்டபோது அம்மா ஞாபகம்தான் வந்தது. என்னமாய்ப் படுத்தியிருக்கிறாள் அவளை!

வற்றல் குழம்பு தட்டில் விழுந்தாலே, தட்டு பறந்து முற்றத்தில் போய் விழும். கையை உதறிக்கொண்டு எழுந்துவிடுவாள். "எனக்குப் பிடிக்காததை நீ எப்படிச் சமைக்கலாம்?" என்று கத்துவாள்.

பிடிக்காதது!

சிறையில் கைதிக்குக் கஞ்சி விடும்போது "ஆஹா, எங்கே கத்தரிக்காய் பஜ்ஜி? வெறும் கஞ்சி பிடிக்காதே" என்றானாம்!

அம்மாவை அலைக்கழித்ததற்குத்தான் இந்த தண்டனையோ?

ஒருதடவை பள்ளியிலிருந்து வந்ததும் "என்னம்மா டிபன்" என்று கத்தினாள்.

"இட்லி."

தட்டில் இட்லி விழுந்ததும் "மிளகாய்ப் பொடி" என்றாள்.

மிளகாய்ப் பொடி வரவில்லை. சட்னி வந்தது.

"மிளகாய்ப் பொடி இல்லை" என்றாள் அம்மா.

பாவாடையை உதறிக்கொண்டு எழுந்துவிட்டாள் சாயா.

அப்புறம் அரை மணிக்குள் அம்மா வறுத்து இடித்துவிட்டாள்.

"இதை அப்பவே இடிச்சுத் தொலைக்கறதுதானே?"

"இடிச்சிருக்கலாம். இன்னிக்கு என்னவோ ஒரே மார் வலி."

'குபுக்'கென்று நெஞ்சை அடைத்தது சாதம். அம்மா! கரகரவென்று கண்களில் நீர் பெருகியது. எச்சிற் கையோடு உட்கார்ந்துகொண்டே இருந்தாள். நெஞ்சம் கேவியது. கல்யாணம் நிச்சயமானதும் எவ்வளவு கற்பனைகள் அவள் செய்தாள்!

எச்சிற் கையை உதறிக்கொண்டு எழுந்தாள்.

அரிவாள்மணையில் காய்கறி நறுக்கும்போது கையை வெட்டிக்கொள்வது போல் ஒரு கற்பனை. அவன் ஒரு முறுவலுடன் பாண்டேஜ் கட்டுவான். அவன் பளாரென்று ஒரு நாள் அறைவான் கன்னத்தில். சீ, சீ, கன்னம் வேண்டாம். முகம் அசிங்கமாகிவிடும். அறைவது முதுகில். இவள் தப்பே ஒன்றும் இருக்காது. பிறகு அவள் விம்மிவிம்மி அழுவாள். அவன் "இந்தக் கையா உன்னை அடித்தது...?" இத்யாதி இத்யாதி. இப்படி ஒரு கற்பனை. எல்லாவற்றிலும் அவள் அவனுக்காகக் கஷ்டப்படுவது போலும், அவன் உருகுவது போலும். ஒரு ஹிந்துப் பெண்ணுக்கு எவ்வளவெல்லாம் கற்பனை செய்ய அனுமதிக்கிறதோ அவ்வளவு மட்டுமே அவள் கற்பனை செய்தாள். அண்ணா வாங்கித் தந்திருந்த சில புத்தகங்களில் இருந்த பிரகாரம் அவள் கற்பனை போனபோதுகூட அவன் பருத்த வயிறு எவ்வளவு அருவருப்பாகத் தோன்றலாம் என்று அவள் எண்ணவில்லை. குஷ்டரோகியுடனேயே வாழ்க்கை நடத்திய ஹிந்துப் பெண்குலத் தோன்றல் அல்லவா அவள்? கையை அலம்பும்போது அவள் மனம் ஒரு சட்டத்தைப் பிறப்பித்தது.

சட்டம்: 'காம சூத்ரா' படிக்காத பெண்கள் கல்யாணம் செய்துகொள்ளக் கூடாது.

வாசற்கதவு தட்டப்படும் சத்தம் கேட்டது.

கதவைத் திறந்தாள்.

அடுத்த தெரு மாலதி நின்றுகொண்டிருந்தாள். வெய்யிலில் வந்ததால் வேர்வை பரவ நின்றாள்.

"என்ன மாமி, உள்ளே கூப்பிடமாட்டீங்களா?"

"கூப்பிடாம என்ன? இப்படி வெய்யில்லேயா வரது? அதுவும் இப்படி இருக்கறபோது? என்ன விஷயம்?"

"ரெண்டு ப்ளவுஸ் தைக்கணும் மாமி."

மென்மையான, உயர்ந்த வேலைப்பாடு செய்த ரவிக்கைத் துண்டுகளைத் தந்தாள் மாலதி.

"விலை ஜாஸ்தி இருக்குமே?"

"பத்தொம்பது ரூபாய் மீட்டர். வேண்டாம்னா அவர் கேட்கிறதில்லை. சீமந்தத்துக்குப் பட்டு ரவிக்கை போட்டுண்டா உடம்பு கசகசத்துப் போய்விடுமாம்."

"அப்படீன்னா அடுத்த வாரத்துக்குள்ளே வேணும்ன்னு சொல்லு."

"ஆமாம். தையல் கூலி வழக்கம் போல ரெண்டு ரூபாய்தானே?"

"கூலிக்கு என்ன இப்போ?" என்று மெல்லச் சொல்லிவிட்டு ரவிக்கைத் துண்டுகளை மீண்டும் அழகு பார்த்தாள்.

"நூல் விலையெல்லாம் ஏறிப் போயிடுத்து. நாலணா வித்த நூல் கண்டு இப்போ எட்டணா. அடுத்த வாரமே வேணும்ன்னு வேற சொல்றாய்."

"அப்படீன்னா மூணு ரூபாய் தந்துடறேனே மாமி. வரட்டுமா?"

"செய். உடம்பு ஜாக்கிரதை."

மாலதி போய்விட்டாள்.

மூன்று ரூபாய் அதிகமோ? இருக்கட்டுமே, அவளால் தர முடியாதா என்ன? "சாயா மாமி மூன்று ரூபாய் கேட்டார்" என்று போய்ச் சொல்லுவாளோ? சொல்லட்டுமே! வேலைக்குக் கூலி. தையற்காரனிடம் கொடுத்தால் ஐந்து ரூபாய் கறந்துவிடுவான்.

மூன்றும் மூன்றும் ஆறு ரூபாய். அந்தத் தமிழ்ப் படம் பார்க்கலாம். அதில்தான் கதாநாயகன் சாகிறான். செத்துத் தொலையட்டும் பாவி! வாழ்ந்து என்ன ஆகப் போகிறது?

வகதம் விதமாய்த் தைப்பது என்றாலே சாயாவுக்குத் தனி ஆர்வம். திராக்ஷக்குலையைத் தலையில் கவிழ்த்தாற்போல் கரிய கேசச் சுருள்களோடு மூன்று பெண்கள் அவள் நாத்தனாருக்கு.

"சரோஜா, என்கிட்டே தாயேன். நான் தைச்சுத்தரேன் குழந்தைகளுக்கு."

"தைத்துக்கொடேன் மன்னி. உனக்கும் சீக்கிரம் பெண் பிறக்கும்".

பிறக்குமா? பூச்செண்டுபோல் ஐந்தாறு குழந்தைகள் வேண்டுமென்று அவளுக்கு ஆசை.

"அம்மா, எனக்கு அரை டஜன் குழந்தையாவது வேணும்மா."

"போடி, அசடே" என்பாள் அம்மா.

பத்து வருஷங்களில் அவளுக்கு சேகர் மட்டும்தான். அதில்கூடச் சிக்கனமோ?

கடையில் வரும் பத்திரிகைகளில் உள்ள மாதிரிகளையெல்லாம் பார்த்து அவள் தைத்தாள் அந்தக் குழந்தைகளுக்கு.

பாஸ்கரன் காரியாலயத்திலிருந்து வரும்போது ஒரு நாள் மாலை தைத்துக்கொண்டிருந்தாள்.

"யாருக்கு இவ்வளவும்?" என்றான்.

"சரோஜா குழந்தைகளுக்கு. அழகா இல்லை?"

"சும்மாத்தானே தைக்கிறே?"

"ஆமாம். என் ஆசைக்கு."

அடுத்த மாதம் வீட்டுச் செலவுக்கென்று வந்த ரூபாயில் பத்து ரூபாய்த் துண்டு. அவள் விழிகளை உயர்த்தி அவனைப் பார்த்தாள்.

"நூல் ஊசின்னு வீண் செலவு பண்ணுவாய். அதுதான் குறைச்சுத் தந்தேன்."

இன்னொரு முறை சரோஜா துணிகளைத் தந்தபோது 'நேரமே இல்லேடி!' என்றாள்.

"போ மன்னி, புளுகாதே, மத்தியானமெல்லாம் என்ன செய்யறாயாம்?"

"சரி. தைக்கறேன். ஆமாம், சரோஜா இதைத் தையற்காரன் கிட்டே தந்தா எவ்வளவு கேப்பான்?"

"அஞ்சு ரூபாய்க்குக் குறையாது. ஏன் மன்னி?"

"அப்போ அதிலே பாதி எனக்குத் தந்துடேன். நான் தைக்கறேன். நூல் செலவு ஆறது பார்."

'சடக்' கென்று தலையை நிமிர்த்தி அவளைக் கூர்ந்து பார்த்தாள் சரோஜா. பெரிய ஆபீசரின் மனைவிக்கு ஏன் இந்தச் சின்னத்தனம் என்று நினைத்தாளோ? அந்தப் பார்வையின் தாக்குதலை இன்னும் சாயா மறக்கவில்லை. விழிகளை விரித்து, உதடுகள் சற்றே பிரிய, புருவங்களை உயர்த்தி 'இவ்வளவுதானா நீ?' என்பது போல் ஒரு பார்வை. அதன் பின் ரத்தினச் சுருக்கமாய்ப் பதில்.

"சரி, தரேன் மன்னி."

அன்றிலிருந்து அவள் காசு வாங்கிக்கொண்டு தைத்தாள். மாலதி தந்த துணியை அலமாரியைத் திறந்து அதனுள் வைத்தாள். மறுநாளே தரவேண்டிய ரவிக்கைகள் இரண்டும், குழந்தைச் சட்டைகள் இரண்டும் இருந்தன. தையல் மிஷினைத் திறந்து தைக்க உட்கார்ந்தாள்.

ரவிக்கைகள் இரண்டும் எதிர்வீட்டு ரஞ்சிதத்துடையவை. மாதம் இரண்டு ரவிக்கைகளாவது தைக்க வேண்டும் அவளுக்கு, "உடுத்திக்கவும், சாப்பிடவும்தானே மாமி உழைக்கிறோம்?" என்பாள் அடிக்கடி.

தான்?

அவளுக்கே தெரியவில்லை. அவள் எதற்காக, யாருக்காக வாழ்கிறாள்? நினைத்தவுடன் சட்டையைக் கழற்றிப் போடுவது போல், உயிரை எடுத்துவிட முடியாத இயலாமையினால்தான் அவள் வாழ்வு தொடருகிறதா?

புடவை, நகையில் அவளுக்கு இருந்த ஆர்வம் எல்லாம் மறைந்து பத்து வருடங்களாகிவிட்டன. எந்தப் புடவையைப் பார்த்தாலும் சரிகையின் அழகும், வண்ணச் சேர்க்கையின் நயமும் கண்ணில் படுவதில்லை. அவளையும் அறியாமல் கை, விலைச் சீட்டைத்தான் தேடுகிறது.

ஆனாலும் வருடா வருடம் தீபாவளிக்குப் பட்டுப் புடவை வாங்காமல் அவள் விடமாட்டாள். புடவையின் மீது உள்ள ஆர்வத்தினால் அல்ல அது.

"பட்டுப்புடவை வேணுமா?" என்பான் அரை மனத்தோடு பாஸ்கரன்.

சிறகுகள் முறியும் . . .

"ஆமாம்."

இருப்பதிலேயே விலை உயர்ந்த புடவையை எடுத்துவிட்டுத் திரும்பும் வழியில், பர்ஸில் உள்ள பணத்தை எண்ணி, செலவழித்த பணத்துக்காக அவனை ஏங்கவைக்கும் அந்தக் கேவலமான பழி வாங்குதலுக்காகவே அவள் பட்டுப்புடவை வாங்கினாள். "வேண்டும்" என்று கேட்டு வாங்கும் அளவு தன்மானம் தனக்குச் செத்துவிட்டதா என்று தன் மனத்தின் குறுகலை எண்ணி அவள் வியந்ததுண்டு. ஆனால், அவன் காசை பலவந்தமாகச் செலவழிக்க வைத்துவிட்ட குரூரமான மகிழ்ச்சி அந்த எண்ணத்தை அடித்துவிடும்.

"நாக்கு நீளம் சாப்பாட்டு விஷயத்தில்" என்று அம்மாவிடம் குட்டுப்பட்டவள்தான்.

கல்யாணமான புதிதில் சேலத்துக்கு வேலை விஷயமாகப் போனான் பாஸ்கரன். அப்போது மாம்பழக்காலம். மாம்பழத்தை நறுக்காமல், கையில் அதன் ரஸம் ஒழுக, சதைப்பகுதியில் பற்கள் அழுத்திப் பதித்து வெண்ணெய்க் கட்டியாய் மாம்பழம் வாயில் போகும்படி சாப்பிடுவதில் அவளுக்கு அலாதிப் பிரியம்.

"வரும்போது கட்டாயம் மாம்பழம். ம்?"

அவன் திரும்பி வரும்போது முகமெல்லாம் ஆர்வம் கொப்பளிக்க, "எங்கே நான் கேட்டது?" என்றாள்.

"ரொம்ப விலை ஜாஸ்தி. வாங்கலை."

அன்றைக்குத் தன் நாக்கை அவள் அறுத்து எறிந்துவிட்டாள்.

சரோஜாவே அவளிடம் கேட்டதுண்டு.

"ஒண்ணுலேயும் ஆர்வமே இல்லாம இருக்கியே மன்னி. எதுக்காகத்தான் நீ இருக்காய்?"

"இருக்கணுமே அதுக்காக. இதைவிட வேற காரணம் என்னடி இருக்கு?"

எல்லாவற்றையும் தைத்து முடிக்கும்போது மணி நாலாகிவிட்டது. சேகர் பள்ளியிலிருந்து வரும் நேரம்.

எல்லாவற்றையும் எடுத்து வைக்கும்போது சேகர் வந்தான்.

வழக்கம்போல் ஆயிரம் செய்திகள்.

"மோகன் தமிழ்லே பஃஸ்டு வந்தானோ இல்லையோ, அவனுக்கு மூணு சக்கர சைக்கிளாம்மா."

"உனக்கும் வேணுமாடா?"

"சீ, சீ."

"என்னாடா சீ, சீ?"

"போம்மா. நான் பெரிய பையன். எனக்கு ரெண்டு சக்கர சைக்கிள்தான்."

"வேணுமா?"

பாக்கெட்டில் கைவிட்டு இரண்டு பத்து பைசாக்களை எடுத்தான்.

"பாரு நான் காசு சேர்த்திருக்கேன். எல்லாம் என் காசு."

பாவி! அப்பா மாதிரியே பேசுகிறான்!

"நிஜமா சைக்கிள் வேணுமாடா? வாங்கித்தரலாமா?"

"அதெல்லாம் ஜாஸ்தி வெலை. இல்லம்மா?"

அவள் மனம் ஒலமிட்டது. சைக்கிள் வேண்டுமென்று கீழே விழுந்து புரண்டு அவன் அழுதிருந்தால் அவள் மனம் சாந்தி அடைந்திருக்கும். உதட்டைச் சிறுக மூடிக்கொண்டு பதில் பெரிய மனுஷ்த்தனமாகச் சொல்வது அவளை வாட்டியது. தனக்குக் கிடைக்காது என்பதை இவ்வளவு ஆர்ப்பாட்டம் இல்லாமல் அவன் ஏற்றுக்கொண்டதை அவள் மனத்தால் தாங்க முடியவில்லை.

குழந்தைத்தனம் என்பது இப்போதெல்லாம் இல்லையா?

ஏன் எல்லாருமே பெரியவர்கள் மாதிரி நடந்துகொள்கிறார்கள்? சனியன், ஒரு குரல் அழக்கூடாதா? அவன் ஒருவன்தான் அந்த வீட்டில் இயற்கையாக நடந்து கொள்கிறான் என்று சமாதானப்படலாமே.

"போடா, வெளையாடப் போ. மண்ணுலே விளையாடாதே."

சிறிது நேரத்திற்குப் பிறகு பாஸ்கரன் வந்தான்.

"சாயா, அந்த கோபாலன் பையனுக்குப் பூணூலாம். நீ போயிட்டு வந்துடு. நான் பகல்லேயே போயிடுவேன்."

"சரி."

"நாளைக்குச் சமைக்க வேண்டாம். அங்கேயேதான் சாப்பாடு."

"என்ன ப்ரஸண்ட் தரப் போறேள்?"

"பூணூலுக்கெல்லாம் ஒண்ணும் தரவேண்டாம்."

"சாப்பிட மட்டும் போலாமாக்கும்?"

"என் சிநேகிதன் பிள்ளை பூணூலுக்குச் சாப்பிடாம வேற எங்கே சாப்பிடறது?"

"நீங்க போங்கோ. நான் வரலை."

"சரி. வரல்லைன்னா வேண்டாம்."

அவ்வளவுதான். பஸ் காசாவது மிச்சம். அவன் இன்னொரு முறை கூப்பிட மாட்டான்.

அவளே மீண்டும் கேட்டாள்.

"அப்படின்னா நீங்க மாத்திரம் போறேளா?"

"நீதான் வரமாட்டேன்கிறாயே?"

"ப்ரஸன்ட் இல்லாம எப்படிப் போறது?"

"குடேன், நீயும்தான் தைச்சு சம்பாதிக்கிறாயே, அது மட்டும் பணம் இல்லையா?"

கேள்வியைக் கேட்டு அவள் அதிர்ந்துவிட்டாள். சரியான கேள்விதான். அதை உபயோகிக்கலாம் என்று அவளுக்கு ஏன் ஒருநாளும் தோன்றவில்லை? இப்போது கூட அதிலிருந்து எடுக்க மனமில்லை. அவள் உடல் வெடவெடவென்று நடுங்கியது. அவள் மனதார வெறுக்கும் குணம் அவளிடம், அவளையும் மீறித் தொற்றிக் கொண்டுவிட்டதா என்ன? சேகர் சைக்கிள் கேட்டபோதுகூட அவள் அதைப் பற்றி எண்ணவே இல்லையே? சில்லிட்டுப் போன கைகளால் பக்கத்தில் இருந்த நாற்காலியை அவள் பற்றிக்கொண்டாள்.

"என்ன சத்தத்தையே காணோம்?"

"ஒண்ணுமில்லை."

ரவிக்கைக்கு நல்ல மாதிரி தேட ஒரு டிசைன் புத்தகத்தை வைத்துக்கொண்டு உட்கார்ந்தாள்.

செய்தித்தாளைப் புரட்டிக்கொண்டு உட்கார்ந்திருந்த அவனிடம் திடீரென்று "சேகருக்கு சைக்கிள் வேணுமாம்" என்றாள். "அவன் ஆயிரம் சாமான் வேணும்பான். எல்லாமே வாங்க முடியுமா? ரெண்டு வருஷம் போனால் வீணாய்ப் போயிடும்." புத்தகத்தை மடியில் பிரித்துப் போட்டுக்கொண்டு ஒரு பக்கத்தைக் கையால் தடவியவாறே அவள் மெதுவாகக் கேட்டாள்.

"எதுதான் இப்போ அவசியம்?"

பாஸ்கரன் அவளை ஆச்சரியத்துடன் பார்த்தவாறே "என்ன வந்துடுத்து உனக்கு இன்னிக்கு?" என்றான்.

"ஒண்ணும் இல்லை. எனக்கு ரொம்ப அவசியமா ஒண்ணு தேவை. அதை உங்களாலே தர முடியாது."

"என்னது?"

"மனசிலே நிம்மதி" என்று விட்டுப் புத்தகத்தைப் 'பட்' டென்று மூடினாள்.

"சைக்கிள் வாங்கித் தராட்டா மனசுலே நிம்மதி போயிடுமா? யாராவது கேட்டால் சிரிப்பா."

"நீங்களே சிரிக்கிறபோது, மற்றவா ஏன் சிரிக்கமாட்டா?"

"அவ்வளவு தூரம் ஆசையா இருந்தா, நீ வாங்கித்தரதுதானே?"

"வாங்கித் தரத்தான் போறேன்." அடித்துச் சொன்னாள் அவள். தான் கருமி இல்லை என்பதை அவளுக்கே அவள் நிரூபித்துக்கொள்ளவா அப்படி ஒரு அழுத்தம் சொற்களில்? மஞ்சள் காமாலை வந்தவன் தன் பார்வையில் ஏற்பட்ட நிற குழப்பத்தை ஏற்றுக்கொள்ள முடியாமல், "எல்லாம் சரியாகத்தான் இருக்கிறது. மஞ்சள் மாதிரி தெரிகிறது. அவ்வளவுதான்" என்று தனக்குத் தானே செய்துகொள்ளும் சமாதானமாய், அடிபட்டுக்கொண்ட சிறுவன் நொண்டிக்கொண்டே, "அடி பலமில்லை. நன்றாக ஓடி விளையாடலாம்" என்று தன்னையே ஆசுவாசப் படுத்திக்கொள்ளும் முயற்சியாய் அவள் திரும்பச் சொன்னாள்.

"கட்டாயமா வாங்கித் தருவேன்."

"அதற்கு என்னைக் கேட்பானேன்?"

"உங்களிடம் கேட்டுப் பார்த்து நீங்க இல்லைன்னா நான் வாங்கித் தரதா இருந்தேன்."

"பேஷ்! அப்படியாவது என்னிடமிருந்து கறந்துடலாம்னு பார்த்தாய்."

"கறக்கறுக்கு நான் என்ன பால் வியாபாரமா செய்யறேன்."

"பால் வியாபாரமோ, பாக்கு வியாபாரமோ! உன் பணத்தைப் பத்தி நினைச்சுப் பார்த்தியா?"

"உன் பணம் என் பணம்னு என்ன வித்தியாசம்? குழந்தை நம்பளோடுதானே? இல்லை, அதுவும் சந்தேகமோ?"

"சீ, வாயை மூடு."

சிறகுகள் முறியும் ...

அவள் பேசவில்லை.

இரவுச் சாப்பாடு மௌனமாக நடந்தது. அவள் சமையலறையைச் சுத்தம் செய்துவிட்டு வருவதற்குள் சேகர் கதவோரமாய்த் தூங்கி வழிந்துகொண்டிருந்தான். அவனைத் தூக்கிக் கட்டிலில் போட்டாள். விளக்கை அணைத்துவிட்டுப் படுக்கையில் சாயும்போது, கதவோரமாகத் திரும்பிப் படுத்துக் கொண்டு நிச்சிந்தையாகத் தூங்கும் அவன் மேல் அவளுக்குக் கோபம் வந்தது. கத்தியால் கீறிய ரத்தக் கட்டிகளாய்க் கேள்விகளை வீசிவிட்டு என்ன தூக்கம்! அவன் ஏன் தூங்க மாட்டான்? அதற்கு விலை இல்லையே? தூங்கிவிட்டு விழித்தால் யாரும் 'பில்' லை நீட்டப்போவதில்லையே?

"என்னை எவ்வளவு ஈனமாக எண்ணிவிட்டார் இவர்! எனக்கா செலவழிக்க மனமில்லை?" என்று மனம் பொருமியது.

அவள் கல்யாணம் நிச்சயமானதும் எத்தனை தோழிகளுக்குக் கடற்கரை சினிமா என்று அவள் செலவழித்தாள்?

அவள் மனத்தில் கம்பளிப் பூச்சிபோல் ஒன்று நெளிந்து அரித்தது. பின்பு அவள் ஏன் சேர்த்துவைத்த பணத்திலிருந்து வாங்கிக் கொடுக்க வேண்டும் என்று நினைக்கவில்லை? யாருக்காக அதை அவள் சேர்த்தாள்?

ஓர் அவசரத் தேவைக்கு...

எது அவசரம்? எது தேவை? யாருடைய தேவைக்கு? எப்படிப்பட்ட தேவைக்கு?

மின்னல் வெளிச்சத்தில் உயிர் பெற்றுச் சில நிமிஷங்கள் ஒளிரும் இரவின் தோற்றங்களாய் மன இருட்டிலிருந்து சில உணர்வுகள் உதறிக்கொண்டு வெளிவந்தன.

பாங்க் பாஸ் புத்தகத்தைப் பிரித்து அதிலிருக்கும் தொகையைப் பார்ப்பதில் அவளுக்கு ஏன் இந்தத் திருப்தி? உணர்வுகளே கரும் பூதங்களாய் ஆள்காட்டி விரலை அவளை நோக்கிச் சுட்டிக்காட்டி "நீயும்தான் அப்படி" என்று கொக்கரித்தன. அவள் விலக்கித் தள்ளினாள். அவை போர்வையாய் மேலே கவிந்துகொண்டன. போர்வை அவளை இறுக்கியது. தொண்டைக்கு அடியே நெஞ்சம் வறண்டது. எச்சில் விழுங்கினால் புண்மீது மருந்து தடவியதுபோல் எரிந்தது. கண்கள் கசிந்தன.

"அழறியா என்ன?"

அவளுக்குத் தூக்கிப்போட்டது. அவள் அழுதிருக்கிறாள்.

"எதுக்கு இப்போ ராத்திரி அழுகை?"

அது ஒன்றில்தானே தாராளமாக இருக்க முடியும்...

அவனுடைய கரங்கள் அவளை அணைத்தன.

சட்டம்: வேண்டாத வேளையில் நெருங்கும் கணவன்...

அவன் கரங்களில் அவள் துவண்டாள். அந்த நெகிழ்ச்சிக்கு முரணாக ஓர் எண்ணம் நெஞ்சில் விவஸ்தை இல்லாமல் ஓடியது – பணம் கொடுக்காமல் அடைய முடியும் என்பதாலேயே இவர் என்னை நாடுகிறாரோ?

எண்ணத்தின் முரண்பாடே நெஞ்சத்தில் நெருப்புக் கங்குகளை உருட்டியது. அவளைத் தகித்த நெருப்பின் ஜ்வாலையில் அவள் வதங்கி வாடினாள்.

அவன் கரங்கள் அவளை இறுகத் தழுவின. சூடான காப்பியைக் குடிக்க ஆத்திரப்படும் ஒருவனின் அவசரத்தோடு அவன் முகம் அவளை நோக்கி நெருங்கியது.

சட்டம், சட்டம், சட்டம்! இப்படி நிர்ப்பந்திக்கும் கணவன்மார்களுக்கு ரெட் லைட் ஏரியாவில் நிரந்தரமாக வீடு தர வேண்டும்...

அவள் அழுகை நெஞ்சக் கதவுகளில் மௌனமாக மோதிக்கொண்டது.

○

"ஸார், போஸ்ட்."

"சாயா, உனக்கு லெட்டர் வந்திருக்கு பார்."

இடுப்பில் செருகியிருந்த துண்டில் கையைத் துடைத்துவிட்டுக் கையை நீட்டினாள் சாயா.

கடிதம் உடனே கிடைக்கவில்லை.

வாய்விட்டு அதை முணுமுணுப்பாய்ப் படித்துக் கொண்டிருந்தான் பாஸ்கரன்.

நீண்ட கையை மடக்கி, கோபத்தில் கடிதத்தைப் பிடுங்கத் துடிக்கும் விரல்களை முஷ்டியாய்க் குறுக்கிக்கொண்டாள்.

எப்பொழுதோ யாரோ தோழி இருபது ரூபாய் கடன் கேட்டு எழுத இவள் அனுப்பிவிட்டாள். கல்யாணமான ஆரம்பம். இப்போது நினைத்தால் அவளுக்கு வியப்பாக

சிறகுகள் முறியும்...

இருக்கிறது. பட்டினி கிடப்பவன் சோற்றைக் கண்டால் நாக்கைச் சப்புக்கொட்டிக்கொள்வதைப்போல் பத்து ரூபாய் நோட்டைக் கண்டால் உள்ளம் விரியும் அவள் எப்படி இருபது ரூபாய் அனுப்பினாள் என்று. அதிலிருந்து அவள் கடிதங்கள் பரிசீலனை செய்யப்பட்டு அவளை அடைந்தன.

"உன் அம்மா எழுதியிருக்கா."

"நீங்கதான் படிச்சாச்சே? விஷயத்தைச் சொல்லுங்கோ."

சின்ன வயதில் எல்லாம் என் பாவாடை, என் பலப்பம், என் புஸ்தகம். என் ரிப்பன் என்று தன்னுடையதையெல்லாம் அவள் பகிர்ந்துகொள்ள முடியாத சுயநலத்தோடு பாதுகாப்பாள். ஏன், அவள் தட்டில் யாராவது சாப்பிட்டாலே பேயாட்டம் ஆடுவாள்.

புளியங்கொட்டையைக்கூடச் சேர்த்து வைக்கும் அவளைப் பார்த்து ஒவென்று கோணமாண பற்கள் தெரியச் சிரிப்பாள் சித்தி.

"நீ கெட்டிக்காரிடீ."

தன் புளியங்கொட்டைக்குச் சண்டை பிடித்த சாயா தன் கடிதத்தை — வரிக்கு வரி பாசம் சொட்ட அம்மா எழுதிய கடிதத்தை — பாலைவனச் சுடு மணலில் பாலை ஊற்றினாற்போல் அவன் மனதில் பொசுங்கிப்போகவிடுகிறாள். தன் கடிதத்தை அவன் படித்த பிறகு அவள் படிக்க விரும்புவதில்லை. அதில் உள்ள சுவையையே அவன் ஈரமற்ற கண்கள் வறள வைத்தார் போல் அவளுக்குத் தோன்றும்.

"விஷயம் என்ன? நீயே படியேன். உன் தங்கையைப் பெண் பார்க்க வராளாம். உன்னை வரச்சொல்லி இருக்கா. நேரிலே வந்து சொன்னா என்ன? வேப்பேரியிலேந்து தில்லக்கேணிக்குக் கடிதம் என்ன?"

"நிஜமாவா? தாங்கோ லெட்டரை."

பூனைக்குட்டியைத் தடவுவது போல் மெதுவாய்க் கடிதத்தை வாங்கினாள்.

அது அம்மாவின் கடிதம்.

"அன்புள்ள என் கண்மணி சாயாவுக்கு ..."

கடிதத்தைப் படித்து முடிந்ததும் "என்ன?" என்றாள் பாஸ்கரனிடம். "எனக்கென்ன தெரியும்? ஆயிரம் பேர் பெண் பார்க்க வருவா. ஒவ்வொரு தடவையும் நீ போக முடியுமா?"

அந்த நாக்கு!

"ஏதோ எழுதியிருக்காளே அம்மா..." என்றாள்.

அவன் தீர்மானமாய் ஒன்றும் சொல்லாமல் போய்விட்டான். அந்தக் கணம் ஒரு ஹிந்துப் பெண்ணுக்குத் தோன்றக்கூடாது என்று காலம்காலமாய் எல்லோரும் சொல்லும் ஓர் எண்ணம் அவளுக்குத் தோன்றியது. அவனை விட்டுப் போய்விட வேண்டும் என்று அவள் நினைத்தாள். பத்து வருடங்களாய் இழுக்க இழுக்க நீளும் ரப்பர் துண்டாய் வளைந்து கொடுத்த மனம் அன்று 'கல்' லென்று உடைந்தது. மனம் நினைத்த மறுவினாடியே, எதிர்காலத்திட்டங்கள் நீண்டு அவள் தீர்மானமே செய்துவிட்டாள்.

உடம்பிலிருந்து ஏதோ கழன்று விழுந்து லேசாகிவிட்டதைப் போல் அவள் உணர்ந்தாள். அவள் படித்தவள், (ஹா, எத்தனை நாட்கள் கழித்து இந்த விவரம் நினைவுக்கு வருகிறது!) அவளுக்குச் சம்பாதிக்கத் தெரியும். பின்பு ஏன் இந்தச் சிறை? கல்லானாலும் கணவனைக் கட்டிக்கொண்டு அழுபவர்கள் அழட்டும். அவள் சிந்திக்கத் தெரிந்தவள்.

நல்லது என்பதும் கெட்டது என்பதும் இதுதான், அதுதான் என்று குறிப்பிட்டுச் சொல்லக்கூடியவை அல்ல. தன் மனத்துக்கு, தன் சிந்தனைகளுக்கு எது இதம் அளிக்கிறதோ அதுதான் நல்லது. இரவு உடம்பை நன்றாக நீட்டி மின்சாரத்துக்குப் பணம் கட்டவேண்டும் என்ற மனக்குத்தல் இல்லாமல் விசிறியைப் போட்டுக்கொண்டு விச்ராந்தியாய்த் தூங்கும் நிலைமையை எது தருகிறதோ அதுதான் நல்லது.

அவள் சிறகுகளை விரித்து அவள் பறக்க வேண்டும். விசும்பின் நிச்சலனமான அமைதியில் அவள் சிறகுகள் அசைய வேண்டும். அதுதான் வாழ்க்கை.

அவள் ஏதாவது வேலை தேடிக் கொள்வாள். அன்று ஒருநாள்கூட பக்கத்து ஸ்கூல் தலைமையாசிரியை "எங்க ஸ்கூலே தையல் டீச்சர் இல்லை. தற்காலிகமாய் நீங்க வந்துவிடுங்களேன்" என்று கூப்பிடவில்லையா? அதைப் போய் விசாரித்தால் தெரிந்துவிடுகிறது. அது இல்லை என்றாலும் கவலை இல்லை. தையல் மிஷின் அம்மா வாங்கித் தந்ததுதான். அதை வைத்தே பிழைத்துவிடலாம். ஒரு ரவிக்கைக்கு இரண்டு ரூபாய். ஆ, அந்த வாழ்க்கை எப்படி இருக்கும்? அவளும், சேகரும் மட்டுமே. சின்ன வீடு ஒன்று, இரண்டு அறைகள் போதும். முதல் அறையில் மடக்கு நாற்காலிகள் இரண்டு; மூலையில் தையல் மிஷின்; இன்னொரு மூலையில் சின்ன மேஜை, நாற்காலி சேகர் படிக்க. அவள்

தினம் தைப்பாள். சேகர் ஸ்கூலுக்குப் போவான். மாலையில் இருவருமாய் மயிலாப்பூருக்குக் காய்கறி வாங்கப் போகலாம்.

சேகர் பிறந்தநாள் வரும். அவன் தோழர்களை எல்லாம் அவள் சாப்பிடக் கூப்பிடுவாள். இத்திப்புப் பண்டம் செய்வாள் – சர்க்கரை என்ன விலை விற்றாலும்.

இரவு அவள் உடம்பை நன்றாக நீட்டிப் படுக்கையில் புரளலாம். ரோமமில்லாத மார்பில் சாய வேண்டாம். மென்மையற்ற கைகளால் அணைக்கப்பட வேண்டாம். படுக்கை முழுவதும் அவள் மட்டுமே.

புகை மண்டலங்களாய் அவளுடைய நினைவுகள் – கனவுகள் – மேலெழுந்தன.

"அம்மா..." சேகரின் அழைப்பு காதில் விழுந்தது.

மலையிலிருந்து கீழே குதித்துவிட்ட அதிர்ச்சியுடன் உடலைச் சிலிர்த்துக்கொண்டு, "என்னடா?" என்றாள்.

அந்தக் குரல் நாளங்களின் அசைவே பெருங்காற்றாய்ப் புகை மண்டலங்களை ஊதித் தள்ளியது. அகன்ற கைகளாய் நீண்டு, விரித்த சிறகுகளை ஒடுக்கியது. தான் அப்படி நினைத்தோமா என்ற ஐயமே அவளுக்கு ஏற்பட்டது. அதீத வெறியில் கொலை செய்து விட்டுக் கத்தியும், கையுமாய்த் தான் செய்துவிட்ட செயலை நம்ப முடியாமல் நிற்கும் கொலைகாரன் நிலைமையில் அவள் இருந்தாள்.

தான் நினைத்தது சரியா தவறா என்ற சிந்தனை அவளுக்கு ஏற்படவில்லை. சரி, தவறு என்பதெல்லாம் ஒரு குறிப்பிட்ட சட்டதிட்டங்களுக்கு அடங்கியவை அல்ல.

அவள் அப்போது நினைத்து ஆச்சரியப்பட்டது எல்லாம் தனக்கா அப்படி ஒரு சுதந்திர உணர்ச்சி தோன்றியது என்றுதான். மூன்றாம் மனுஷி ஒருத்தியைப் பார்ப்பது போல் தன்னையே பார்த்துக்கொண்டபோது இப்படி ஓர் எண்ணம் அவள் மனத்தில் இவ்வளவு நாள் இருந்தது அவளுக்கே எப்படித் தெரியாமல் போய்விட்டது என்று அவள் வியப்புற்றாள். தேங்காயை உடைத்தால் சளசளவென்று கொட்டும் இளநீரைப் போல் அல்லவா அவள் எண்ணங்கள் வெளிப்பட்டு விட்டன!

பண்ணக்கூடாதது என்று அவள் நினைக்காவிட்டாலும், பண்ணிப் பயனில்லை என்ற முடிவுக்கு அவள் வந்துவிட்ட பிறகும்கூட அந்த எண்ணங்கள் வெளிப்பட்ட வேகம் அவளைத் தடுமாற வைத்தது. தளைகளை அறுத்துக்கொண்டு ஓட

அம்பை

வேண்டுமென்ற உந்துதல் தனக்குக்கூட – பத்து வருடங்களில் கொஞ்சம் கொஞ்சமாய் மனம் வெறுத்து, எதையுமே நிலையற்றது என்று கருதும் மனநிலைக்கு வந்துவிட்ட அவளுக்குக்கூட – ஏற்பட்டதுதான் வேடிக்கையாக இருந்தது.

சேகரிடம் போனாள்.

"என்னடா கூப்பிட்டே?"

"பந்து விளையாடறச்சே இது விழுந்துடுத்தும்மா!"

கண்ணாடி உடைந்த புகைப்படம்.

அது, அவள், பாஸ்கரன், சேகர் மூவருமாய் எடுத்துக்கொண்டது.

சேகர் பிடிவாதம் பிடித்ததால் எடுத்துக் கொண்டது.

அவள் – ஊதாவில் ரோஜாநிறக் கரைபோட்ட புடவை.

சேகர் – கட்டம் போட்ட சட்டையும், பான்ட்டும்.

பாஸ்கரன் – சாபமிடப்பட்ட நளன்..?

மீண்டும் இப்போது அதைப் பார்த்தபோது அவளுக்குப் பரிதாபமாய் இருந்தது, "ட்ரெஸ்ஸிலே ஒண்ணுமில்லே, மனசு தான் பெரிசு" என்று அவள் பிறந்த வீட்டில் பாஸ்கரனின் அலங்கோலத்துக்குக் காரணம் கற்பித்திருந்தாள். ஆனால் உண்மையில் அதன் அர்த்தம் கூட அவனுக்குப் புரியாது என்பது அவளுக்குத்தான் தெரியும். நன்றாக உடை உடுப்பதின் அவசியத்தை உணராது மட்டுமல்ல, அதற்காகச் செலவிடும் பணத்தின் ஆசையை உணர்ந்ததும்தான் இதற்குக் காரணம் என்பதை அவள் அறிவாள்.

ஆரம்பத்தில் அண்ணாகூட, "உனக்கு உன் கணவனைப் பேசி மாத்தத் தெரியலைன்னா அது உன் தோல்விதான்" என்றபோது அவள் இடிந்து போய்விட்டாள். இரு நபர்கள் எவ்வளவுதான் இணைந்தாலும் தனிப்பட்ட முறையில் ஒவ்வொருவருக்கும் சுதந்திரம் உண்டு; அந்தச் சுதந்திரத்தை இருவருமே பழிக்கலாகாது என்பது அவள் கொள்கை. அவனை அவள் ஏன் மாற்ற முயல வேண்டும்? அவன் குணத்தின் கோணலை அவன் உணராதபோது – ஏன் அந்தக் குணம்தான் சிறந்தது என்று அவன் கருதும்போது – மாற்ற முயற்சி செய்வது மடமை என்று அவள் எண்ணினாள். அப்படி இருக்க அவனுக்குச் சுதந்திரம் உண்டு – இப்படித்தான் வாழ்க்கை அமைய வேண்டும் என்று இருக்கும்போது, வீணாக எதிர்த்துப் போராடுவதில் அர்த்தம்

சிறகுகள் முறியும்...

இருப்பதாக அவளுக்குப் படவில்லை. இருந்தும் அண்ணா தோல்வி என்று குறிப்பிட்டதும் முயற்சி செய்யாதது தவறோ என்று அவள் எண்ணத் தொடங்கினாள்.

கணவனை மாற்றிவிடும் ஆரம்ப உற்சாகத்துடன் அவள் செலவழிக்கத் தொடங்கினாள். அடிக்கடி அவன் காதுபட, "பணம் இன்னிக்கு வரும் நாளைக்குப் போகும். சந்தோஷம் அப்படி இல்லையே?" என்று சொல்லிக்கொண்டேயிருந்தாள். அவனுக்கு அது புரியவும் இல்லை. அவள் செலவழிப்பதன் நோக்கத்தை அவன் புரிந்துகொள்ளவும் முயற்சி செய்யவில்லை. இந்தக் கல்யாண வாழ்க்கைக்கான செலவுத் திட்டங்களைக் கூட முன்பே குறித்து வைத்துவிட்டதைப் போல் அவன் திட்டமாய்ச் செலவு செய்தான்.

சில நாட்கள் அவள் பேசாமல்கூட இருந்தாள். பிறகு அவன் அந்த மௌனத்தைக் கவனிக்காமலேயே இருந்துவிட்டதால் அவள் கைவிட்டாள்.

"அஞ்சு நாளா ஏன் பேசலை தெரியுமோ?" என்றாள் இரவில்.

"பேசலையா என்ன?" என்றான் அவன்.

பிறகு சிக்கனமாய் இருக்க வேண்டியதன் அவசியத்தை விளக்கினான். அப்போது அவனை அவள் வெறுக்கவில்லை. மெதுவாகக் சொன்னாள்: "நீங்கள் சின்ன வயசிலே ரொம்பக் கஷ்டப்பட்டேள். ஒவ்வொருத்தர் வீட்டுலே சாப்பிட்டுண்டு படிச்சிருக்கேள். கிணற்றிலே ஜலம் எடுத்து வீடு வீடா ஊற்றியிருக்கேள். பணம் இல்லாம கஷ்டப்பட்டதால் பணமே பிரதானம்ன்னு நினைக்கறேள். இப்போ அப்படி இல்லையே? என்னைவிடப் பெரிசா பணம்?"

கணவனை அனலைஸ் செய்வதுபோல் ஒரு முட்டாள்தனம் வேறு கிடையாது என்று இப்போது தோன்றியது. அவள் அவனுக்குத் தானம் செய்யப்பட்டவள். அவன் வயதில் பெரியவன். சரீரத்தில் பலம் வாய்ந்தவன். ஸோபா ஸெட் போல் அவள் அவன் சொத்து. அவன் இறந்து போனால் இவள் மேல் திரையை மூடி "த எண்ட்" என்று எழுதிவிடுவார்கள். இதில் இவள் ஃப்ராய்டு எல்லாம் படித்து மனத்தைக் குழப்பிக்கொண்டு, அவன் நடத்தைக்குக் காரணம் கற்பித்து என்ன பயன்? தான் ஆளப்பிறந்தவன் என்ற உரிமையைவிட வேறு எந்த உணர்வு அவனை இப்படி பலசாலியாக்க முடியும்?

சாயா பாஸ்கரனை வெகு அழகாக அனலைஸ் செய்தாள்.

"என்ன பேசறே நீ?" என்று கடகடவென்று சிரித்தான் அவன். அவன் சிறு வயதில் குடம்குடமாய் கிணற்றிலிருந்து தண்ணீரை மட்டும் இறைக்கவில்லை. தன் நெஞ்சிலிருந்து மென்மை உணர்வுகளையும் எடுத்து ஊற்றிவிட்டான் என்று அவள் தெரிந்துகொண்டாள் அன்று.

புகைப்படத்தில் ஒழுங்கில்லா ஆடையுடன் காட்சியளித்தான் அவன். அந்தப் படத்தில் தான் நன்றாக வந்திருப்பதாக அவன் அடிக்கடி கூறிக்கொள்வான். மற்றவர்கள் ஏளனமாய்ச் சிரிப்பதைப் பொருட்படுத்தாமலோ, புரிந்து கொள்ளாமலோ "ஜோரா இல்லை?" என்ற கேட்டுப் பெருமைப்படும் அவனைப் பார்த்து அவள் பரிதாபப்படுவாள். அப்போது கேலிக்குரிய பொருளான அவனை ஆதரிக்க வேண்டும்; விட்டுக்கொடுத்துவிடக் கூடாது என்ற மனிதனுக்கு மனிதன் தோன்றும் இரக்க உணர்வே அவளை அவனிடம் நெருங்க வைத்தது.

கணவன் – மனைவி உறவின் ரஸவாதங்களே அற்றுப் போய், மூன்றாம் மனிதனுக்குக் காண்பிக்கும் மரியாதைகளும் உபசாரங்களுமே எஞ்சினபோல் அவளுக்குத் தோன்றியது. தன் கணவன் என்பதால் அவள் அவனுக்குப் பரிவுடன் உணவு படைக்கவில்லை; மழையில் நனைந்து வந்தால் பதட்டப்படவில்லை; உடம்பு சரியில்லாமல் போனால் சிசுருஷை செய்யவில்லை; அவன் ஒரு மனிதன் – எந்த மனிதனுக்கும் அவள் அதைச் செய்வாள் ஒரு பண்பட்ட முழுமை அடைந்த மனத்தை உடையவள் என்ற முறையில்.

சில சமயம், பக்கத்து வீட்டு நாய் லக்கி மழையில் நனைந்து நடுங்கியபோது, அவள் மனம் கனிந்து, அதைத் துடைத்து, கனத்த சாக்கைப் போட்டுப் படுக்க வைத்தபோது ஏற்பட்ட இரக்க உணர்வுக்கும், தன் கணவனிடம் தனக்கு ஏற்படும் இரக்க உணர்வுக்கும் என்ன வித்தியாசம் என்று அவள் எண்ணுவதுண்டு.

"அம்மா, அப்பா திட்டுவாரம்மா?"

"மாட்டார்டா கண்ணா, இனிமே உள்ளே பந்தாடாதே,"

"சீக்கிரம் கண்ணாடி போட்டுடலாம்மா. இதிலே நீ அழ...கா இருக்கேம்மா."

அவளுக்கு அந்த நிமிடம் ஏற்பட்ட சந்தோஷத்தை எண்ணி அவளே வெட்கப்பட்டாள். என்ன மனம் இது, பாழும் மனம்! எதற்குத்தான் சந்தோஷப்படுவது என்று நியதி கிடையாதா? இத்தனை சின்ன வாண்டுப் பயல் அவளை அழகு என்று விட்டால் இப்படியா மனம் துள்ளுவது?

மகிழ்ச்சிக்கிடையே நெஞ்சம் வலித்தது. இந்த ஒரு வாக்கியம் எப்படி உள்ளத்தைக் குளிர்விக்கிறது? இதை அவள் ஓர் ஆணின் வாயால் கேட்டதில்லை என்பதாலோ என்னவோ அவள் மகனே சொன்னபோது அவளுக்கு அது இனித்தது.

"அம்மா, நீ அழகா இருக்கேம்மா..."

சேகர் அவன் மனைவியிடம் "நீ அழகா இருக்காய்" என்பான் ஒரு நாள்.

இந்த எண்ணம் வந்தபோதுதான் தன் கணவன் தன்னிடம் ஒருமுறைகூட அப்படிச் சொல்லாது தனக்கு எவ்வளவு குறையாக இருந்திருக்கிறது என்பதை அவள் உணர்ந்தாள். வாழ்க்கையின் அவசியமான உணர்வுகளைத் தணித்துக் கொள்ளவும், தனக்கு மற்ற உதவிகளைச் செய்யவும் மட்டுமே அவன் அவளை வைத்துக்கொண்டிருந்தான். இரு வேறு உடலங்கள் ஒருமித்து, இணைவதற்கு இனி இதைவிட அதிகமாக ஒன்றுமில்லை என்பதுபோல், அன்பின் சங்கமத்தில் வந்து நின்றபோதுகூட அவன் அதைச் சொன்னதில்லை. இயந்திரகதியில் ஏற்பட்ட அந்த நெருக்கம் சில சமயம் அவளை அந்த நெருக்கத்தை வெறுக்க வைத்திருக்கிறது. வாய்விட்டுச் சொன்னால் மற்றவர்கள் பாபம் என்று எண்ணும் (அம்மாவிடம் சொன்னால் செம்மண் தேய்த்துக் குளிக்கச் சொல்லுவாள்!) ஒரு நினைப்புகூட அவளுக்கு அடிக்கடி தோன்றும். காசு வாங்கிக்கொண்டு உடலைத் தரும் பெண்ணைவிடத் தான் மோசம் என்று. அவளாவது பணத்துக்காகச் செய்கிறாள். தன்னுடைய இந்த நெருக்கம் எதற்காக? கடமையைச் செய்யும் பதிவிரதையா அவள்? அப்படித்தான் சொல்லும் உலகம், அவள் நிலையை உணர்ந்தாள். தன்னை அவள் பரிபூரணமாய் சுத்தமாய் வைத்துக்கொண்டு, அன்பில்லாக் கணவனுக்காகத் தன்னை அர்ப்பணித்துக்கொண்டுவிட்டதாகச் சொல்லும்.

வேஷதாரிகள் எல்லாம் பதிவிரதைகள் என்றால் நானும் அப்படித்தான் என்று அவள் அலுத்துக்கொள்வாள். தன் மகிழ்ச்சியை அடையப் பொங்கி எழாமல், தன்னையே பொசுக்கிக்கொள்ளும், தன்னைப் பெரிய தியாகியாக பாவித்துக் கொண்டு (சட்டம் : பெண்ணைத் தியாகம் செய்ய வைத்துத் தமிழ்ப்படம் எடுப்பவர்கள் மேல் சட்ட நடவடிக்கை எடுக்கப்பட வேண்டும்) தன்னையே ஏய்த்துக்கொள்ளும் ஆத்ம துரோகம்தான் எல்லோர் கண்களுக்கும் பெண்மையின் பெருமையாகப் படுகிறது.

இல்லாத தெய்வீகப் பெருமைகளுக்காக வாழ வேண்டுமாம்! "எனக்கு இப்போது என் உடம்பை ஓர் ஓவியத்தை ரசிப்பது போல் ரசித்து உடன் படுப்பதே ஓர் அமைதியான அழகு என்ற

உணர்வைத் தோன்றவைக்கும் ஓர் ஆணின் துணை தேவை. ஆ! நினைத்து விட்டேன்! என்ன ஆகிவிடும்? எரிந்துவிடுமோ பாரதநாடு?" என்று சிலிர்த்துக்கொள்வாள் சில சமயம். உண்மை என்பதே தற்கொலை செய்துகொண்ட பிறகு, பழம் பெருமை என்ன, பாரதம் என்ன வேண்டியிருக்கிறது?

"நான் போறேம்மா" என்று போய்விட்டான் சேகர். எண்ண ஓட்டத்தில் கையிலிருந்து கீழே நழுவி விழுந்துவிட்ட கடிதத்தைக் குனிந்து எடுத்தாள்.

இந்த ஒரு கடிதம் இவ்வளவு மனக் குமுறலை வெளியே கொண்டு வருமானால், அவள் அம்மா வீட்டுக்குப் போக எவ்வளவு விரும்பியிருக்க வேண்டும்? அந்த ஆவலை ஏன் அந்த மரக்கட்டையால் புரிந்துகொள்ள முடியவில்லை?

பூமாவுக்கு இன்றைய நாள் எவ்வளவு சுவையானதாக இருக்கும் என்று அவளுக்குத் தெரியும். பூமா அவளுக்குத் தங்கை மட்டுமல்ல. தோழிகூட. அவளிடம் எதையும் மறைத்ததில்லை. தன் மன வேதனைகளை மட்டும்தான் அவள் இருதயம் முட்டமுட்ட தாங்கிக்கொண்டாள். மற்ற எல்லா விஷயங்களிலும் பூமாவுக்குப் பங்கு உண்டு.

பூமாவைப் பார்க்க வருபவன் யார், என்ன வேலை, எப்படிப்பட்டவன் என்றெல்லாம் அறிய மனம் துடித்தது. அடிக்கடி பூமா கல்லூரியிலிருந்து வரும்போது ஈஸ்வரன் என்பவனோடு வருவாள். நல்ல பையன். அப்பாவை நைச்சியம் செய்து அவனையே முடித்துக் கொண்டுவிட்டாளோ!

அவள் எண்ணப்போக்கு அவளுக்கே வேடிக்கையாக இருந்தது. தன்னுடையது, பெற்றோர் பார்த்து நிச்சயம் செய்த கல்யாணம் என்பதாலேயே, அவள் மனம் அதை எதிர்த்து, தங்கைக்கு வேறு வகையில் திருமணம் நடத்த வேண்டும் என்று விழைகிறதோ? தலையைக் குலுக்கிக்கொண்டாள்.

இன்று என்னவோ ஆராய்ச்சி அதிகமாகிவிட்டது. தன் சிந்தனை பெரிய புரட்சியை உண்டாக்கிவிடுவதைப் போல்தான் எண்ணம் என்று அலுத்துக்கொண்டாள்.

அன்று வேப்பேரிக்குப் போக வேண்டும் என்று மனத்தில் தோன்றிவிட்டது.

பாஸ்கரன் பணம் ஒன்றும் கொடுத்துவிட்டுப் போகவில்லை என்று நினைவு வந்தது. மணி 12.30. பாங்குக்குப் போகக்கூட நேரமில்லை. சமையலறைக்குச் சென்று சில்லறை டப்பாவைக் குடைந்தாள். இரண்டு ரூபாயும் சில்லறையும் கிடைத்தது.

சிறகுகள் முறியும் ... ❋ 39 ❋

அலமாரியைத் திறந்து, கத்தரிப்பூ நிறத்தில் சரிகைப் பொட்டிட்ட சேலையை பூமாவுக்கு எடுத்துக்கொண்டாள்.

சேகர் உள்ளே வந்தான்.

"அம்மா, பாட்டியாத்துக்காம்மா?"

"ஆமாம். நீயும் வா."

"நீ என்னம்மா கட்டிக்கப் போறே?"

தன் உடையைப் பற்றிக் கவலைப்பட ஒரு ஜீவன் இருந்தது அவளுக்குப் பெருத்த ஆறுதலாய் இருந்தது.

சேகர் சொன்ன புடவையைக் கட்டிக்கொண்டிருந்தபோதே சேகர் ரோஜாப்பூவுடன் உள்ளே வந்தான்.

"ஏதுடா பூ?"

"காசு கொடுத்து வாங்கலேம்மா. எதிராத்து மாமி தந்தா."

முதல் வாக்கியம் சுட்டது.

"காசு கொடுத்து அம்மாவுக்குப் பூ வாங்கமாட்டயாடா சேகர்?"

சேகர் என்ன பதில் சொல்வது என்று தெரியாமல் விழித்தான்.

"நிறைய செலவு பண்ணணும்டா மடையா" என்று செல்லமாக அவன் தலையை வருடிவிட்டாள்.

குட்டி பாஸ்கரனாக இருக்கிறானே!

சேகர் சிரித்துக்கொண்டே "ஓ" என்று தலையாட்டினான்.

அவளைப் பார்த்ததும் அம்மாவின் முகம் விகசித்துவிட்டது.

"எனக்குத் தெரியும் நீ வருவேன்னு. நீ இல்லாட்டா பூமாவுக்கு காலும் ஓடாது. கையும் ஓடாது. வாடா பயலே. சித்திக்குக் கல்யாணம் தெரியுமா?"

"பையன் யாரும்மா? ஒண்ணுமே எழுதாம இருந்துவிட்டாயே? தெரிந்த பையனா?"

" அதெல்லாம் ஒண்ணுமில்லை. ஏதோ காலேஜிலே லெக்சரராம். வருவான். பாரேன். மத்ததை பூமாகிட்டே கேளேன். அவளுக்கும் அவள் அப்பாவுக்கும்தான் எல்லா விவரமும் தலைகீழ் பாடம்."

"உன் பெண் இல்லையோ? உனக்கும் தெரிய வேண்டாமோ?"

அம்பை

"எல்லாம் என் பொண்ணுதான். ஆனால் உன் அப்பா என்னைக் கேட்டா செய்கிறார்?"

அம்மாவுக்கு அது என்றுமே குறைதான். அவளிடம் எதையுமே சொல்லமாட்டார் அப்பா. அவள் அபிப்பிராயத்தையும் கேட்கமாட்டார். பாஸ்கரனைப் பொறுத்தவரை அவளுக்குத் திருப்தியே இருக்கவில்லை.

சாயாவுக்கு மறக்கவில்லை இன்னும்.

கல்யாணப் புகைப்படங்கள் எல்லாம் பெரிய ஆல்பத்தில் ஒட்டி அப்பா எடுத்துக்கொண்டு வந்தார். அம்மா மடியில் வைத்துக்கொண்டு ஒவ்வொன்றாகப் பார்த்தாள். சாயாவும், பூமாவும் இரண்டு பக்கமும் உட்கார்ந்துகொண்டு பார்த்தனர்.

அடிக்கடி அம்மா கண்களைத் துடைத்துக்கொண்டாள். சாயாவுக்கு எல்லாப் புகைப்படங்களுமே பிடித்திருந்தன.

பூமாவும் அவளும் சண்டை போட்டுக்கொண்டு எல்லாவற்றையும் மீண்டும் பார்க்க ஆரம்பிக்கும் முன் அம்மா எழுந்து போய்விட்டாள்.

பார்த்து முடிந்த பிறகு, அம்மாவைத் தேடிக்கொண்டு சாயா சென்றாள்.

"என்னம்மா, ஒண்ணுமே சொல்லாம வந்துட்டே?" என்று கேட்க வாயைத் திறந்தவள் சமையலறை மூலையில் உட்கார்ந்துகொண்டு, விட்டத்தை வெறிக்கப் பார்த்துக்கொண்டிருந்த அம்மாவைப் பார்த்ததும், "என்னம்மா?" என்றாள்.

"ஒண்ணுமில்லையே. சும்மா தலையைச் சுத்தித்து" என்று உடனே எழுந்துகொண்டாள் அம்மா.

"போம்மா. எல்லாம் எப்படி வந்திருக்குன்னு சொல்லவே இல்லையே?"

"இருக்கிறபடி வந்திருக்கு. மாலையும் கழுத்துமாய் திருஷ்டி படற மாதிரி விழுந்திருக்காய்."

"அவர்..?"

"மாப்பிள்ளையா?" என்று கேட்டுவிட்டு அடுப்பைப் பற்ற வைக்க முனைந்தாள் அம்மா. "மடமடன்னு பாத்திரத்துலே தண்ணி பிடி பார்க்கலாம். காப்பி போட நேரமாச்சு."

"ஏம்மா, கண்ணிலே ஜலம் வரது?"

சிறகுகள் முறியும் . . .

"புகைடி. அடுப்புப் புகை. அந்தப் பக்கம் போய் சொன்ன வேலையைக் கவனி" என்றாள்.

அவளுக்கு அன்று இருந்த மகிழ்ச்சியில் அந்த நிகழ்ச்சியின் முக்கியத்துவம் அவள் மனத்தில் ஒட்டவில்லை. சில நாட்களுக்குப் பிறகுதான் அம்மா பதில் சொல்லாமல் இருந்துவிட்டதும், புகைமேல் பழிபோட்டதும் நினைவில் உறுத்தியது.

அம்மாவிடம் போய்ச் சண்டை போட்டாள்.

"ஏன் உனக்கு இந்த எண்ணம்? என் மனசுக்குப் பிடிச்சப்பறம் நீ ஏன் அழணும்? உன் பெண் சந்தோஷப்பட்டா உனக்குப் பொறுக்கலை. என்னிக்கும் நீ இப்படித்தான். அவர் காதில் விழுந்தால் எவ்வளவு கஷ்டப்படுவார்?"

"மன்னிச்சுக்கோடேம்மா. தப்புத்தான்" என்று 'நறுக்' கென்று வாழை இலையைக் கிழிப்பதுபோல் பதில் சொல்லிவிட்டு அம்மா அமர்த்தலாய் இருந்துவிட்டாள்.

மணமான புதிதில் இருந்த திறந்த மனத்துடன் பாஸ்கரனிடமே இதைப் பற்றிச் சொன்னாள் சாயா. "அவள் என்ன நினைச்சாலும் நெனச்சுக்கட்டும். எனக்கு உங்களைப் பிடிக்கிறது" என்றாள்.

"உப்பு பெறாத விஷயம்" என்றுவிட்டான் பாஸ்கரன்.

தனக்கு அவனைப் பிடிக்கிறது என்று அவள் அழுத்திச் சொன்னது கூட உப்புப் பெறாத விஷயமா என்று அவள் எண்ணிக்கொண்டாள்.

பிறகு பல நாட்கள் இந்தச் சம்பவத்தைப் பற்றி அவள் எண்ணியதுண்டு. சமையலறையின் இருட்டு மூலையில் அமர்ந்துகொண்டு தலைக்கு மேலே வெறித்த கண்களுடன் பார்த்துக்கொண்டிருக்கும் அம்மாவின் உருவம் உறங்கக் கண் மூடும் முன்போ, நடுப்பகல் தனிமையில் உட்கார்ந்துகொண்டு தைக்கும்போதோ மனக்கண் முன் திடீரென்று தோன்றும்.

பூமாவைத் தேடிக்கொண்டு சென்றாள். பூமா அவள் அறையில் படித்துக்கொண்டிருந்தாள்.

"என்ன பூமா, படிப்பா, பாவனையா?"

"பாவனை என்ன மண்ணாங்கட்டி!"

"எங்கே விஷயம் எல்லாம் வெளிலே வரட்டும் பார்க்கலாம்?"

"என்ன பிரமாத விஷயம்? சாயங்காலம் வரப் போறார் பாரேன்."

"வரப் போறது யாரு? எனக்குத் தெரிஞ்சவரா, தெரியாதவரா?"

"உனக்குத் தெரிஞ்சவர். அப்பா அம்மாவுக்குத் தெரியாதவர்."

"ஈஸ்வரனா?"

பூமா தலை அசைத்தாள்.

"அடி பாவி! நில்லு, நில்லு எல்லாத்தையும் சொல்லியுடறேன்."

"ஏன்? நானாவது சந்தோஷமா இருக்கப்படாதா?"

சிரித்துக்கொண்டேயிருந்த சாயாவின் முகம் கணத்தில் வாடிவிட்டது.

"என்ன சொன்னே பூமா?"

"சும்மா கலாட்டா பண்ணினேன்டி."

சாயாவும் சிரிக்க முயற்சி செய்தாள். பூமா வேடிக்கைக்காகச் சொல்லவில்லை என்று ஏதோ அவள் மனத்தில் சொல்லியது.

"சாயா இங்கே கொஞ்சம் வாயேன். கூடமாட ஏதாவது செய்யலாம்."

அம்மா அழைத்தாள்.

மைசூர் பாகு கிளற கடலை மாவு எடுத்து, மற்ற சில்லறை வேலைகளைச் சாயா கவனித்துக்கொண்டிருந்தபோதுதான் சேகர் உள்ளே ஓடிவந்தான், ஐந்தாறு தோழர்களுடன்.

"அம்மா, ஐஸ்க்ரீம் வண்டி வரதும்மா. வாங்கித்தாயேன்."

"ஐஸ்க்ரீம் எல்லாம் தின்னக் கூடாது. போ."

"குழந்தை ஆசையாக் கேக்கறான். வாங்கித்தாயேன்" என்றாள் அம்மா.

"நீ சும்மா இரும்மா. அவனுக்கு மட்டும் வாங்கினா போறுமா? எல்லாருக்கும் வாங்க வேண்டாமா?" என்று சிடுசிடுத்தாள் சாயா. அவளுக்கு அன்று காரணமில்லாமல் ஆத்திரமும் அழுகையும் வந்தன.

அம்மா குனிந்து கிளறிக்கொண்டிருந்தவள் தலையை நிமிர்த்தி ஒருமுறை விழித்தாள். கரண்டியை அவள் கையில் தந்து விடுவிடுவென்று அலமாரிப் பக்கம் போய், டப்பாவில் வைத்திருந்த ஐந்து ரூபாய் நோட்டை எடுத்து சேகர் கையில் தந்தாள். "போடா, நீயும் வாங்கிண்டு எல்லாருக்கும் வாங்கித்தா. போ."

சிறகுகள் முறியும் . . .

சேகர் அம்மாவைப் பார்த்தான்.

"வாங்கிண்டு போயேன். பக்கி ஜன்மம். எதைப் பார்த்தாலும் தின்கணும். உடம்பெல்லாம் வயிறுதான். போ. தொலை. கொட்டிக்கோ."

சேகர் ஐந்து ரூபாய்த் தாளைக் கீழே போட்டுவிட்டு. "திட்டாதேம்மா" என்றான் ஏக்கத்துடன். அழுகையின் ஆரம்ப கட்டத்தில் அவன் இருந்தான்.

"என்ன பேச்சடி சாயா இது! குழந்தையை இன்னதுதான் சொல்றதுன்னு கிடையாதா? வாங்கிக்கச் சொல்லு ரூபாயை."

சாயா பதில் சொல்லவில்லை.

"இந்தாடா சேகர், அம்மா வேலையா இருக்கா. நீ வாங்கிக்கோ. திட்டமாட்டாள். ஜில் ஐஸ்க்ரீம் தின்னுட்டு பாட்டியை வந்து தொடு பார்க்கலாம். பாட்டிக்கு ஆசையா இருக்கு. போடா"

சேகர் போனான்.

"வர வர உனக்கு என்ன ஆயிடுத்து? இருப்பது அருமையா ஒரு பிள்ளை. அவனை சந்தோஷமா வச்சிக்க தெரியலை. என்ன பெண்ணோ நீ."

"எல்லாம் நான் வளர்க்கிறபடி எல்லாரும் வளர்த்தால் போறும். உபதேசம் என்ன, எல்லாரும் செய்வேள். என் கஷ்டம் எனக்குத் தெரியும்."

அதற்கு மேல் அம்மா பேசவில்லை.

சாயாவிடம் கோபமில்லை என்று காட்ட எதை எதையோ பேசினாள். சாயாவின் வாடிய முகம் வாடியதுதான். கடைசியில் அம்மாவுக்குப் பொறுக்கவில்லை.

"இந்தா சாயா, இங்கே எப்போதோ வராய். அப்பவும் முகத்தைத் தூக்காதே. கோவமா இருக்கிறபோதும் அழகாத்தான் இருக்காய்."

"போம்மா நீ" என்று விட்டுச் சிரித்துவிட்டாள் சாயா.

"போய் பூமாவை நல்ல புடவை கட்டிக்கச் சொல்லு. நேரமாயிடுத்து பார்."

சாயா எழுந்து போனாள்.

பூமாவுக்கு அலங்காரம் செய்த பிறகு சாயா முகம் கழுவப் பின் பக்கம் போனாள்.

வாசலில் பால்காரனோ, தயிர்க்காரனோ குரல் கொடுப்பது காதில் விழுந்தது.

முகத்தை நன்றாகப் பச்சை ஜலத்தில் களைப்புத்தீர அலம்பிவிட்டு வீட்டுக்குள் வந்தாள். பூமா அறையில் இருந்த துண்டை எடுக்கப் போனபோது, அம்மாவும் பூமாவும் ஏதோ பேசிக்கொள்வது கேட்டது. அவள் பெயரும் அடிபடவே வெளியேயே நின்றாள்.

"என்னடி பூமா, குப்பு கடன் கேட்கறானே? அப்பா சாவியை எடுத்துண்டு போயிட்டார். சாயாகிட்டே இருக்கான்னு கேட்கட்டுமா?"

"போம்மா. ஐஸ்க்ரீம் வாங்கவே அவள் பிரமாதமாய்க் கத்தினாள். நான் இங்கேருந்து கேட்டுண்டுதான் இருந்தேன். அவள் பழைய சாயா இல்லை. மாறிப்போயிட்டாள். அவனை நாளைக்கு வரச் சொல்லு."

வெளியே நின்றுகொண்டிருந்த சாயாவின் கால்கள் நடுங்கின. பூமாவா பேசுகிறாள்?

முகத்தை நனைத்த தண்ணீர்த் துளிகளோடு வியர்வைத் துளிகளும் பெருகிக் கலந்தன. அம்மா வெளியே வரும் முன் புடவையிலேயே முகத்தைத் துடைத்துக் கொண்டு சமையலறைக்கு விரைந்தாள்.

சாமான் அறையிலிருந்த உடைந்த சின்னக் கண்ணாடியை வைத்துக்கொண்டு தலையை வெறுமனே வாராமல் பின்னிக்கொண்டாள். ஸ்வாமி முன் வைத்த குங்குமத்தை இட்டுக்கொண்டாள்.

அம்மா உள்ளே வந்து, "சாயா நீ வேறு உடுத்திக்கலையா? நேரமாச்சே?" என்றாள்.

"எனக்கு இது போறும்ம்மா. என்னையா பெண்பார்க்க வரா" என்றுவிட்டாள் சாயா.

அவளும் நன்றாக உடை அணிந்துகொண்டு பூமாவின் மனம் கவர்ந்தவனிடம் கேள்விகள் கேட்டு அவனைத் திணற அடிக்கவேண்டும் என்று எண்ணியதெல்லாம் அவளுக்குப் புளித்துவிட்டது. அவளுடைய பூமா இல்லை இது.

அப்பாவின் பேச்சுச் சத்தம் வாசலில் கேட்டது. அவர்கள் எல்லோரும் வந்துவிட்டனர் போலும்.

சமையலறை ஜன்னல் வழியாக எட்டிப் பார்த்தாள். அவள் முன்பே பார்த்திருக்கும் ஈஸ்வரன்தான். இன்று ஏனோ அவன் புதுக்களையுடன் காட்சியளித்தான். பூமாவையும் அவனையும் இணைத்துப் பார்த்தபோது, அந்த ஜோடிப் பொருத்தம் அவளை அசந்துபோக வைத்தது. அவளையும் அறியாமல் அவள் மனம் சேகர் உடைத்த அந்தப் புகைப்படத்தை எண்ணிக்கொண்டது. தனக்கு அருகே அதில் பருத்த சரீரத்தோடு நிற்கும் பாஸ்கரனையும், இந்த ஈஸ்வரனையும் மனம் ஒரு முறை ஒப்பிட்டுப் பார்த்தது. சமையலறையின் இருட்டில் அம்மாவின் வெறித்த பார்வை நெஞ்சு மூலையில் சித்திரமாய்த் தோன்றியது. தலை வலிக்க ஆரம்பித்தது. இவளைப் பார்த்த அப்பா, கூப்பிட்டு எல்லோருக்கும் அறிமுகம் செய்துவைத்தார். மரியாதைக்காகக் கொஞ்ச நேரம் அமர்ந்துவிட்டு எழுந்து வந்துவிட்டாள். தலைவலி அதிகமாகிவிட்டது போல் தோன்றியது. ஜில்லென்று காற்றுப் பட்டால் சரியாகப் போகும் என்று எண்ணியவளாய் மெல்லப் பின்பக்கம் சென்று தோய்க்கும் கல்லின் மீது அமர்ந்துகொண்டாள். தலையைச் சுற்றிக்கொண்டு வந்தது. இருட்டு மெல்லக் கவியத் தொடங்கிய வேளையில் குல்லென்று படர்ந்து கிடக்கும் அரளிச் செடி, மணம் சிந்த ஆரம்பித்து விட்ட பவள மல்லிகை, பூத்து அலுத்துவிட்ட காசித்தும்பை இவற்றின் மேல் கண்கள் அயர்வோடு ஓடி, குலை தள்ளிய வாழையின் மேல் நிலைத்தபோது அவளை அந்தகாரம் சூழ்ந்துகொண்டது.

மூடிய விழிகளின் இருட்டினுள், வால் நட்சத்திரம் போல் ஒன்று வேகமாகச் சுழன்றது. சிவப்பும் பச்சையும் நீலமுமாய் மத்தாப்புச் சுடர்கள் அதனின்றும் கொட்டின. அதன் ஒளி பிரகாசமாய் இருந்ததே ஒழிய, அவள் கண்ணினுள் அது தகிக்கவில்லை. பூவின் இதழ்களாய் அவை மெத்தென்று விழுந்தன. மென்மை இதழ்கள். சிறு குழந்தையின் ஸ்பரிசம் போல் இதமாக இருந்தன அவை. பஞ்சால் ஆனவை போல் அவை எல்லாம் அங்கும் இங்கும் பறந்து பிறகு சேர்ந்துகொண்டன. அந்தக் குவியலின் ஒளிக்கு இடையே திடீரென இரு கருநீல விழிகள் தோன்றின. பிறகு அவை மறைந்து செலுலாயிட் பொம்மையுடையதைப் போல் குண்டு குண்டாக இரு கைகளும், வெண் சங்கைப் போல் அழகுத் தொப்பையுமாய் ஒரு வடிவம் தோன்றியது. மீண்டும் வால் நட்சத்திரம் சுழல ஆரம்பித்தது.

"போறும், போறும். எனக்குத் தாங்க முடியலை" என்று அவள் வாய் அரற்றியது.

"சாயா..." எங்கோ வெகுதூரத்தில் அம்மாவின் குரல் வெறும் காற்றின் ஒலியாய் வந்து செவியைத் தாக்கியது.

"அம்மா ஆ ஆ ஆ..." ஒலியுடன் கூடிய நீண்ட விம்மலாய் அச் சொல் நெஞ்சத்தின் அடியிலிருந்து பெரும் சீறலுடன் அலையாய்ப் பொங்கி வந்தது.

"அடி பெண்ணே, என்னடி ஆச்சு உனக்கு?"

மலர் மாலைகளாய் இரு கைகள் அவளைத் தூக்கின. தோய்க்கும் கல் அருகே அம்மா மடியில் இருப்பது புரிந்தது.

துணி உதறுவதைப் போல் அடி வயிற்றில் பிரம்மாண்ட அசைவுகள் பிறந்து நெஞ்சில் முட்டின. தொண்டை வழியாய் புளித்த காடியாய் நீர் வாயை எட்டியது. 'சட்' டென்று கையால் வாயைப் பொத்திக்கொண்டாள்.

அம்மா அவளைச் சரித்து உட்கார்த்தி வைத்தாள். இதமாய் முதுகைத் தடவினாள்.

ஆயாசத்துடன் அம்மாவின் தோளில் சாய்ந்ததும், அம்மா வாயைத் துடைத்து, "நில்லு, அப்பாவையும் பூமாவையும் கூப்பிடறேன். என் பதட்டத்திலே அவாளைக் கூப்பிடக்கூட இல்லை" என்றாள்.

'வேண்டாம்' என்று வேகமாய்த் தலையை ஆட்டினாள் சாயா. தொண்டையை அடைத்தது.

"அம்மா... நான்..." குரல் உடைந்தது.

"தெரிஞ்சுது. எத்தனாவது மாசம்?"

'தெரியாது' என்று கையை விரித்தாள் அயர்வுடன். அம்மாவின் இடுப்பைச் சுற்றி இரு கைகளையும் போட்டு அணைத்துக்கொண்டு தோளில் சாய்ந்தாள். வெகு நாட்களுக்குப் பிறகு அழுகிறோம் என்று தெரிந்தும் வெட்கமில்லாமல் குலுங்கிக் குலுங்கி அழுதாள். போராடித் தோற்றுவிட்டவளைப் போல் மனம் துவண்டுபோய் அரற்றியவாறே அழுதாள். பெருத்த விம்மல்களுக்கிடையே சொற்கள் தேய்ந்து வெளிப்பட்டன.

"எனக்கு எதுக்கும்மா... இது..? எனக்கு... ஒண்ணும் இல்லேம்மா. அம்மா... நான்... தனிம்மா... எனக்கு விடுதலை இல்லேம்மா..."

"அசடே... என்ன இது?" அம்மாவின் தொண்டை கரகரத்துப் போய்விட்டது.

"பூமா... நான்... மாறிப் போயிட்டேன்னு சொன்னாளேம்மா... நான் என்னம்மா பண்ணுவேன்..? அம்மா... எனக்குப் பணப் பைத்தியத்தை... உண்டாக்கிட்டாரேம்மா... அம்மா... எனக்கு

ஏம்மா கல்யாணம் பண்ணினேள்..?" சம்பந்தா சம்பந்தமில்லாமல் நசுங்கிய சொற்கள் வெளிப்பட்டன.

"என்னடி சாயா, என்னென்னவோ பேசறே?" பதைத்த குரலில் அம்மா கேட்டாள் பலமாக.

பொட்டில் அடித்தாற்போல் அந்தக் குரல் அவளைத் தன் வசத்துக்குக் கொண்டு வந்தது.

மடமடவென்று எழுந்து கண்களைத் துடைத்துக்கொண்டாள். மெல்லிய குரலில், "ஏதாவது உளறினேனாம்மா? களைப்பு அவ்வளவுதான்" என்று அவசரமாய்ப் பேசினாள்.

"சாயா, மனசுலே என்னவோ வெச்சுண்டு சொல்ல மாட்டேங்கறாய்" என்றாள் அம்மா.

"ஒண்ணும் இல்லேம்மா. வெய்யிலில் வந்த களைப்பு. இந்த சமாச்சாரம்னு எனக்கே தெரியலை. தெரிஞ்சா வந்திருக்க மாட்டேன் வெய்யில்லே. அடுப்படியிலே வேற நின்னேனா தலையைச் சுத்திண்டு வந்தது. யாருகிட்டேயும் சொல்லாதே. வா."

எழுந்து பெண்ணைப் பின்தொடர்ந்து உள்ளே சென்றாள் அம்மா. சாயாவின் கண்ணீரால் நனைக்கப்பட்ட ரவிக்கையின் தோள் புறத்தை ஒருமுறை தொட்டுப்பார்த்துக்கொண்டாள். அந்த ஈரம் பல உள்ளங்களில் இருந்தால் என் சாயா இப்படி இருக்கமாட்டாளே என்று எண்ணிக்கொண்டாள்.

சாயா மீண்டும் முகத்தை அலம்பிக்கொண்டு, சேகரை அழைத்தாள்.

"சேகர்... வாடா..."

அறைக்குள்ளிருந்தே குரல் கொடுத்தாள். அப்பா, "மெதுவாய் போம்மா. ஜாக்கிரதை" என்றார் வழக்கம் போல்.

அம்மா வாசல்வரை வந்தாள். தோட்டக் கதவருகே வந்ததும் சாயாவின் தோளில் கை வைத்து "போயிட்டு வா" என்றாள் பெருமூச்செறிந்தவாறே.

அவள் ஓர் அம்மா இல்லையா, அவள் அழுகையின் காரணம் அவளுக்குப் புரிந்துவிட்டது.

சாயா தலையை அசைத்துவிட்டு நடந்தாள்.

அம்மா தன்னைப் புரிந்துகொண்டது அவள் தாயாக இருப்பதால் மாத்திரம் இல்லை என்று அவளுக்குப் பட்டது. அம்மாவும் அவள் மாதிரிதான். வீட்டின் மூலையில் இன்னமும்

மெட்டுக் கலைந்து, தந்தி அறுந்து, மணலில் விளையாடிய குழந்தை போல் தூசி படர்ந்து இருக்கும் வீணை அவளுக்கு நினைவு வந்தது.

அம்மா ரொம்ப நன்றாக வீணை வாசிப்பாளாம். மணமான புதிதில் தினமும் மாலை அப்பா வேலையிலிருந்து திரும்பி வரும்வரை வாசிப்பாளாம்.

ஒருநாள் பக்கத்து வீட்டிலிருந்து ஒரு கிழக்குரல் அவளைக் கூப்பிட்டது.

"அம்மா, போன ஜன்மம் ஸ்வாமிக்குத் தேனாபிஷேகம் செய் திருப்பே. வாசிக்கிறது தேன் சொட்டறதும்மா. தினம் எனக்காக வாசி" என்றாராம் அவர்.

அம்மாவுக்கு அப்போது வயது பதினைந்து. "காமு, சஹானா வாசியேன். அஞ்சாவது சங்கதிலே இழைச்சு வாசி" என்று கேட்டு ரசித்த அவள் தந்தையைப் பிரிந்த சோகம் வேறு. பக்கத்து வீட்டுக் கிழவருக்கு அவள் தினம் கச்சேரியே செய்தாள்.

ஒரு நாள் மாலை, திருப்புகழ் ஒன்றை அதிகப்படியாக வாசித்துக்கொண்டிருந்த வேளையில் அப்பா வந்துவிட்டாராம். அம்மா பாட்டை முழுவதும் பாடி முடித்து விட்டுத்தான் எழுந்தாளாம்.

கிழவர் போனவுடன் அப்பா அம்மாவை அழைத்து "நீ யாரைக் கல்யாணம் செய்துண்டிருக்கே?" என்றாராம்.

"ஏன் உங்களைத்தான்" என்றாளாம் அம்மா ஒன்றும் புரியாமல்.

"உன்னோடுதெல்லாம் எனக்கு மட்டும்தான் சொந்தம். தெரியுமா? கண்டவனுக்கெல்லாம் வீணை வாசிக்க வேண்டாம். எனக்கு நீ வாசிச்சா போறும்."

அம்மாவுக்குச் சிரிப்பு வந்ததாம்.

"ஹரிகாம்போதியையும் மோஹனத்தையும் சேர்த்துப் பாடினால் என்ன?" என்று கேட்கும் இவருக்கு அவள் வீணை வாசிப்பதா?

அன்று அவர் தூங்கியதும் வீணையின் தந்தியை அவள் அறுத்துவிட்டாளாம். தன் தாலியை அறுத்தெறிவதுபோல் தோன்றியதாம். அன்று முதல் அவள் வீணையைத் தொடவில்லை. சாயாவிடம் இதைப் பற்றி அம்மா சொல்வாள்.

"எப்படிம்மா முடிஞ்சுது உன்னால்?"

சிறகுகள் முறியும் . . .   ❋ 49 ❋

அமங்கலமாய் இருக்கும் வீணையைப் பார்த்து அம்மா பெரு மூச்செறிந்துவிட்டுச் சிரிப்பாள்.

"முடிஞ்சுது அப்போ. இப்போ வீணையைத் தொட்டா பித்தாப் போயிடுவேன். இவ்வளவு நாள் தொடாமல் இருந்த வைராக்யம் பொடிஞ்சு போயிடும்."

தினம் தினம் வீணையைப் பார்த்து ஏங்கிய அந்த மனம் தன் மகள் வேதனையைப் புரிந்துகொண்டிருக்கும். அப்போது தனக்கு இருந்த ஒரே தோழி தன் தாய்தான் என்று அவளுக்குப் பட்டது. சேகருடன் வந்து திருவல்லிக்கேணி செல்லும் வண்டிக்காகக் காத்து நின்றாள்.

இன்னும் சில மாதங்கள் போனால் தைக்க முடியாதே என்ற எண்ணமும், கணவனிடம் சொன்னால் டாக்டருக்கும், நர்சுக்கும் பணம் யார் அழுவது என்று அவன் கடிவானே என்ற உணர்வுமே மனத்தை அடைத்துக்கொண்டிருந்தது.

அவள் கற்பனைகள்! "ஸ்வப்ன உலக சுந்தரி" என்றுதான் கல்லூரியில் அவளுக்குப் பெயர். இப்போது அவள் இன்னோர் குழந்தைக்குத் தாயாகப் போகிறாள். அது பெண்ணாகப் பிறந்தால் அவளுக்குப் பிடித்த, பச்சை, சிவப்பு, ஊதா வர்ணங்களில் விதம் விதமாய் உடைகள் தைத்துப் போடலாம் என்று அவளுக்குக் கற்பனை செய்ய முடியவில்லை. ("அம்மா அரை டஜன் குழந்தைகளாவது வேணும்மா" – யார் சொன்னது இப்படி? தானா?)

மருத்துவர் நீட்டப்போகும் பணத்துக்கான சீட்டை அவள் மனம் நினைத்தது. பல மாதங்கள் தைக்காமல் இழக்கப்போகும் தொகையை நினைத்தது. நெஞ்செல்லாம் கொட்டி வைத்த முத்துக்கள், கற்களாய் உருமாறிவிட்டன.

கற்பனை! தன் கற்பனைகளைக் கூட இந்த வாழ்வு காவு வாங்கிவிட்டது.

ஒரு தாயாகப் போகும் உணர்வு கூடவா சாக வேண்டும்? "இது ஏன் ஒரு தொல்லை?" என்று அல்லவா அவளுக்குத் தோன்றியது?

சட்டம் இருக்க வேண்டும். சட்டம் இருக்கத்தான் வேண்டும்.

எதைத் தவிர்க்க?

ஓ, எல்லாவற்றையும் தவிர்க்கத்தான். எல்லா நாசமாய்ப் போகிற விஷயங்களையும் நிறுத்தத்தான்.

வண்டி வந்தது. எண்ணச் சுமையுடனேயே ஏறி, அதனுடனேயே இறங்கினாள்.

சேகரும், அவளும் மெல்ல நடந்தனர்.

வீட்டுக்கருகில் வந்ததும் உள்ளே நுழையவே மனம் மறுத்தது. அப்படியே சேகருடன் நடந்து போய்க்கொண்டே இருக்க வேண்டும் என்று தோன்றியது.

திடீரென்று பாஸ்கரன் நினைவு வந்தது. தான் போய்விட்டால் எத்தகைய ஆத்ம போராட்டத்தின் பின் தான் போனோம் என்று கூடப் புரிந்துகொள்ள முடியாமல், யாருக்கும் ஏற்படாத கதி தனக்கு வந்ததே என்று எண்ணிக் கலங்கப்போகும் அவனை நினைத்ததும் சிரிப்பு வந்தது. மீண்டும் மணந்தால் செலவாகும் என்று அதுகூடச் செய்துகொள்ள மாட்டார் என்று தொடர்ந்து தோன்றியதும் மனத்தில் அரும்பிய சிரிப்பு உதட்டில் மலர்ந்துவிட்டது.

அவர்களைப் பார்த்ததும் திட்டத் தொடங்கினான் பாஸ்கரன்.

"எங்கே போயிட்டாய் சாயா? பொறுப்பே இல்லை உனக்கு." வேறு எதுவும் இல்லாவிட்டாலும், காசு தராமல் பார்க்கக்கூடிய கோமாளியாகவாவது இருக்கிறானே!

"என்ன, எங்கே போனே?"

"வேப்பேரி." சமையலறைக்கு நடந்தவாறே பதில் சொன்னாள்.

"வேப்பேரியா? போக வர வண்டிச் சத்தம் யார் அழறது?"

நிதானமாய்ச் சொன்னாள். இந்தக் குட்டி நாடகம் அவளுக்குப் பிடித்தது.

"இன்னும் வேற நிறைய சிலவு வரப் போறபோது வண்டிச் சத்தம் பத்தி என்ன கவலை?"

"என்ன? வேற செலவா? என்ன செலவு?"

"அப்புறமா சொல்றேன்."

"நீயும் உன் ரகஸியமும்!"

இரவு படுக்கையில் அசதியாகச் சென்று படுத்தாள். பாஸ்கரன் இன்னும் தூங்கியிருக்கவில்லை.

"ஆமாம், செலவுன்னாயே, என்ன செலவு?"

என்ன சொல்வது என்று தெரியவில்லை. மௌனம் சாதித்தாள்.

அம்மா ஒரு கொலை செய்தாள்

"சொல்லேன்."

முதல் தடவை சேகர் பற்றி பாஸ்கரனிடம் சொல்ல அவள் பட்ட வெட்கமும், பரபரப்பும் ஞாபகம் வந்தது. இப்போது அந்தக் குறு குறுப்போ, நாணமோ இல்லாமல் பதில் சொன்னாள். வார்த்தைகளில் கூட ஓர் அழகோ, அந்தச் செய்திக்கு மதிப்பை அளிக்கும் நயமோ இல்லாமல், காலை இடறும் கல்லைத் தூக்கி எறியும் உதாசீனத்துடன் சொன்னாள்.

"இன்னொரு குழந்தை பிறக்கப் போகிறது."

மௌனம் அறையில் நிலவியது.

"இது வேற அதிகப்படி செலவா?" என்று முணுமுணுத்தான் பாஸ்கரன். அதை நினைத்து அவள் கவலைப்படவில்லை. எல்லாமே அவளுக்குப் பழகிவிட்டது. அதிலிருந்து விடுபட வேண்டும் என்ற வேகம்கூட தணிந்து சிறகிழந்த பறவையாய் அவள் படுக்கையில் முடங்கிக்கொண்டாள்.

அவளுக்குத் தூங்க வேண்டும்.

ஏற்படப்போகும் செலவுப் பட்டியலையும், அதை எப்படிப் பின்னால் ஈடு செய்ய வேண்டும் என்பதையும் பாஸ்கரன் சொல்லிக்கொண்டிருந்தான்.

சட்டம்... சட்டம்... சட்டம்... சட்டம்... சாயா தூங்கிவிட்டாள்.

கணையாழி, மே – ஜூன் 1972

அம்மா
ஒரு கொலை செய்தாள்

அம்மா என்றதும் பளிச் பளிச்சென்று சில நிகழ்ச்சிகள் மட்டுமே நெஞ்சைக் குத்துகின்றன.

அக்கா கல்யாணி அடிக்கடி மயக்கம் போட்டு விழுந்து கொண்டிருந்தாள். புரிந்துகொள்ளும் வயதில்லை எனக்கு. நான்கு வயது.

விடிகாலையில் கண் விழிக்கிறேன். ஏதோ தழுக்கு மாதிரி சத்தம் கேட்கிறது. கதவருகே சென்று பார்க்கிறேன். கல்யாணியைப் பலகையில் உட்கார்த்தி இருக்கிறார்கள். எதிரே எவனோ கொத்து இலையோட நிற்கிறான். ஆ ஊவென்று சில மாதங்கள் மட்டுமே சிரிப்புக் காட்டிய தம்பிப் பாப்பா நான் இருந்த அறை யிலேயே தொட்டிலில் இருக்கிறான்.

"நீரஜாட்சி, போய்க் கொண்டு வா" என்கிறார்கள் யாரோ.

நான் அம்மாவைப் பாக்கிறேன்.

கரு நீலப் புடவை நினைவில் இருக்கிறது. தலைமயிரை முடிந்து கொண்டிருக்கிறாள். என் அறையை ஒட்டிய சின்ன அறையில் அம்மா நுழைகிறாள். தலைப்பை நீக்குகிறாள். கையில் இருந்த சிறு கிண்ணியில் மெல்ல தன் மார்பிலிருந்து பால் எடுக்கிறாள். கண்களில் நீர் கொட்டுகிறது.

விடிகாலை இருட்டோடு குளியலறையில் புதைக்கப் பட்டிருக்கும் பெரிய தவலைக்கு அடியில் விறகு வைத்து வெந்நீர் காய்ச்ச அம்மா எழுந்திருக்கிறாள் தினமும்.

ஒரு நாள் நான் அவளைப் பார்க்கிறேன். அம்மாவின் தலை மயிர் முடிச்சவிழ்ந்து தொங்குகிறது. குந்தி உட்கார்ந்திருக்கிறாள் அம்மா. கூந்தல் பாதி கன்னத்திலும், பாதி காதின் மேலும் விரிந்து கிடக்கிறது. அடுப்புப் பற்றிக்கொண்டதும் குனிந்து பார்த்த அம்மாவின் பாதி முகத்தில் தீயின் செம்மை வீசுகிறது. அன்று அம்மா சிவப்புப் புடவை வேறு உடுத்தியிருக்கிறாள். உற்றுப்பார்த்துக் கொண்டே இருக்கையில் 'டக்'கென்று அவள் எழுந்து நிற்கிறாள். கூந்தல் முட்டுவரை தொங்குகிறது. விலகியிருந்த தலைப்பினூடே ஊக்குகள் அவிழ்ந்த ரவிக்கை அடியே பச்சை நரம்போடிய வெளேரென்ற மார்பகங்கள் தெரிகின்றன. எங்கிருந்தோ பறந்து வந்து அங்கே நின்ற அக்கினியின் பெண்ணாய் அவள் தோன்றுகிறாள். அவள் அம்மாவா? அம்மாதானா?

"காளி காளி மகா காளி பத்ர காளி நமோஸ்துதே..." என்ற ஸ்லோகம் ஏன் நினைவிற்கு வருகிறது?

"அம்மா..."

அம்மா தலையைத் திருப்பிப் பார்க்கிறாள்.

"இங்கே என்ன செய்யறாயடி?"

பேச முடியவில்லை. உடம்பு வியர்க்கிறது.

வீட்டில் ஹோமம் நடக்கிறது. அம்மாவின் உதட்டின் சிவப்பாலோ, குங்குமத்தின் தீட்சண்யத்தாலோ, கொழுந்து விட்டெரியும் ஜ்வாலையின் பிம்பமே அவளாகப் படுகிறது. "அக்னியே ஸ்வாஆஆஹா..." என்று ஸ்வாஹாவை நீட்டி முழக்கி நெருப்பில் நெய்யை ஊற்றுகிறார்கள். அந்த "ஸ்வாஆஆஹா..."வின் போது பார்வை நெருப்பின் மீதும் அம்மாவின் மீதும் போகிறது.

எண்ணெய் தேய்த்துக் குளிப்பாட்டுகிறாள் அம்மா. புடவையைத் தூக்கிச் செருகியிருக்கிறாள். வெளுப்பாய், வழவழவென்று துடை தெரிகிறது. குனிந்து நிமிரும்போது பச்சை நரம்போடுகிறது.

"அம்மா நீ மாத்திரம் ஏம்மா இவ்வளவு வெளுப்பு? நான் ஏம்மா கறுப்பு?"

சிரிப்பு.

"போடி உன் அழகு யாருக்கு வரும்?"

அம்பை

நிகழ்ச்சிகளில் ஒரு சம்பந்தமுமில்லை. அம்மாதான் அவற்றின் ராணி. அசுத்தங்களை எரித்து சுத்திகரிக்கும் நெருப்பு அவள். ஒரு சிரிப்பில் மனத்தில் கோடானுகோடி அழுகுகளைத் தோரணமாட வைப்பவள் அவள். சிருஷ்டி கர்த்தா. அவள் மடியில் தலை வைத்துப் படுக்கும்போது நீண்ட மெல்லிய தண்ணென்ற விரல்களால் தடவி, "உனக்கு டான்ஸ் கத்துத் தரப்போறேன். நல்ல வாகான உடம்பு" என்றோ, "என்ன அடர்த்தியடி மயிர்" என்றோ சர்வசாதாரணமான ஒன்றைத்தான் சொல்வாள். ஆனால் மனத்தில் குல்லென்று எதுவோ மலரும்.

அம்மாவைப் பற்றிய இத்தகைய உணர்வுகளை அம்மாவே ஊட்டினாளா, நானே நினைத்தேனா தெரியவில்லை. என்னுள் பல அழுகுகளுக்கு விதை ஊன்றியபோது தன்னுள் அவள் எதை ஸ்தாபித்துக் கொண்டாளோ தெரியவில்லை.

அப்போது பதிமூன்று வயது. பாவாடைகள் குட்டையாகப் போக ஆரம்பித்து விட்டன. அம்மா எல்லாவற்றையும் நீளமாக்குகிறாள்.

அம்மா மடியில் படுக்கும் மாலை வேளை ஒன்றில் எங்கோ படித்த வரிகள் திடீரென்று நினைவு வர நான் அம்மாவைக் கேட்கிறேன்.

"அம்மா பருவம்னா என்னம்மா?"

மௌனம்.

நீண்ட நேர மௌனம்.

திடீரென்று சொல்கிறாள்.

"நீ இப்படியே இருடம்மா பாவாடையை அலைய விட்டுண்டு, ஓடி ஆடிண்டு..."

சித்தி பெண் ராதுவைப் பெண் பார்க்க வருகிறார்களாம். அம்மா போய்விடுகிறாள் அங்கே. அந்த முக்கியமான நாளில் அம்மா

இல்லை.

கல்யாணிதான் தீபாவளி அன்று எண்ணெய் தேய்த்துத் தலை மயிரை அலசி விடுகிறாள். குளியலறையின் ஜன்னல் வழியாக இருள் கலையாத வானம் தெரிகிறது.

"கல்லூஸ்... ரொம்ப சீக்கிரம் எழுப்பிட்டேடி, பட்டாசு சத்தமே கேக்கலியே இன்னும்."

அம்மா ஒரு கொலை செய்தாள்

"உனக்கு எண்ணெய் தேய்ச்சுட்டு நானும் தேய்ச்சுக்க வேண்டாமா? வயசு பதிமூணு ஆறது. எண்ணை தேய்ச்சுக்க வராது உனக்கு,

குனிடீ."

கல்யாணிக்குப் பொறுமை கிடையாது.

தேங்காய் நாரை உரிப்பதுபோல் தலையை வலிக்கவலிக்கத் தேய்க்கிறாள் கல்யாணி.

கத்தரிப்பூ ஸாடின் துணியில் அம்மா எனக்குப் பாவாடை தைத்திருக்கிறாள் அந்த தீபாவளிக்கு. வழுக்கிக்கொண்டு தையல் மிஷினில் அது ஓடும்போதே மனம் ஆசைப்பட்டது. அந்த முறை அளவு எடுத்துப் பாவாடை தைத்தாள் அம்மா.

"அளவு எடுக்கணும் வாடி. ஒசந்துபோயிட்டே நீ." அளவு எடுத்துவிட்டு நிமிர்கிறாள் அம்மா.

"ரெண்டு இஞ்சு பெரிசாயிடுத்து இந்தப் பொண்ணு."

கத்தரிப்பூ ஸாடின் பாவாடை மற்ற பாவாடைகள் மாதிரி குட்டையாக இருக்காது. வழுக்கிக்கொண்டு தரையை எட்டும்.

'உலுக்' கென்று எழுப்பி நிற்க வைத்துத் தலையைத் துவட்டுகிறாள் கல்யாணி.

'ஷிம்மீ' ஸை மாட்டிக்கொண்டு பூஜை அறைக்கு ஓட்டம்.

பலகைமேல் அடுக்கியிருந்த புதுத் துணிகளில் அப்பா என்னுடையதைத் தருகிறார்.

"இந்தாடி கறுப்பி..." அப்பா அப்படித்தான் கூப்பிடுவார்.

அப்பா அப்படிச் சொல்லும்போது சில சமயம் கூடத்தில் ஹாவென்று தொங்கும் கண்ணாடி முன் நின்றுகொண்டு பார்ப்பேன். அம்மா, காதில் "எத்தனை அழகு நீ" என்று கிசுகிசுப்பதைப் போல் இருக்கும்.

சரளா வீட்டில் உள்ள கண்ணாடிப் பெட்டியில் உள்ள மீன் மாதிரி வழுக்கிக் கொண்டு போகிறது பாவாடை. வெல்வெட் சட்டை. பொட்டு இட்டுக்கொண்டு அப்பா முன் போகிறேன்.

"அட பரவாயில்லையே!" என்கிறார் அப்பா.

பட்டாஸை எடுத்து முன் அறையில் வைத்துவிட்டு சண்பக மரத்தில் ஏற ஓடுகிறேன்.

நித்தியம் காலையில் சண்பக மரத்தில் ஏறிப் பூப்பறிப்பது ஒரு வேலை. பூக் குடலையில் பூ நிரப்பி அம்மாவிடம் தந்தால் "கொள்ளை பூ" என்று கண்களை விரித்து அம்மா தன் விரல்களை அதில் அளைய விடுவாள். விரல்களே தெரியாது.

ஸாடின் பாவாடை வழுக்குகிறது. உச்சாணிக் கொம்பில் ஏற முடியவில்லை. இருட்டுவேறு. இறங்கும் தருவாயில் படேர் என்று வெடிக்கிறது யார் வீட்டிலோ ஒரு பட்டாஸ். உடம்பு நடுங்க மரத்திலிருந்து ஒரு குதி. வீட்டினுள் ஓட்டம். மூச்சு வாங்குகிறது.

ஆசுவாசப்படுத்திக்கொண்டு முன் அறைக்கு ஓடி, என் பங்குப் பட்டாஸை வெடிக்கிறேன். அப்புறம்தான் பூக்குடலை நினைவு வருகிறது.

விடிந்திருக்கிறது.

பாவாடையைத் தூக்கிப் பிடித்தவாறே மரத்தினடியில் கிடந்த பூக்குடலையை எடுக்கக் குனிகிறேன். பூக்கள் சில சிதறியிருக்கின்றன. நன்றாகக் குனிந்து எடுக்கும்போது பாவாடை தரையில் விரிகிறது. புதுப்பாவாடையில் அங்கும் இங்கும் கறைகள். மரம் ஏறியதாலோ?

"கல்லூாஸ்..." என்று அழைத்தவாறே உள்ளே வந்து "பாவாடை எல்லாம் அழுக்காக்கியுட்டேண்டி. அம்மா வைவாளா?" என்று கேட்டுக்கொண்டு பூக்குடலையுடன் அவள் முன் நிற்கிறேன்.

கல்யாணி ஒரு நிமிடம் வெறிக்கப் பார்த்துவிட்டு "அப்பா" என்று கூவிக்கொண்டே போகிறாள்.

கல்யாணியின் பார்வை, பூக் குடலையைக் கூட வாங்காமல் அவள் உள்ளே ஓடியது எல்லாமாக மனத்தில் கம்பளிப்பூச்சி நெளிகிறது. ஸாடின் பாவாடையைப் பார்க்கிறேன். வெல்வெட் சட்டையைத் தடவிப்பார்க்கிறேன்.

ஒன்றும் ஆகவில்லையே?

பகவானே, எனக்கு ஒன்றும் ஆகவில்லையே? என்னை நானே கேட்டுக்கொள்ளும்போதே தெரிகிறது ஏதோ ஆகிவிட்டதென்று. எங்கும் பட்டாஸ் ஒலிகள் கேட்டவாறிருக்கின்றன. கையில் பிடித்த பூக்குடலையுடன், வேகமாக மூச்சு விட்டவாறு உடம்பு பதற, உதடுகள் துடிக்க நிற்கிறேன்.

ஹோவென்று அழுகை வருகிறது.

அம்மா ஒரு கொலை செய்தாள்

அம்மாவைப் பார்க்க வேண்டும். சின்னாளப்பட்டுப் புடவை உடுத்திய தோளில் தலையை அழுத்திப் பதித்துக்கொள்ள வேண்டும். "பயமா இருக்கே" என்று வெட்கமில்லாமல் சொல்லி அழ வேண்டும். அம்மா தலையைத் தடவித் தருவாள். என்னவோ ஆகிவிட்டதே பயங்கரமாக...

முறுக்குப் பிழிய வரும் மொட்டைப் பாட்டியை எங்கிருந்தோ கூட்டிக்கொண்டு வருகிறாள் கல்யாணி.

பாட்டி அருகில் வருகிறாள்.

"என்னடீம்மா அழுறே? என்ன ஆயிடுத்து இப்போ? லோகத்துலே இல்லாதது ஆயிடுத்தா?"

பாட்டி சொன்னது ஒன்றும் தெரியவில்லை. என் உணர்வு தான் எதையோ புரிந்துகொண்டு பயத்தில் சில்லிட்டதே ஒழிய அறிவுக்கு ஒன்றும் எட்டவில்லை. மனத்தின் ஆழத்திலிருந்து ஆறாத தாகமாய்க் கிளம்பிய ஒரே ஒரு அழைப்பு... அம்மா..!

ஐந்து வயதில் ஒரு முறை காணாமல் போய்விட்டதை மீண்டும் நினைக்கிறேன். பெரிய பூங்கா ஒன்றில் நீள் இருள் கவிவது தெரியாமல் நடக்கிறேன். திடீரென்று இருளும், மரங்களும், ஓசைகளும், அமைதியும் மனத்தில் பயத்தை உண்டாக்குகின்றன. அப்பாதான் தேடிப்பிடிக்கிறார். ஆனால் அம்மாவைப் பார்த்ததும்தான் அழுகை பீறிடுகிறது.

அம்மா பக்கத்தில் போட்டுக்கொள்கிறாள். தடவித் தருகிறாள். "ஒன்றும் ஆகலியே. எல்லாம் சரியாப் போயிடுத்தே" என்று மெல்லப் பேசுகிறாள். சிவந்த உதடுகள் நெருப்புக் கீற்றாய் ஜ்வலிக்க, தன் முகத்தை என் முகத்தின் மீது வைக்கிறாள்.

இப்போதும் எங்கேயோ காணாமல்போய்விட்டதைப் போல் அடித்துக்கொள்கிறது.

கீழே உட்கார்ந்து முட்டங்காலில் தலை பதித்து அழுகிறேன். எதுவோ முடிந்துவிட்டதுபோல் தோன்றுகிறது. தியேட்டரில் 'சுபம்' காட்டிய பிறகு எழுந்து வெளியே வருவதைப் போல், எதையோ விட்டுவிட்டு வந்தார் போல் தோன்றுகிறது. அந்தச் சமயத்தில் உலக சரித்திரத்தில் எனக்கு ஒருத்திக்கு மட்டுமே அந்த துக்கம் சம்பவித்தது போல் படுகிறது. அத்தனை துக்கங்களையும் வெல்வெட் சட்டை அணிந்த மெல்லிய தோள்கள் மேல் சுமையாய்த் தாங்குவது போல் அழுகிறேன்.

இருவருமாக இருந்த மாலை வேளைகளில் அம்மா இது பற்றி ஏன் சொல்லவில்லை என்று நினைக்கிறேன்.

மனத்தை வியாபித்த உணர்வு பயம் மட்டுமே. புதுச் சூழ்நிலையில், புது மனிதர்களிடையே உண்டாகும் சாதாரண பயம் அல்ல. பாம்பைக் கண்டு அலறும் மிரளலில் அரண்டுபோய் வாயடைத்துப் போகும் பதைப்பு. மன மூலைகளிலெல்லாம் பயம் சிலந்திவலைகளாய்த் தொங்குகிறது.

வெளுத்த உதடுகள் பிளந்து கிடக்கப் பார்த்த உருவம் மனத்தில் தோன்றுகிறது. மண்டை கல்லில் மோதிவிட்டது. என் முன்னே மென் சிவப்பாய் வழக்கையாய் நடந்துகொண்டிருந்த தலை திடீரென்று குகை வாயாய்த் திறந்து கரும் சிவப்பாய் ரத்தம் பீறிட்டு வந்தது. நிமிடத்தில் ரத்தம் தலையில் கொட்டியது. ரத்தத்தையே வெறித்துப் பார்த்தேன். சிவப்பு எங்கும் படர்ந்து கண்களிலேயே பாய்ந்து ஓடுவதுபோல் தோன்றியது. மனம் மீண்டும் மீண்டும் அரற்றியது. "ஐயோ எத்தனை ரத்தம், எத்தனை ரத்தம்." வாயில் ஒசையே பிறக்கவில்லை. ரத்தப் படுக்கை. கிழவன் வாய்திறந்தது, கண்கள் வெறித்துப்போனது, நெஞ்சில் துருத்திக்கொண்டு நிற்கிறது.

ரத்தம் எத்தனை பயங்கரமானது... உதடுகள் வெளுக்க... கை கால்கள் அசைவற்றுப் போக...

அம்மா தேவை. இருட்டைக் கண்டு பயந்ததும் அணைத்து ஆறுதல் சொல்வது போல், இந்தப் பயத்திலிருந்து மீள அம்மா வேண்டும் என்று மனம் ஏங்குகிறது. அம்மா ஜில்லென்று கரத்தைத் தோளில் வைத்து "இதுவும் ஒரு அழகுதான்" என்கக்கூடாதா?

"எழுந்திரேண்டை ப்ளீஸ். எத்தனை நாழிடை அழுவாய்?" என்னுடன் கூட உட்கார்ந்து தானும் ஒரு குரல் அழுத கல்யாணி கெஞ்சுகிறாள்.

"அம்மா..."

"அம்மாதான் அடுத்த வாரம் வராளே. இப்போதான் இதைப் பற்றி லெட்டர் போட்டேன். ராதுவுக்குப் பெண் பார்க்கறது எல்லாம் முடிஞ்சப்புறம் வருவா. இப்போ நீ எழுந்திருடி. சுத்த தலை வேதனை." கல்யாணிக்குக் கோபம் வர ஆரம்பிக்கிறது.

"எனக்கு என்னடை ஆயிடுத்து?"

"உன் தலை மண்டை ஆயிடுத்து, எத்தனை தடவை சொல்லறது?"

"இனிமே எல்லாம் நான் மரத்துலே ஏறக்கூடாதா?"

'நறுக்' கென்று குட்டுகிறாள் கல்யாணி.

"தடிச்சி! அரைமணியா எழுந்திரு, பாவாடையை மாத்தறேன்னு கெஞ்சறேன். நீ கேள்வி வேற கேக்கறியா? அப்பா இவள் ரொம்பப் படுத்தறாப்பா" என்று அப்பாவுக்குக் குரல் கொடுக்கிறாள்.

அப்பா வந்து "அசட்டுத்தனம் பண்ணக்கூடாது, கல்யாணி சொல்றபடி கேக்கணும்" என்கிறார்.

முறுக்குப் பாட்டி வேறு "என்ன அடம் பிடிக்கிறாள்! எல்லாருக்கும் வர தலைவிதிதானே" என்கிறாள், அப்பா போன பிறகு.

ஏழு நாட்கள், அம்மா வர இன்னும் ஏழு நாட்கள். ராதுவைப் பெண் பார்த்த பிறகு.

இருட்டில் தடுமாறுவதைப் போல ஏழுநாட்கள்.

அடுத்தகத்து மாமி, எதிர்வீட்டு மாமி எல்லோரும் வருகிறார்கள் ஒருநாள்.

"தாவணி போடலையாடி கல்யாணி?"

"எல்லாம் அம்மா வந்தப்புறம்தான் மாமி. இது அடங்காப்பிடாரி. அம்மா சொன்னால்தான் கேக்கும்."

"இனிமே எல்லாம் சரியாப் போயிடுவா. இனிமே அடக்க ஒடுக்கம் வந்துடும்."

ஏன்?

"இனிமேல் என்ன ஆகிவிடும்?"

தாவணி ஏன் போட்டுக்கொள்ள வேண்டும்? அம்மா சொன்னாளே... "இப்படியே இருடம்மா; பாவாடையை அலைய விட்டுண்டு..." நான் ஏன் மாற வேண்டும்?

யாருமே விளக்குவதில்லை.

பொம்மை போல என்னை உட்கார்த்தி வைத்துப் பேசுகிறார்கள். அப்பா வந்தால் தலைப்பைப் போர்த்திக்கொண்டு மெதுவாகப் பேசுகிறார்கள்.

ஐந்தாம் நாள் "நீயே எண்ணெய் தேய்ச்சுக்கோடி." என்னிடம் சுடச் சுட எண்ணையைக் கிண்ணியில் ஊற்றிக் கொடுக்கிறாள் கல்யாணி.

இடுப்பின் கீழ் நீண்ட கூந்தலுடன் அழுதவாறே போராடி விட்டு ஷிம்மீஸுடன் கூடத்துக் கண்ணாடி முன் நிற்கிறேன்.

அம்பை

"இனிமே பாத்ரூமிலேயே ட்ரஸ் பண்ணிக்கணும் தெரிஞ்சுதா?" என்கிறார் அப்பா.

அப்பா போன பிறகு கதவைச் சாத்துகிறேன். ஷிம்மீஸைக் கழற்றிப் போடுகிறேன். கறுப்பு உடம்பைக் கண்ணாடி பிரதிபலிக்கிறது. முகத்தைவிடச் சற்றே நிறம் மட்டமான தோள்கள், கைகள், மார்பு, இடை, மென்மையான துடைகளின் மேல் கை ஓடுகிறது. நான் அதே பெண் இல்லையா? அம்மா என்ன சொல்லப் போகிறாள்?

ஸ்கூல் யூனிபார்ம் போட்டுக்கொள்கிறேன்.

கதவைத் திறந்ததும் கல்யாணி வருகிறாள். "ஸ்கூல்லே ஏன் வரல்லேன்னு கேட்டா என்னடை சொல்வே?"

கல்யாணியை வெறித்துப் பார்க்கிறேன். கூண்டிலிருந்து விடுபட்ட பட்சி போல் குதூகலத்துடன் ஸ்கூலுக்குக் கிளம்பிக்கொண்டிருந்த வேகம் குறைகிறது.

"ஒண்ணும் சொல்லவேண்டாம். சும்மா இரு."

அன்று 'கேம்ஸ்' பீரியடில் விளையாடவில்லை. அகன்ற மரம் ஒன்றின் பின் மறைந்துகொள்கிறேன். முன்பு ஒரு முறை அப்படி விளையாடாமல் இருந்திருக்கிறேன். மறுநாள் காலை மிஸ். லீலா மேனன் வகுப்பில் "நேற்று விளையாடாத முட்டாள்கள் யார்?" என்றாள். நான் எழுந்திருக்கவில்லை.

"நீ ஏன் எழுந்திருக்கவில்லை?" என்றாள்.

"நான் முட்டாள் இல்லையே மிஸ்" என்றேன். ப்ரோக்ரஸ் ரிபோர்ட்டில் எழுதிவிட்டாள் 'இம்பர்டினன்ட்' என்று.

அன்று மிஸ். லீலா மேனன் திட்டு பற்றி கூட மனம் பயப்படவில்லை. இப்போது எனக்கு ஆகியிருக்கும் ஒன்றைவிட வேறு எதுவும் எப்போதும் என்னை பாதிக்காது என்று படுகிறது.

மரத்தடியே உட்கார்ந்து வழக்கம்போல் எனிட்ப்ளைடன் படிப்பதில்லை. கீழே வெட்டப்பட்டிருந்த குழியில் உதிர்ந்தவாறிருக்கும் பழுத்த இலைகளிடம் நான் கேட்கிறேன்.

"எனக்கு என்னதான் ஆகித் தொலைந்துவிட்டது?"

கூண்டிலிருக்கும் கைதி நீதிபதியின் வாயைப் பார்ப்பது போல் அம்மாவின் சொல் ஒன்றுக்காக மட்டுமே மனம் எதிர்பார்க்கிறது.

கண்களைத் தாழ்த்தி என்னைப் பார்த்தவாறே "உனக்கு ஆகியிருக்கும் இதுவும் அழகுதான்" என்பாளா அம்மா?

பயமுறுத்திய முறுக்குப் பாட்டி, கல்யாணி எல்லோரையும் புன்னகையின் ஒரு தீப்பொறியில் அவள் ஒதுக்கித் தள்ளிவிடுவாள். அம்மா வித்தியாசமானவள். அவள் நிற்கும் இடத்தில் வேண்டாதவை அழிந்து வெறும் அழகு மட்டுமே ஆட்சி செலுத்தும். அவளுக்கு எல்லாமே அழகுதான்.

அம்மா ரொம்ப தேவையாக இருக்கிறாள். ஏதோ ஒன்று விளக்கப்பட வேண்டும். கத்திரிப்பு ஸாடின் பாவாடையை நினைத்தாலே உடம்பு வியர்த்துப்போய் நடுங்குகிறதே, நாக்கு தடித்துப் போய் மரக் கட்டையாய் வாயில் லொட்டென்று படுத்துவிடுகிறதே, திடீரென்று இருட்டு கவிந்துகொள்கிறமாதிரியும், திரும்பிப் பார்ப்பதற்குள் 'ணங்' கென்ற சத்தமும், ரத்தப் பெருக்கும், நீண்டு கட்டையாய்ப் போன உடலும் அந்த இருட்டில் தோன்றுவது போல இருக்கிறதே, அதை மென்மையான வார்த்தைகளால் யாராவது விளக்க வேண்டும்.

நான் யாருமே இல்லாமல் இருப்பது போல் உணர்கிறேன்.

தோட்டக்காரன் எழுப்பிய பின் மெல்ல வீட்டுக்குப் போகிறேன்.

"ஏண்டி இவ்வளவு லேட்? எங்கே போனே?"

"எங்கேயும் போகலை. மரத்தடியிலே உட்கார்ந்திருந்தேன்."

"தனியாவா?"

"உம்."

"ஏண்டி, நீ இன்னும் சின்னப்பொண்ணா? ஏதாவது ஆகிவைத்தால்?"

ஸ்கூல் பையை விட்டெறிகிறேன். முகம் எல்லாம் சூடேறுகிறது; செவிகளைக் கையால் மூடிக் கொண்டு வீறிட்டுக் கத்துகிறேன்.

"நான் அப்படித்தான் உட்காருவேன். எனக்கு ஒண்ணும் ஆகலை."

ஒவ்வொரு வார்த்தையையும் நீட்டி, அழுத்தி வெறிக் கத்தலாய்க் கத்துகிறேன்.

அப்பாவும் கல்யாணியும் அதிர்ந்துபோய் நிற்கின்றனர்.

நான் கோபித்துக்கொண்டு மொட்டை மாடிக்குப் போய் உட்காருகிறேன். சண்பக மரத்தின் வாசனையோடு அங்கேயே

அம்பை

இருக்கலாம். கல்யாணியும் அப்பாவும் இங்கே வரக்கூடாது. நானும் சண்பக மரவாசனையும் மட்டுமே. ஒன்றும் பேசாத, தொடாத அந்த வாசனை வீட்டு மனிதர்களைவிட நெருங்கிய ஒன்றாகப் படுகிறது. இவர்கள் பேசாமல் இருந்தால் எவ்வளவு நன்றாக இருக்கும்! அம்மா மாதிரி விழிகளை விரித்துச் சிரிப்பு.

அம்மா அப்படிப் பார்த்தால் நெஞ்சினுள் ஏதோ செய்யும். வாய்விட்டுச் சிரிக்கத் தோன்றும். பாடத் தோன்றும். அம்மா சிருஷ்டிப்பவள். ஆனந்தத்தை, உத்ஸாகத்தை, அழகை எல்லாம் தலையைத் திருப்பி ஒரு புன்னகையால் ஜாலம் செய்து வரவழைப்பவள்.

கல்யாணி மேலே வருகிறாள்.

"சாப்பிட வாடம்மா சின்ன ராணி, அம்மா உன்னைச் செல்லம் கொடுத்து குட்டிச் சுவராக்கிட்டா."

அலட்சியமாக உதட்டைப் பிதுக்கியவாறே எழுந்துகொள்கிறேன்.

மறுநாள் காலை அம்மா வருகிறாள். டாக்ஸியின் கதவைத் திறந்து, கரும் பச்சைப் பட்டுப்புடவை கசங்கியிருக்க, அம்மா வீட்டிற்குள் வருகிறாள்.

"என்ன ஆச்சு?" என்கிறார் அப்பா.

"பொண்ணு கறுப்பாம். வேண்டாம்னுட்டான் கடங்காரன்."

"உன் தங்கை என்ன சொல்றா?"

"வருத்தப்படறா பாவம்."

"நமக்கும் ஒரு கறுப்புப் பொண்ணு உண்டு."

மொட்டென்று அம்மா முன் போய் நிற்கிறேன்.

கல்யாணி லெட்டரில் எழுதியதைவிட விளக்கமாய் நானே சொல்ல வேண்டும் என்று தோன்றுகிறது. மெல்ல அவள் கழுத்துப் பதிவில் உதடுகள் நடுங்க மென்குரலில் எல்லாவற்றையும் அரற்ற வேண்டும் போல் படுகிறது. நெஞ்சில் நெளியும் பயத்தைக் கூற வேண்டும் என்று அடித்துக்கொள்கிறது.

ஏதோ மர்மமான ஒன்றை – இரவு படுத்துக்கொண்டதும் தொண்டையை அடைத்துக்கொள்ள வைக்கும் உணர்வை, என் உடம்பே எனக்கு மாறுதலாகப் படும் தவிப்பை – அம்மா விளக்கப் போகிறாள் மெல்ல என்று அவள் முகத்தையே

அம்மா ஒரு கொலை செய்தாள்

பார்க்கிறேன். வாழைத்தண்டு போல் நீண்ட கரங்களால் அவள் என்னை அணைக்கப்போகிறாள். நான் அழப்போகிறேன் உரக்க. அம்மாவின் கூந்தலில் விரல்களைத் துளைத்துப் பெருத்த கேவல்களுடன் அழப்போகிறேன்.

அம்மா என்னைப் பார்க்கிறாள்.

நான் ஒரு கணம் ராதுவாய் அவள் கண்முன் மாறுகிறேனா என்று தெரியவில்லை.

"உனக்கு இந்த இழவுக்கு என்னடி அவசரம்? இது வேறே இனிமே ஒரு பாரம்." சுளீரென்று கேள்வி.

யாரைக் குற்றம் சாட்டுகிறாள்?

ஒலியில்லாக் கேவல்கள் நெஞ்சை முட்டுகின்றன.

அம்மாவின் உதடுகளும், நாசியும், நெற்றிக் குங்குமமும், மூக்குப் பொட்டும், கண்களும் ரத்த நிற ஜ்வாலையை உமிழ்வது போல் தோன்றுகிறது.

அந்த நெருப்பில் அவள் மேல் போர்த்தியிருந்த தேவ ஸ்வரூபம் அவிழ்ந்து விழ நிர்வாணமான வெறும் மனித அம்மாவாய் அவள் படுகிறாள். அந்த ஈரமில்லாச் சொற்கள் பட்டாக் கத்தியாய் எழுந்து முன்பு முளைவிட்டிருந்த அத்தனை அழுகுகளையும் குருட்டுத்தனமாக ஹதம் செய்கிறது. தீராத பயங்கள் கரும் சித்திரங்களாய் நெஞ்சில் ஒட்டிக்கொள்கின்றன.

அக்னியே ஸ்வா ஆ ஆஹா ... அசுத்தங்கள் மட்டும் எரிக்கப்படவில்லை. மொட்டுக்களும் மலர்களும்கூடக் கருகிப்போயின.

கசடதபற, டிசம்பர் 1971

வீட்டின் மூலையில் ஒரு சமையலறை

ஒரு சதுர கஜம் எட்டணா விலைக்கு நிலம் வாங்கி வீடு கட்டினாராம் கிஷனின் அப்பா. ரயில்பெட்டித் தொடர் மாதிரி வரிசையாய் அறைகள். எல்லா அறைகளும் முடிந்தபின் போனால் போகிறது என்று ஒட்ட வைத்தாற்போல் ஒரு சமையலறை. இரு சன்னல்கள். ஒரு சன்னலின் கீழ், குழாய் வைத்த தொட்டி. ஒரு பெரிய தட்டுக்கூட வைக்க வகையில்லாமல் குறுகியது. கீழே, செங்கல் தடுப்பு இல்லாத சாக்கடை முற்றம். மேலே குழாயைத் திறந்ததும் கீழே பாதங்கள் குறுகுறுக்கும். பத்து நிமிடங்களில் ஒரு சிறு வெள்ளக்காடு காலடியில். அதில் நின்றுநின்று அடிப்பாதம் எல்லாம் வெடிப்புக் கீறல்கள். சமையலறையில் அடி வைத்து, முதல் நாள் சமைத்து, கைக்குத் தங்க வளையல் போட்ட உடனேயே வெடிப்புக்குத் தடவ ஒரு மெழுகுக் களிம்பு தந்துவிடுவாள் ஜீஜி என்று எல்லோரும் கூப்பிடும் கிஷனின் அம்மா.

சமையலறையின் கிழக்குப்புறம் பார்த்த சன்னல் வழியே பச்சை மலைகள். மேலே ஒரு வெள்ளைப் பொட்டுக் கோவில். பிள்ளையார் கோவில். அந்த சன்னலின் கீழேதான் சமைக்கும் மேடை. வெடிப்புப் பாதங்கள் பச்சை மலையில் உறுத்தாமல் இருந்திருக்கலாம். ஆனால் அந்த சன்னல் வெளியேதான் துணி உலர்த்தும் கொடி. கால்சராய், சட்டை, பைஜாமா, புடவை, பாவாடை விரிந்து சன்னலை மறைக்கும்.

கொத்தமல்லிப் பொடி, காரப் பொடி, கரம் மசாலாப் பொடி தூவி, அரைத்த பசு மஞ்சளும், இஞ்சியும் தடவப்பட்டுத் தயிரில் ஊறிய மாமிசத் துண்டங்களைக் கிளறி நிமிர்பவர்களை எதிர் கொள்வது ஒரு நாடா தொங்கும் பைஜாமாவாக இருக்கலாம். இதில் யாருக்கும் ஆட்சேபணை இருப்பதாகத் தெரியவில்லை.

அவர்கள் வாழும் பாங்கு சமையலறையைச் சுற்றியே இருந்தது. சமையலறை என்ற தத்துவத்தை ஒட்டி. சாப்பாட்டுப் பிரியர்கள் – மதுப் பிரியர்கள் என்றே பெயரெடுத்த வம்சம். அனுபவிப்பவர்கள். உல்லாசிகள். பார்க்கப் போனால் இவர்கள் கல்யாணத்தில் அஜ்மீர் உறவினர்களுக்குக் கொஞ்சம்கூடப் பிடிக்காத விஷயம் யாருக்கும் எந்தவித மதுபானமும் குடிக்கத் தரவில்லை என்பதுதான்.

குலதெய்வம் அம்பாவுக்குக் கூட மதுதான் பிரசாதம். ஸ்காட்சிலிருந்து நாட்டுச் சரக்குவரை எதைத் திறந்தாலும் சுவரில் தெளித்து "ஜெய் அம்பே" சொல்லிவிட்டுத்தான் குடிப்பது. பிறந்த குழந்தையின் வாயில் முதலில் மதுவில் முக்கிய விரலைத்தான் இடுவது. அப்படி இருக்கும்போது இப்படிக் கல்யாணம் செய்து கொண்டால்? சரி. ரம், ஜின், விஸ்கி வேண்டாம். அஜ்மீரிலேயே தயாராகும் ஆரஞ்சு வண்ணக் கேசர் கஸ்தூரி இல்லையா? மண்டையைப் போய் ஓர் உதை உதைக்குமே? சே சே. இது என்ன இப்படிக் கல்யாணம் செய்துகொண்டாய் என்றார்கள் அவனிடம். வீரனுக்கு லட்சணமான குதிரையும் மதுவும் இல்லாமல் ஒரு கல்யாணமா? ராட்சஸப் பூக்கள் வரைந்த கடும் செம்மண், பச்சை, ஆரஞ்சு, சிவப்பு வண்ணப் பாவாடைகள் இடுப்பிலிருந்து உப்பிப் பருத்த பிருஷ்டங்களின்மேல் மடங்கி மடங்கிச் சரிய, வெள்ளி நிறச்சரிகைகள் இட்ட முக்காடுகளைத் தூக்கி வயதான பெண்கள் அவனிடம் கேட்டார்கள்: குடிக்க ஒன்றுமில்லையா?

ஜீஜி நடமாடிக் கொண்டிருந்தபோது டாணென்று மாலை ஏழு மணிக்கு அப்பளம் சுட ஆரம்பித்துவிடுவாள். பப்பாஜி வெளியறை முக்காலியில் மற்ற விஷயங்களை வைத்துவிட்டுத் தயாராக இருப்பார். ஜீஜி கார அப்பளம் தட்டில் அடுக்கி எடுத்து வருவாள். கார அப்பளம் தீர்ந்ததும் நாக்கில் சுள்ளென்று உறைக்கும் பிகானீர் சேவ். அது அலுத்தால் சோளப் பக்கோடா. அல்லது மிளகாயும் கடலைமாவும் தடவிப் பொரித்த நிலக்கடலை. எதிரெதிரே அமர்ந்து 'ஜெய் அம்பே' என்று விட்டு ஆரம்பிப்பார்கள். பிள்ளைகளும் பெண்களும் இருந்தால் குடும்பத்தோடு சிரித்துக்கொண்டு. ஜீஜி நாட்டுப் பாடல்கள் பாடுவாள்–'சந்தைக்குப் போனால் எனக்கொரு குஞ்சலம் வாங்கி வா … நல்ல வண்ணத் தாவணி வாங்கி வா …' 'இன்னமுமா ஆசை?' என்று பப்பாஜி சிரிப்பார்.

சமையலறை மூலையில் ஒரு கும்மட்டி அடுப்பில் சாய் செய்யத் தண்ணீர் கொதித்தவாறே இருக்கும். சாப்பிடும் சமயத்தில் வீட்டு வாசலில் யாராவது தெரிந்தவர் வந்துவிட்டால் முதலில் 'ஜில்'லென்று தண்ணீர்.

"சாப்பிடுங்களேன். சாச்சாவுக்கு ஒரு தட்டு கொடு" என்று ஆரம்பிப்பார் பப்பாஜி.

"இல்லை. சும்மா இப்படி வந்தேன்."

"சரி, சாய் குடிக்க என்ன வந்தது?"

"வேண்டாமே."

"காஃபி?"

"தண்ணி போதும்."

"அதெப்படி வெறும் தண்ணி. கொஞ்சம் ஷர்பத் போட்டுக் குடியுங்கள்."

"சரி."

ஜீஜி எழுந்திருப்பாள்.

"அப்படியே ஒரு தட்டில் ரெண்டு கபாய் கொடு."

ஜீஜி சமையலறையை எட்டும்முன் காலையில் செய்த வெந்தயக் கீரை பரோட்டா பப்பாஜிக்கு நினைவு வரும். "ஸானியேஜி" என்று மனைவியை விளிப்பார். "அந்த மேதி பரோட்டாவும் ரெண்டு சூடாக்கி வெண்ணெய் தடவிக் கொண்டு வா. சாச்சா ருசி பார்க்கட்டும்" என்பார்.

வந்தவர் தோல்வியை ஒப்புக்கொள்வார்.

"நான் சாப்பிட்டே விடுகிறேன்."

ஜீஜி எப்படியும் சமையலறைக்குப் போவாள். இரண்டு முட்டைகள் மிளகும் உப்பும் தூவிப் பொரிக்க. ஒருவேளை, சாப்பாட்டு அளவில் ஏதாவது குறைந்து விட்டால்?

ஆனால் சமையலறை என்ற பௌதிக விவரம் அவர்களைப் பாதிக்கவில்லை. அப்படிப்பட்ட ஒன்று இல்லாததுபோல் இருந்தார்கள். அவர்கள் கூட்டுக் குடும்ப வீடுகளில் பரந்த கல்தரை முற்றம், கூடம் இவற்றைத் தாண்டிய இருள் மூலை சமையலறை. பூஜ்ய வாட் விளக்கு எரியும் அங்கு. முக்காடு அணிந்து, அழுத்தமான வண்ணப் பாவாடைகள் இருளை ஒட்டியே இருக்க, பெண்கள் நிழல்களாய்த் தெரிவார்கள் அந்த அறையில். அறைந்துஅறைந்து சப்பாத்தி மாவு பிசைந்துகொண்டோ, அடுப்படியில் கும்மென்று

மணக்கும் மசாலா பருப்பைக் கிளறியவாறோ. சமையலறை ஓர் இடம் இல்லை. ஒரு கோட்பாடு மட்டுமே. அத்தனை ருசியான, நாக்கை அடிமைப்படுத்தும் சாப்பாடும் மாயக் கம்பளத்தில் வந்தது போல் அலட்டிக்கொள்ளாமல் இருந்தார்கள்.

மீனாட்சிதான் ஒருமுறை சாப்பிடும் நேரத்தில் அந்த விஷயத்தைப் பற்றிப் பேச ஆரம்பித்தாள். பப்பாஜி அப்போது கீழே இருந்த கார் 'ஷெட்'டின் மேல் ஓர் அறை கட்டிக்கொண்டிருந்தார்.

"பப்பாஜி, சமையலறைக்கு வெளியே உள்ள தாழ்வாரத்தைப் பெரிது பண்ணிவிடுங்களேன். அதை நீங்கள் அகலமாக்கினால் நாற்காலி போட்டு உட்காரலாம். இது பக்கம் ஒரு பாத்ரும் கட்டினால் அதில் பெரிய தொட்டி போடலாம், பாத்திரம் தேய்க்க. பாத்ரூமுக்கு வெளியே துணி உலர்த்த அலுமினியக் கம்பி போட்டு விடலாம்."

பப்பாஜி இந்த அபிப்பிராயத்தால் தாக்கப்பட்டவர்போல் பார்த்தார்.

ஜீஜியும் வியப்படைந்தவள்போல் அவரைப் பார்த்தாள். மருமகள்கள் இதுவரை இப்படிப்பட்ட அபிப்பிராயங்களை முன் வைத்ததில்லை. ராதா பாபிஜி, தட்டை வெறித்துப் பார்த்தாள். குஸுமா தலை முக்காட்டைச் சரிசெய்து கொண்டாள். அவள் படபடப்பை மறைக்க. பப்பாஜி கிஷனை நோக்கினார். அவன் நிதானமாகச் சாப்பிட்டவாறிருந்தான்.

பப்பாஜி தொண்டையைச் செருமிக்கொண்டு, "எதற்காக?" என்றார்.

"இந்த சமையலறைத் தொட்டி ரொம்பச் சின்னது. தண்ணி வேறு சரியாகப் போவதில்லை. வேலைக்காரி அங்கேயே பாத்திரம் தேய்த்தால் சமையலறை முழுவதும் தண்ணீர். நிற்க முடியவில்லை. ஜன்னலுக்கு வெளியே துணி தொங்கினால் மலையை மறைக்கிறது பப்பாஜி."

கிஷனைப் பார்த்தார் மீண்டும். அந்தக் கட்டிடக் கலை நிபுணன் தன் மனைவியோடு உடன்பட்டான்.

"அவள் சொல்வது சரிதான் பப்பாஜி. அப்படியே செய்து விடலாம்."

"நீ எங்கே சமையலறைப் பக்கம் போனாய்?"

"அவள் மைசூர் சமையல் செய்யும்போது இவன்தான் மிளகாய், வெங்காயம் அரிந்தான்" என்றாள் ஜீஜி.

"பேசாமல் உனக்கே தங்க வளையல் போடலாம் போலிருக்கிறதே."

"தங்க வளையல் எதற்கு பப்பாஜி? மோதிரம் போடுங்கள்."

பப்பாஜி சிரித்தார்.

அறை கட்டி முடித்தாகிவிட்டது. சமையலறை நிலவரம் மாற்றப்படவில்லை. துணி உலர்த்த இன்னும் இரண்டு நைலான் கயிறுகள் கட்டப்பட்டன. சன்னல் எதிரே. பப்பாஜியின் மௌனச் சவால்: பெண்ணே, மைசூர்ப் பெண்ணே, இங்கே நிரந்தரமாக வாழாத உனக்கு மலை எதற்கு? அதன் பச்சை எதற்கு? ராஜஸ்தானத்துச் சமையல் பண்பாட்டுக்கும் சன்னலுக்கும், பாத்திரம் அலம்பும் தொட்டிக்கும் என்ன சம்பந்தம் பெண்ணே. கறுத்த நிறமுடைய, முக்காடு அணிய மறுக்கும், என் பையனை வசியப்படுத்திய, நிறையப் பேசும் பெண்ணே...

○

பின்னிரவு மூன்று மணி வாக்கில் மயில்கள் அகவ ஆரம்பித்தன. ஒன்றன்பின் ஒன்றாக. கர்ண கடூரமாக. குரல் இழந்த சாதகம். ஐந்தரை மணிக்கு அவளும் கிஷனும் மொட்டை மாடி போனபோது எதிரே மரத்தில் சிவன் விரித்த ஜடையாய் மயில் வால் தொங்கியது. கரு நீலமும், மென் பச்சையும், தீர்க்கப் பச்சையும் பளீரிடத் திரும்பியது. எதிர்பாராதபோது பறந்து மொட்டைமாடிச் சுவரில் அமர்ந்து வாலை நீட்டிப்போட்டது. பிறகு, இரண்டு மொட்டை வால் மயில்கள். திரும்புவதற்குள் இன்னும் இரண்டு, சாட்டை வால்களுடன். வயிற்றினுள் ஒரு மென் தண்மை இதமாய்ப் பரவியது. காலைக்கடன்களை முடித்ததும் வயிற்றுக் கனம் அகலும் இதம். அந்தக் கருநீலப் பச்சை ஐஸ் துகள் சில்ருடன் எல்லா அடங்காச் சூட்டையும் தணித்தது. கிஷனின் உதடுகளில் ஒரு முறை நாக்கால் தடவி மென்மையாக முத்தமிட்டாள். பனித்துளி ஒட்டிய, அடித்தளச் சூட்டை இனம் காட்டிய முத்தம்.

மொட்டை மாடிக் கதவு கிர்ரிட்டது. படி ஜீஜி (பெரிய ஜீஜி) எழுந்தாயிற்று. கதவருகே இருந்த பெரிய ட்ரம்மிலிருந்து கரி எடுக்க வந்திருப்பாள். கும்மட்டி அடுப்புப் பற்றவைக்க. படி ஜீஜி பப்பாஜியின் சிறிய தாயார். பப்பாஜிக்கு பதினேழு வயதாகும்போது அவருடைய தந்தை இன்னொரு திருமணம் செய்து கொண்டார் ஒரு பதினேழு வயதுப் பெண்ணை. ஐந்து பெண்கள் பெற்றாள். பப்பாஜிதான் ஆதரவு. பெயர்தான் படி ஜீஜி. அவளுக்கும் ஜீஜிக்கும் இடையே இரண்டே வயதுதான் வித்தியாசம். பொக்கை வாய். பொய்ப் பல் வேண்டாம் என்று

விட்டாள். மாமிசம் சாப்பிடுவதை விட்ட பின்னர் எதற்குப் பல் என்று கூறிவிட்டாள்.

காலில் அணிந்த கனத்த வெள்ளித் தண்டை படியில் இடிக்க, போய்விட்டாள் படி ஜீஜி.

"சாய் கொண்டு வரட்டுமா மீனா?"

கிஷன் போனதும் மாடி இரும்புத் தொட்டிக் குழாயைத் திறந்து முகம் கழுவி, பல் தேய்த்தாள்.

தொப்பியால் மூடிய கெட்டிலில் சாய் கொண்டு வந்தான் கிஷன். கீழே வைத்து இரு கோப்பைகளில் சாய் ஊற்றியபோது இஞ்சி, துளசி மணம் பரவியது. ஒரு காலை நட்சத்திரம் மினுக்கியது. மயில் நீலப் பச்சையில் தெறித்தது. சாய் தொண்டையில் சூடாய் இறங்கியது.

கீழே போனபோது சமையலறை மூலையில் பெரிய பித்தளை டம்ளரில் கிஷன் ஊற்றித் தந்திருந்த சாயை முக்காட்டுத் தாவணித் துணியால் பிடித்தவாறு அமர்ந்து, ஊதிஊதிக் குடித்துக் கொண்டிருந்தாள் படி ஜீஜி. ராதா பாபிஜி இன்னொரு பெரிய கெட்டிலில் சாய்த்தூளைப் போட்டுச் சுடுதண்ணீர் ஊற்றிக்கொண்டிருந்தாள்.

"நாஸ்தாவுக்கு மாவு பிசையட்டுமா?" என்றாள் படி ஜீஜி.

"பப்பாஜி நடக்கப் போயிருக்கிறார். சமோசாவும் ஜிலேபியும் வாங்கி வருவார். ரொட்டி வாட்டினால் போதும். அதை நான் வெளியில் டோஸ்டரில் செய்துகொள்கிறேன். இன்றைக்கு என்ன நம் சமையலா, இல்லை மைசூர் சமையலா?"

"அவளும் கிஷனுமாய் நேற்று காய்கறியும் தேங்காயும் வாங்கி வந்தார்கள்."

"என்ன தேங்காய்ச் சமையல் சப்புச்சப்பென்று? நீங்கள் ஒன்று செய்யுங்கள், படி ஜீஜி. மஞ்சளும் இஞ்சியும் அரைத்துவிடுங்கள். மட்டன் புலாவ் செய்துவிடலாம். சுரைக்காய் துருவிவைத்து விடுங்கள். கோஃப்தா செய்துவிடலாம். சேப்பங்கிழங்கைத் தோலி சீவிவிடுங்கள். பெரிய ஏலம், மிளகு, லவங்கப் பட்டை, தனியா, லவங்கம் இடித்துவிடுங்கள். நல்லா நைசாக. தனியாவை வேறாக எடுத்து இடியுங்கள் கொஞ்சம். ராத்திரி ஆலு – கோபிக்குப் போடலாம்."

சமையலறைக்கு வெளியே வந்தாள் சாய் கெட்டிலும் கோப்பைகளும் வைத்த தட்டை ஏந்தியவாறு.

அம்பை

"என்ன மீனா, இன்றைக்கு என்ன சமைக்கப் போகிறாய்?"

"எதுவும் இல்லை. நாங்கள் கணேஷ் மந்திர் மலையில் ஏறப்போகிறோம்."

"சரிதான்."

மீனாட்சி சமையலறையில் நுழைந்தாள் இரண்டாம் ஈடு சாய் தயாரிக்க.

படி ஜீஜி பொக்கை வாய் திறந்து சிரித்தாள். தன் பித்தளை டம்ளரை நீட்டினாள்.

"எனக்கும் சாய்."

"இஞ்சி போடவா படி ஜீஜி?"

"ம். போடு. எனக்கு நீ போடும் சாய் பிடிக்கும்."

"சமோசாவும் ஜிலேபியும் வாங்கி வந்திருக்கிறேன். கொஞ்சம் ஜிலேபியைப் பாலில் போடுங்கள்" என்று ஒரு பொது உத்தரவு வெளியிலிருந்து வந்தது. மீனாட்சி ஜிலேபிப் பொட்டலத்தை சமையலறைக்குக் கொண்டுவந்து பிரித்தாள்.

"உஷ்... இதோ... இதோ..."

மீனாட்சி திரும்பினாள். "எனக்கு நாலு குடு" என்றாள் படி ஜீஜி.

அது ஓர் உணவுப் போர். நிதர்சனமாகப் பங்கு பெறுவோர் – ஜீஜி, படி ஜீஜி. தாத்தா உயிருடன் இருந்தபோது படி ஜீஜி கொடுங்கோல் ஆட்சி செய்தாள். மலைமலையாய் சப்பாத்தி மாவு பிசைந்தாள் ஜீஜி. கூடை கூடையாய் வெங்காயம் அரிந்து கிலோ கணக்கில் மாமிசம் சமைத்தாள். மாலை வேளைகளில் படி ஜீஜி கேஸர் கஸ்தூரி குடித்தபோது அப்பளம் சுட்டாள். பகோடா செய்தாள். குடல் பொரித்தாள். தாத்தா இறந்தார். பத்து நாட்களில் சமையலறையில் ஜீஜிக்குப் பதவிப் பிரமாணம் நடந்தது. குங்குமம், வெற்றிலை, மது, மாமிசம் இவற்றுடன் படி ஜீஜியின் மற்ற சாப்பாடும் பறிக்கப்பட்டது. நிதம்நிதம் மாமிசம் சமைக்கப்பட்டது. மரக்கறி உணவு உண்பவர்களுக்கு (படி ஜீஜி மாத்திரம்தான்) ஜனநாயக உணர்வுடன் உருளைக்கிழக்கு வழங்கப்பட்டது. படி ஜீஜி இரவெல்லாம் ஏப்பம் விட்டுக்கொண்டும், உடம்பையே கிழிப்பதுபோல் குசுவிட்டுக் கொண்டும், கக்கூஸில் 'உம் ஆ' என்று முனகியவாறும் தன் போர்க் களத் தோல்வியைக் கொண்டாடிக் கொண்டிருந்தாள். மீண்டும் தாக்கப்படும் முன் அவள் இரண்டாம் போர்முனை ஒன்றைத் துவக்கினாள். ஆறு மாதத்திற்கு ஒரு முறை படி ஜீஜிமேல் அம்பா வர ஆரம்பித்தாள்.

வீட்டின் மூலையில் ஒரு சமையலறை

ஜீஜியும் பப்பாஜியும் அவரவர் பானங்கள், சுட்ட அப்பளங்கள் இவற்றுடன் அமரும் மாலை வேளைகளை அம்பா தேர்ந்தெடுத்தாள். முதலில் அறையிலிருந்து 'ஹே' என்று குரல் கொடுத்தாள் அடி வயிற்றிலிருந்து. பதறி ஓடி வந்ததும் "என்னை மறந்தாயா?" என்று சீறினாள். தாழ்ந்து வணங்கி "உத்தரவிடுங்கள் அம்பே" என்று ஜீஜி சொன்னதும். "எனக்கான பானத்தைத் தா. கேஸர் கஸ்தூரி வேண்டும். ஒரு கிலோ பர்பி வேண்டும். வறுத்த இறைச்சி வேண்டும்... ஆ... ஆ..." என்று கட்டளையிட்டாள். எல்லாம் தரப்பட்டதும் அம்பா "போங்கள் எல்லோரும்" என்று உத்தரவிடுவாள். படி ஜீஜியின் அறையில் ஆரவாரம் கேட்கும் சற்று நாழிகை.

மறுநாள் காலை மதுவால் கனத்த கண் இமைகளைக் கஷ்டப்பட்டுத் திறந்து சமையலறையில் ஒரு பொக்கைவாய்ப் புன்னகையுடன் காட்சியளிப்பாள் படி ஜீஜி. "அம்பா கஷ்டப்படுத்தி விட்டாள்" என்பாள்.

படி ஜீஜியை வம்புக்கு இழுக்கலாம். அம்பாவைக் கேள்வி கேட்கும் தைரியம் ஜீஜிக்கு வரவில்லை.

"ஜிலேபி தா" என்றாள் படி ஜீஜி.

நாலு ஜிலேபிகளைத் தந்தாள் மீனாட்சி. வீட்டில் எல்லோருக்குமாக ஜிலேபி பிரிக்கப்படும்போது படி ஜீஜிக்கு அவள் பங்கு கிடைக்கும். இது ஆசையினால். ஆரம்பத்தில் இவற்றை அவள் எங்கேதான் வைக்கிறாள் என்று நினைத்தாள் மீனாட்சி. பிறகுதான் தெரிந்தது பல மடிப்புக்கள் தைத்த நாலு கஜப் பாவாடையினுள் அவள் இரு ஜேபிகள் தைத்திருந்தாள். அவற்றை மீனாட்சிக்குக் காட்டியிருக்கிறாள்.

தொப்பியால் சாய் கெட்டிலை மூடினாள்.

"மசாலா சாமான்களைத் தந்துவிட்டுப் போயேன்" என்றாள் படி ஜீஜி. "நெய்யும் வேணும். மட்டன் புலாவ் செய்ய."

இது சம்பத்தில் எழுந்த ஒரு புதுக் களம். ஜீஜியின் ஆஸ்த்மாவும், ரத்த அழுத்தமும் அவள் நடமாட்டத்தைக் குறைத்துவிட்டன. அவள் படுக்கை அருகே உள்ள மர பீரோவில் லவங்கம், குங்குமப்பூ, லவங்கப் பட்டை, மிளகு, திராட்சை, பெரிய ஏலம், ஏலக்காய், சர்க்கரை, நெய், முந்திரி எல்லாம் இருக்கும். அவளைத் தாண்டாமல் பீரோவை எட்டமுடியாது. அதை அடையும் முன் ஒரு கேள்விப்பட்டியல் நீட்டப்படும். எதற்காக நெய்? நேற்றுத் தந்தது என்ன ஆயிற்று? சப்பாத்திக்குத் தடவினதில் மீதி அரைக் கிண்ணம் இருந்தால் இப்போதைக்குக் கால் கிண்ணம்

போதுமே? மசாலா சாமான்களைக் காட்டிவிட்டு எடுத்துப்போ. காஷ்மீரத்திலிருந்து வரவழைத்த குங்குமப்பூ. அதைப் புலவில் கொட்ட வேண்டாம். மரக்கறி சாப்பிடுபவர்களுக்கு இன்றைக்கு என்ன காய்கறி? நேற்று சமைத்தது ஏதும் மீறவில்லையா அவர்களுக்கு? சாப்பிட்டுச் சாப்பிட்டுக் கக்கூஸ் போனால் யாருக்கு என்ன பயன்?

ஒளியற்ற, சன்னல் குறுகிய அந்தச் சமையலறையிலிருந்து, கடலில் வசிக்கும் ஆக்டபஸ் ஐந்துவின் எண்கால்போல் ஆதிக்கக் கரங்கள் நீண்டு வளைத்துப்போட்டன. கால்கள் இறுக இறுக்க கட்டுண்டு கிடந்தனர் ஆனந்தமாக. அவை இடுப்பை இறுக்கினால் ஒட்டியாணம் என்றும், காலைச் சுற்றினால் கொலுசு என்றும், தலையில் பட்டால் கிரீடம் என்றும் நினைத்துக் கொண்டனர் பெண்கள். நாலாபுறமும் கம்பிகள் எழும்பிய உலகில் புகுந்து கொண்டு அதை ராஜ்யம் என்று நினைத்து அரசோச்சினர். இன்று மட்டன் புலவு, நாளை பூரீ மசாலா என்று பூமியைத் திருப்பிப் போடும் முடிவுகளை எடுத்தனர். பேடி அதிகாரம்.

சன்னலைத் திறந்து மலையையும், பச்சையையும் ஆகாசத்தையும், நீலத்தையும் உள்ளே இழுத்ததும் பலம் உறிஞ்சப்பட்டாற்போல் இளைத்தனர். வீணா மோஸியைப்போல். கிஷனின் சித்தி. ஐம்பது வயது. பதினைந்து வயதில் விதவை. ஒரு கிராமத்தில் டீச்சராக இருந்தாள். பள்ளிச் சொந்தக்காரர் வீட்டுத் தோட்டத்து மூலையில் ஓர் அறையும் சமையலறையும். அசோகமரம் வாசலில். சமையலறை பின்னால் சம்பக் மரம். வெள்ளைப் பூக்களும் மஞ்சள் தண்டுமாய். ஜன்னலை ஒட்டிய பூங்கொடிகள் உள்ளே நுழைந்து விடும் சுதந்திரமாய். பசித்தால் சமையல். மாலையில் பக்கத்திலுள்ள குழந்தைகள் வந்துவிடும் டீச்சரைப் பார்க்க. இல்லாவிட்டால் அசோக மரத்துக் குயில் பாட்டு. ஆனால் வீணாமோஸி "நான் அதிகாரமற்றுப் போனேன்" என்பாள். 'டீச்சர், டீச்சர்' என்று சுற்றிக்கொள்ளும் குழந்தைகள். பள்ளியின் ஆரம்பக்கல்வியின் பூரணப் பொறுப்பு. நினைத்தால் வீசு நடை பஜார் வரை. நார்க் கட்டிலை அசோக மரத்தின் கீழே இழுத்துப் போட்டு கக்ஹூ கக்ஹூ என்று தாகம் திரும் வரை குயில் தோழமை. காலையில் பின் கதவைத் திறந்ததும் தொடும் தூரத்தில் வெள்ளை மலர்கள். இருந்தும், வீணா மோஸிக்கு மூச்சு முட்டியது. வெட்ட வெளியில் எம்பியதும் மண்ணுக்காக வீறிட்டாள். யோனியும், கருப்பையும், மார்க்காம்புகளும் கல்லாகின. கனம், இழுப்பு. கீழ் நோக்கி விழுந்து விழுந்து, விழுந்து விழுந்து மண்ணில் சரண். பாதங்களைப் புதைத்து அசைவற்று நிற்க.

○

ஏரியின் மூலையிலிருந்து வெள்ளை இறக்கைகள் நளினமாய்த் தாழ்ந்தும், உயர்ந்தும், சாய்ந்தும் நகர ஆரம்பித்தன. கண்ணில் பட்ட முதல் கணம் ஒரு சிறு வியப்பு மீனாட்சியினுள் சிதறியது. ஏரியின் முழு வீச்சிலும் சுழன்று நீரில் மிதக்கும்போது அந்தச் சிவப்பு அலகுகள் தூரத்தில் ஒளிர்ந்தன. பிறகு மீண்டும் எழும்பி வெள்ளை இறக்கைகளைச் சரேலெனப் பிரித்து இடமும் வலமும் சாய்ந்தும் எழுந்தும்... வெகு அருகே, முகத்தின் அருகே இறக்கை வீச்சு, பவழ அலகு தட்டையாய் நீண்டு. ரஷ்யப் பறவைகள். ஆனா சாகர் ஏரியில் சில மாதங்கள் வரும் திடீர் விருந்தினராய்.

அதற்கு முந்தைய இரவுதான் ஏரிப் பயணம் தீர்மானிக்கப்பட்டது. எல்லா உறவினர்களுடனும் ஏரியைப் பார்க்கும் திட்டம். இருபது பேர்களுக்கு நூறு பூரி, உருளைக்கிழங்கு சப்ஜி, தக்காளிச் சட்னி, சாண்ட்விச் நூறு, நொறுக்குத் தீனி, குழந்தைகளுக்கு நிரப்பப்பட்ட பால் புட்டிகள், ஃப்ளாஸ்க்கில் வெந்நீர். மாலையில் சூடாகப் பக்கோடா சாப்பிட ஒரு ஸ்டவ், ஒரு பாட்டிலில் எண்ணெய், கடலைமாவு, வெங்காயம், மிளகாய்ப் பொடி, உப்பு, பெரிய மிளகாய் – பஜ்ஜி போட – இத்யாதி.

விடிகாலை நான்கு மணிக்குச் சமையலறை விளக்கு எரிந்தது. ஒரு பெரிய தாம்பாளத்தில் கோதுமை மாவைப் போட்டுப் பிசைய ஆரம்பித்தாள் படி ஜீஜி. குஸுமா வாணலியில் எண்ணெயை விட்டு, பிசைந்த மாவை இட்டுப் பொரிக்கத் துவங்கினாள். ராதா பாபிஜி ரொட்டியில் வெண்ணெயும் சட்னியும் தடவ ஆரம்பித்தாள். ரொட்டிப் பொட்டலங்கள் அவளைச் சுற்றி. படி ஜீஜி நொறுக்குத் தீனிகளைப் ப்ளாஸ்டிக் பொட்டலங்களில் போட்டு ரப்பர் வளையத்தால் இறுக்கினாள். ஏரிப் பயணத்தின் இந்த அம்சத்தைப்பற்றி மீனா யோசித்திருக்கவில்லை.

"மீனா, எழுந்துவிட்டாயா?" என்றாள் ராதா பாபிஜி. கூந்தல் வியர்வையில் ஒட்டிக்கொண்டிருந்தது. "சாய் போடுகிறாயா?"

மீனா இவர்கள் எல்லோருக்கும் சாய் போட ஆரம்பித்தாள். துளசி இலையைப் போட்டாள் வெந்நீரில். பல் தேய்த்துவிட்டு வந்த கிஷன் கோப்பைகளைத் தட்டில் வைத்தாள்.

ராதா பாபிஜி தனக்குத் தானே பேசிக் கொண்டிருந்தாள். "குழந்தைகளைக் குளிப்பாட்ட வேண்டும். ப்ளாஸ்டிக் பையில் ரெண்டு, மூணு ஜட்டி அதிகப்படியாய் எடுத்துக்கொள்ள வேண்டும். ப்ரியா சில சமயம் சொல்லாமலே போய்விடுவாள். புல்லில் விரிக்க ஐந்தாறு கம்பளங்களாவது சுருட்டி வைக்கவேண்டும். எத்தனை கைக்குழந்தைகள் மொத்தம்? நாலு. பால் டப்பா. க்ளாக்ஸோ பீனாவுக்கு. அர்ச்சனா குழந்தைக்கு லாக்டோஜன்.

மறக்காமல் பிஸ்கட் பொட்டலம். இதுக்கு உப்புதான் பிடிக்கும். இல்லாவிட்டால் வழியில் வாங்க வேண்டும். அழுது தொலைக்கும் இல்லா விட்டால். இவருக்குப் பிடிக்காது. சர்க்கரை, ஸ்பூன் மறக்காமல். பரிமாறக் கரண்டி. தட்டுகள். குஸுமா, அந்த ஸோப் பாட்டிலை எடுத்துக்கொள், தட்டுக் கழுவ. அங்கே குழாய் உண்டு. படி ஜீஜி, வெங்காயம் ஒரு பத்து, பதினைந்து அரிந்துவிடுங்கள். ப்ளாஸ்டிக் பொட்டலத்தில் போட்டுக்கொண்டு போனால் நிமிஷமாய் பக்கோடா. மீனா, ப்ளீஸ், குழந்தைகளைக் குளிப்பாட்டுகிறாயா?"

"பாபிஜி, ஆறு மணிதான் ஆகிறது. அழும் எழுப்பினால். கோபால் பாய் சாஹப் குளிப்பாட்டட்டுமே அப்புறமாய்."

"ஆமாம். அவர் குளிப்பாட்டுவார். நினைத்துக்கொண்டு இரு."

மீனா சாய் கோப்பையை நீட்டினாள். பித்தளை டம்மரில் படி ஜீஜிக்கு விட்டுத் தந்தாள். ராதா பாபிஜி சலிப்புடன் பேசியது அவளுக்குப் புரிந்தது. ராதா பாபிஜி கணக்கில் புலி. அதில் மேல் படிப்பு மேற்கொள்ள வீட்டில் அனுமதிக்காததால் ஒரு வங்கியில் பெரிய பதவியில் இருந்தாள். வங்கியில் அவளுக்கு சகுந்தலாதேவி என்றே பெயர். சில மாதங்களுக்கு முன் அவளும் கோபால்பாய் ஸாஹபும் கிஷனையும், மீனாட்சியையும் ஜோத்பூருக்கு வந்து சில நாட்கள் தங்கும்படி அழைத்திருந்தனர். அங்குள்ள ஆஸ்பத்திரியில் கோபால்பாய் சாஹப் டாக்டர். நல்ல வெய்யில் காலம். மத்தியானச் சாப்பாடு இன்னும் ஆகவில்லை.

"இந்த ஊர் வெய்யில் எரித்துவிடும். ஒன்றும் செய்யமுடியாது. ராதா பாங்க் வேலைக்காக இரண்டு நாட்கள் போனாள். தவித்துவிட்டேன். சமையலறையில் நிற்க முடியவில்லை. இங்கே வேலைக்கு ஆளும் கிடைக்க மாட்டார்கள். ஒரு டீ போடக்கூட சமையலறையில் நிற்க முடியவில்லை என்றால் பார்த்துக்கொள் கிஷன்."

கிஷன் மெள்ளச் சொன்னான்: "பாங்கில் பெரிய வேலை பார்க்கும் ராதா பாபிஜி இப்போது அதே சமையலறையில்தானே சமைத்துக் கொண்டிருக்கிறாள்?"

"ஆமாம். அதற்கென்ன? பெண்களுக்கு அதெல்லாம் சகஜம் தானே?"

கோபால்பாய் சாஹப் விடுமுறைக்கு வந்த வேளையில் சீக்கிரம் எழுந்து குழந்தைகளைக் குளிப்பாட்டுவார் என்று எதிர்பார்க்க முடியாது தான்.

"ராதா பாபிஜி, எந்தப் புடவை கட்டிக்கொள்ளப் போகிறீர்கள்?" என்றாள் குசுமா.

"அந்த சிவப்பு ஸில்க்தான். ராத்திரியே இஸ்திரி போட்டாகி விட்டது. அவருடையது அப்புறம் குழந்தைகளுடைய சட்டைகளுக்கும் போட்டுவிட்டேன்."

"நான் அந்தக் கறுப்புப் பொட்டுப் போட்ட வெள்ளைப் புடவை கட்டலாம் என்று நினைத்தேன். ரவிக்கை இஸ்திரி போடவில்லை. மீனா, உன் கறுப்பு ரவிக்கை தருகிறாயா?"

"எடுத்துக்கொள்ளேன். ஆனால் அது ஸ்லீவ்லெஸ்."

"அடடா! அப்படியானால் என் ரவிக்கையை இஸ்திரி போடுகிறாயா மீனா? நான் ஸ்லீவ்லெஸ் போட முடியாது. என் கை சுத்தமாயில்லை."

"தலைப்பால் போர்த்திக்கொண்டுவிடு பேசாமல். நீளத் தலைப்பு விட்டு. உன் கைக்கு அடியில் யார் வந்து பார்க்கப் போகிறார்கள்?"

"இதோ பார் மீனா. தமாஷ் பண்ணாதே. இஸ்திரி போடுகிறாயா?"

"சரி. சரி."

மெதுவாகச் சுவரைப் பிடித்து நடந்து வந்து ஜீஜி ஊறுகாய் பரணியைத் திறந்தாள்.

"என்ன செய்கிறீர்கள் ஜீஜி, போய்ப் படுங்கள் பேசாமல்" என்று அதட்டினாள் ராதா பாபிஜி.

"ஊறுகாய் பிடிக்குமே எல்லோருக்கும். எடுத்து வைக்கிறேன்."

"அங்கே சமையலறையில் என்ன சத்தம், தூங்கவிடாமல்?" என்று குரல் கேட்டது.

நச்சென்று மௌனம்.

ரகசியக் குரலில், "மீனா, சாய் அடுப்பில் உருளைக்கிழங்கை வேகப் போடுகிறாயா?"

"ராதா பாபிஜி, தாளித்துப் ப்ரஷர் குக்கரில் போடலாமே? வேகவிட்டு உரிக்கவேண்டாம்." குசுமா கிசுகிசுத்தாள்.

"நீ செய் அதை. மீதி பூரி படி ஜீஜி பொரிக்கட்டும்."

எட்டு மணி அளவில் கழுத்து, அக்குள் எல்லாம் வியர்வை மழை. ரவிக்கை ஒட்டிக்கொண்டது. எண்ணெய் புகை கண்ணில்.

அம்பை

முழுத் தூக்கம் இல்லாமல் கனம் ஏறிய இமைகள். பப்பாஜி சமையலறையில் எட்டிப் பார்த்தார்.

"ஏரிக்குப் போகலாம் என்றதுமே உற்சாகம் பொத்துக்கொண்டு விடுமே உங்களுக்கு?" என்றார்.

அஹ்ஹா என்று சிரித்தார்.

சிறு சிறு பறவைகள் கக்கள் என்றபடி நீரில் மிதந்தன கறுப்பும் மஞ்சளுமாய். திடீரென்று வெள்ளை இறக்கை வீச்சு. பவழ நிழலுடன்.

கம்பளங்களில் சீட்டுக் குலுக்கல். சிலவற்றில் பெண்கள். "மம்மீஜி, டட்டி" என்று பின்பாகத்தைப் பிடித்துக்கொண்டு குழந்தை சொல்லும் வரை. பழைய பேப்பரைக் கையில் ஏந்தியபின், கக்கூஸ் பயணம். குழந்தை தலையில் ஒரு குட்டு. வலிக்க வலிக்க. அம்மாக்கள் ஒழித்த இடத்தில் கன்னிப் பெண்கள். இடையிடையே சீட்டை வைத்துவிட்டு எழுந்து தண்ணீர் உபசாரம்.

சாப்பிட்ட தட்டுகளை குஸுமாவும் ராதா பாபிஜியும் கழுவியாயிற்று.

ஸ்டவ் ஏற்றல். பகோடா போட ஆரம்பித்தனர்.

"அரே என்ன வாசனை? எனக்கு இரண்டு வெறும் மிளகாயுடன்."

இடையில் குழந்தைகளுடன் பேச்சு.

"ராஜூ, நீ என்ன செய்வாய் பெரியவன் ஆனதும்?"

"பைலட். ஸுய்ங்கென்று."

"நீ, ப்ரியா?"

"நானு... நானு... நானு... வந்து... தப்பாத்தி தெய்வேன் எங்க வீட்டுலே."

"என்ன சமத்தாய்ப் பேசுகிறது!" ஜீஜி சிரித்தாள்.

"அஜ்மீரைச் சுற்றியுள்ள அத்தனை மலைகளிலும் நான் ஏறியிருக்கிறேன்" என்றார் பப்பாஜி.

"ஜீஜி, நீங்கள்?" என்றாள் மீனாட்சி.

"அவர் மலை ஏறினபோதெல்லாம் எனக்கு வயிற்றில் குழந்தை" என்றாள் ஜீஜி. சிரித்தாள் வாய்விட்டு. எல்லோரும் சிரித்தனர். ஜீஜி பதினாலு குழந்தைகள் பெற்றாள்.

எல்லாவற்றையும் வாரிக்கொண்டு, இன்னொரு முறை 'டட்டி' போகலாமா என்று யோசித்த குழந்தைகளின் மனத்தைத் திசை திருப்பிவிட்டு கிளம்பினர்.

குஸுமா பின் தங்கினாள். "மீனா, மெள்ள நடவேன். இன்னும் நான் பறவைகளைச் சரியாய்ப் பார்க்கவில்லை."

"ஸதீஷைக் கூப்பிடவா?"

"இல்லை, இல்லை. அவர் போகட்டும். கலாட்டா ஆகிவிடும் அவரைக் கூப்பிட்டால்."

மெதுவாக நடந்தார்கள்.

"பத்து நாள் தள்ளிப் போயிற்று. லேடி டாக்டரிடம் போகணும் என்று நினைப்பதற்குள் வந்துவிட்டது."

"தயாராக வந்தாயா? நீ சொல்லியிருந்தால் கடைக்குப் போய் ஸானிடரி டவல் வாங்கியிருக்கலாமே..."

"தயாராய்த்தான் வந்தேன். இருந்தாலும் வெள்ளைப் புடவை. கொஞ்சம் பின்னால் பார்."

"இல்லை. ஒன்றும் ஆகவில்லை."

"வேகமாக நடப்போமா? ஏரிப் பக்கம் உட்கார நேரம் இல்லை. ராத்திரி சமையலுக்குப் பூண்டு உரிக்க வேண்டும்..."

"வா நீ பேசாமல்."

ஏரி அருகே குஸுமாவை உட்கார்த்தி மௌனித்தாள்.

ஜீஜியிடம் ஒரு முறை "உங்கள் மூன்றாம் பிள்ளைக்கு எப்படிப்பட்ட மருமகள் வேண்டும்?" என்றபோது சடாரென்று பதிலளித்தாள் ஜீஜி – படித்தவள், வெளுப்பானவள், பேசாதவள் என்று, "சரியாகச் சொன்னாய்" என்றார் பப்பாஜி. அப்படி ஒரு பெண் இருப்பாள் என்று மீனாட்சி நம்ப மறுத்தாள். ஜீஜியின் பதில் அன்று மத்தியானம் நடந்திருந்த சம்பவத்தின் நீட்சி என்று நினைத்தாள். மத்தியானம் பப்பாஜியின் நண்பர் வந்திருந்தார். சருமநோய் நிபுணர். அப்போது மீனாட்சிக்குக் கையில் சில வெள்ளைத் திட்டுக்கள் வந்திருந்தன. கொஞ்சம் அரிப்புடன், சருமநோய் நிபுணரிடம் பப்பாஜி அறிமுகப்படுத்தினார்: இவள் கிஷனின் மனைவி. ஓயாமல் ஊர் சுற்றுகிறாள். சதா கையில் புத்தகம். வாயாடி. இவள் கையைப் பாருங்கள்.

நிபுணரின் உபதேசம்: நீ வீட்டில் இரு. மற்ற பெண்கள் மாதிரி. எல்லாம் சரியாகிவிடும். அவரவர் அவரவர்களுக்கு விதிக்கப்பட்ட மாதிரி இருந்துவிட்டால் ஏது நோய்?

"ஆஹா" என்றார் பப்பாஜி.

ஜீஜி கூறியது அதை ஒட்டிய ஹாஸ்யம் என்று நினைத்தாள். ஆனால் ஜீஜியின் விளக்கத்துக்கு உறை போட்டாற்போல் கிடைத்தாள் குஸுமா.

அரசியலில் எம். ஏ., ஃப்ரெஞ்சில் டிப்ளோமா. எதற்காக ஃப்ரெஞ்ச் படித்தாள் என்று தெரியவில்லை. திருமணத்திற்காகக் காத்திருக்கும்போது ஏதாவது மொழியில் டிப்ளோமா வாங்குவது காத்திருத்தலின் ஓர் அம்சம் என்று தெரிந்தது. வெளியூரில் வேலை செய்யும் மாப்பிள்ளையானால் வெளிநாட்டு மொழி உபயோகமாக இருக்குமாம். பூ வேலை செய்த குஷன்கள், தலையணை உறைகள், கை வேலைப் பொருட்கள், பூ வேலையும் லேஸ் வேலையும் செய்த புடவைகள் எல்லாம் செய்திருந்தாள் குஸுமா அந்தச் சமயத்தில். பூ அலங்கார வகுப்புகள், பேக்கரி வகுப்புகள், தையல் வகுப்புகள், ஜாம், ஜூஸ், ஊறுகாய் வகுப்புகள் எதையும் அவள் விட்டுவைக்கவில்லை. எல்லா வித்தைகளையும் கற்றிருந்தாள். பூரணமான மருமகள்.

வெகு தூரத்திற்குப் போய்விட்டிருந்த வெள்ளைக் கூட்டம் நினைத்துக் கொண்டாற்போல் உயரே எழும்பி வட்டம் சுற்றி இடப்பக்கம் வந்தது. மிதமான வேகத்தில் மிதந்தாற்போல் வந்து சுழன்றது.

குஸுமா அழ ஆரம்பித்தாள்.

"அந்த அலகு... என்ன சிவப்பு..." என்று விசித்தாள்.

மெல்லச் சிவக்கத் தொடங்கிய மாலையில் பவழம் மிதந்தது இறக்கைகளுடன்.

உரிக்காத பூண்டு... இறக்கைகள் திறந்தன மறு வட்டம் அடிக்க.

உருவாகாத கரு... ஒயிலாக நீரின் மேல் ஒன்று, இரண்டு, மூன்று, நான்கு, ஐந்து என்று சறுக்கி இறங்கி மிதந்தன.

விசும்பல் ஒலி.

O

ஹோலிப் பண்டிகை விடுமுறையில் அஜ்மீர் வந்தபோதுதான் ஜீஜிக்கு நோயின் கடுமையான தாக்குதல் நேர்ந்தது. ஒரு மத்தியானம், அன்றைய சமையலுக்கான உபகரணங்களைத் தந்துவிட்டு சாவியை இடுப்பில் செருகிக்கொண்டு குளிர்பதனப்பெட்டியில்

என்ன மிஞ்சியிருக்கிறது என்று பார்க்க ஜீஜி மெல்ல நடந்து வந்தாள். அதை எட்டும் முன்பே மூச்சு முட்டியது. சுவாசம் பெருத்த ஓசையுடன் இழுத்தது. மற்றவர் ஓடி வரும் முன் தன் கனத்த சரீரத்துடன் தரையில் விழுந்துவிட்டாள் ஜீஜி. வியர்வை பெருகியது. சிறுநீர் பெருகி உடையெல்லாம் ஈரம்.

"நான் போய்விடுவேன்... நான் போய்விடுவேன்... என் மருமகள்கள் எல்லோரும் வெளியூரில்... அந்தப் பாவி படி ஜீஜி என் சமையலறையை ஆளப்போகிறாள்... ஹே பக்வான்..." என்று அரற்றிக்கொண்டே தலையை இடமும் வலமும் திருப்பினாள். கீழே இருந்த டாக்டர் ஓடி வந்து ஊசி போட்டார். மூச்சு சீராகியது. இமைகள் இழுக்க உறங்கிப்போனாள்.

கண் விழித்ததும் இடுப்புச் சாவியைத் தொட்டுக்கொண்டாள். "ராத்திரி என்ன சமையல்?" என்று கேட்டாள். பீன்ஸ் என்றதும் "ஏன், நான் காலிஃப்ளவர் அல்லவா சொல்லியிருந்தேன்? அவள் மாற்றினாளா? நான் போய்விடுவேன் என்று நினைத்தாளோ?" என்று பொருமினாள்.

"இல்லை ஜீஜி. காலிஃப்ளவர் கிடைக்கவில்லை பஜாரில்."

"புடவை... வேறு புடவை... தா" என்றாள்.

குஸுமா, ஜீஜியின் பீரோவைத் திறந்து பச்சைப் புடவை, பச்சை உள்பாவாடை, இளம் மஞ்சள் ரவிக்கை எடுத்தாள். ஜீஜியின் படுக்கை அருகே வைத்தாள். தலையைத் திருப்பிப் பார்த்த ஜீஜி, "பச்சை வளையல் எங்கே?" என்றாள் ஈஸ்வரத்தில், மீனாட்சி வளையல் பெட்டியைத் திறந்து பச்சைக் கண்ணாடி வளையல்களை எடுத்து வைத்தாள்.

கதவை மூடி ஜீஜியின் ஆடைகளை அகற்றினர். முழுதும் சிவக்கப் பழுத்த பழம் ஒன்று வற்றினாற்போல் இருந்தது அவள் உடம்பு. அகங்கையில் கோடுகள் கனத்து ஓடின. புறங்கை சுருங்கி நரம்புகள் பளபளத்தன. அடி வயிற்றில் ஏரிட்டு உழுதாற்போல் ஆழமான பிரசவ வரித் தழும்புகள். அவள் உறுப்பின் மேல்புறத்து மயிர் வெளேரென்று பசையற்று, அங்கங்கே உதிர்ந்து இருந்தது. பருத்து தளர்ந்த பின்பாகமும், தொடைகளும் வெளுத்த கிறல்களுடன் சுருங்கித் தொங்கின. உள்தொடை இடுக்கின் அருகே கருகிய வாழைத் தோல்போல் வதங்கிக் கிடந்தது. ஸ்தனங்கள் சுருங்கிய திராட்சி முலைக்காம்புகளுடன் தாழ்ந்து தொங்கின. கழுத்தில் பல தங்கச் செயின்களின் கரிக் கோடுகள். நெற்றியில் வகிட்டின் முனையில் கனத்த தங்கக் குண்டுடன்

தலையில் அணிந்த சுட்டிப் பட்டம் அழுத்தி அழுத்தி வழுக்கை விழுந்தாற்போல் வழவழவென்று ஒரு தழும்பு.

வாழ்ந்த உடம்பு. சிறுநீர், மலம், ரத்தம், குழந்தைகள் எல்லாவற்றையும் வெளிப்படுத்தியிருந்த உடம்பு. எத்தனை தடங்கள் அதில்!

புடவை கட்டி முடித்ததும், ஜீஜியின் தலையை வாரி, வண்ண நூல் குஞ்சலம் தொங்கும் கறுத்த நூல் சவுரியைக் கூந்தலில் இணைத்துப் பின்னிவிட்டாள் ராதா பாபிஜி. பீரோ சாவியைக் குஸுமா ஜீஜியின் இடுப்பில் செருகினாள். ஜீஜி படுக்கையில் சாய்ந்து கொண்டாள். மற்றவர்கள் போனதும் ஜீஜி அருகில் உட்கார்ந்து கொண்டாள் மீனாட்சி. ஜீஜியின் கை இடுப்பைத் துழாவியது. ஜன்னல் திரைகள் மூடப்பட்ட அறை இருண்டிருந்தது.

சிறிது நேரம் பொறுத்து ஜீஜி பேசினாள்.

மருத்து, தூக்கம், அயர்ச்சி சேர்ந்து ஜீஜியின் குரல் கனத்து வெளிப்பட்டது. ஆனால் காற்றினில் அலைந்துவிட்டு வந்ததுபோல் அழுத்தமின்றி இருந்தது.

"சிகப்புக் கலர் பாவாடை..."

"என்ன ஜீஜி?"

"என் கல்யாணப் பாவாடை. சிகப்புக் கலர். தங்க வெள்ளிச்சரிகை உடலெல்லாம். தங்கக் தகட்டுப் பொட்டு. பனிரெண்டு தங்க வளையல்கள். இரண்டு அட்டிகை. சிவப்பில், பச்சையில், முத்துத்தோடு. பவழத்தோடு. நெற்றிச் சுட்டியின் தங்கக் குண்டு அஞ்சு பவுன். ஒரு வெள்ளிச் சாவி வளையம். பதினாலு வயது எனக்கு. என்னை வழியனுப்புகிற 'பிதாயி'ன் போது என் அம்மா காதில் சொன்னாள். நெஞ்சில் முட்டுகிறது அந்த 'பிதாயி'. முக்காட்டோடு அவள் குனிந்து என்னைக் கட்டிக்கொண்டாள். பெரிய மூக்கு வளையம். உறுத்தியது. "சமையலறையை ஆக்ரமித்துக் கொள். அலங்காரம் செய்துகொள்ள மறக்காதே... இரண்டும்தான் உன் பலம். அதிலிருந்துதான் அதிகாரம்..."

"இருக்கட்டும் ஜீஜி, தூங்குங்கள்."

"ஞாபகம் வருகிறது... எல்லாம்... முப்பது பேர் வீட்டில். அஞ்சு கிலோ 'ஆட்டா' பிசைவேன். முந்நூறு சப்பாத்தி இடுவேன். முதல் தடவை இரண்டு உள்ளங்கையும் ரத்தம் கட்டி நீலமாய் இருந்தது. தோள் பட்டையில் குத்திக் குத்தி வலித்தது... பப்பாஜி சொன்னார்... சபாஷ்... நீ நல்ல உழைப்பாளி... என்று."

ஹா என்று மூச்சுவிட்டாள்.

"கோபாலுக்கு முன் ஒரு ஆண் குழந்தை. அவன் போய் விட்டான். தெரியுமா? ஒரு வயதில். பூஜை அன்று, எல்லோரும் சமையலறையில்... குழந்தை படியேறி மதில் சுவரில் ஏறப்பார்த்து விழுந்துவிட்டான்... முப்பது படி ஏறியிருந்தான்... எண்ணெயில் பூரியைப் போட்டதும் ஈச்சென்ற அலறல்... வயிற்றில் முட்டியது... பின் மண்டையில் பிளவு... முற்றத்துக் கல் தரையில் வெள்ளைப் புழுக்கை மாதிரி அவன் மூளை சிதறியிருந்தது... ஆண் பிள்ளைகள் எல்லாம் வந்தபின்... பொரித்தேன்... மீனா... கேட்கிறாயா... பொரித்தேன் மீதம் பூரிகளை..."

மீனாட்சி ஜீஜியின் நெற்றியில் தடவினாள்.

"மாமனார் போனதும் வெள்ளிச் சாவி வளையத்தில் சாவி கோத்துக்கொண்டேன்...

"மீனா... எனக்கு எத்தனை செல்வாக்கு பார்த்தாயா? நான் ராணி மாதிரி அதிகாரம் செலுத்துகிறேன்... இல்லையா?" ஜீஜி முனகினாள். உறங்கினாற்போல் கிடந்தாள்.

பெரிய வட்டப் புஷ்ப வடிவில் கமலமும், நீலமும், பச்சையும், முத்தும் பதித்த தோடுகளை அணிந்த சருகுச் செவிகள் அருகே மீனாட்சி குனிந்தாள். விரிந்த கடலில் பாம்புப் படுக்கையில் மகா விஷ்ணு மிதப்பதுபோல் ஜீஜியும் அவளும் மட்டுமே. இருண்டு கிடந்த அறையில் ஒரு தொப்புள் கொடி அறுந்த தன்மை ஏற்பட்டது. அந்த உரையாடலை அவள் நிகழ்த்தினாளா, அது தன்னால் ஏற்பட்டதா, அப்படிப் பல முறை யோசித்ததால் நிகழ்ந்தது போன்ற உணர்வு ஏற்பட்டதா, அது ஜீஜிக்கும் அவளுக்கும் மட்டுமேயான உரையாடலா என்று தெரியவில்லை.

ஜீஜி, அந்தச் சமையலறை, அட்டிகை, வளை, தங்கக்குண்டு – சுட்டி அதிலெல்லாம் ஒரு பலமுமில்லை.

அதிகாரம் அதிலிருந்து வரவில்லை.

அது பப்பாஜியை ஒட்டிய அதிகாரம்.

அதிலிருந்து எல்லாம்

விடுபடுங்கள்.

விடுபடுங்கள்.

விடுபடுங்கள்.

விடுபட்டால்... அப்புறம்... எஞ்சுவது?

சமையலறை, நகைகள், குழந்தைகள், பப்பாஜி எல்லாவற்றை யும் துறந்த நீங்கள்தான். அறுபட்ட நீங்கள். வெறும் துலாரிபாயி. துலாரிபாயி மட்டுமே. அங்கிருந்துதான் பலம். அதிகாரம்.

அதை எல்லாம் துறந்த நான்... நான்... யார்?

கண்டுபிடியுங்கள். முங்கிப்பாருங்கள்.

எதில்?

கிணற்றில். உங்கள் தனிப்பட்ட கிணற்றில்.

பற்றிக்கொள்ள எதுவுமில்லையே... பயமாக...

இன்னும் முங்குங்கள். முங்குங்கள். துலாரிபாயிக்கும் உலகுக்கும் என்ன சம்பந்தம் என்று பாருங்கள்.

நிதம் இடப்பட்ட அந்த முந்நூறு சப்பாத்திகளும், பதினாலு குழந்தைகளை உதைக்கவிட்ட வயிறும் இல்லாவிட்டால்

மட்டன் புலவு, மசாலா, பூரி – ஆலு, தனியாப் பொடி, உப்பு, சர்க்கரை, பால், எண்ணெய், நெய் என்று யோசித்திருக்காவிட்டால்

நாலு நாட்களுக்கு ஒரு முறை ஸ்டவ் திரியை இழுத்துவிட வேண்டும்; மண்ணெண்ணெய் கிடைக்கும்போது வாங்க வேண்டும்; மழைக் காலத்தின் கவலை அரிசி, பருப்பில் பூச்சி; மாங்காய்க் காலத்தில் ஊறுகாய்; வெய்யில் காலத்தில் அப்பளம்; பழங்கள் வரும் காலத்தை ஒட்டி ஷர்பத், ஜூஸ், ஜாம்; பழைய துணிகள் போட்டுப் பாத்திரம்; சமையலறை முற்றத்துக்கு இரண்டு வாரங்களுக்கு ஒரு முறை சுண்ணாம்பு; மாதவிடாய் தள்ளிப் போயிற்றோ என்று கவலை; தள்ளிப்போகாவிட்டால் கவலை என்று மண்டையெல்லாம் பூச்சி, ஊறுகாய், சுண்ணாம்பு அடைத்திருக்காவிட்டால்

மூளையின் இழுப்பறைகளை இவற்றை எல்லாம் போட்டு நிரப்பியிருக்காவிட்டால்

ஒரு வேளை நீங்கள் அந்த ஆப்பிள் விழுவதைப் பார்த்திருக்கலாம்; தண்ணீர் கெட்டிலின் மூக்கு நுனி ஆவியைப் பார்த்திருக்கலாம்; புதுக் கண்டங்களைக் கண்டுபிடித்திருக்கலாம். கைலாஸ் பர்வதத்தில் அமர்ந்து காவியம் எழுதியிருக்கலாம். குகைகளுக்குள் ஓவியம் தீட்டியிருக்கலாம். பறந்திருக்கலாம். போர்கள், சிறைகள், தூக்குமரங்கள், ரஸாயன யுத்தங்கள் இல்லாத உலகத்தை உண்டாக்கியிருக்கலாம்.

நீங்கள் எங்கே போய்விட்டீர்கள் ஜீஜீ?

வீட்டின் மூலையில் ஒரு சமையலறை

சரியான அளவில் எல்லாம் இடப்பட்ட சமையலில்
காதிலும் கழுத்திம் நுதலிலும் உறுத்திய நகையில்
பலம் என்று
எப்படி நினைத்துக்கொண்டீர்கள்?
முங்குங்கள் இன்னும் ஆழமாக.

அடியை எட்டியதும் உலகளந்த நீரைத் தொடுவீர்கள். சுற்றியுள்ள உலகுடன் தொடர்பு கொள்வீர்கள்.

உங்கள் யோனியும், ஸ்தனங்களும், கருப்பையும் கழன்று விழும். சமையல் மணம் தூரப் போய்விடும். நகையின் மினுமினுப்பு மறைந்துவிடும். பால்தன்மை அற்ற நீங்கள். அதில் சிக்காத நீங்கள். அதில் குறுகாத நீங்கள். அதனின்றும் விடுபட்ட நீங்கள்.

அதைத் தொடுங்கள் ஜீஜி.

தொட்டு
எழுங்கள்.
எழுங்கள்.
எழுங்கள்.

அதுதான் பலம். அதனின்றும்தான் அதிகாரம்.

ஜீஜி திரும்பி, மீனாட்சியின் கையைத் தேடிப் பற்றிக் கொண்டாள்.

ooo

கறுப்புக் குதிரைச் சதுக்கம்

உணர்ச்சிவசப்படாத அறிவுஜீவிக்கு ஓர் அறிக்கை இது.

யதார்த்தத்தை என்னால் தரமுடியவில்லை. என் முதல் பாடம்: யதார்த்தத்துக்குக் கண்ணாடி இல்லை. இந்த அறிக்கையிலுள்ள யதார்த்தம் காயடிக்கப்பட்டது; பால் வற்றியது; கருப்பை பிய்க்கப்பட்டது. வேற்று வெளி – கால அனுபவங்களை, சுய வெளியின் கனத்த சொற்களால் தொய்யவைக்கும் அறிக்கை இது. இதில் அகப்படாததை உணர நீ இங்கு வர வேண்டும். கண்ணீர் வற்றிய அவள் கண்களைக் காண வேண்டும். அவளிடமிருந்து பிறக்கும் மௌனத்தை ஸ்வீகரிக்க வேண்டும். அதில் எரிய வேண்டும்.

சிறு அறைதான். (நீ இதில்தானே வளர்ந்தாய்?) ஆலையின் புழுதியைத் தலையில் பறக்கவிட்டவாறு வந்த ஒருத்தியிடம்தான் விசாரித்தேன். வழிகாட்டினாள். அந்த அறையில் எதுவும் இல்லை. நனைந்த துணி கனத்துத் தொங்கும் ஓர் உணர்வு. ஒருத்தி மூலையில் அமர்ந்திருந்தாள். விரிசடை திரௌபதி. தரையைத் தொட்டது கூந்தல். அதுதான் வாகனம் போல் அதன் மேலேயே அமர்ந்திருந்தாள். மங்கிய கறுப்புப் புடவை. நிமிர்ந்து பார்த்தாள். ரோஸா கந்தசாமி. அக்னி குண்டம். (கட்சியின் முக்கிய தோழர் ஒருவர் ரோஸா லக்ஸம்பர்க் நினைவாக வைத்த பெயராமே?)

⏾

1926. நீண்ட பயணம். கந்தசாமி பிளாட்பாரத்தில் பூனை மயிர் மீசையுடன் இறங்கியபோது கையில் ஒரு துணி மூட்டையும் மதறாஸிச் சின்னமான கூஜாவும். பரேல் சந்தில், மேலே தகரத்தகடு இருந்ததால் அறை என்று அழைக்கப்பட்ட ஒன்று. ஒரு நகரம் கை, கால் நீட்டி விஸ்தாரமாகிக் கொண்டிருக்கும் வேளை. ஆலைகளால் ஈர்க்கப்பட்ட பல வெளியாட்களில் ஒருவன் கந்தசாமி. தொழில்யுகத்தின் ஆரம்ப நாடித்துடிப்பில் அவன் கலந்திருப்பான். 1928 வேலை நிறுத்தத்தில் கந்தசாமி இருந்தான். 1929இலும். வேலை நிறுத்த காலத்தில் நடந்த மாலை வகுப்புகளில் அவன் இருந்திருப்பான். தோழர் டாங்கேயின் பேச்சுகளைக் கேட்டிருப்பான். பிரெஞ்சுப் புரட்சி, ரஷ்யப் புரட்சி பற்றி மராட்டியில் பேசியதைக் கவனமாகக் கேட்டிருப்பான். கார்ல் மார்க்ஸ் வெறும் தாடி மனிதரல்ல அவனுக்கு. பல வருடங்களுக்குப் பிறகு பையன் பிறந்தபோது அவன் நிறம் மாறியிருக்கவில்லை. சிவப்புத்தான். லெனின் என்று பெயர் வைத்தான். லெனினின் தலையை வருடியவாறு சொன்ன கதைகள்:

"ரொட்டியோட வெலை ஏறிக்கிட்டே போச்சுது. ஜனங்களுக்கெல்லாம் பசி. அவங்க அரமனை வாசல்ல நின்னுகிட்டு பசி, பசிங்கறாங்க. அப்ப ராணி மேரி ஆன்டோனட் என்ன சொன்னா... 'ரொட்டி இல்லன்னா கேக்கு திங்கட்டுமே' அப்படின்னா..."

"பகத்சிங்கைக் கடைசில ஜெயில்ல போட்டாங்க. ரொம்பக் கொடுமைப்படுத்தினாங்க. அவர ஒரு நாளு விடிகாலேல தூக்குப் போட்டபோது அந்த ஓடம்பைக்கூட அவங்கம்மாவுக்குக் காட்டல்லே..."

லெனின் கேட்ட கதைகளில் திடீர் திருப்பங்கள் நிறைய உண்டு. தேவதைகள், கடவுள்கள், ராட்சசர்கள் இல்லாத கதைகள்தான். அவன் தலைப்புகள் இட்டிருந்தான். பிரெஞ்சுப் புரட்சிக் கதை; 1917 கதை; வ. உ. சி. கதை; பாரதியார் கதை; ஸாவர்க்கர் கதை (ஸாவர்க்கர் கப்பலிலிருந்து தப்பித்த நிகழ்ச்சியை மீண்டும்மீண்டும் சொல்லச் சொல்வான்); காந்தி கதை; 15 ஆகஸ்டு கதை; மெஷின் கதை; தொழிலாளி கதை. 'இங்கிலீசி'ல் தான் படிக்கமுடியாத குறைக்காக லெனினுக்கு இங்கிலீஷ் படிப்பு. லெனின் ஆலையில் வேலை செய்ய அல்ல. அவன் படிக்க, யோசிக்க. சமுதாயத்தை மாற்றத் திட்டங்கள் போட.

○

அவள் தலைக்கு மேல்தான் கந்தசாமியின் மாலையிட்ட புகைப்படம் இருந்தது.

இவள் தயங்கியவாறு நுழைந்தாள்.

நிமிர்ந்து பார்த்து "யா" என்று மராட்டியில் வரவேற்றாள்.

ஒரு சாட்டை வீச்சு வீசிச் தலையை முடிந்துகொண்டாள்.

இவள் தமிழில் "நான் லெனினோட..." என்றாள்.

கண்களைக் குறுக்கிப் பார்த்தாள்.

"அண்ணியா?"

"அம்மா, யார் வந்திருக்காங்கன்னு பாரு."

தடுப்பின் பின்னாலிருந்து அம்மா வந்தாள்.

கண், முகம், பஞ்சுத் தலையை எல்லாம் துடைத்துவிட்டுக் கருநாகப் படமாய் எழுந்தது அந்த உலக்கைக் கைகள்தாம்.

சற்றுக் கூச்சமாய் இருந்தது இவளுக்கு. அந்த கைகளைத் தான் உற்றுப் பார்ப்பது. அவற்றை இயல்பாய் ஏற்றுக்கொள்ள முடியாமல் அவற்றில் ஓடிய கரும்பச்சை நரம்புப் புடைப்புகளில் கண்கள் ஓடி ஓடி மீள்வது இவள் பேதப்பட்டு இருப்பதை மண்டையில் அடிப்பது போல் இருந்தது.

"லெனின் வூட்டுக்காரி."

"வாம்மா. வழி தெரிஞ்சிச்சா?"

கேட்டுவிட்டு அருகில் வந்து தலையை வருடினாள்.

"லெனின் சௌக்யமா?"

"ம்."

"நல்ல புள்ளம்மா அவன்." கையைப் பற்றிக்கொண்டாள். "இன்னும் நிஜார் போட்ட சின்னப் பையனாகவே தெரியறான் எனக்கு. ஒரு வாட்டி அவர செயில்ல போட்டுட்டாங்க. பன்னெண்டு வயசுப் பையனை இழுத்துக்கிட்டு ஓடரேன் அங்க. அங்க அலைஞ்சு, இங்க போயி அவரப் பாக்குற வரிக்கும் 'பசிக்குதம்மா'ன்னு சொல்லலியே பையன்! எப்படிப்பட்ட புள்ள அவன்!"

அவளைக் கீழே பாயில் அமர்த்தினாள்.

"அவன் போறபோது முந்தானலேந்து எட்டணா எடுத்துக் குடுத்து 'இவ்வளவுதாண்டா முடியும் தம்பி'ன்ன போது கையைப் புடிச்சிக்கிட்டு அழுதாம்மா அவன். பிளாட்பாரத்துல அத்தினி பேர் முன்னாலியும் கொரகொரன்னு இழுத்துக்கிட்டு அழுவறான். கையைத் தடவித்தடவித் தந்தான்..."

கறுப்புக் குதிரைச் சதுக்கம்

"அம்மா, அவங்களையும் பேச விடுவியா, இல்ல நீயே பேசி முடிக்கப்போறியா?"

"போடி" என்று விட்டு "டீ கொண்டாறேன்" என்று எழுந்து போனாள்.

ரோஸா இவளைப் பார்த்துப் புன்னகைத்தாள்.

"உங்க பேர்கூடத் தெரியாது."

"அபிலாஷா."

◯

(நீ அவளைப் பார்த்து இரண்டு மூன்று வருடங்களாகி இருக்கும் இல்லையா? அவள் ஆலைத் தொழிலாளிகள் சங்கத்துக்காக வேலை செய்கிறேன், மேலே படிக்கவில்லை என்றதும் கோபமாகச் சென்றாயாமே? அங்கு சுவரில் ஒரு புகைப்படம் இருந்தது. உன் அப்பா, அம்மா, நீ, அவள். சுருட்டை சுருட்டையாய் எவ்வளவு முடி உனக்கு! நீ போட்ட முதல் கால்சராயா புகைப்படத்தில் இருப்பது? அவளுக்கு மூன்று வயது இருக்கும். பின்னால் கார்ல் மார்க்ஸ். ஆம். அந்த புகைப்படக் கதை நீ சொல்லியிருக்கிறாய். ஸ்டுடியோவுக்கு உன் அப்பா கார்ல் மார்க்ஸ் புகைப்படத்தைச் சுமந்து வந்ததும், அதைப் பின்னால் வைக்க வேண்டும் என்று வற்புறுத்தியதும், ஸ்டுடியோக்காரர், "உங்கள் உறவா? ஐம்மென்று இருக்கிறார் வெளிநாட்டவர் மாதிரி" என்றதும்.)

எந்த விஷயத்தையும் தராசில் வைத்து நிறுத்தி இரு பக்க எடையையும் பார்க்கும் உனக்கு, பதட்டமடையாத மார்க்ஸியவாதியான உனக்கு எழுதும் அறிக்கையில் உணர்ச்சிகள் தெறித்துவிடாமல் கவனமாக இருக்க முயல்கிறேன். இதில் வெற்றி பெறுவேனா என்று தெரியவில்லை.

கன்று கொண்டிருக்கும் நெருப்பு மாதிரி இருந்தாள் அவள். எந்த நிமிஷமும் சடாலென்று குதிரை ஏறி ராணி லக்ஷ்மிபாய் மாதிரி விரைந்துவிடுவாள் என்று நினைக்க வைக்கும் லகானிட்ட வேகம் அவளிடமிருந்தது. ஜூலியா படம் நினைவிருக்கிறதா? தோழியைப் பார்க்க வெட்டப்பட்ட காலுடன் வருவாளே, வதைக்கப்பட்ட முகத்துடன்? வனெஸ்ஸா ரெட்க்ரேவின் அந்த முகத்தை நினைவில் கொண்டுவா. அவளை நான் மறுபடி சந்தித்தேன். தெரிகிறது. நான் ஓர் அதீத கனவு கலந்த உருவத்தை ரோஸாவுக்குத் தந்து கொண்டிருக்கிறேன். அது இந்தக் கணத்தில் என் உணர்ச்சிகள் வடிக்கும் உருவம். இருக்கட்டும் அது. மிகை. வியப்பு. பூரிப்பு. இவை இப்போதைக்கு எனக்கு

உரியவை ஆகட்டும். பிறகு நிதானமாகச் செதுக்கிக்கொள்ளலாம். அப்போதும் குறைந்துவிடாது எதுவும்.

இந்த முன்னுரையை நான் உனக்குத் தர வேண்டியிருக்கிறது. உன் தங்கையை உனக்கு அறிமுகப்படுத்த வேண்டியிருக்கிறது. கொள்கையில் உன்னுடன் உடன்படாமல் வன்முறைவாதிகளை ஆதரித்த தங்கையை. புத்தக அறிவு, மேற்கோள்கள், பல மணி நேரங்கள் தர்க்கம்புரியச் சொற்கள் — இவை மட்டுமில்லை (இவை நம்மில் யாரிடம் இல்லை? சொற்களைப் பற்றிக்கொண்டு தொங்குபவர்கள்தாமே நாம்!). இவற்றுடன் அவளிடம் இருப்பது ஓர் எழுச்சி பெற்ற மனச்சாட்சி. பல சரித்திர ஆதாரங்கள். ஒரு குலைக்கப்பட்ட உடம்பு. ஒரு பறிக்கப்பட்ட உறவு. இந்தப் பின்னணியில்தான் நீ இந்த அறிக்கையைப் படிக்க வேண்டும்.

○

ரோஸாவுக்கு ஐந்து வயதிருக்கும்போது அவர்கள் ஜோபட்பட்டியில் (குடிசைப் பகுதி) ஒவ்வொரு வாரமும் வந்து அவர்களுடன் பேசிவிட்டுப் போகும் ஆண்களும் பெண்களும் ஒரு சித்திரப் பட்டறை நடத்தத் தீர்மானித்தார்கள் குழந்தைகளுக்கு. கலர் பென்சிலும் பேப்பரும் தந்தார்கள். நீலப் பென்சிலை எடுத்து முக்கால் பக்கத்தில் தேய்த்தாள் ரோஸா. கடலாம். நட்ட நடுவில் காகிதக் கப்பல் மாதிரி ஒரு கப்பல். அதன் மேல் அரை நிஜாருடன் ஒருவன். அவன் கையில் ஒரு கொடி. அதில் நுணுக்கினாள்: எங்கள் கோரிக்கைகளை நிறைவேற்று. தன்னந்தனியாய் நடுக்கடலில் அவன் யாரிடம் முறையிட்டுக் கொண்டிருந்தான் என்று தெரியவில்லை. ஆனால் அப்படி முறையிடுவது ஒரு தினப்படிச் செயலாக அவளுக்குப்பட்டது. மீதிக் கால்பக்கத்தில் பழுப்புப் பென்சிலால் ஓர் இழுப்பு. கரை. குச்சிகுச்சியாய் சோளக்கொல்லை பொம்மைபோல் கைகால்களை நீட்டிக்கொண்டு பலர் கரையில். எல்லோர் கைகளிலும் கொடிகள்: எங்கள் கோரிக்கைகளை நிறைவேற்று. கப்பலில் நின்றவனின் கையில் ஆரம்பித்து ஓர் அம்புக்குறி கீறினாள். கந்தசாமி என்று எழுதினாள். கோணல்மாணலாய். பிறகு ஆள்காட்டி விரலைச் சப்பிக் கடித்துவிட்டு அதை அடித்து விட்டு எழுதினாள். லெனின்.

இன்னொரு விஷயம் அவளுக்கு ஞாபகம் இருக்காது. ஒரு மாலை, ஜோஷி மாமா லெனினின் விருப்பத்துக்கு இணங்கி மீண்டும் 1917 கதை சொன்னார். வெளியே வாகன சத்தம் கொஞ்சம் குறைந்திருந்தது. பிச்சைக்காரர்கள் ரொட்டிமாவு பிசைந்து சமையலை ஆரம்பித்தாகி விட்டது. எங்கோ சௌபாட்டியில் கிளம்பிய உப்புக் காற்று பல கரி வாயுக்களுடன் கலந்து கொஞ்சம்

சிலுசிலுக்க வைத்தது. லெனின், மாமா தோளோடு நெருங்கி. சப்பிய விரலுடன் அவள் ஒரு மூலையில். முடித்துவிட்டு வழக்கம் போல் கேள்விகளுக்கு நேரம் தந்தார் ஜோஷி மாமா. அவரை என்ன கேள்விகள் வேண்டுமானாலும் கேட்கலாம். கையை உயர்த்தி, அனுமதி வாங்கி, அமைதியாக, மரியாதையாகக் கேட்க வேண்டும். லெனின் வழக்கம்போல், 1917 வேறு இடங்களில் நடந்தால் என்ன ஆகும்? எல்லோரும் படிக்க முடியுமா? எல்லோருக்கும் வீடு கிடைக்குமா? எல்லோரும் எல்லாம் சாப்பிட முடியுமா – கேக்கு கூட? கடைசிக் கேள்வியை அவன் எதிலும் நுழைத்து விடுவான். பிரெஞ்சுப் புரட்சியின் அந்த கேக்கு பிம்பம் அவன் மனத்தில் ஒட்டிக் கொண்டுவிட்டது. சப்பிய விரலை எடுத்துவிட்டு ரோஸா கையை உயர்த்தி வெடுக்கென்று மராட்டியில் கேட்டாள்: ஆம்சா ஸண்டாஸ் கராப் கா? (எங்கள் கக்கூஸ் ஏன் அழுக்காக இருக்கிறது?)

பிரெஞ்சுப் புரட்சி விளையாட்டில் கிலோடீனை இயக்குபவனாக மட்டுமே விளையாடுவேன் என்று பிடிவாதம் பிடித்து, ரத்தத்தை உறைய வைக்கும் ஓலங்களோடு லெனின் குப்புறவும் மல்லாக்கவும் "செத்து" விழவேண்டும் என்று அவள் வீம்பு செய்திருந்தாலும் அவளுடைய ஆதர்சம் லெனின்தான். அவன் மேல்படிப்புக்கு டெல்லி போனபோது பிளாட்பாரத்தில் அவளும் இருந்தாள். எச்சிலையும் கண்ணீரையும் சேர்த்து விழுங்கியவாறு.

○

அபிலாஷா திரும்பி எந்த நிலை வாகாக இருந்ததோ அப்படிப் படுத்துக்கொண்டாள். ரோஸா அவள் தலையணையைச் சரி செய்தாள்.

"சேதி பேப்பரில் வந்து ஒரு மாசம் ஆயிடுச்சே? அதெப்படி இப்பத்தான் அண்ணன் அனுப்பினாரு?"

"லெனின் என்னை அனுப்பினான்னு எப்படி நினைக்கிறே?"

"பின்னே?"

" 'நாரி'ன்னு ஒரு பத்திரிகை வருது தெரியுமா? அதோட சார்பா நான் வந்திருக்கேன். உன்னைப் பேட்டி கண்டுட்டுப் போடலாம்னு."

மல்லாந்து படுத்து விட்டத்தைப் பார்த்து வெடித்துச் சிரித்தாள் ரோஸா. "நிஜமாவா?" என்று விட்டுக் குப்புறப் படுத்துச் சிரித்தாள்.

"நீ சிரிக்கிறாய்..."

"எனக்கு இது நடந்திருக்காட்டா வந்திருக்க மாட்டீங்க இல்லையா?"

"அப்படி இல்ல ரோஸா. நான் லெனின் கிட்ட நிறைய தடவை கேட்டுக்கிட்டேதான் இருந்தேன். இது நடந்தது..."

"ஒரு சாக்காயிடுச்சு! நல்ல சாக்கு! அண்ணனைக்கூட மசிய வெக்கற சாக்கு!"

"இங்கு இருக்குற நாப்பத்திரண்டு சங்கமும் வந்தாச்சு என்கிட்ட. கூட்டத்துல நிறையப் பேசியாயிடுச்சி. எழுதியாயிடுச்சி. மராட்டி பேசத் தெரிஞ்சவங்க, சிகரெட் பிடிக்குற பொம்பளைக, வெள்ளைப் புடவைக்காரிக, எங்க கட்சி இதை எடுத்துக்கிட்டு வாதாடும்னு சொன்னவங்க எல்லாரும் வந்துட்டும் போயாச்சு. தமிழ்ப் பத்திரிகைக்காரர்கூட வந்தாரு ஒத்தரு. இது சூடான நியூஸாம். பத்திரிக பேரு "மங்களம்." நல்ல மங்களமான, சூடான நியூஸ்!"

"ரோஸா, நீ..."

"இல்ல. இல்ல. தயவுசெய்து அண்ணி, நீங்களும் 'நீ கசப்படையக் கூடாது' அப்டென்னுட்டு உபதேசம் பண்ணாதீங்க. இப்படிப் பண்ணினாங்க நிறையப் பேரு. அவங்களுக்குள்ள எத்தனை சண்டை தெரியுமா? மார்ச் எட்டு அன்னிக்கு ஊர்கோலம் போகத் தீர்மானிச்சப்போ, ஒரு சங்கம் சொல்லிச்சு, வேலைவாசி உயர்வு, கெரோஸின், அரிசிப் பஞ்சத்தையும் இத்தோட சேர்க்கணும்னு. இன்னொண்ணு சொல்லிச்சு, ஒலகத்துல இருக்குற முதலாளித்துவ முயற்சிகளை எல்லாம் இத்தோட இணைக்கணம்னு. இன்னொன்று சொல்லிச்சு ரஷ்யாவோட ஏகாதிபத்தியம் பத்தியும் சொல்லணம்னு. இடது ஒற்றுமை பற்றிச் சொல்லணம்னுட்டு ஒரு பொளவு. இப்படியே பேசிக்கிட்டே போனாங்க. கடைசில எல்லாரும் தனித்தனியா ஊர்கோலம் போனாங்க. காலா கோடா சதுக்கத்துல சந்திச்சுக்கிட்டாங்க. அப்புறம் பேசினாங்க பேசினாங்க அப்பிடிப் பேசினாங்க..."

அபிலாஷாவால் அவள் வெடிப்பை ஏற்க முடிந்தது. அவர்கள் தப்புச் செய்யாமலில்லை. இடது, வலது, தலைக்கு மேல், காலின் கீழ் என்று எங்கு பார்த்தாலும் குற்றம் பார்ப்பவர்கள் இருந்தால் எப்படி? கீதா சிகரெட் பிடிக்கிறாள். அது ஒரு பழக்கம்தான். எத்தனை குடிசைப் பெண்கள் பீடி பிடிக்கவில்லை? அவள் அதை ஒரு சின்னமாக்க வில்லை. சிகரெட்டை ஓர் உறிஞ்சு உறிஞ்சின பின் என்னமாக வார்த்தைகள் விழுகின்றன அவளுக்கு! அவள் மில் தொழிலாளிகளைப் பற்றி எழுதிய புத்தகத்தை மீறக்கூடிய ஒரு புத்தகம் இன்னும் யாரும் எழுதவில்லை. எவ்வளவு துல்லியமாக,

கோட்பாடு ரீதியில் துளிக்கூடப் பிசகாமல் எழுதியிருக்கிறாள்! உலகத்து எந்தத் தொழிற்சங்கம் எப்படி வேலை செய்கிறது என்பதைத் தூக்கத்தில் எழுப்பிக் கேட்டாலும் சொல்வாள். கட்சியில் அவள் பதவி மிக உயர்வானது. வெறும் புத்தகங்கள் எழுதுபவர்களை உலுக்கி எடுத்துவிடுவாள் களத்துக்கு வா என்று. லெனினின் வழுக்கை மண்டையில் ஏறி உட்கார்ந்து விட்டாளே! லெனின்தான் பதிலுக்கு, "கீதா, நான் இடது என்கிறது மட்டுமில்லை, என் ஜாதியும் சேர்ந்துவிட்டால் உனக்கு ஒரு நல்ல உயிருள்ள சின்னம் கிடைத்துவிடும். மடக்குக் கதவைத் திறந்ததும் கண்ணைக் கவரக்கூடிய சின்னம். மன்னித்துக் கொள். இந்தக் கடை மூடியாகி விட்டது. மற்ற கடைகளில் பார்" என்று சொல்லிவிட்டான்.

அவர்கள் செய்த பல போராட்டங்களுக்கு வலு இருந்தது. இல்லாமலா பலாத்காரம், வரதட்சிணை, இரண்டும் இவ்வளவு பெரிய விஷயமாயிற்று? நடைமுறையில் தப்பு விழுந்துபோகிறது சில சமயம். இரவு கூடினோம். பதினோரு மணிக்கு. ஒரு மணி நேரத்தில் அத்தனை ஆபாசச் சுவரொட்டிகளையும் கறுப்படிக்க. மாலினி வேலைதான் பெயிண்ட் வாங்கிவருவது. கொண்டு வந்திருந்தாள். அப்புறம்தான் அதில் எழுதியிருந்ததைப் படித்தோம். 'கலக்கி, இரண்டு மணி நேரம் வைத்துப் பின் உபயோகிக்கவும்.' மாலினியை வாட்டிவிட்டோம். புரட்சிக்கு எதிரி என்றுகூட ஜெஸிகா சொல்லிவிட்டாள்.

அப்புறம் அந்தத் தீவட்டி வெளிச்ச இரவு ஊர்வலம். தீப்பந்தம் எல்லாம் ரெடி. கெரோஸின் கொட்டி எரிய வைக்கும்போது போலீஸ் வந்துவிட்டது. கெரோஸின் அல்லது பெட்ரோல் தெருவில் எரியவைக்கக் கூடாது என்று. பின்னே இதை எப்படித்தான் எரியவைப்பது என்று சீறியபோது அந்த இன்ஸ்பெக்டர் சாந்தமாக "நெய்யை உபயோகித்துப் பாருங்களேன்," என்றார். அப்புறம் ஆளுக்கு ஒரு மெழுகுவத்தியோடு ஊர்வலம் போனோம். சுட்டிக்காட்டப்படக்கூடியவைதான். ஆனால் மேலே மிதக்கிற தப்புகள்தான். கனம் இல்லாதவை.

எல்லாம் சேர்ந்துதானே எழுச்சி? சிரிப்பு, கேலி, கோபம், விமர்சனம், ஆரவாரம், படபடப்பு, ஆக்ரோஷம் எல்லாம்தான் இருக்கும். ஆணின் கொட்டையில் இரண்டு உதை விட்டாலே போதும் எங்கள் குமுறல் அடங்க என்று நினைப்பவர்களின் கோபத்தையும்தான் ஈர்க்க வேண்டியிருக்கிறது. தெருவில் ஒன்றுக்குப் போய்க் கொண்டிருப்பவனைப் பார்த்து "இழுத்து அறுத்துவிட வேண்டும். அப்போதுதான் போக மாட்டான்" என்று குமுறும் சுலபாவிடம் வெறும் கோபம் மட்டுமில்லை.

அம்பை

தயார் உடைகள் தயாரிக்கும் தொழிற்சாலையில் பெண்களைச் சங்கப்படுத்தி வேலை நிறுத்தம் செய்ய அவள்தான் உழைத்தாள்.

எங்களிடம் பிளவுகள் உண்டென்றால் அது அமைப்பில் உள்ள பிளவுகளின் எதிரொலிதான். ரோஸா விஷயத்தில் அவளை வேறு மாதிரி அணுகியிருக்க வேண்டும். கிளிமூக்கு மாங்காய், மிளகு பொடி தூவிய வெள்ளரிக்காய்த் துண்டுகளின் சேர்க்கையோடு ராமபக்த ஹனுமான் படம் பார்த்தபோது, சடேலென்று மார்பைப் பிளந்து உள்ளே ராமர், மனைவி தம்பியுடன் இருப்பதைக் காட்டுவானே, அந்த மாதிரி ஒரு பரஸ்பர சம்பாஷணைத் தொடர்பு இருக்க வேண்டும். உள்ளே இருப்பதைப் பிளந்து காட்டுவது மாதிரி. எவ்வளவு சுலபமாக இருந்தது அந்த மாதிரி பேச்சுத் தொடர்பு! ஒரு நெற்றிக்கண்ணைத் திறந்தால் போதும், மீறிக்கோபம் வந்தால் ஓர் ஒற்றைக்கால் தாண்டவம். ஒரு குச்சியை எதிரில் போட்டுப் பேசினால்கூடப் போதும். வாயைப் பிளந்து காட்டினால் போதும் ஈரேழு உலகங்கள் தெரிய. எவ்வளவு எளிது. சொற்கள் சேரச்சேரத் தொடர்பு இற்றுப்போய்விட்டது. இதை மீறி ஒரு தொடர்பு இருக்கிறது. மௌனத்தில். கண்களில். கைகள் இணைவதில்.

ஒவ்வொரு பெண்ணும் இன்னொருத்தியின் கண் அடியில் உள்ள கரு வட்டங்களைத் தடவ வேண்டும். பிரசவக் கோடுகளில் உள்ளங்கைகளை வைக்கவேண்டும். புடைத்த நரம்புகளில் விரலை வைக்க வேண்டும். வெடித்த கால்களைக் கைகளில் ஏந்தவேண்டும். யோனியில் முகம் பதிக்க வேண்டும்.

○

(என் வருகையில் உன் பங்கு பற்றி நான் அவளிடம் சொல்லவில்லை. அது பெரிய முன்னுரையாகிவிடும். உன் டெல்லி வாழ்க்கையின் ஆரம்ப வருடச் சோகங்களை இப்போது இவர்கள் கிரகிக்கும் நிலையில் இல்லை.

ஒரு கடும் வெய்யில் கால மாலையில்தான் – உன் ஆய்வுக் கட்டுரை பிரசுரமான வெய்யில் காலம் – நீ என்னை அணுகி "என்னுடன் நீங்கள் துணிக்கடைக்கு வர முடியுமா?" என்றாய். கடையில் நீ இரு பான்ட் துணிகள் – நிறங்கள் கூட நினைவிருக்கிறது, கரும் பழுப்பும் கரு நீலமும் –மற்றும் இரண்டு ஷர்ட் துணிகள் எடுத்தாய். நான்தான் தேர்ந்தெடுப்பதில் உதவினேன்.

நாங்கள் சுட்டிக்காட்டிச் சிரித்த உன் தொளதொள பான்ட்களுக்கும், ஹிந்தி சினிமா வில்லனின் சாயம் மங்கிய

மேல் உடைகள் போன்ற சட்டைகளுக்கும் அதன் பின்தான் நீ விடுதலை தந்தாய். அதுவரை குளிர்காலத்தில் மெத்தையின் ஒரு பகுதியால் உன்னை மூடிக்கொண்டு நீ தூங்கினாய். பாதிரி கோட்டு மாதிரி ஒரு கறுப்புக் கோட்டும், உன் கறுத்த நிறத்தின் பின்னணியில் பளீரென்று அடித்த ஒரு வர்ணக் கலவைக் கம்பளிச் சட்டையும். ஆனால் அவற்றில் நீ கூச்சப்படுவது போல் தெரியவில்லை. நீ குறுகிப் போனது நம் புரோபசர் தன் தயாள மனப்பான்மையை வெளியிட "இதுதான் நான் சேர்த்துக் கொண்டுள்ள ஹரிஜன் ஸ்டூடென்ட்" என்ற உன்னை எழுந்து நிற்கச் சொன்னபோதுதான். அதைவிட, பம்பாயிலிருந்தே உனக்கு உதவி, இதுவரை உன்னை ஊக்கியிருந்த குமார் உன் தோளின் மேல் எஜமானனின் கையை வைத்ததுதான் உன்னைக் குத்தியது. தன் தெளிய மார்க்ஸிய சித்தாந்தங்களை உன்னுடன் பகிர்ந்துகொண்ட குமார். "உதாரணமாக நம் லெனினை எடுத்துக்கொள்ளுங்கள்" என்று அவன் உன்புறம் கையை நீட்டிய போதெல்லாம் அந்த விரலிலிருந்து உன் பக்கம் தேள்கள் பாய்ந்தன. தான் கையுரக்கிவிட்ட தோரணையை அவன் விட மறுத்த போதுதான் நீ விலகினாய். ஒரு நாடகம் கலந்த நிகழ்ச்சியில். ஹரிஜன மாணவர்களிடம் நீ பேசி அவனுக்கு ஓட்டுப் போடச் செய்யவேண்டும் என்று அவன் விரும்பினான். "ஹரிஜன மாணவர்கள் வாழ்க்கையில் நிறையக் கஷ்டப்பட்டிருக்கிறார்கள். எதுவும் அவர்களாக விரும்பித் தேர்ந்தெடுக்காத கஷ்டங்கள். அவர்களாகத் தேர்ந்தெடுக்கும் கஷ்டமாக இருக்கும் உன் தலைமை. இதை நான் செய்ய முடியாது. 'என் அருமை மார்க்ஸிய நண்பர்களே' என்று நீ அழைத்துப் பேசும்போது ஹரிஜனர் என்ற அர்த்தம் அதில் தொக்கி இருக்கும். அதைக் கேட்க சில குற்றமற்ற செவிகளை என்னால் அனுப்ப முடியாது" – எல்லோர் முன்னாலும் நீ சொன்னாய். உன்னுடைய அந்தச் சகிக்கமுடியாத கறுப்புக் கோட்டில் நீ இருந்தாய். யாரும் உன்னைக் கவனிக்கக்கூட இல்லை. நீ பேசியவுடன் ஒரு மின்சாரம் பரவியது. நன்றி மறந்த நாய் என்றான் குமார். நீ கதவருகில் போய்த் திரும்பிப் பார்த்தாய்: ஒரு நாயின் கண் மூலம் உன்னைப் பார்க்கும்போது நீ ஒரு சுவையான எலும்புத் துண்டாகக்கூடத் தெரியவில்லை எனக்கு என்றாய்.

எவ்வளவு பாலைவனங்களைக் கடந்து, கால்கள் கொப்பளிக்க, குருதியும் சீழும் சேர நீ நடந்தாய் என் நண்பா! ஆனால் உன் வேர்கள் அருகே இவ்வளவு ஈரம் கசியும் மண் இருக்கும்போது அதில் உன் பாதங்களை அவ்வப்போது பதித்திருக்கலாகாதா? ஆனால் உன் அடி மனத்தில் இவர்களைப்பற்றி ஓர் அவமான உணர்ச்சி ஏற்பட்டுவிட்டது என்று நினைக்கிறேன். நல்ல

பதவிக்கு வந்துவிட்ட அமெரிக்கக் கறுப்பன் ஹார்லெமில் உள்ள பெற்றோர்களை நினைத்து அவமானப்படுகிறான் என்று சோபனா படித்த கட்டுரை நினைவிருக்கிறதா ?)

இனி விஷயத்துக்கு வருகிறேன்.

ஆரம்பச் செய்திகளில் ஒரு விட்டேற்றித்தனம் இருக்கிறது. ஒரு பெண்ணுக்கு இப்படி ஆனதுபற்றி இவர்களின் குடிசைப்பகுதியினர் நடத்திய ஊர்வலம்பற்றிய நாலெழுத்துச் செய்தி மட்டும்தான். பலாத்கார எதிர்ப்பு அணி இதில் ஈடுபட்டு அவர்கள் வக்கீல் பகிரங்க அறிக்கை விட்ட பின்புதான் மற்ற பத்திரிகைகள் இதைப் பற்றிப் பத்திபத்தியாய் எழுதுகின்றன. இந்தச் செய்திகளையும் வக்கீலின் அறிக்கையையும் நான் ஒரு வார்த்தை விடாமல் படித்து விட்டேன். ப. எ. அணியின் செயலாளர் மீனா அரோரா எல்லாவற்றையும் தந்தாள்.

"இண்டியன் எக்ஸ்பிரஸ்" இதை முதல் பக்கத்தில் பெரிய அடைப்புச் செய்தியாய்ப் போட்டிருக்கிறது. இதன் பின் "இண்டியன் எக்ஸ்பிரஸ்" பின்வாங்கிய காரணம் ரோஸா போலீஸ் புகார் கொடுக்க மறுத்தது தான். ப. எ.அணியின் வேகம் தடைப்பட்டதும் இதனால்தான். இங்குதான் அவர்களுக்கும் ரோஸாவுக்கும் இடையே பிளவு. அவர்களால் அவளைத் தாக்குப்பிடிக்க முடியவில்லை. மாற்றமுடியவில்லை. அவள் அவர்கள் காரியாலயத்தின் ஒரு கூட்டத்தில் பேசியதை அவர்கள் ரிகார்ட் செய்திருந்தார்கள். நான் கேட்டேன். அவள் ஆரம்பிப்பதே ஒரு தாக்குதல். "எனக்கும் உங்களுக்கும் இடையே நிறைய வித்தியாசம் இருக்கிறது. உங்கள் புடவையின் தரத்துக்கும் என் புடவையின் தரத்துக்கும் உள்ள வித்தியாசத்தை நான் சொல்லவில்லை. அதைவிடப் பெரிய வித்தியாசம், உங்களை யாரும் பலாத்காரம் செய்து உங்களைக் கிழிக்கவில்லை. நான் கிழிபட்டிருக்கிறேன். ரத்தம் கொட்டியிருக்கிறேன். நம்மைச் சேர்த்திருப்பது இதுதான். நம்மைப் பிரிப்பதும் இதுதான்."

ஷீலா குல்கர்னி "ஈவ்ஸ் வீக்லி"யில் இந்தக் கூட்டம் பற்றி எழுதுகிறாள் – "என் பூர்ஷ்வா வாழ்க்கையில் டீச்சரின் சிறு கோபம், சகத்தோழிகளின் காய்விட்ட கோபம், அப்பா அம்மாவின் கண்டிப்பான வளர்ப்புக்கான கோபம், கணவரின் சில்லறைச் சிடுசிடுப்புகள் தவிர கோபத்தை நான் அறிந்தவளல்ல.இதனால்தான் ரோஸா என்னிடம் பயத்தை உண்டாக்குகிறாள். அதைப்போல் கோபத்தை நான் பார்த்ததில்லை. அனுபவித்ததில்லை. அவள் சொன்னதைக் கேட்டுவிட்டு எழுந்தபோது என் உடலெல்லாம் வியர்த்து உள் ஆடைகள் ஒட்டிக்கொண்டு விட்டன. அவள் கடைசியில் கேட்ட கேள்வி இன்னும் என்னில் எதிரொலிக்கிறது.

யாரிடம் நீங்கள் நீதி கேட்க விரும்புகிறீர்கள்? யார் என்னைக் குலைத்தார்களோ அவர்களிடமா? யாருக்காக இருக்கிறது நீதி மன்றம்? எனக்காகவா? நான் ஒரு ஈ, எறும்பைக்கூட வேண்டுமென்றே கொன்றது கிடையாது. ஆனால் ஒரு நாள் வரும். அப்போது அந்தப் போலீஸ் ஸ்டேஷனில் உள்ள ஒவ்வொருவனின் குடலையும் நான் பிரித்து இழுத்து வெளியில் போடுவேன். அவர்கள் ரத்தத்தைப் பூசிக்கொள்வேன். இதற்கு எனக்கு எந்த நீதிமன்றத்தின் அனுமதியும் தேவையில்லை. நான் அனுமதி கேட்பவளில்லை. பறிப்பவள்.

இப்படி அவள் சொல்லித் தலையை ஆட்ட, கட்டியிருந்த நீண்ட முடி மறைத்து வைத்திருந்த பாம்பு மாதிரி பொட்டென்று கீழே விழுந்தது. அந்த பிம்பம் என் மனத்தில் என்றும் இருக்கும்" என்று முடிக்கிறாள் ஷீலா குல்கர்னி அவள் கட்டுரையில்.

எட்டாவது மார்ச் ஊர்வலக் கோரிக்கையில் பல கட்சிகளின் கோரிக்கைகளில் ஒன்றாகத்தான் இருக்கிறது ரோஸாவின் விவகாரம். காரணம், நீ ஆதரிக்கும் கட்சியினர் இதைத் தனித்த ஒரு நிகழ்ச்சியாக முக்கியத்துவம் கொடுக்க விரும்பவில்லை. தனிநபர் பற்றிய விவகாரம் அளவுக்கு மீறி விரிவதை அவர்கள் எதிர்த்து இருக்கிறார்கள். இதை அமைப்பின் சறுக்கல்களின் பின்னணியில் பார்க்கவேண்டும் என்கிறார்கள் அவர்கள். அனைத்துலக நிதி ஸ்தாபனத்தின் நடைமுறைக் கொள்கைகள், அமெரிக்க ஏகாதிபத்தியத்தின் சந்தை ஆக்ரமிப்பு, இவற்றின் மகத்தான பின்னணியில்தான் இங்குள்ள அமைப்பின் குறைபாடுகளைப் பார்க்க முடியும் என்று கூறுகிறார்கள். முதலில் அமெரிக்கத் தூதரகம் முன்பு நின்று அதை எதிர்த்துக் கோஷமிட்டபின்தான் ஊர்வலம் என்பது அவர்கள் கட்சி. ரஷ்யாவை ஏன் விட்டுவிட்டீர்கள், அந்த ஏகாதிபத்தியம் மட்டும் குறைவா? நாங்கள் குடிசையில் உள்ள பெண்களிடம் எழுச்சியை உண்டாக்குகிறோம். அதனால் விலைவாசி உயர்வு, தண்ணீர் பிரச்சினை, கெரோஸின் விலை இவற்றையும் கோரிக்கைகளில் இணைக்கவேண்டும். அப்படித் தூதரகம் முன்பு கோஷமிட வேண்டும் என்றால் நாங்கள் ரஷ்யத் தூதரகம் முன்பும் கத்துவோம். தயாரா? என்று அடுத்த கட்சி. ப. ஏ. அணி இந்தப் பிரச்சினையைப் பிரதானமாக வைப்பது வெறும் ஆண் – எதிர்ப்பாகப் புரிந்து கொள்ளப்படலாம், அதைப் போலீஸாரின் வன்முறைக்கு எதிர்ப்பாகக் கொண்டாலும் முக்கியப் பிரச்சினைகளிலிருந்தும் பார்வை திசை திரும்பிவிடும்; அதனால் அதற்கு ஒரு தனி ஊர்வலம் இன்னொரு தினம் நடத்தலாம் என்று தீர்மானித்து, அடுத்த நாளே அதைச் செய்யவும் செய்திருக்கிறார்கள். பலாத்காரச் சட்டம் பற்றிக் கூட்டமும் போட்டிருக்கிறார்கள். சட்டம்பற்றிய மறுபார்வை இப்போது

அம்பை

ஏற்றுக்கொள்ளப்பட்டு விட்டாலும் ரோஸா விஷயம் பிசுபிசுத்துப் போனதற்குக் காரணம் ரோஸாதான். அவள் ஊர்வலத்திலும் கூட்டத்திலும் கலந்து கொள்ளவில்லை.

சில ஜனநாயக உரிமைக் கழகங்கள் மூலம் பிரபாகர் ஷிண்டேயின் கட்சியினர் அவளை அணுகியபோது, "வாழ வேண்டிய இளைஞர்களைக் கண்ணைப் பறித்து, எலும்புகளை உடைத்து, முட்டியைப் பெயர்த்துப்போட்டு வைத்திருக்கிறார்கள். போய் மீளுங்கள் அவர்களை. காடுகளில் துரத்தி அடித்துக் கொல்கிறார்கள். அதைத் தடுக்க என்ன செய்தீர்கள்? எனக்கு நீங்கள் என்ன செய்யமுடியும்? போய் எழுதுங்கள் அறிக்கைகளை. ரோஸா பலாத்காரம் செய்யப்பட்டாள்; அவளுக்கு நீதி வேண்டும் என்று. கொல்லப்பட்ட பிரபாகர் ஷிண்டேயை மீட்க முடியுமா உங்களால்? முகம், உடம்பெல்லாம் வீங்கிவீங்கிச் செத்தான். எங்கே போனீர்கள் அப்போது? விழுந்து அழ எனக்கு ஓர் ஆதரவான தோள் அப்போது கிடைக்கவில்லை. அன்பும் பாசமும் பலவீனங்கள் என்று முணுமுணுத்தீர்களாமே? இப்போது என்ன அக்கறை?" என்று கண்டபடிக் கோபமாகப் பேசி அனுப்பியிருக்கிறாள்.

இப்படித்தான் அந்த விவகாரம் தேங்கிவிட்டது.

○

மரங்கள் அடர்ந்த, நிலா வெளிச்சம் இலை நுனியைத் தொட்டு மடங்கிவிழும் வனத்தில் கோதாவரி பாருலேகர் நடந்தாள். ஆங்கிலேயர்களால் ஒடுக்கப்பட்டு நசுங்கிக்கொண்டிருந்த ஆதிவாசிகளின் நேசம் பெற அவள் நடந்தாள். அவளிடம் சுமை ஏதும் அதிகம் இல்லை. ஒரே ஒரு சிவப்புக் கொடிதான். அவர்கள் அவளை ஏற்கும்வரை மரத்தடியில் தூங்கும்போதும், ஏற்றுக்கொண்ட பின் ஆடு, ஆட்டுப் புழுக்கையுடன் ஒரே அறையில் உறங்கிய போதும், தேநீர் வேண்டும் என்று நாவு தவித்தபோதும் அவளை உற்சாகமூட்டியது அந்தக் கொடிதான். பைபிளைக் கையில் பிடித்துக் கொண்டு, ஆப்பிரிக்கக் காடுகளில் புகுந்து அலைந்து நடந்த கிறிஸ்துவச் சமயப் பரப்பாளர்களின் ஆர்வத்துக்கு இணையானதுதான் அவளுடையது. ஆனால் இவளிடம் கடவுள் இல்லை. இருந்தது. ஒரு மன எழுச்சி உண்டாக்குவதற்கான பலம்தான்.

அதே காடுகளில் அவள் வழியில் நடந்தவன்தான் சுதாகர் ஷிண்டே. பின்பு வேறு வழியில் போனவன். பிரபாகரின் அண்ணா. அதே காடுகளில்தான் அவன் பல முறை துரத்தப்பட்டதும். கடைசியில் சிறையில் அவன் தூக்குப்போட்டுக்கொண்டதாகச் சொன்னார்கள்.

ஒரு நீலம் பாரித்த கழுத்தின்மேல் தன் அரசியல் ஏறாத விரலால் பிரபாகர் ஷிண்டே நீவிவிட்டிருக்கிறான். விரலில் அந்த நீலம் ஏறியதுபோலிருந்தது. அந்த நீலக் கழுத்து அவன் மூளையின் பாதியில் என்றும் அடைத்துக் கிடந்தது. அவனுக்கு ஆதிவாசிகளின் குடிசைகளில் தூங்க ஓர் இடம் எப்போதும் இருந்தது.

ஆதிவாசிகளின் நிலப் பிரச்சினைபற்றிய கூட்டம் ஒன்றில் பெண்கள் குழு ஒன்று தொழிலாளிப் பெண்களுடன் வந்தது. அப்போது ரோஸாவும் வந்திருந்தாள். கூட்டுப்பாடல்களுக்கு அவள்தான் முதல் குரல் கொடுத்தாள். மராட்டியின் அடி ஆழத்தில் கொஞ்சம் தமிழ்ப் பசையோடு பாடினாள். அவள் இன்னும் ஆலைத் தொழிலாளிகள் சங்கத்தில் வேலை செய்ய ஆரம்பித்திருக்கவில்லை. தன் தோழியோடு வந்திருந்தாள். லெனினின் கருத்துப்படி மேலே படிக்கலாம் என்றிருந்தாள்.

பிரபாகர் ஷிண்டே அவள் வாழ்க்கையின் முதல் திருப்பு முனை. அவள் படிக்கவில்லை. சங்க வேலைகளில் ஈடுபட்டாள். அதைக் கனவுகளில் மிதக்கும் செய்கையாக நினைத்தான் லெனின். வந்தான். ரோஸா நேருக்குநேர் அவனைப் பார்க்கும் உயரம் வளர்ந்து விட்டிருந்தாள். பிரபாகர் ஷிண்டேக்கும் லெனினுக்கும் விரலைச் சுட்டிச் சண்டையிட்டுக்கொள்ள நிறைய விஷயங்கள் இருந்தன. "சுவரைத் தாண்ட ஏணி வேணும். சுவரையே உடைச்சிட்டா எப்படி?" என்று லெனின் பேசும் முன், "இந்த உபமானங்களை ஏதாவது கருத்தரங்குல சொல்லுங்க. அதுதான் சரியான இடம். நீங்களெல்லாம் இருக்க வேண்டிய இடம்" என்று ஷிண்டே இடை வெட்டியதும், அடிதடி வராத குறைதான்.

ஒருநாள் சாயங்காலம் பிரபா ஒரு மராட்டிக் கட்டுரை படித்துக் காட்டிக்கொண்டிருந்தான் ரோஸாவுக்கு. ஓர் ஆஸ்பத்திரியில் ஒரு சின்ன டாக்டர். அன்றைக்கு அவருக்கு இரவு ட்யூட்டி. நான்கு கிராமத்து ஆட்கள் ஒரு பதினேழு வயது பூரண கர்ப்பிணிப் பெண்ணைக் கட்டிலில் போட்டுக் கொண்டு எடுத்துவந்தார்கள். பெண்ணைப் பரிசோதித்த சின்ன டாக்டருக்கு வியர்த்தது. ஒரு குஞ்சுக் கை அவள் தொடைகள் இடையே நீட்டிக் கொண்டிருந்தது. அதில் பச்சையும் நீலமுமாய் சீழும் விஷமும் ஏறிக் கொள கொளத்துக் கிடந்தது. அவர் ஓடிப்போய் தனக்கு மேல் இருந்த டாக்டரை அழைத்து வந்தார். அது லட்சத்தில் ஒரு கேஸ் அந்த ஆஸ்பத்திரியைப் பொறுத்தவரை. செய்யக்கூடியதெல்லாம் துண்டு துண்டாகக் குழந்தையை வெளியே கொண்டு வருவதுதான். அதை அவர்

செய்தார். மறுநாள் காலை பெரிய டாக்டர் அறையில் சண்டை. அந்தக் குறிப்பிட்ட அறுவை சிகிச்சை புத்தகத்தில் படித்தபின் செய்துபார்க்க பெரிய டாக்டருக்குச் சந்தர்ப்பம் வாய்த்ததில்லை. அவர் காலையில் வரும்வரை செய்திருக்கக்கூடாது என்பது அவர் வாதம். பெண்ணைக் காப்பாற்றச் செய்ததாக இரவு டாக்டர் கூறினார். பெரிய டாக்டர் அவர் ஸீனியாரிட்டியை அவமதித்து விட்டதாகச் சொன்னார். சின்ன டாக்டர் கிராமத்தினிடம் வந்தார். அவர்களுக்கு உபதேசிப்பது தன் பட்டணத்துக் கடமை என்று நினைத்தார்: "முன்பே கூட்டி வரக்கூடாதா?" என்றார். அவர்களில் வயதானவர், "கூட்டி வரலாம். எங்க கிராமத்துல ரொம்ப நாளுக்கு அப்புறம் மழை கொட்டிச்சு. எல்லாரும் வயல் வேலைக்குத் தேவைப்பட்டாங்க. இவளும் வயல்லதான் இருந்தா. வேலை முடிஞ்சதும் கூட்டிட்டு வந்தோம்" என்றார். அந்தக் கொளகொளத்த கை தொங்க அவள் வயல் வேலை செய்திருப்பாள் என்பது சின்ன டாக்டரின் வயிற்றைப் பிசைந்தது. அவரே எழுதியிருந்தார் கட்டுரையை.

படித்துவிட்டு லெனின் பக்கம் திரும்பினான் பிரபா. "அறிவு ஜீவிகள் இதற்காக ஒரு சொட்டுக் கண்ணீர் சிந்த முடியுமா? கண்ணீர் இருக்கிறதா உங்களிடம்?" என்றான். எழுந்த லெனின் தன் கையில் இருந்த கண்ணாடி டம்ளரை பிரபாகரின் மீது கோபமாக வீசிவிட்டு வெளியேறினான்.

○

"அண்ணி."

"உம்?"

"தூங்கிட்டீங்களா?"

"இல்லையே?"

"'நாரி' பத்திரிகைக்காக மட்டும்தானா வந்தீங்க?"

"அதுக்கும் சேர்த்து."

"ஷீலா குல்கர்னி மாதிரி நல்ல இங்கிலீஷில் எழுதவா?"

"இதுக்கு நான் என்ன பதில் சொல்ல? கொலஞ்சு, நசுங்கிப் போகாத பொண்ணுங்க கிட்ட உனக்குக் கோவம் போல."

"சே..."

"பின்னே? நேத்து கார்பாடா பக்கத்துல ஒரு பதினாலு வயசுப் பொண்ணு. ரெண்டு போலீஸு, ரெண்டு வட்டாரத்து

தடியன்களா சேர்ந்து பூவை மிதிக்கிற மாதிரி... அந்தப் பொண்ணு தலையைத் தடவுறபோது அது உன் கையா இருக்கணம்னுட்டு நினைச்சேன். நீ ஒரு தடவு தடவி அவளைச் சரிப்படுத்திப்புடுவே. உன்னால முடியும். உனக்கு அது புரியும்."

"அன்னை தெரிசாவா ஆகச் சொல்றீங்களா?"

"அதுக்கு நிறைய பேர் இருக்காங்க. நீ உன் கோவத்தை எங்களுக்கு பலமா தா."

"யோசிக்கிறேன்."

○

ரோஸா எனக்கு ஒரு பேட்டி தந்தாள். அதன் முக்கிய பகுதிகளை உனக்குத் தருகிறேன்.

பிரபாகர் ஷிண்டே மிக மெனமையானவன். வெறும் அடுப்பு எரியும் வெளிச்சத்தில், இரவுகளில், ஆதிவாசிக் குடிசைகளில் அவனுடன் அவள் மாவுச் சோறும், பச்சை வெங்காயமும் சாப்பிட்டிருக்கிறாள். காலையில் கையால் குத்தி உடைத்த அரிசிக் கஞ்சியுடன், பூண்டும் மிளகாயுமாய் இடித்த சட்னி சாப்பிட்டிருக்கிறாள். மில்லிலும், ஆதிவாசிகளிடையேயும் அவன் பெயர் ஃப்க்கிர். சந்நியாசி. எதற்கும் நிதானத்தை இழக்காதவன். (இந்த நியதி உடைந்தது உன்னிடம் மட்டும்தான்.)

அந்தக் குறிப்பிட்ட மாலையை அப்புறம் அவள் பலமுறை நினைத்துப் பார்த்தாள். சிறுசிறு விஷயங்களும் பிரம்மாண்ட நினைவுப் பிழம்புகளாய் உள்ளன அவள் மனத்தில். அன்று மத்தியானம்தான் அவன் ஆதிவாசிகள் இருப்பிடத்திலிருந்து திரும்பியிருந்தான். அவள் சங்கத்திலிருந்து வந்தபோது அவன் வந்திருந்தான். அன்று அவள் சீக்கிரமாகவே வந்திருந்தாள். மில்லின் கிடங்கில் யாரோ நெருப்பு வைத்துவிட்டார்கள். ஒரே குழப்பம். அவனும் அம்மாவுமாக பெரிய விருந்துக்கான பட்டியல் போட்டிருந்தார்கள். பூரி, கடி, ஆலுரோஸ்ட், புலாவ், ராய்தா. விஷயம் என்னவென்று கேட்டால் இருவரும் சொல்லாமல் சிரித்தார்கள். விருந்துப்பட்டியலில் இருந்த விஷயங்கள் எல்லாம் அவளுக்குப் பிடித்தது.

மில் கிடங்குபற்றி அவனிடம் சொல்லிவிட்டுக் குளித்து உடை மாற்ற அவள் உள்ளே சென்றாள். பத்து நிமிஷத்திற்குள் அவள் வெளியே வந்தபின் அது நடந்தது.

ரோஸா சொன்னாள்:

பிரபாவைப் பிடிச்சுக்கிட்டுப் போனபோது அவரு ரோஜாச் செடிக்குத் தண்ணி விட்டுக்கிட்டிருந்தார். சாதாரண அரெஸ்ட் இல்லை. பின்னால ஒரு உதை. கீழே விழுந்து பல்லு தெறிச்சிச்சு. பிடரில ஒரு அடி. அவரு வாயில ரத்தம் ஒழுகிச்சு.

"கோடவுன்ல நெருப்பு வெச்சுட்டு இங்கியா வந்தே?"ன்னாங்க.

"நான் இங்கியேதான் இருக்கேன்"னு சொன்னதுக்கு ஒரு அறை. கண்ணு முன்னாலியே ஒரு கண்ணு வீங்கி மூடிகிச்சு. அடுத்த நாள் நானும் இன்னும் சில பேரும் போனோம். முதல்ல அவங்கதான் போனாங்க. என்னை வேண்டாம்னாங்க. ஆனா நான் போனேன். அவரைக் கிழிச்சுப் போட்டிருந்தாங்க. ஓதடு நீலமா வீங்கியிருந்துச்சு. பேச முடியலை. மார் மயிரெல்லாம் ரத்தம். ஒரு கையி மடங்கி நீலமா கிடந்திச்சு. மொகமெல்லாம் வீக்கம். மொனகினாரு. நான் கூப்பிட்டப்போ திரும்பினபோது லுங்கி வெலகிச்சு. தொடயெல்லாம் நீலம். கொட்டை பலூன் மாதிரி வீங்கி நாகப்பழக் கலர்ல பளபளன்னு இருந்துச்சு. இன்னிக்கும் கண்ணை மூடினா தெரியறது அந்த வீங்கின கொட்டைதான். நீல பலூன் மாரி உப்பிக்கிட்டு, ரத்தம் ஒலந்துபோய்... வலிச்சிருக்கும்... எவ்வளவு வலிச்சிருக்கும்... அவ்வளவு வீங்க எவ்வளவு உதை... பலமான பூட்சு காலால... ஒத்தக் கண்ணால என்னப் பார்த்தாரு. கண்ணுல உசிரு இல்ல. செவசெவன்னுட்டுக் கொழம்பிக் கிடந்துச்சு. வாயை அசைச்சாரு.

அதுதான் கடைசி. மறுநா ஓடம்புதான் கெடச்சுச்சு. நானும், அம்மாவும், அவங்கம்மாவும், தங்கச்சியுமே அதைச் சொமந்துகிட்டு ஊர்கோலம் போனோம். அப்புறமா என்ன வந்து அரெஸ்ட் பண்ணினாங்க. ஓடந்தைன்னுட்டு.

பொம்பளை போலீஸ் ஸ்டேஷன் போனா என்ன ஆகும்? அதுதான் ஆச்சு. தடிதடியா வந்து விழுந்தாங்க மேல. மயக்கம் போட்டப்ப எல்லாம் தண்ணி அடிச்சு எழுப்பினாங்க. முழிக்கிற போதெல்லாம் ஒருத்தன் மேல இருந்தான். அவங்க பண்ணி சலிச்ச பெறகு இருக்கவே இருக்குது குச்சி, கம்பு, ஒயருன்னுட்டு, எதேது நுழையுதோ அது. அப்புறம் சிகரெட் நெருப்பால மார்ல சுட்டாங்க. கோடவுன்ல நெருப்பு வெச்சவன் கெடச்சுட்டான். உடம்புல பண்ண இன்னும் ஒன்றும் இல்ல – வெளீல அனுப்பிட்டாங்க.

வந்த ஓடனே அம்மா என்னைப் பார்த்துக் கேட்டாங்க – விபரீதமா எதுவும் நடக்கல்லியேடி பெண்ணெ – பயந்துகிட்டே கேட்டாங்க.

ரோஸா சிரித்தாள்.

(கைது செய்யப்பட்ட அன்று மாலை விருந்து எதற்கு என்று உனக்குத் தெரிய வேண்டும். அது உன் தங்கையின் கர்ப்பத்தைக் கொண்டாட. டாக்டர் உன் அம்மாவிடம் அன்றுதான் செய்தியை உறுதிப்படுத்தியிருந்தார். ரோஸா இதை என்னிடம் கூறவில்லை. பிரபாகரின் தங்கை என்னிடம் சொன்னாள்.

ரோஸா திரும்பி வந்த அன்று மத்தியானம் உட்கார்ந் திருந்தாளாம். அடி வயிற்றில் வலி என்று அவள் கூறி முடிப்பதற்குள் அவளைச் சுற்றிலும் ரத்தக் கிளறியாம். அப்படித்தான் ஒரு சின்ன பிரபாகரோ, ரோஸாவோ தங்கள் முடிவுக்குத் தள்ளப்பட்டது. நான் ரோஸாவிடம் இதுபற்றிக் கேட்டபோது, "ஆமா, நான் சொல்லல, யார் கிட்டயும் சொல்லல. நடந்த கோரத்துல இது ஒரு கோரம். இங்க செல பொம்பளைங்களுக்குப் பத்து மாசம் முழுசும் உசிரைச் சொமக்கறதுக்கான சுதந்திரமும், உரிமையும் இன்னும் வரல போலிருக்கு. இதை எந்தத் தூதரகம் முன்னால போய் கத்தட்டும் நானு? எந்த ஐ.ஜூக்கு நேரம் இருக்கு இதைக் கேட்க?" என்றாள். பின் அவள் தன் இரு மார்பகங்களையும் கல்லைச் சுமப்பது போல் தன் இரு கைகளால் தாங்கி, பொட்டுக் கண்ணீர் இல்லாமல் ஒரு கேவல் கேவினாள். கனத்து வரும் என் மார்பகங்களை அடிக்கடி தொட்டுப் பார்த்து, அதில் நிழலாடத் தொடங்கியிருக்கும் பச்சை நரம்புகளில் நீ உன் இதழ்களை, வலிக்கக்கூடாது என்று பஞ்சுபோல் மெத்தென்று வைப்பதை நினைத்துக்கொண்டேன்.)

○

காசிபாயி பரேலுக்கு வந்து எத்தனையோ வருடங்களாகிவிட்டன. அவள் வயதையெல்லாம் கேட்பது அவளைப் பகைத்துக் கொள்வதற்கான ஆயத்தம்தான். "ஏன் மாப்பிள்ளை பார்த்திருக்கிறாயா? கூட்டிவா. ரெண்டு பெத்துக்கலாம் இன்னும்" என்பாள் பளிச்சென்று. அவளுடைய பிள்ளை குடித்துவிட்டு போலீஸ் லாக்கப்பில் கிடந்தால் கூட்டிவருவது இவள்தான். போலீஸ் அடிக்க மறந்த அடியை இவளே அவன் மண்டையில் போட்டுவிடுவாள்.

பரேலே அவள் கண் முன்தான் விஸ்தாரமாயிருக்கிறது. ஏன், லஞ்சம் வாங்கிய காண்டிராக்டர்கள் அந்த மேம்பாலம் கட்டி, அது ஓர் இரவு உடைந்து கீழே படுத்திருந்த எல்லோரையும் துவம்சமாக்கிய சமீப நிகழ்ச்சிகூட அவள் முதலிலேயே யூகம் செய்ததுதான். "மும்பாயில் உடைந்து விழாமல் எது கட்டியிருக்காங்க இதுவரை?" என்று நிகழ்ச்சியைத் துடைத்து விட்டுவிடுவாள். பரேல் வினாயகர்கூட இவள் கண்முன் வளர்ந்தவர். வினாயக

சதுர்த்திக்கு உட்காரும் சிறு பொம்மையாக இருந்தவர், ஒவ்வொரு வினாயக சதுர்த்திக்கும் வளர்ந்துகொண்டேபோய், இந்த வருடம் அறுபது அடியாக நின்றது வரை சரித்திரம் காசிபாயிக்குத் தெரியும். நின்றது மட்டுமல்லாமல், ஒரு காலை இன்னொன்றின் மேல் வளைத்து, கையில் புல்லாங்குழல் வேறு. ஏன், கிருஷ்ணனின் ஏக போக உரிமையா என்ன? மூஷிக வாகனம் எல்லாம் அதோ மூலையில் சின்னதாக இருக்கிறது. மகாராஷ்டிரத்தின் இவ்வளவு பெரிய கடவுளுடன் எலியைச் சம்பந்தப்படுத்திப் பெரிசுபடுத்துவதை வினாயக பக்தர்கள் ஏற்க மாட்டார்கள். அதனால்தான் தாமரைமேல், குழலுடன் என்று மாற்றம். தாமரையும் குழலும் யாரிடம் இருந்தால் என்ன? வினாயகரின் முகம்கூட யானைக்களையை மீறிக் கொஞ்சம் அமிதாப் பச்சன் சாயல் அடிப்பதாகச் சிலர் சம்சயப்பட்டார்கள். இந்தப் பரேல் வாதம் எல்லாம் ஜனித்துப் பெருகியதற்கெல்லாம் சாட்சி காசிபாயி. காசிபாயை அதிர்ச்சியடைய வைக்கிற மாதிரி விஷயம் பரேலில் நடந்ததாகச் சரித்திரம் இல்லை. ஆனால் காசிபாயால் ஒரு மாலை வேளையை மறக்க முடியவில்லை. அதைப்பற்றி அவள் பேசாத காரணம் அவள் அதனின்றும் இன்னும் மீளாததால்தான்.

காசிபாயி, ஸேட் வீட்டு வேலையை முடித்துவிட்டு, அவர்கள் வீட்டு வீடியோவில் அவர்களுடன் பாதி ஹிந்திப் படம் பார்த்துவிட்டு வீடு திரும்பிக்கொண்டிருந்தாள். அப்போதுதான் அந்தப் பிண ஊர்வலம் அவள் கண்ணில் பட்டது. பரேல் கூட்டமே சற்று வெலவெலத்து நின்றது. பாடையைத் தூக்கிச் சென்றது நான்கு பெண்கள். இரண்டு வயதானவர்களும், இரண்டு இளம் பெண்களும், ஒருத்தியின் தலைமுடி விரிந்து தொங்கியது. யார் கண்ணிலும் ஜலம் இல்லை. முடியைப் பிரித்துப் போட்டவள் பார்வை எந்தப் பக்கமும் திரும்பவில்லை. கேட்பவர்களுக்கு இன்னொரு பெண்தான் பதிலளித்தாள். சீக்கிரமே பாடையின் பின் ஒரு கூட்டம் சேர்ந்தது. "புலீஸ் அத்யாசார், நஹி சலேகி" என்ற கோஷம் கிளம்பத் தொடங்கியது. காசிபாயும் சேர்ந்துகொண்டாள். அவளைத் தொடர்ந்து பல பெண்கள்.

அவர்கள் வெகு தூரம் நடந்தார்கள் என்பது காசிபாயிக்கு நினைவு இருக்கிறது. எரியவைத்துவிட்டுத் திரும்பும்போது காசிபாயிக்கு என்ன தோன்றியதோ என்னவோ, மற்றவர்களை விலக்கிக்கொண்டு போய் அந்த முடிவிரிந்த பெண்ணைப் பாய்ந்து அணைத்துத் தன்மேல் சாய்த்துக்கொண்டு தலையைத் தடவிவிட்டுத் தன் மார்பில் அடித்துக்கொண்டு அரற்றலானாள்.

வேறு எந்தக் கட்சியோ, குழுவோ தன் அனுதாபத்தையும் உதவியையும் அளிக்கும்முன், காசிபாய் தன் மார்பில் ஓங்கி அடித்துக்கொண்ட ஓர் அறையில் தன் எதிர்ப்புக் குரலை வெளியிட்டு விட்டாள். அந்த அறையைச் சொற்களில் மொழிபெயர்ப்பது மிகவும் கஷ்டம்.

○

பலாத்கார எதிர்ப்பு அணியின் காரியாலயச் சுவரில் ஒரு செய்தித்தாள் அளவு வெள்ளைத்தாள் ஒட்டப்பட்டிருந்தது. தாளின் மேல் முனை தடித்த வர்ணப் பென்சிலால் நிறையக் கோடுகளும், அம்புக்குறிகளும், அடைப்புக்குறிகளும், எழுத்துகளும் இருந்தன. தாளின் ஆரம்பத்தில் கறுத்த எழுத்துகளில் கொட்டையாய் எழுதப்பட்டிருந்தது: ரோஸாவின் வழக்கு.

மீனா அரோரா தரையில் அமர்ந்து தாளைப் பார்வையிட்டுக் கொண்டிருந்தாள். சுற்றி இருபது பேர் இருந்தனர். ஜோதி, சுவ ரொட்டிகளைத் தயாராக்கியாயிற்று. மேன்கா பதிப்பக ஸேட்ஜி இவள் போய் சுவரொட்டிகள் பற்றிய விவரங்கள் சொன்னதும் தாளை எடுத்து விலைப்பட்டியல் போட்டார். அதைக் கையில் வாங்கி நாலாய் மடித்து அவரிடமே கொடுத்தாள் ஜோதி.

"இது எனக்குத் தேவையில்லை ஸேட்ஜி. எங்களுக்கு நீங்கள் ஒரு குறைந்த விலைப்பட்டியல் போடப்போகிறீர்கள்" என்றுவிட்டுத் தன் சோடா பாட்டில் கண்ணாடி மூலம் சிரித்தாள்.

"யார், நானா?"

"நீங்களேதான்."

"மஹாலக்ஷ்மி மந்திருக்கு மட்டும்தான் நான் தானம் செய்யும் வழக்கம்."

"இந்த வருடம் எங்களுக்கும் கொஞ்சம் தானம் செய்யுங்கள்."

"எவ்வளவு?"

"உங்களால் முடிந்த அளவு" என்றுவிட்டு மடக்கென்று எழுந்து தலைப்பு முனையை ஏந்திப் பிடித்துவிட்டுச் சிரித்தாள்.

அணியின் விகடன் ஜோதிதான். தான் சுவரொட்டி அடித்த அனுபவத்தைக் காது, மூக்கு வைத்துச் சொல்லக் காத்திருந்தாள்.

ஷீலா குல்கர்னி "ஈவ்ஸ் வீக்லி"யில் நீண்ட கட்டுரையாய் வெளி வந்திருந்த அவள் இரண்டாவது கட்டுரைப் பக்கங்களைப் பிரித்து வைத்தாள். இரண்டொரு மராட்டி இதழ்களையும், குஜராத்திப் பத்திரிகைகளையும் கொண்டு வந்திருந்தாள்

ஸ்ரீலதா. ஜனநாயக உரிமைக் கழக ராதா அந்த மாத இதழை பலாத்காரத்தைப்பற்றி விவாதிக்கச் செலவிட்டிருந்தாள். ரோஸா வழக்கைப் பிரதான கட்டுரையாக்கியிருந்தாள்.

மீனாட்சி, பெரிதாக்கப்பட்ட பம்பாய் வரைபடத்தில் அவர்கள் மேற்கொள்ளப்போகும் ஊர்வலத்தின் வழியைச் சிவப்புப் பென்சிலால் குறித்துக்கொண்டிருந்தாள்.

அம்ருதா ஸிங் உள்ளே நுழைந்தாள். அப்போதுதான் கோர்ட்டிலிருந்து வந்திருந்தாள். கறுப்பு அங்கியை இன்னும் களையயவில்லை. நுழைந்தவாறே, "முதல் தடவை ரோஸாவைப் பரிசோதித்த டாக்டர் சாட்சி சொல்ல ஒப்புக்கொண்டாகிவிட்டது" என்றாள்.

○

ரோஸாவைச் சம்மதிக்க வைக்க ஒரு வாரமாயிற்று. அவள் வாதம் தீர்மானமாக, துளி ஓட்டையில்லாமல் இருந்தது. விளம்பரம் பற்றி வெட்கமோ கூச்சமோ அவளுக்கு இருக்கவில்லை. ஆனால் நீதிமன்றங்களின் நீதிபற்றி அவளுக்கு உறுதியான அவநம்பிக்கை இருந்தது. நான் சொல்லக்கூடியதெல்லாம் எந்த அமைப்பு உன்னை ஒடுக்குகிறதோ அதன் ஸ்தாபனங்களை – உன்னை ஒடுக்கப் பயன்படுகிறதே அவற்றை – நீயும் உன்னளவுக்கு உபயோகி என்பதுதான். ஜனநாயக உரிமைக் கழக ராதாவும் இதை வந்து வற்புறுத்தினாள். ரோஸா டீ போட்டுத் தந்தாள். எங்களுடன் பல மணி நேரங்கள், இரவில்கூட, உட்கார்ந்திருந்தாள். நாங்கள் சொல்வதை எல்லாம் அவள் கவனமாகக் கேட்டாள். மாட்டேன் என்பதை அவள் வாய்விட்டுச் சொல்லாமலே அதன் அலைகளை அறையில் பரவவிட்டாள். கடைசியில் அவளைக் கனிய வைத்தது உன் அம்மாதான். சண்டையிடும் பாணியும், ஆயுதமும் இப்படித்தான் என்பது சாஸ்வதமாக்கப் பட்டது இல்லை. தண்ணீரில் சண்டை போடும்போது துடுப்புத்தான் ஆயுதம், படகு கவிழ்ந்தால் கரைவரை கைதான் துணை. சொன்னது உன் அம்மா.

கடைசியில் ரோஸா சரி என்றாள். நாங்கள் சேர்க்க வேண்டிய நிதி பற்றியும் திட்டங்கள் பற்றியும் பேசியபோது தன் தலைப்பின் முடிச்சை அவிழ்த்து முதல் எட்டணாவைத் தந்தது உன் அம்மாதான். (ஆமாம். அதுதான் இன்றுவரை உன் அம்மாவின் பணப்பை. ஸ்டேஷன் விடைபெறல் நினைவிருக்கிறதா?)

உன் அம்மா போன்றவர்களிடம் ஒரு பாஷை இருக்கிறது. அதற்கு, சொற்களுள்ள மொழியின் ஏற்ற இறக்கங்களும், ஒரு புலப்படாத உருவ அமைப்பும் இருக்கிறது. இருந்தும் அதில்

கறுப்புக் குதிரைச் சதுக்கம் ❋ 105 ❋

சொற்கள் இல்லை. கை வீச்சில், கண் பார்வையில், முதுகில் அழுத்தும் கையில், சிரிப்பில், அழுகையில், அரற்றலில், ஒலத்தில், சொற்கள் நிராகரிக்கப்பட்ட மௌனத்தில் அழுந்திக்கொண்டிருக்கிற பாஷை இது. எங்களையும் அவர்களையும் பிரிப்பது இந்த பாஷைதான். ஒருவருக்கொருவர் புரிந்துகொள்ளக்கூடிய மொழியில் நாங்கள் பேசினாலும், அது ஒரு செய்தியைப் பகிர்ந்துகொள்ளும் மொழிதான். வெறும் பாலம். நாங்கள் தேடுவது வேறு பாஷை என்று தோன்றுகிறது. இந்தப் பக்கம் - அந்தப் பக்கம் என்று இல்லாத பாஷை. இரு கரைகளையும் முறுக்கிப் பிணைந்துவிடும் பாஷை. சிறு குழந்தை இரு கைகளையும் விரித்துத் தூக்கியவுடன் புரிந்துவிடும் பாஷை.

O

ஊர்வலம் தாதர் சிவாஜி பார்க்கிலிருந்து தொடங்கி முதன் மந்திரியின் வீடுவரை வந்தது. பின்பு காலா கோடா சதுக்கத்தில் வந்து நின்றது. 'கேட்வே ஆஃப் இண்டியா'விலிருந்து பார்த்த போது தலைப்பால் மூடிய தலைகளாகவே அலைஅலையாய்த் தெரிந்தது. உள்ளே புகுந்த லாரியின் பின்புறம் ஏறிப்பேசியது ரோஸாதான். கடும் கத்திரிப் பூ நிறத்தில் புடவை. மாலை வெய்யில் அதன் மேல் பட்டபோது விஷத்தை விழுங்கிய சிவன் கண்டமாய்த் தெரிந்தது. அவள் வீட்டு ஓரத்தில் ஒரு தொட்டியில் இருந்த வெள்ளை ரோஜாச் செடிபற்றிப் பேசினாள் ரோஸா. அந்தச் செடி மிகவும் ஆசையாய் நடப்பட்டது. பரேல் பஸ் சத்தம், அடுத்தவர் மூச்சு மேலே படும் ஜன நெருக்கடி, பரேலின் கெட்ட காற்று, இயந்திரங்களையே பார்க்கும் அலுப்பு இவற்றுக்கு மாற்றாக இருக்க நடப்பட்ட வெள்ளை ரோஜாச் செடி. அது வெறும் செடி அல்ல. அது ஒரு கனவு. இருவர் நெய்த கனவு. ஒருநாள் பரேல் கூட்டத்தில் ஒரு வெள்ளை ரோஜா தலைகாட்டி சில மாயங்களைச் செய்திருக்கும். இத்தகைய கனவுகள் அந்த வட்டாரத்துக்கு உரியவை இல்லை போலும். வெள்ளை ரோஜாக்கள் வேறு தோட்டங்களுக்கு உரியவை. இந்த வெள்ளை ரோஜாவின் கதை என்ன என்று சொல்கிறேன் என்று ஆரம்பித்தாள் ரோஸா. ஒரு மணி நேரம் பேசினாள். முடித்துவிட்டு அவள் தன் முஷ்டியை உயர்த்திய போது காலா கோடா சதுக்கத்தை முஷ்டிகள் ஆக்ரமித்தன. ஒரு சிறு கோஷமும் எழும்பாமல் அதீத மௌனத்தில் சில நிமிஷங்கள் கடந்த பிறகு "நாரீ ஷரீர் பே அத்யாசார் நஹி ஸஹேங்கே, நஹி ஸஹேங்கே" (பெண்கள் உடம்பை ஒடுக்குவதைப் பொறுக்க மாட்டோம், பொறுக்க மாட்டோம்) என்று ஹிந்திப் பாட்டு வெடித்துக்கொண்டு கிளம்பியது.

O

ப.எ. அணியின் ஒரறைக் காரியாலாயத்தில் ஒரு சிறு கொண்டாட்டம் நடந்துகொண்டிருந்தது. ஊர்வலத்தின் வெற்றியை ஒட்டி. அது கொண்டாடப்படவேண்டிய விஷயம்தான். இதுவரை அவர்கள் திட்டமிட்ட வேறு எந்த ஊர்வலமும் இவ்வளவு வெற்றி அடையவில்லை. கடந்த ஊர்வலங்களில் யாரைச் சேர்த்துக்கொள்வது, யாரை விடுவது போன்ற குழப்பங்கள் இருந்தன. ஒரு வயதான மாது, "நல்ல கிறித்துவர்களே, பெண்களை உதாசீனம் செய்வது ஏசுவுக்குத் துரோகம் இழைப்பது. ஏசுவின் பக்கம் வாருங்கள். பெண்களைக் கருணையுடன் நடத்துங்கள்" என்ற வாசகங்கள் எழுதிய அட்டையுடனும், விநியோகிக்கத் துண்டுப் பிரசுரங்களுடனும் ஓர் ஊர்வலத்துக்கு வந்தபோது மீனா அரோராவுக்கு என்ன செய்வது என்று தெரியவில்லை. அவள் விளக்கியதும், அந்த வயதான மாது, "நீ கிறிஸ்துவின் எதிரியா?" என்ற அன்புடன் கேட்க, அதில் ஒரு மணி நாழிகை செலவாகியது. கடைசியில் அந்த மாது மீனாவின் பின்னாலேயே பிடிவாதமாகத் தன் அட்டையைப் பிடித்து நடந்தாள் அந்த ஊர்வலத்தில். அது ஒரு நிருபர் கண்ணில் பட்டு "ப. எ. அணி எந்தக் குறிப்பிட்ட கட்சியின் கிளையும் இல்லை; அது அகன்ற ரூபம் கொண்டது என்பது உண்மைதான். அவர்கள் ஏசு கிறிஸ்துவைக்கூட விட்டு வைக்கவில்லை" என்று எழுதினார்.

"பெண்களைத் தெய்வமாகப் போற்றுங்கள்" என்ற மேற்கோள்களுடன் ஒரு குழு வந்தபோது – அந்த ஊர்வலத்தில் வந்ததே அந்த ஒரு குழுதான் – மூச்சே நின்றுவிடும் போலிருந்தது. உரத்த சம்பாஷணைக்குப் பிறகு, வந்தவர்கள் மீனாவின் ஷர்ட்டைப் பிடித்து உலுக்கி, "பான்ட்-ஷர்ட் போட்டுக்கொண்டு பெண்களுக்கு ஆதரவு தேடாதே. புடவை கட்டு" என்று தனிப்பட்ட முறையில் ஏசுவதில் முடிந்தது. அவர்கள் அணியில் எவ்வளவு பேர் புடவை அணிகிறார்கள் என்றும், உடை என்பது எவ்வளவு மேம்போக்கான விஷயம் என்றும் மீனா விளக்கும் முன் அவள் ஷர்ட் காலர் கிழிந்துவிட்டிருந்தது. வந்தவர்கள் புடவை கட்டியிருந்தாலும் அவர்களுக்கும் தெய்வத் தன்மைக்கும் இடையே மீனாவின் கிழிந்த காலர் தூரம் இருந்தது. நடந்த ஒரே ஒரு பெரிய ஊர்வலத்திலும் வேறு வேறு வழியாய், வேறு வேறு தூதரகங்கள் முன் போய் விட்டுத்தான் அவர்கள் ஓரிடத்தில் சேர்ந்திருந்தார்கள். அவற்றோடு ஒப்பிடும்போத ரோஸா ஊர்வலம் ஒரு வெற்றிதான்.

அந்த ஊர்வலத்தின் தாக்கத்திலிருந்து இன்னும் விடுபட முடியவில்லை இவர்களால்.

பரேலின் அத்தனை பெண் தொழிலாளிகளையும், வீட்டுவேலை செய்யும் பெண்களையும், தெருக் கூட்டும்

பெண்களையும் அவர்கள் எதிர்பார்க்கவில்லை. எண்பது கிலோமீட்டர் தூரத்திலிருந்து பெண்கள், காலையில் எழுந்து, சமையலை முடித்துவிட்டு, இடுப்பில் குழந்தைகளோடு, சொந்தப் பணத்தில் மின்சார ரயில் டிக்கெட் எடுத்து வருவார்கள் காலை எட்டு மணிக்கே என்றும் அவர்கள் எதிர்பார்க்கவில்லை. யாரும் எதையும் எதிர்பார்த்து வரவில்லை. பித்தளைத் தூக்குகளிலும், காகிதச் சுருளிலும் ரொட்டியும் உருளைக்கிழங்கும் அவர்களே கொண்டுவந்தார்கள். சிறு குழந்தைகள் வாயில் முலைக் காம்புகளும், கட்டை விரல்களும், அழுத வாயில் பெப்பர்மின்ட் குச்சியும். தலைப்பை விசிறித் தலையில் போட்டுக் கொண்ட பின் மழை, வெய்யில் அவர்களை ஒன்றும் செய்யாது போலிருந்தது. குழந்தைகளும் முலைப்பாலோடு இந்த உணர்வையும் சேர்த்துப் பருகியவைபோல் சிணுங்காமல் இடுப்பில் இருந்தன. முஷ்டிகள் உயர்ந்தபோது சில கொழுக்கு மொழுக்கு குட்டி முஷ்டிகளும், பெப்பர்மின்ட் ஒழுகிய முஷ்டிகளும், விரல் சப்பியதால் கட்டை விரலில் வடு ஏறிய முஷ்டிகளும் அதில் இருந்தன.

பத்திரிகைகளில் வெளி வந்த செய்திகளைச் சுவரில் இருந்த அறிவிப்புப் பலகையில் குத்திக் கொண்டிருந்தாள் ஸ்ரீலதா. ஒரு தமிழ்ப் பத்திரிகையும் அதுபற்றி எழுதியிருந்தது. ஊர்வலம்பற்றி எழுதிவிட்டு முடிவில், "ஒரு சந்தேகம்; ஊர்வலத்தில் இருந்த சில பெண்களைப் பார்த்தபோது அவர்கள் ஆண்களா பெண்களா என்று தெரியவில்லை. இதுவும் பெண்கள் கோரும் சுதந்திரமா? பலாத்கார எதிர்ப்புப்பற்றி ஊர்வலம் நடத்தத் தகுந்த உடைதானா இது?" என்று கேட்டுத் தன் தமிழ் ஆண்பிள்ளைத்தனத்தை வெளியிட்டு, தமிழ் கலாசாரத்தைக் காப்பாற்றியிருந்தார் நிருபர். அதிலும் சொந்தக் காலில் நிற்க முடியாமல் ஓர் எழுத்தாளரை அணுகி, "இது மாதிரிப் பெண்கள் ஊர்வலம் போய் கோஷமிடுவது பற்றி உங்கள் அபிப்பிராயம் என்ன?" என்று கேட்டிருந்தார். எழுத்தாளரும், "இது பற்றித் தெரிந்துகொள்வதோ அபிப்பிராயம் தருவதோ அவசியம் என்று படவில்லை எனக்கு" என்று பதில் அருளியிருந்தார். அபிலாஷா இதை எல்லாம் மொழி பெயர்த்தாள் மற்றவர்களுக்கு. பளீரென்று ஆரஞ்சு வண்ணத்தில், பத்திரிகையில் வெளிவருவதை எல்லாம் ஆசீர்வதிப்பதுபோல் புன்னகைத்த சங்கரச்சாரியார் படத்தை மேலிருப்பதுபோல் மடித்துப் பலகையில் செருகினாள் ஸ்ரீலதா. பலகையின் கறுப்புத் துணிக்கும் புகைப்பட ஆரஞ்சு வண்ணத்துக்கும் பொருந்தும் என்றாள்.

ஊர்வல முடிவில் ஓர் ஓய்வு பெற்ற நீதிபதி தன்னை அணுகி, வெற்றி பெறப்போவது தொண்ணூறு சதவிகிதம் உறுதி என்று சொன்னதைச் சொன்னாள் அம்ருதா ஸிங்.

எதிர்காலம்பற்றி அந்த மகிழ்ச்சி மிதமிஞ்சிய வேளையில் சந்தேகங்கள் இருக்கவில்லை.

○

அதைப்பற்றி நான் எழுதாவிட்டால் இந்த அறிக்கை பூரணமாகாது. ரோஸாவின் ஊர்வலப் பேச்சும் அதன் பாதிப்பும். மார்க் ஆன்டனி மாதிரி எல்லோர் உணர்ச்சி மையத்தையும் தன்னிடம் ஈர்த்து வைக்க முடிகிறது அவளால். அதன் தினத்தாள் செய்திகளை இத்துடன் இணைத்திருக்கிறேன். (லோக் ஸத்தாவில் வந்துள்ள புகைப்படத்தில் வலது மூலையில் இருப்பவள் யமுனாபாயி ஸாவந்த். பார்த்தால் சாது மாதிரி இருக்கிறாள் இல்லையா? அவள் கணவனைப் போலீஸ் பிடித்தபோது, நீண்ட முறுக்கிய மீசை வைத்துள்ள போலீஸ்காரரின் மீசையை எட்டிப் பிடித்து இவள் தொங்கினாளாம். மீசை கையில்! "நாரீ" பத்திரிகையில் நான் அனுப்பிய கூட்டத்தின் புகைப்படங்கள் வந்துள்ளன. அதில் பதினாறாம் பக்கத்து மூன்றாவது புகைப்படத்தில், இரண்டாம் வரிசையில் காமிராவை நேர் எதிரே பார்த்து நிற்கும் மூவர் க்ராண்ட் ரோடில் 'தொழில்' செய்பவர்கள். மீனா அரோராவிடம் தாங்களும் பலாத்காரத்தை எதிர்க்கும் ஊர்வலத்தில் வர விரும்புவதாகக் கூறினார்கள். அவர்கள் போலீஸ் அனுபவங்கள் பற்றி நிறையச் சொன்னார்கள். போலீஸ் ஸ்டேஷன் போவதானால் ஒரு குழந்தையை இடுப்பில் கொண்டு போய்விடுவார்களாம். குழந்தை அழஅழ, தொல்லை பொறுக்காமல் தண்டம் சீக்கிரம் கட்டச் சொல்லி அனுப்பிவிடுவார்களாம். நைலான் புடவை கட்டித்தான் போவார்களாம். கையில் நெருப்புப் பெட்டி இல்லாமல் போகமாட்டார்களாம். "எவனாவது பக்கத்தில் வந்தால், நான் நெருப்பு வைத்துக்கொண்டு விடுவேன்" என்று ஒரு பயமுறுத்தல் போட்டுவிடுவார்களாம். எந்தக் கிராமத்திலும் பணமும் சக்தியும் வாய்த்தவர்கள் சக்தியற்றவர்களைத் தண்டிக்கும் போது அதில் இலக்கு ஆகிறவர்கள் பெண்கள்தாம்; முதலில் புகுந்து இழுப்பது அவர்களைத்தான்; குலைப்பது அவர்களைத்தான் என்று கங்கா என்பவள் என்னிடம் சொல்லிக்கொண்டிருந்தாள்.)

மீண்டும் ரோஸாவிடம் வருகிறேன். அன்றையப் பேச்சுக்கு ரோஸா எந்த ஆயத்தமும் செய்யவில்லை. காலால் மிதித்து நசுக்கப்பட்டவர்களின் நாபியினுள் ஒரு மொழி ஊற்று இருக்கிறது. அது உன் எழுத்தில் இருக்கிறதென்று நான் எண்ணியதுண்டு. எவ்வளவு தவறு அது. உன்னிடமோ என்னிடமோ அது வர அதன் தாபம் நமக்குள் நுழைய வேண்டும். அதன் நாக்குகள் நம்மைத் தீண்டி நம் சருமத்தைக் கரகரவென்று நக்க வேண்டும்.

வெகு எளிதான மராட்டியில், ஜரிகை அலங்காரம் செய்யாமல் அவள் பேசினாள். அவள் பேச்சுக்குக் கிடைத்த பெரிய பாராட்டு மீனா அரோரா அடுத்துச் செய்ததுதான். அவளுக்குப் பிறகு பேச வந்த மீனா எதிரேயுள்ள கூட்டத்தைக் கூர்ந்து பார்த்துவிட்டுப் பெருத்த விம்மல்களோடு அழத் தொடங்கினாள். அதைவிட நன்றாக அவள் பேசியிருக்க முடியாது. நாங்கள் ஊர்வலச் செய்தியைக் காட்ட டி.வி.யை அணுகியபோது, அந்த கோபால் ஷர்மா, "நாங்கள் காட்டுகிறோம். ஆனால் மௌனப்படம்தான். எங்கள் கமென்டரியோடு. நீங்கள் என்ன பேசப்போகிறீர்களோ, யாருக்குத் தெரியும்?" என்றான். மீனா அரோரா அழுது அவனைத் தோற்கடித்துவிட்டாள் என்று நினைக்கிறேன். அவன் டி. வி. காமராவைத் திருப்பிய பக்கமெல்லாம் கண்ணீர். அவன் செய்ததெல்லாம் படக்கென்று வெட்டிவிட்டதுதான். இவனை எல்லாம்தான் கீழே உதை விடலாம் என்று வருகிறது. உட்காரு என்றால் தவழ்பவர்கள்.

ஊர்வலம் பல வகையில் வித்தியாசப்பட்டவர்களை ஒரே இடத்தில் பிணைத்துப்போட்டது. பலரும் கலந்தது, ஓர் உருவாக்கப்பட்ட நிலைமையில், அசாதாரண உற்சாகத்துடனும், ஆழமறியா ஆர்வத்துடனும், ஓர் அதீத சந்தோஷப் பீறிடலுடனும் நடந்தது. அதன் தாக்கம் இன்னும் இருக்கிறது. சமநிலைக்கு வந்ததும் சில முட்கள் தைக்கும். ஆனால் அவை முட்கள்தாம். இரும்புக் கதவுகள் இல்லை. ரோஸா ஒரு பெரிய போராட்டத்துக்கான நிமித்தத்தை மட்டுமில்லை, வேலிகளையும் கதவுகளையும் மூடப்பட்ட ஜன்னல்களையும் ஒரே வீச்சில் திறப்பதற்கான மூச்சையும் உள்ளே ஓடவிட்டிருக்கிறாள். அந்த மூச்சில் கலந்திருக்கும் சக்திபற்றிச் சொல்லமுடியவில்லை. இது வெறும் சொற்களால் மூட்டை கட்டப்பட்ட அறிக்கை. அந்தச் சொற்களினூடே ஓர் உயிர் இழை தென்பட்டால் அதைப் பற்றிக்கொள். இருக்கும், எங்காவது முழு உயிருடன் படபடத்தவாறு. அது எங்கள் புது மொழியின் முதல் குரல். அதில் ரோஸாவின் உஷ்ண மூச்சு கலந்திருக்கும்.

○

ப.எ. அணியின் அறைச் சுவர்களில் பல சுவரொட்டிகள் ஏறியிருந்தன. ஒன்றில் வெறும் வரைபடங்கள். முழங்கால் மேல் முகம் பதித்து ஒரு பெண்: கை கால்கள் விலங்கிடப்பட்ட முகம் தெரியாத பெண். அஞ்சு ஒரு பெரிய கேலிச்சித்திரம் தீட்டியிருந்தாள்.

ஒரு நீதிபதி. எதிரில் கூண்டில் ஒரு பெண்.

"நீ கன்னியா?"

"இல்லை."

"அப்படியானால் நீ பலாத்காரம் செய்யப்படவில்லை. பலாத்காரம் நடந்தபோது நீ கத்தினாயா?"

"இல்லை. என் வாயைக் கட்டிவிட்டார்கள்."

"கத்த முயற்சியாவது செய்தாயா?"

"இல்லை. நான் மயங்கிவிட்டேன்."

"அப்படியானால் இது பலாத்காரம் இல்லை. நீ உடன்பட்டு நடந்ததுதான்."

கேலிச் சித்திரத்தை ஒரு மிகத் தடித்த சிவப்புக் கோடு பெருக்கல் குறியால் அடித்து இருந்தது. எதிரே அம்புக் குறியிட்டு அஞ்சூ எழுதியிருந்தாள் "இது கடந்த சரித்திரம்" என்று.

O

அம்மா வீட்டில் இல்லை.

அபிலாஷா விடை பெறக் காத்திருந்தாள். வழக்கு ஆரம்பமானபின் மீண்டும் வருவாள்.

ரோஸா உடை மாற்றப் போயிருந்தாள். தடுப்புக்குப் பின்னால். சொல்ல மறந்தது ஏதோ நினைவுக்கு வர அபிலாஷா எழுந்து தடுப்பருகில் போனாள். ரோஸா உடைகளைக் களைந்திருந்தாள் அவை காலருகே குவிந்து கிடந்தன. அவள் மார்பின் மேல் தோல் கருகிய தழும்புகள் தெரிந்தன. உடைகள் இல்லாமல் பார்த்தபோது நாணில் ஏற்றாத அம்பு மாதிரி தோற்றம் அளித்தாள்.

பறப்பவள்போல் வந்து அபிலாஷா ரோஸாவைத் தழுவிக்கொண்டாள். தன் முகத்தை அவள் அடிவயிற்றில் பதித்தாள். தரையில் சரிந்து அமர்ந்து ரோஸாவைத் தன் மார்பில் சாய்த்துக்கொண்டாள். ரோஸாவின் மூடிய விழிகளுள் ஈரம் கசிய ஆரம்பித்தது.

O O O

மஞ்சள் மீன்

மணலில் சூடு கண்டாகிவிட்டது. வெய்யில் காலம். மணலில் ஈரம் தங்குவதில்லை. இடுபக்கம், சுருங்கிப்போன வீர்யமற்ற அலைகள் மடங்கிய கடலிலிருந்து கண்ணைத் திருப்பிவிட்டால் பாலைவனம் மாதிரி மணல் பரந்து கிடந்தது. ஆனால் பார்வை கடல் பக்கமே ஓடுகிறது. வெள்ளைப்படகு வந்துவிட்டது. கட்டியங்காரன். அது வந்தவுடன் மீன் பிடிக்கப்போன படகுகள் வர ஆரம்பித்துவிட்டன என்று தெரிந்துகொள்ளலாம். மிதந்து வருகிறது அன்னம் மாதிரி சாய்ந்துசாய்ந்து. கரையில் வெகு தூரத்தே சில வண்ணப் புள்ளிகள் எழுந்தன. மீன்காரிகள் கிளம்பிவிட்டார்கள், படகுகளை எதிர்கொள்ள. வண்ணங்கள். தீர்க்க ஊதா. ராட்சசச் சிவப்பு. கனமான பச்சை. அடிக்கும் நீலம். வெளுத்த நீலமும் சாம்பலுமாகிப்போன, வெள்ளைப் படகோடும் கடலுக்கு எதிரான வண்ணங்கள் எழும்பி வந்தன வேகத்துடன்.

மற்ற படகுகளை இப்போது பார்க்க முடிந்தது. நடையை எட்டிப் போட்டால் படகுகள் அருகே போய் வலை மீன்களைப் பார்க்கலாம். கடல் உப்புக் காற்றில் அழுத்த உடம்பும் கைகளுமாய், வந்து இறங்கிய உடனேயே வலையைப் பிரித்து மீன்களைத் தரம் பிரிக்க ஆரம்பித்து விடுவார்கள். பிளாஸ்டிக் வாளிகளில் கண்களை வட்டமாய் மலர்த்திக் கொண்டு சப்சப்பென்று விழும். வேண்டாதவை வெளியே. பொதுவாக, மங்கிய, இடையிடையே வினாடி நேரத்துக்கு உரத்துப்போன பேச்சொலிகள்.

கைகளின் கறுப்பு. படகுகளின் மரப்பழுப்பு. வலைக் கண்ணிகளின் ஊடே வெளுத்த வயிற்று மீன்கள். வெகு அருகே, பலத்துடன் ஆனால் மென்மையாய்க் கண்களில் அழுத்தும் புடவைச் சாயங்கள். வண்ண வாளிகள். உலர்ந்த மணல். அபூர்வ வண்ணச் சேர்க்கை. கடல் விரிந்துகிடந்த கரையின் ஓரத்தில். மனத்தில் மெல்லத் தேங்கி உறைந்து போகும் வண்ணச் சேர்க்கை. ஒரு மஞ்சள் மீன் சொத்தென்று மணலில் ஏறியப்பட்டது.

இலையுதிர் காலத்துப் பழுப்புக்கு முன் வரும் ஒரு மஞ்சள். கறுப்புப் புள்ளிகளுடன். குனிந்து பார்த்தபோது துளியியது. வாயைப் பிளந்துபிளந்து மூடியது. சுடுமணலில் துள்ளித்துள்ளிப் புரண்டது. மீன் பிரித்தல் அதன் பாட்டுக்கு மும்முரமாய் நடந்து கொண்டிருந்தது. அந்த வாய். குவிந்துகுவிந்து திறந்து நீருக்குத் தவித்த வாய். ஜலஜாவின் வாய் மாதிரி.

அவசரக் குடுக்கை ஜலஜா. முட்டிமுட்டி வெளியே வந்துவிட்டாள். முதலியேயே பெயர் யோசித்து வைத்தாகிவிட்டது. ஜலத்திலிருந்து வருபவள். தாமரை. ஜலஜா. இன்குபேடரில் வைத்துவிட்டார்கள். அறையின் வெளியே நின்று பலமுறை அவளைப் பார்த்தேன். இளஞ்சிவப்பு வாய். உருண்டை கண்கள். வாயைச் சப்புவது போல் திறந்து மூடுவாள் இடையில்.

மின்சார எரிப்புச் சுடுகாட்டிலிருந்து அருண் கொண்டுவந்த அவள் சாம்பல் ஒரு சிறு குடுவையிலிருந்தது.

ஹரப்பா– மொஹெஞ்சதாரோ காலத்தில் மனிதர்கள் புதைக்கப்பட்ட பெரிய மண் குடுவைகளின் சிறு வடிவம். அதன் கூம்பிய வாய் ஒரு துணியால் கட்டப்பட்டிருந்தது.

"வாய் ஏன் மூடியிருக்கு?"

"என்ன வாய்?"

"அந்தக் குடுவையோட வாய். அதைத் தொறந்துடு."

"அனு, அதுக்குள்ள வெறும் சாம்பல்."

"எனக்குப் பார்க்கணும். வாயைத் தொறந்துடு."

"அனு..."

"வாயைத் தொறந்துடு... வாய்... அந்த வாய்..."

குரலெடுத்து அழுகை. துணி எடுக்கப்பட்டபோது சிறு குடுவையின் செப்பு வாய். இந்தக் கடலில்தான் அவள் சாம்பல்.

கடல் சற்றுத் தூரத்தில். மஞ்சள் மீன் துள்ளப் பார்த்துத் துவண்டது. வாயை ஆகாசத்தை நோக்கிப் பிளந்தது. சுடுமணலில்

கையிட்டு அதை எடுத்தபோது வழுக்கி விழுந்தது. துள்ளி வட்டமிட்டது. அருகே அலை அடித்தப்போட்ட இலையால் அதை ஏந்த முயன்றபோது மீண்டும் வழுக்கல்.

மீனவப் பையன் அலையில் அளைந்துவிட்டு வந்தான்.

"இகட ஏ" என்று மராட்டியில் விளித்தவுடன் வந்தான்.

"இந்த மஞ்சள் மீனைத் திருப்பி சமுத்திரத்தில் போடறியா?"

அஸ்க்கென்று சிரித்தான். சடாரென்று வாலால் பிடித்தான். கடலை நோக்கி ஓடி ஆரம்பித்தான். அவன் பின்னால் ஓட்டம். வேகமின்றி அடித்த அலையின் நுனியில் அதைப் போட்டான். மளக்கென்று நீரை விழுங்கியது. கள் குடித்தாற்போல் கிறங்கி வழி தெரியாமல் தவித்தது. மீண்டும் மீண்டும் வாய் பிளந்து நீரை உள்ளே உறிஞ்சியது. பிறகு ஒரு வால் வீச்சு. மமதையுடன் ஒரு குதிப்பு. வாலை இரு புறமும் சுழற்றி முன்னால் நீந்தியது. வெகு தூரம்வரை மஞ்சள் தெரிந்தது. பின்பு கடல் நீலச் சாம்பல் வெள்ளையில் மஞ்சள் மறைந்தது.

ooo

வாகனம்

எல்லோருக்கும் அவரவர் தேவைக்கேற்ப ஒரு வாகனம் இருக்கிறது. அவரவர் தகுதியையொட்டி அமைந்த வாகனம். சிவனுக்கு நந்தி. முருகனுக்கு மயில். விஷ்ணுவுக்குக் கருடன். சனீஸ்வரனுக்குக் காகம். யமனுக்கு எருமை. அத்தனை பெரிய உடம்புடைய வினாயகருக்குக் கூட அதிகம் பயணம் செய்யாமல் அரசமரத்தடியில் அமர்ந் திருந்தால் போதும் என்றாலும் வாகனக் குறை இருக்கக்கூடாது என்று ஒரு மூஞ்சூறு வாகனம் துணைக்கு. நாயகர்களுடன் வாகனத்தில் ஒண்டிக் கொண்டுவிடும் தேவிகளுக்குக்கூட சொந்த வாகனத்தைப் பொறுத்தவரை குறை இல்லை. பாகேச்வரிக்கு அன்ன வாகனம். பத்மாசனிக்கு நாக வாகனம். மகேச்வரிக்கு ரிஷப வாகனம். மீனாட்சிக்குக் குதிரை வாகனம். இது தவிர சிலர் சும்மா இருக்கும்போது சிவப்புத் தாமரை அல்லது வெள்ளைத் தாமரையில் மிதந்தபடி இருக்கிறார்கள். சற்று உக்கிரமாகச் செயல்பட நினைக்கும் பெண் கடவுள்கள் சிங்கத்தின் மீதேறி அதன் பிடரியைப் பிடித்தபடி தங்கள் பயணத்தைத் துவக்கி விடுகிறார்கள். தேவிகள் இருக்கட்டும். அரசிளங்குமரிகள் மற்றும் ராணிகள் எத்தனை பேர் யானையேற்றம், குதிரையேற்றம் செய்யவில்லை? தேரோட்டியவர்கள்கூட உண்டு. காவியத்து நாயகிகள் புஷ்பக விமானத்தில் பறந்திருக்கிறார்கள். ஆங்கிலத்தில் குழந்தைகளுக்கான, தேவதைகள் வரும் புனைகதைகளில் சூனியக்காரிகள் கூடத் துடைப்பக்கட்டையில் பறந்து வருவார்கள்.

பாக்கியத்துக்கு ஒரு வாகனத்திற்காக ஆசைப்பட இத்தனை புராண, சரித்திர, காவியப் பின்புலம் இருந்தது. இருந்தும் வாகன யோகம் இருக்கவில்லை.

O

சின்னக் குழந்தையாக இருந்தபோது அவளுக்கு மூன்று சக்கர சைக்கிள், பெடல் மோட்டார் வண்டி என்று எதுவும் இருந்ததாக நினைவில்லை. பத்து மாதத்திலேயே அவள் நடக்க ஆரம்பித்துவிட்டாளாம், நடைவண்டிகூட இல்லாமல். குடும்பத்துப் புகைப்பட ஆல்பத்தைப் புரட்டும்போது அவளுடைய பெரிய குடும்பத்து அத்தனை ஆண் குழந்தைகளும் ஒரு மூன்று சக்கர சைக்கிளுடனோ, சின்ன மோட்டார் வண்டியில் அமர்ந்தபடியோ எடுத்துக்கொண்ட புகைப்படங்கள் இருந்தன. இவளுடையதும் இருந்தன. மரப்பாச்சி பொம்மையைக் கையில் பிடித்தபடியோ, அழகிய வேலைப்பாடு செய்த, வெல்வெட் மெத்தை பதித்த மர நாற்காலியின் கையை அல்லது நீளமான காலைப் பிடித்தபடியோ. அந்தக் குடும்பத்து அத்தனை பெண்களுக்கும், குழந்தைகள், பெரியவர்கள் என்ற பேதமில்லாமல் அந்த அலங்கார நாற்காலி துணை நின்றிருந்தது. அதன் முதுகு, கை, கால் என்று வயதுக்கேற்றபடி ஒரு பகுதி பெண்கள் சார்ந்து நிற்க உதவியிருந்தது. எதையாவது பிடித்துக் கொள்ளாமல் பெண் பிறவிகள் நிற்க முடியாது என்பதில் அவர்கள் குடும்பத்துப் புகைப்படக்காரருக்கு உறுதியான நம்பிக்கை இருந்தது என்று தெரிந்தது அவளுக்கு. ஆண்களுக்குக் குழந்தைப் பருவத்திலிருந்தே சக்கரங்கள் உள்ள வாகனங்கள் துணை நின்றன. அரை யானை கனம் கனத்த, அசைக்கவே முடியாதபடி பூமியில் அழுந்தி நின்ற தேக்கு நாற்காலிதான் பெண்களுக்கு. அம்மாவழித் தாத்தா வாங்கிய முதல் கறுப்பு ப்யூக் காரின் மேல் ஸூட் கோட்டுடன் சாய்ந்தபடி நின்றவாறே தாத்தாவின் புகைப்படம். பின்பு அதே 'போஸி'ல் மாமாக்களின் புகைப்படங்கள் இருந்தன. மூன்று சக்கர சைக்கிளிலிருந்து ப்யூக் கார் வரை ஓர் அதிகாரபூர்வமான வாகன முன்னேற்றம் கண்கூடாகத் தெரிந்தது ஆண்களைப் பொறுத்தவரை.

அப்பாவின் குடும்பத்தில் சித்தப்பாவுக்கு இன்ஸ்பெக்டராகப் பதவி உயர்வு ஏற்பட்டபோது ஒரு மோட்டார் பைக் வந்தது பளபளத்தபடி. அதில் சித்தியை ஏற்றிக்கொண்டு சுற்றியது மட்டுமல்லாமல், அவளை அதன்மேல் அமர்த்தி, பல புகைப்படங்களையும் அவர் எடுத்து பல விமர்சனங்களைக் கிளப்பியது குடும்பத்தில். அதன் தோல் இருக்கைமேல் அமர்ந்துவிட்ட சித்தியை எப்படி மீண்டும் தூய்மைப்படுத்துவது

அம்பை

என்பது பற்றிய சர்ச்சைகள் நீடித்தன. சாணத்தைப் போட்டு மோட்டார் பைக்கைக் கழுவுவதா, அல்லது சித்தியையே சாணத்தில் குளிப்பாட்டுவதா போன்ற பட்டிமன்றங்கள் நடந்தன. முடிவில் எல்லாவித மீறல்களுக்கும் ஏதாவது ஒரு நிவாரணச் சடங்கு வைத்திருந்த ஒரு புரோகிதரின் யோசனைப்படி பசு மூத்திரம் ஒரு துளி கலந்த எதையோ விழுங்கி சித்தி தன்னைச் சுத்திகரித்துக் கொண்டாள் என்று கேள்வி. ஒரு முறை அவள் சுத்திகரிக்கப்பட்ட பின்பு எந்த விமர்சனமும் வரவில்லை. சித்தி மோட்டார் பைக்கில் சவாரிசெய்தாள் நிதமும்.

○

கூட்டத்திலும் மழையிலும் பேருந்தை அல்லது மின்ரயிலைப் பிடித்து அலுவலகம் செல்லப் பழக்கப்பட்ட அந்த நகரத்திலிருக்கும் அத்தனை பேருடனும் அவள் கலந்துபோயாயிற்று. ஆவேச மழையாக இருந்தால் குடையிருந்து ஓர் உபயோகமும் இல்லை. குடையைப் பிரித்தவுடன் அது கம்பிகளை நீட்டியபடி மடங்கி அம்பேல் சொல்லிவிடும். மழைக்கோட்டும் தொப்பியும்தான் கை கொடுக்கும். ஆண்கள் தங்கள் கால்சராயை முட்டுக்கு மேல் மடக்கி விட்டுக்கொண்டு, காலணியைப் பிளாஸ்டிக் பையில் போட்டுக்கொண்டு கைப்பெட்டி சகிதம் கிளம்பிவிடுவார்கள் பேருந்து நிறுத்தத்தை நோக்கியோ, ரயிலடியை நோக்கியோ. மழைக்காலத்துக்கு என்று புடவைகள் உண்டு பெண்களிடம். பருத்தி அல்லாத, வேகமாக உலர்ந்துவிடும் செயற்கை இழைப் புடவைகள். அதுவும் முட்டுக்கு மேல் ஏறிவிடும். ஸல்வார் – கமீஸாக இருந்தால் ஸல்வார் முட்டு வரை மடக்கப்பட்டு விடும். ஆயிரக்கணக்கான, பலவித வடிவமும் வயதும் உள்ள பெண்கள் வேலைக்குப் போகும் மும்முரத்தை முகத்தில் காட்டியபடி ஒரு கூட்டமாகத் திரண்டு இப்படி வரும்போது யாருக்கும் வெறித்துப் பார்க்கவோ, கவனிக்கவோகூட நேரமிருக்காது. எதிரே நின்று வெறித்துப் பார்க்கும் அல்லது நோட்டம் விட முற்படும் வேற்றூர் ஆளை, "உனக்கு அம்மா இல்லையா. அக்கா, தங்கச்சி இல்லையா?" என்றெல்லாம் நின்று கேட்காமல், வேகமாக முன்னேறும் அந்தக் கூட்டம் தயங்காமல் வீழ்த்திவிட்டுப் போய்விடும். பாக்கியத்துக்கும் இது பழகிவிட்டது.

அவள் செல்ல வேண்டிய ஈரெடுக்குப் பேருந்தை எதிர்நோக்கி நின்று, அது வந்ததும் முண்டியடித்து ஏறி, "ஓ, குடை! ஏ, மஞ் சள் புடவை! அரே கறுப்புப் பான்ட்! ஏ, நரைத்த தலை! முன்னால் போங்க, முன்னால் போங்க..." என்று நடத்துநரால் முன்னால் தள்ளப்படும் குறியீடுகளில் மறைந்துபோன நபர்களில் ஒருத்தியாய்ப் பயணித்து இறங்கி, பின்பு ரயிலடியில் எந்த

வாகனம்

பிளாட்பாரத்தில் வண்டி நிற்கிறது என்று பளிச்சிடும் விளக்குக் குறிகளைப் பார்த்துத் தெரிந்துகொண்டு, படிக்கட்டில் ஏறி, பாலத்தில் ஓடி, இறங்கி, விரைவு மின்ரயிலைப் பிடித்து அமர்ந்து வெளியே பார்ப்பாள். ஒவ்வொரு நாளும்.

○

பாக்கியத்தின் அம்மாவின் காலத்திலேயே மகரிஷி கர்வே மகாராஷ்டிரத்தில் நடத்திய பள்ளியில் பெண்கள் சைக்கிள் விட ஆரம்பித்தாயிற்று. சைக்கிள் பந்தயங்களில் வேறு அவர்கள் பங்கெடுத்தார்கள். சைக்கிள் ஓட்ட மகாராஷ்டிரப் புடவைக் கட்டு வாகானது. பத்திரிகைகளில் முட்டுவரை ஸ்கர்ட் போட்ட மேல் நாட்டுப் பெண்கள் சைக்கிள் ஓட்டுவது போல் விளம்பரங்கள் வந்தபடி இருந்தன அப்போது. ஆனால் அம்மா வீட்டுப் பெண்களுக்கு வாகன யோகம் தாத்தா கோயமுத்தூர் வந்த பிறகுதான் வந்தது.

தாத்தா தேர்ந்தெடுத்த வீடு சற்றுத் தள்ளி, ஒதுக்குப்புறமாய் இருந்தது. மாமாக்கள் கல்லூரி போக, எடுபிடி வேலை செய்யப் போக என்று ஒரு 'ராலே' சைக்கிள் வந்தது வீட்டுக்கு. முன்பக்கம் பிடியிலிருந்து உட்காரும் இருக்கைவரை குறுக்குக் கம்பி போட்ட ஆண்களுக்கான சைக்கிள். சில நாட்கள்வரை மாமாக்களின் தனி உரிமையாக இருந்தது. பின்பு சுவரைப் பிடித்தபடி கமலா சித்தி அதை ஓட்டப் பழகி தங்கை ஆனந்திக்கும் தேர்ச்சி கொடுத்தபின் அது பொது வாகனமாயிற்று. புடவையுடனேயே முன்னால் காலை மடித்து அதில் ஏறிவிடுவாள் கமலா சித்தி. வேகவாகினி அவள். ஓடிசல் தேகம். நீள நீளமாய்க் கால்கள். விடுமுறையில் கோயமுத்தூர் போனபோது இவள் காரியரில் தொற்றிக்கொண்டு போனதுண்டு அவளுடன். நின்றபடியே மிதித்து ஓட்டி, வேகமெடுத்தபின் அமர்ந்து, மரம், செடி, வீடுகள் எல்லாம் பார்வையில் நிற்காமல் ஓடும்படி சைக்கிளை விடுவாள் கமலா சித்தி. பறக்கும் குதிரையில் போவது போல் கற்பனை ஓடும். இறக்கைகளை விரித்து வானில் பறக்கும் வெள்ளைக் குதிரை.

வேறு உலகத்துக்குப் போய்விட்டு வந்தவள்போல் ஒரு கிறக்கத்துடன் இறங்குவாள் காரியரிலிருந்து. முன்பற்கள் இரண்டும் உடையும் வரை சைக்கிள் சவாரி நீடித்தது. அதன் பின்பு தாத்தா ப்யூக் வாங்கிவிட்டார். சித்திகள் அதை ஓட்டவில்லை. ப்யூக் வாகன சவாரி எப்போதாவது கோயமுத்தூர் போகும்போது கிடைத்தது. கமலா சித்தியுடன் போன சைக்கிள் சவாரியின்

சுகமில்லை அதில். கையை விரித்துப் போட்டுக்கொண்டு ஓட்டுவது போன்ற கமலா சித்தியின் பராக்கிரம சாகசங்கள் மாமாக்களிடம் இல்லை கார் ஓட்டும் போது.

○

மின்ரயிலின் சன்னலூடே பார்க்கும்போது மோட்டார் சைக்கிள், ஜீப், கார் என்று விரைபவர்கள் கண்ணில் படுவார்கள். ஈரடுக்குப் பேருந்தின் மேலடுக்கிலிருந்து கீழே பார்க்கவும் அவளுக்குப் பிடிக்கும். பார வண்டி, தண்ணீர் லாரி, பேரீச்சம்பழத்துக்குத் தர வேண்டியது போல் கிடுகிடுத்துப்போன சைக்கிள், முதுகை நன்றாக வளைத்து ஓட்ட வேண்டிய பந்தய சைக்கிள், பல வண்ணங்களில், வடிவங்களில், ஒலிகளில் விரையும் கார்கள் என்று கண்ணில் படும் வாகனங்களுக்குக் குறைவே இல்லை.

அப்படி அவள் ஒரு முறை மேலடுக்கிலிருந்து பார்த்துக் கொண்டிருந்தபோதுதான் அதைப் பார்க்க நேரிட்டது. அந்த விபத்தை. ஒரு ஸ்கூட்டரில் நான்கு பேர் கொண்ட குடும்பம் போய்க்கொண்டிருந்தது. கடைத்தெருவிலிருந்து வந்திருந்தார்கள் என்று கூறுவது போல், பின்னால் அமர்ந்த மனைவியின் கையில் பெரிதாகப் புடைத்திருந்த ஒரு பிளாஸ்டிக் பை. ஸ்கூட்டர் ஓட்டும் அப்பாவின் முன்னால் நின்றபடி பையன். அப்பாவுக்கும் அம்மாவுக்கும் இடையே இடுக்கில் பெண். முகங்களில் சிரிப்புடன் ஒரு குதூகலமான குடும்பம். நொடியில், இவள் பார்த்துக்கொண்டே இருந்தபோது, ஒரு பேருந்து கட்டுக்கடங்கா வேகத்தில் வந்து ஸ்கூட்டரைத் தாக்கியது. வாகனங்கள் நிறுத்தப்படும் கிரீச் ஓசைகளும், உரத்த பேச்சுகளுக்குமிடையே கீழே ரத்தம் பூசிக்கொண்ட குடும்பம். பெண்ணின் சிறு கையில் இறுகப் பிடித்த மஞ்சள் மோட்டார் பொம்மை இருந்தது.

அந்த முனை எப்போதுமே ஒரு விபத்து முனைதான். அதற்கு முன்தினம்கூட மோட்டார் சைக்கிளில் போன ஒரு பையன் பெட்ரோல் வண்டி மோதி செத்திருந்தான். இவள் வீடு திரும்பும் வழியில் அன்று பார்த்தபோது அந்த விபத்து நடந்த இடத்தில் எண்ணெயும் கண்ணாடித் துகள்களும் சிதறி இருந்தன. சற்றுத் தொலைவில் ஒற்றைச் செருப்பு ஒன்று குப்புறக் கிடந்தது.

"விபத்துகள் அதிகமாகிவிட்டன. காலையில் போனால் மாலை திரும்புவோமா என்றிருக்கிறது" என்று சிலர் பேசிக்கொண்டனர்.

○

வாகனம்

இவளுடைய தம்பிக்கு ஒரு வயதாகும்போதுதான் மூன்று சக்கர சைக்கிள் வந்தது வீட்டில். கறுப்பு வண்ண சைக்கிள். அதன் பின்பு அவனுக்கு நான்கு வயதாகும்போது வீட்டுக்கு இரண்டு சக்கர சைக்கிள் வாகனம் ஒன்று வந்தது. சிவப்பு வண்ணப் பூச்சுடன் வழுக்கும் சிவப்பு ரெக்ஸீன் இருக்கையுடன், நான்கு வயதுப் பையன் ஓட்டுவதற்கான வாகனம். அதைத் தொட்டுத்தொட்டு ரசித்ததுடன் சரி.

அந்தக் கனவு மட்டும் அடிக்கடி வந்தது. அந்தப் பறக்கும் கனவு. சைக்கிள் பெடலில் கால் வைத்ததும் ஓர் எடையற்ற உணர்ச்சி. பிறகு சைக்கிளுடன் வானில் எம்பிஎம்பிப் பறப்பது. எடையே இல்லை. பெடல் பூவிதழ்போல்.

பார்க்கப்போனால் சின்ன வயதில் அவள் சைக்கிள் விட்டது ஒரு முறைதான். சந்தில் ஓட்டிக் காட்டுகிறேன் என்று தம்பியிடம் சவால் விட்டுவிட்டுக் குப்பைத் தொட்டிமேல் ஏறி சர்க்கஸ் செய்து, சுவரில் முட்டி, சைக்கிளுடன் சாக்கடையில் விழுந்தாள். 'மளக்'கென்று வலது முழங்கையில் சத்தம். அப்படியும் எழுந்து மீண்டும் ஓட்டினாள். வலது முழங்கை பங்கனபள்ளி மாம்பழமாகியது. "சைக்கிள் பக்கம் போனால் தெரியும்" போன்ற கூப்பாடுகளுக்குப் பிறகு, கை கால் முறிந்த பெண்ணுக்குத் திருமணமாகாது போன்ற எச்சரிக்கைகள் தொடர்ந்து, தம்பிக்கு மட்டுமே சைக்கிள் ஓட்ட அனுமதி வழங்கப்பட்டது. அவனுக்குக் கை, கால் உடைந்தால் அவனை யார் கட்டிக்கொள்வார்கள் போன்ற இவள் வாதங்கள் யார் காதிலும் விழவில்லை.

கிண்டி அருகில் குடிபோனபோது குதிரைச் சவாரி பழக வேண்டும் என்று இவள் விண்ணப்பித்தாள் பெற்றோரிடம். இவளுடைய 'விபரீத' ஆசைகளைப் பற்றிய பல கருத்து மோதல்கள் வீட்டில் நடந்தன. பின்பு குதிரையும் விலக்கப்பட்ட வாகனமாயிற்று.

டில்லியில் மேல்படிப்பு படிக்கும்போது மனத்தில், ஸ்கூட்டர் வேண்டுமென்ற வெளியிடாத ஆசை இருந்தது. தோழன் மணி வண்ணன் புத்தம்புது ஸ்கூட்டரைக் கொண்டுவந்து, "வாங்க பாக்கியம், ஒரு ரவுண்டு அடிக்கலாம். போணி பண்ணுங்க" என்றான். மறுக்காமல் அவன் பின்னால் உட்கார்ந்துகொண்டாள். அவன் ஸ்கூட்டர் ஓட்டப் பயின்று பல வருடங்கள் ஆயிற்று, ப்ரேக் விஷயத்தில் அவனுக்குப் போதிய ஞானம் இல்லை போன்ற அத்தியாவசியமான விவரங்களை மணிவண்ணன் கூற மறந்துவிட்டான். சிறு வீதிகளில் உள்ள மாடுகள், எருமைகள், நாய்கள், பன்றிகள், மணியில்லாச் சைக்கிள்கள் இவைகளைக் கடந்து பிரதான வீதியை எட்டியதும் இரு புறமும் வேகமாக ஓடும்

வாகனங்கள். புது மாடு மாதிரி மணிவண்ணன் மிரண்டுபோனான். பின்னால் அவசரப்படுத்தும் பார லாரியும் எதிரே விரைந்து வரும் பேருந்தும் அவனைக் கலவரப்படுத்த, எப்படிச் சமாளிப்பது என்று புரியாமல் ப்ரேக்கை ஓங்கி அழுத்த, இவள் தெரு ரிப்பேர் செய்யப் போட்டிருந்த சரளைக் கற்களின் மேல் தூக்கி எறியப்பட்டாள். உடலெல்லாம் சிராய்ப்புக்கள். "ஐயோ, உங்களுக்குப் பின்னால உக்காரத் தெரியலையா? நல்லா பிடிச்சுட்டு உக்காரணும். எழும்புங்க. ரவுண்டை முடிச்சிடலாம்" என்றான் மணிவண்ணன் விடாப்பிடியான வேதாளம்போல. சரளைக் கற்களை விட்டு எழுந்தபடி, கோபித்துக்கொள்ளாமல், "மணிவண்ணன், ஒரு நாளைக்கு இத்தனை விழுப்புண்கள் போதுமே?" என்றாள். இன்னமும் தோள்பட்டையிலும், முழங்கையிலும் உள்ளங்கை அளவுக்குத் தழும்புகள் இருக்கின்றன.

○

மின் ரயிலின் சன்னல் வழியாகவும், இரண்டுக்குப் பேருந்தின் மேலடுக்கிலிருந்தும் பார்க்கும்போது, பச்சை, கறுப்பு, மஞ்சள், வெள்ளை என்று பல வடிவங்களில் வசீகரமாய்க் கண்ணில் மோதிச் சென்ற வாகனங்களில் உட்கார்ந்து பயணம் செய்யும்போது, அந்த நகரத்தில் அவற்றுக்கு இடமில்லை என்று தோன்றியது. காலையும், மாலையும், இரவும் எந்நேரம் அவற்றில் போனாலும் ஹாரனின் பிளிறல்களும், மராட்டி, இந்தி மற்றும் ஆங்கிலத்தின் பொறுக்கி எடுத்த, பெண்களை மையமாக்கிய கெட்டவார்த்தைகளும், பிரதான வீதிகளில் அங்குலம், அங்குலமாய் நகரும் அவஸ்தையும் கேட்டு, உணர முடிந்தது. இசை வடிவில் வந்த ஹாரன் ஒலிகள் சில சமயம் எலும்பை ஊடுருவித் தாக்கின. எதிலும் மோஸ்தரைப் பின்பற்றும் சிலர் காரைப் பின்புறமாக நகர்த்தும்போது அமெரிக்க உச்சரிப்பில் "இந்தக் கார் பின்னால் போகிறது" என்று ஆங்கிலத்தில் பதிவுசெய்த ஒலிநாடாவை இயக்கும் ஒலியை எதிர்பாராத சமயம் கேட்டபோது தூக்கிவாரிப்போட்டது. சிலர் குழந்தையின் அழுகை ஒலியை இதற்குப் பயன்படுத்தியதால் வேளை கெட்ட வேளையில், தெருவில் நடந்தபடி, நகரம் இல்லாக் கனவில் மூழ்கியிருக்கும்போது, குழந்தையின் அழுகை திடீரென்று முதுகின் பின்னால் கிளம்பித் திடுக்கிடவைத்தது.

தூரத்தில் இருந்து பார்க்கும்போது கறுப்பும் மஞ்சளும் கலந்த சமோசா மாதிரி அழகாகத் தெரிந்த ஆட்டோக்கள் பயணம் செய்ய ஏறியதும், மற்றப் பெரிய வாகனங்களின் புகை உமிழ்வில் சிக்கிக்கொண்டன. விரைவு நெடுஞ்சாலைகளில் ஆட்டோவில் போய், பார லாரி, மோட்டார் வண்டி, பேருந்து இவை கக்கும் புகையைச் சுவாசித்து மீள்வது ஜீவ மரணப் போராட்டம்போல் தோன்றியது.

தெருக்களும், வீதிகளும், நெடுஞ்சாலைகளும் குருதியையும், குப்பையையும், புகையையும் அப்பிக்கொண்டு நிற்க, வாகனங்கள் அசுர கணங்களாய் அவற்றில் ஓடின.

○

கல்பாக்கத்துக்கு அவள் தம்பியை மாற்றல் செய்தபோது, "கடலைப் பார்க்க வாயேன். இங்கே இருக்கும் மீனவர்கள் எனக்கு நல்ல நண்பர்கள். அவர்களில் ஒருவன் என் நெருங்கிய நண்பன். கவிதைத் தொகுதி ஒன்றை வெளியிட்டிருக்கிறான். கட்டுமரத்தில் ஏற்றிக்கொண்டு போய்க் கவிதை படிப்பான். சினிமாவுக்குப் பாட்டெழுத ஆசையாம். கட்டுமரத்தில் ஏறிக் கடலைப் பார்க்க வா" என்று அழைப்பு விடுத்தான். கடல் பக்கமாய் வீடு. தெருக்கள் இடையே கடற்கரை மணல் கொட்டிக் கிடந்தது.

போய்ச் சேர்ந்தவுடனேயே தம்பியும், தம்பி குழந்தைகளும், அவளுமாய்க் கடல் நோக்கி நடந்தனர். "பொம்பளங்கள கட்டு மரத்துல ஏத்தக் கூடாது" என்று தயங்கிய தம்பியின் நண்பனைக் கவிதைப் பக்கமாய்த் திசை திருப்பிக் கட்டுமரத்தில் ஏறிக் கொண்டனர். பொங்கும் அலைகளினால் ஏற்பட்டக் குமட்டலுக்குக் கடலைப் பார்க்காமல் வானைப் பார்க்கச் சொன்னான். கடலலைகள் கால்களில் முட்ட, மேலே வானைப் பார்த்தபடி, மீனவ நண்பனின் ஏலேலோ பாணிக் கவிதைகளைச் செவிமடுத்தபடி கட்டுமரப் பயணம்.

வீடு திரும்பியதும் எலுமிச்சம் பழ சர்பத் குடிக்கத் தோன்றியது. "இதோ" என்று தம்பி மனைவி கதவைத் திறந்து வாயிலில் நிறுத்தியிருந்த சைக்கிளில் ஏறி எலுமிச்சம் பழம் வாங்கச் சென்றபோதுதான் கண்ணில் சைக்கிள் பட்டது. சிறிது நேரத்துக்குப் பின் தம்பியின் பெண் அவள் தோழியிடமிருந்து புத்தகம் வாங்கச் சைக்கிளில் போனாள்.

மாலையில், "எனக்கும் சைக்கிள் ஓட்டணும்" என்றாள் மெல்ல. தம்பி பெண்ணும், பையனும் உற்சாகமாக உடன் வந்தனர். சைக்கிளைத் தள்ளி ஏறுவது மறந்துபோயிருந்தது. ஓர் ஓரமாகச் சைக்கிளை நிறுத்திவிட்டு ஏறி, விட ஆரம்பித்ததும் தெரு குறுகிப்போவதுபோல் தோன்றியது. இரு பக்க மணலும் இவள் மேல் பாய்வதுபோல் பட்டது. வெகு தூரத்தே முள்வேலி சுற்றிக்கொண்டு நின்ற மரங்கள் தெருவின் குறுக்கே ஓடிவர முயன்றன. கால் செருப்புகள் கழன்று விழுந்தன.

"அத்தே, அத்தே! மணல் மேல ஏத்துங்க. சைக்கிள் நின்னுடும்" என்று தம்பி பையன் சைக்கிள் பின்னால் ஓடி வந்தபடி கத்தினான்.

அம்பை

மணல் மேல் ஏற்றி, சைக்கிளும் அவளுமாய் விழுந்தனர். வீட்டுக்குத் திரும்பியதும் தம்பி மனைவி சிராய்ப்பின் மேல் மருந்திட்டாள். "ஏங்க்கா, தேவையா இதெல்லாம்?" என்றான் தம்பி.

விடாப்பிடியாக, மறுநாள் விடிகாலை தம்பி குழந்தைகளுடன் ஓசைப்படுத்தாமல் வெளியே வந்தாள். "அத்தே, உங்களால முடியும். கமான் அத்தே. மெள்ள மிதியுங்க. திருப்புங்க" என்ற உற்சாகமூட்டும் அவர்கள் குரல்களின் துணையோடு அந்தப் பகுதியைச் சைக்கிளில் வலம் வந்தாள். ஒரு ராணி போல் உணர்ந்தாள் சில கணங்களுக்கு.

○

திட்டமே போடாமல் ஒரு வாகனம் அவளுடையதாயிற்று. சக்கரமில்லா, சுற்றுப்புறச் சூழலை மாசுபடுத்தாத வாகனம். ஓசையின்றி, மோதலின்றி, ரத்தமின்றி இயங்கும் வாகனம். மின்னியக்க வாகனம். மூஞ்சூறு வாகனம். கணிப்பொறியை ஏந்திச் செல்லும் வாகனம். அதில் ஆரோகணித்துத் தகவல் வீதியில் பல காத தூரம் பயணம் போனாள். தகவல் வலைக் கூட்டத்தாரின் வீட்டுப் பக்கங்களை நோட்டம் விட்டாள். பல வீட்டின் கதவுகளைத் தட்டித் திறந்தாள். தனக்கென்று ஒரு வீட்டை அதில் அமைத்துக்கொண்டாள். இது தவிர, 'பூகோள நகரங்கள்' அமைப்புத் திட்டம் மூலம் உலகின் பல இடங்களுக்கு ஒரு வீட்டுப் பக்கம் அமைப்பதற்காக வலம் வந்தாள். முடிவில், சினிமா, காதல், புரட்சி இவற்றுடன் இணைந்த பாரீஸ் நகரத்தில் ஒரு வெற்றிடம் தேடிக் குடி புகுந்தாள்.

இரண்டு வீட்டின் நுழைவாயிலிலும் வீட்டிற்கு வரப்போகும் விருந்தாளிகளுக்குத் தன்னை அறிமுகப்படுத்தும் முதல் கட்டச் செயலாகத் தனக்கும் வாகனங்களுக்கும் உள்ள உறவைப் பற்றி எழுதினாள். தற்போது தன் வாகனம் என்று குறிப்பிட்டு, மின்னியக்க மூஞ்சூறின் மேல் ஆரோகணித்தவளாய்த் தன்னை வரைந்துகொண்டாள்.

பாம்பு, சிங்கம், அன்னம், குதிரை என்று வாகனம் அமைத்துக்கொண்டவர்கள் வழியில் வந்த அவளுக்கும் ஒரு வாகனம் அமைந்து போயிற்று. அரக்கர்களை அழிக்கவும், தேவர்களைச் சந்திக்கவும், மின்னியக்கத் தருணம் பார்க்க ஆரம்பித்தாள்.

தினமணி பொங்கல் மலர், 1997

மல்லுக்கட்டு

பால் இதமான சூட்டில் இருந்தது. அதில் கல்கண்டும், துளிபோல மிளகும் போட்டாயிற்று. ஃப்ளாஸ்கை எடுத்துவந்து அதில் பாலை ஊற்றினாள். ஒவ்வொரு முறையும் இது தேவை. பாட்டின் ஒலி அடங்கி கரவோசை எழுந்ததும் மெல்லத் திரும்புவார் அவள் பக்கம். அப்படித் தலையைத் திருப்புவது அவள் மனத்தில் உறைந்துபோயிருந்தது. தாடையின் சதை மடிப்புகள் தொங்கிய பருத்த கழுத்து. அதில் ஒரு மெல்லிய சங்கிலி. பாடி முடித்தபின் வரும் வியர்வை கழுத்தெல்லாம். சிவப்புப் பட்டுச் சால்வை இரு தோள்களையும் தொட்டபடி. கிருபானந்த வாரியார் போர்த்தியது. தலையைத் திருப்பிப் புருவத்தைச் சற்றே உயர்த்துவார். இவள் உடனே தம்பூராவை சிஷ்யன் கையில் தந்துவிட்டு, வெள்ளி டம்ளரில் பாலை ஊற்றுவாள் ஃப்ளாஸ்கிலிருந்து. அவரை நோக்கி நீட்டியவாறே, "பிரமாதமா இருந்துதுங்க" என்பாள் மெல்ல.

"உம்" என்பார்.

பாலைப் பருகுவார். ஒவ்வொரு முறையும் அதில் ஏதாவது சிறு குறை இருக்கும்.

'கல்கண்டை கொறைச்சிருக்கலாம்ல.' அல்லது 'மொளகை இப்பிடியா அள்ளிப் போடுவ.' அல்லது 'சூடு கம்மி.' இத்யாதி இத்யாதி.

மெல்ல முணுமுணுப்பாய்ச் சொல்வார். சிஷ்யன் காதில் விழும். அவன் இவளைப் பார்ப்பான் கடைக்கண்ணால். அவள் முகம் மாறவே மாறாது. "சரிங்க" என்பாள் பொதுவாய்.

திரும்பக் காரில் வரும்போது மெல்ல அவள் கரத்தைப் பற்றிக்கொள்வார். ஒரு ராக ஆலாபனையையோ, பாடலையோ, ஸ்வரப்ரஸ் தாரத்தையோ, நிரவலையோ குறிப்பிட்டு, "சரியா வந்திச்சா செண்பகம்?" என்பார்.

'ம்' என்றால் மட்டும் போதாது.

"அய்யா கத்துக்குடுத்தபடி இருந்திச்சா?" என்று துளைப்பார்.

சில நாட்கள் அவள் மௌனம் சாதிப்பாள். காரின் வெளியே பார்ப்பாள். வீதியை, வீடுகளை, தெருவில் நடப்பவர்களை வெறிப்பாள்.

"சொல்லேன்" என்று வற்புறுத்துவார்.

அன்று கச்சேரியில் ஏதாவது சிறு தவறு – மற்றவர்களுக்குப் புரியாதது – நடந்திருக்கும். மெதுவாக அதைச் சுட்டிக்காட்டியதும் முகம் தொங்கிப்போகும்.

"ஆமாமாம். ஒனக்குத் தெரியாமப் போகுமா? அய்யாவோட அருமை சிஷ்யப் பொண்ணாச்சே நீ?" என்று புறுபுறுப்பார்.

வீடு வரும்வரை பொருமல் நீடிக்கும். வந்ததும் மாறிப்போவார். குழந்தைகளோடு கேரம் விளையாடுவார். இரவுச் சாப்பாட்டில் பூண்டு அரைத்துப் போட்ட ரசத்தை உறிஞ்சிக் குடிப்பார் ரசனையுடன். இரவில் மென்மையாகத் தொடுவார். தம்பூராவைத் தூக்கி மடியில் வைத்துக்கொண்டு மீட்ட ஆரம்பிப்பார்.

"நீ பாடு ராசாத்தி" என்பார்.

அன்று மாலை தப்பு விழுந்த இடத்தையே பாடச் சொல்வார்.

அவள் பாடும்போது, "அம்மா, அம்மா" என்று அரற்றுவார். சில சமயம் தம்பூராவில் மண்டையை இடித்துக்கொள்வார். "கொல்லாதடி, பாவி" என்று கத்துவார். "அய்யா, அய்யா" என்று தன் தந்தையை விளிப்பார்.

பிறகு அந்த முடிவற்ற உலாத்தல்கள் இரவில். வராந்தாவின் ஒரு முனையிலிருந்து மறுமுனைவரை. பாடி முடித்ததும் இவள் படுத்துக்கொள்வாள். உறங்கிப்போய்விடுவாள். சில சமயம் இரவில் எப்போதாவது முழிப்பு வந்து பார்க்கும்போது அவர் வராந்தாவில் இன்னமும் நடந்துகொண்டு இருப்பார். இவள் மெல்ல அருகில் போய் அவரைப் பின்னாலிருந்து தொடுவாள். உடனே கைகளைப் பின்னால் வளைத்து அணைத்துக்கொள்வார். அவர் முதுகில் இவள் முகமும், மார்பும், தோளும் அழுந்த நிற்பாள். சில சமயம் சிறிது நேரத்துக்குப் பின் அவளுடன் நடந்து வந்து பக்கத்தில் படுப்பார் அணைத்தபடி. அது கலவிக்குச்

செல்லும் சில சமயம். அப்போது அவள் உச்சத்தை எட்ட வேண்டும் என்று மிக முனைப்புடன் இயங்குவார். அவள் திருப்தியை மீண்டும்மீண்டும் கேட்டு உறுதி செய்துகொள்வார். வராந்தாவில் பாயை விரித்து அதில் தனியாகவும் படுப்பார் சில சமயம். அவளைப் பாடச் சொன்ன பாட்டை வாய் முனகியவாறு இருக்கும். காலையில் சிஷ்யப் பட்டாளம் வந்துவிடும். அவரைச் சூழ்ந்துகொள்ளும்.

"அண்ணி, அண்ணாச்சிக்கு வெந்நீர்", "அண்ணி, அய்யா காப்பி கேட்கிறார்", "அண்ணி, மிளகு ரசம் வேணுமாம்" என்று விண்ணப்பங்கள் வந்தவாறிருக்கும். மாணவர்களை ஒரு திரையாக எழுப்பி அவர் மறைந்துகொள்வார். நேராக எதிரில் வந்தால் பார்க்காமல் இருப்பார். இரவுக்குள் மூட்டம் கலைந்துபோகும். வழக்கமான சிரிப்பும், கேலியும் கிளம்பும். இது ஒரு விளையாட்டுப் போல நடந்தது. நடுவர் இல்லாத ஆட்டம். விதிமுறைகள் இல்லாத, ஆடுபவர்களே உணராத ஆட்டம். வெற்றி தோல்வியை வரையறுக்க முடியாத ஆட்டம். வென்றவர்களைத் தோற்றவர்களாகவும், தோற்றவர்களை வென்றவர்களாகவும் மாற்றிவிடும் ஆட்டம்.

◯

வரவேற்பறையில் அய்யாவின் படம் மாலை மாட்டப்பட்டு இருந்தது. கதிர்வேல் பிள்ளை எல்லோருக்கும் அய்யாதான். அவர் கலைஞானம் மிகுந்த இசை வேளாளப் பரம்பரையில் வந்த கலைஞர். அவர் தாயார் வைர லோலாக்கும், சிவப்புக்கல் அட்டிகையும் போட்டு, வெறும் மைதீட்டிய விழிகளுடனும், வெற்றிலை மென்று சிவந்த உதடுகளுடனும் ஆடினாலே போதும், கும்பகோணமே மயங்கிப் போகும் என்பார். சாமி ஊர்வலத்தில் அவள் தெருவில் ஆடியதையும் அவர் பார்த்தது உண்டு. "அந்தத் தெரு நல்ல அகலமா இருந்ததா ஞாபகம் எனக்கு, செண்பகம். நல்ல அரக்குக் கலர் புடவையும், பச்சை ரவிக்கையுமா அம்மா தெரு கூடற இடத்துல நவசந்திக் கவுத்துவம் ஆடினது இன்னமும் கண் முன்னால் நிக்குது. காஸ்லிட் விளக்கு தோள்ல தூக்கிட்டு ரெண்டு பக்கமும் ஆட்கள் நடப்பாங்க. கூட்டமான கூட்டமா இருக்கும். அம்மா ஆடறப்போ அந்தத் தெரு விரிஞ்சிட்டே போற மாதிரி எனக்கு அப்போ தோணிச்சு" என்று அதைப் பற்றிச் சொல்வார். ரொம்ப வருஷம் கழித்துப் போய்ப் பார்த்தபோது இரண்டு பக்கமும் சாக்கடைகளோடு அந்தத் தெருக்கூடல் குறுகலாகப் பட்டதாம். அம்மாவின் ஆட்டம் என்ற உடை இல்லாமல் தெரு அம்மணமாகத் தன்னை வெளிப்படுத்திக்கொண்டு இருந்தது என்பார்.

அய்யாவின் அம்மா கனகாம்பாள் காந்தியைப் பார்க்கச் சென்னை வரை வந்தாள் அய்யாவையும் கூட்டிக் கொண்டு. சென்னைக் கடற்கரையில் கூட்டம் அலை மோதியது. அய்யாவைத் தன் முன்னால் நிற்கவைத்து, அவர் தோளை இறுகப் பற்றியவாறு அவள் பல மணி நேரம் நின்றாளாம். திரும்ப ரயிலில் வந்தபோது அவள் அதிகம் பேசவில்லை. அடுத்த முறை ஆடியபோது அவள் கதர்ப் புடவை கட்டிக்கொண்டு ஆடினாளாம். கோயில் நிர்வாகத்தினர் இதுபற்றிக் கேட்டபோது, "பட்டுக் கட்டணும்ணு எந்த சாஸ்திரத்துல எழுதியிருக்குகு? நான் வெறும் கூத்தாடி இல்லய்யா. உப்புப் போட்டு சாப்பிடுகிற மனுஷி" என்று அவர்களை மடக்கினளாம். ராமாமிருதத் தம்மையாருடன் அவள் பின்னாளில் நெருங்கிப் பழகிய போது பல சுயமரியாதைக் கூட்டங்களுக்கு அவருடன் சென்றாள். அய்யாவுக்குப் பத்து வயது இருக்கும்போது வக்கீல் கோவிந்தராஜ முதலியார் தவிர வீட்டில் மற்ற ஆண்கள் வருவது போவது நின்று போயிற்று. முதலியார் நல்ல தமிழ் வித்வான். மாலை நேரங்களில் அய்யாவைப் பக்கத்தில் இருத்திக்கொண்டு தேவாரம், திருப்புகழ் ராகத்துடன் படிப்பார். முறையாக அய்யாவுக்குப் பாட்டு அப்போதுதான் ஆரம்பித்தார்கள். அம்மாவின் ஆட்டம் குறைந்துகொண்டே வந்து தேவதாசித் தடைச் சட்டத்தின்பின் நின்றேபோயிற்று. அதை அவள் பொருட்படுத்தியதாக அப்போது படவில்லை. அய்யாவுக்குப் பாட்டின் நுணுக்கங்களைச் சொல்லியவாறும், அவர் குருவுடன் பலவாறு சர்ச்சை செய்தபடியும் உற்சாகமாக இருந்தாள். முதலியார் மட்டும் சில சமயம் மாலைகளில் அவளை ஏதாவது தமிழ்ப் பாடலுக்கு அபிநயம் பிடிக்கச் சொல்வார். முதலியார் கனகாம்பாளுக்கு வேண்டிய நிலபுலன்களை எழுதிவைத்தார். ஒரு நாள் மாலை முதலியார் மாரடைப்பில் இறந்துபோய்விட்டதாக ஆள் வந்து சொன்னபோது கனகாம்பாள் தூணில் சாய்ந்து சிறிது நேரம் நின்றாள். வீட்டின் நிலவரம் மாறவில்லை. வசதியாகவே இருந்தார்கள். அய்யாவுக்கு அப்போது பதினேழு பதினெட்டு வயது இருக்கும். முதலியாரும் அம்மாவுமாக கும்பகோணம் ஸ்டூடியோ ஒன்றில் ஒரு புகைப்படம் எடுத்துக்கொண்டிருந்தார்கள். முதலியார் நாற்காலியின் இரு பக்கமும் கைகளை விரித்துப்போட்டு நிமிர்ந்து உட்கார்ந்திருந்தார். அம்மா அவர் பின்னால் ஒரு பக்கத்தில் நாற்காலியின் முதுகில் ஒரு கை பட்டும் படாமலும் வைத்தபடி. இன்னொரு கை கீழே தொங்கியது. முன்னறையை ஒட்டிய ரேழியின் இடது மூலையில் சுவரில் தொங்கியது அந்தப் படம். அதை இடம் மாற்றவில்லை கனகாம்பாள். உடல் நலம் குன்றிப்போய் படுக்கையில் இருந்தபோது அவள் கண்கள் அலைந்தவாறிருந்தன. அவள் கண்கள் தேடுவது அந்தப் புகைப்படத்தைத் தான்; ரேழியில் அந்தப் பக்கமும்

மல்லுக்கட்டு

இந்தப் பக்கமும் போகும்போது கண்ணில் பட்டவாறு இருந்த அதைத்தான் என்று அய்யா நினைத்தபோது, அவள் அய்யாவை அருகில் அழைத்துத் தன் சலங்கைப் பெட்டி வேண்டுமென்று கேட்டாளாம். கொண்டுவந்ததும் அந்தப் பெட்டியிலிருந்து சலங்கையை எடுத்துக் குழந்தையைப் போட்டுக்கொள்வதைப் போல் பக்கத்தில் போட்டுக்கொண்டுத் தடவித்தந்தாளாம், மெல்லிய சலங்கை ஓசை சிணுங்கலைப்போல் எழும்பும்படி. மறுநாள் காலை அவள் இறந்துபோனாள்.

ஒரு கதை மாதிரி அய்யா கூறுவார் தன் அம்மாவைப் பற்றி. அம்மாவும் முதலியாரும் எடுத்துக்கொண்ட புகைப்படம் அவர் அறையில் இருந்தது.

இவளுக்கு ஐந்து வயது இருக்கும்போது இவள் தாயார் இவளை அய்யாவிடம் அழைத்து வந்தாள். கணவர் இறந்தபின் சில வீடுகளில் சமைத்துப் பிழைத்துக்கொண்டிருந்தாள் அம்மா. பாடப் பிடிக்கும். பூபாளத்தைக் காலையிலும், நீலாம்பரியை இரவிலும் முனகியவாறு இருப்பாள். முறையாக எதையும் பயில வாழ்க்கை இடமளிக்கவில்லை. கோவில் கச்சேரி எதுவும் விடாமல் போவாள். இவளின் அந்த வயது நினைவெல்லாம் இசையைச் சார்ந்ததாகவே இருந்தது. கத்தியைச் சாணைபிடிப்பவன் 'சாணைபிடிக்கறது ...' என்று முழக்கி விட்டுக் கிர்கிர் என்று கத்தி வைத்துச் சாணைபிடிப்பது தாளத்துடன் இணைந்த இசை அமைப்பாய் இவளுக்குப் படும். அம்மாவைக் கூப்பிட்டுச் சொல்வாள். மர ஸ்டூலில் உட்காரவைத்து எண்ணெயைத் தலையில் தேய்த்து, இவள் கையில் ஒரு சொம்புத் தண்ணீர் கொடுத்து, தலை தேய்க்க ஆரம்பிப்பாள் அம்மா. இவள் தண்ணீரில் சளக்பளக்கென்று சத்தமெழுப்புவாள் விரல்களை விட்டு அளைந்து. தண்ணீரில் தன் பக்கமாக இரண்டு முறை, எதிர்ப்பக்கமாக நான்கு முறை விரல்களை அசைத்து ஒலியெழுப்பி, "அம்மா, என்ன பாட்டு சொல்லு?" என்பாள்.

"யாருக்குடி தெரியும்?"

"தெரியலையாம்மா? 'வர வீணா'."

"சரிதான் போ."

"அப்புறம் இது? சளக் சளக் சளக் பளக் பளக் பளக்."

"தெரியலை போ." அம்மா தலையை அழுத்தித் தேய்ப்பாள்.

" 'ஒருமையுடனே நினது'ம்மா. தெரியலை?"

அம்மா சிரித்துவிடுவாள்.

அய்யாவின் இசை, அவர் குணம்பற்றி ஊரில் எல்லோருக்கும் தெரியும். அம்மா ஒருநாள் தைரியமாக இவளைக் கூட்டிக்கொண்டு போனாள். திண்ணையில் வந்தமர்ந்த அய்யா அம்மாவைப் பார்த்து, "என்னம்மா?" என்றார்.

"இவளுக்குப் பாட்டு கத்துக்குடுக்கணும்."

"அதெல்லாம் சரிப்பட்டு வராதும்மா. போய்ட்டு வாங்க. படிக்கப் போடுங்க புள்ளைய. படிச்சிட்டு முன்னுக்கு வரட்டும். பாட்டுக்கு உழைப்பு வேணும். உசுரக் குடுக்கணும். முடியாதும்மா அதெல்லாம்."

அய்யா உள்ளே போய்விட்டார்.

அம்மா போகவில்லை. நின்றபடி இருந்தாள். இரண்டொரு மணி நேரத்திற்குப் பின் வெளியே வந்த அய்யா அம்மாவைப் பார்த்துத் திகைத்தார்.

"போகலியா நீங்க? என்னம்மா இது?"

"பாட்டுக் கத்துக்குடுங்க. இவ இங்கியே இருக்கட்டும், உங்க பொண்ணு மாதிரி."

அய்யா இவளைப் பார்த்தார். அவள் அன்று உடுத்த உடை நினைவிருந்தது. கறுப்புக் கரையுடன் கட்டம் போட்ட பச்சை நூல் பாவாடை. தோள் பக்கம் எழும்பிய குட்டைக் கை மஞ்சள் சட்டை. தலையை அழுந்த வாரி, ஒரு பக்கம் ஒரு கொத்து முடியை ரிப்பனால் கட்டிப் பூச் சுற்றியிருந்தாள் அம்மா. காலில் செருப்புக் கிடையாது. கால்களைச் சற்று அகட்டி வைத்து நின்றுகொண்டு இவளும் அவரை வெறித்துப் பார்த்தாள்.

"ஒரு பாட்டுப் பாடு பாப்பம்" என்று உத்தரவிட்டார்.

அம்மா இவளுக்கு நன்றாக பயிற்சி கொடுத்து அழைத்து வந்திருந்தாள். அய்யா அந்தச் சமயம், சிறு பெண்ணான சீதை தன் உண்மையான தாய் தந்தை யார் என்று கேட்பது போல் ஒரு பாட்டை எழுதி மெட்டமைத்திருந்தார். ஆனந்தபைரவியில் இழைந்து இழைந்து வரும். "பூமி என் தாய் என்றால்..." என்று ஆரம்பிக்கும். அவரே அதை இருமுறை பாடியிருந்தார் கோவிலில். இவள் அதைப் பாடினாள் கையைக் கட்டிக்கொண்டு நின்றபடி. ஆடாமல் ஆசையாமல் எதிரே நோக்கியபடி பாடினாள். பாடி முடித்ததும் அய்யா மௌனமாக இருந்தார். பிறகு மிகவும் கனிவான குரலில், "இங்க வா" என்றார்.

வேகமாக நடந்து அருகில் போனாள். அவளைத் தூக்கித் திண்ணையில் தன்னருகே அமர்த்திக்கொண்டார். தலையைத்

தடவிக்கொடுத்தார். பிறகு அம்மாவைப் பார்த்தார். அவர் அம்மாவுடன் பேசி முடிப்பதற்குள் இவள் அவர் தொடையில் தலைவைத்துத் தூங்கிப் போயிருந்தாள்.

அதைப் பலமுறை சொல்வார் பிறகு. "ஏதோ நீ வர வேண்டிய இடத்துக்கு வந்திட்ட மாதிரி என் தொடையில தலைவச்சுப் படுத்தே" என்பார்.

பிறகு விடாத பாட்டுப் பயிற்சி. அய்யாவின் பையன் ஷண்முகம் இவளைவிட நான்கு வயது பெரியவன். அவனுடன் இவளைப் பாடவைத்தார். அம்மா இரண்டொரு மாதங்களில் டெல்லிக்கு ஒரு தென்னிந்தியக் குடும்பத்துக்குச் சமைத்துப்போடப் போய்விட்டாள். பணம் அனுப்புவாள். வருடம் ஒரு முறை வருவாள். பாடச் சொல்லிக் கேட்பாள். இவளின் முதல் கச்சேரிவரை அம்மா இருந்தாள். மற்றபடி அய்யாவின் பெண்ணாகவே வளர்ந்தாள். அய்யாவின் மனைவி நாகம்மாள் இவளுக்கு அம்மாவானாள். நாகம்மாளுக்குத் தமிழ் இலக்கியத்தில் நல்ல ஈடுபாடு இருந்தது. அய்யாவிடம் இசையும், நாகம்மாளிடம் இலக்கியமும் பயின்றாள் என்று சொல்லலாம்.

அய்யாவுக்கு நிதமும் ஒரு புட்டி சரக்குத் தேவை மாலை வேளைகளில். சங்கீத நண்பர்களுடன் அல்லது தனியாக அமர்ந்து விடுவார். அந்த வேளைகளில் சங்கீதக் கதைகள், வம்புகள், புதுக் கீர்த்தனை என்று எல்லாம் நடக்கும். தன் தாயாரைப் பற்றிக் கூறியது அந்தச் சமயங்களில்தான்.

அவளுடைய பாட்டு, பேச்சு, சண்டை, சமாதானம் எல்லாம் ஷண்முகத்துடன்தான். ஷண்முகம் சற்றுச் சோம்பேறி. நிதானமாக சாதகம் செய்வான். 'என் அய்யா பாட்டு எனக்கில்லாமல் வேறு யாருக்கு?' என்பதுபோல் அலட்சியமாகக் கற்றுக்கொள்வான். ரத்தத்தின் மூலமாகத் தனக்குள் ஏற்கனவே எல்லாவற்றையும் செலுத்தியாகி விட்டது, தான் எந்த விதத்திலும் சிரமப்பட வேண்டிய அவசியமில்லை என்று தன்னை எந்த விதத்திலும் வருத்திக்கொள்ள மாட்டான். இவளும், அங்கு தங்கிப் படித்த இன்னும் சில மாணவர்களும் காலை நான்கு மணிக்கு எழுந்து குரல் வளத்துக்காகச் செய்யும் சாதகங்களில் ஷண்முகம் பங்கெடுத்துக்கொள்ள மாட்டான். அவன் குரலும் இதற்கெல்லாம் அவசியமில்லை என்பதுபோல் அருவியாய் ஓடியது.

இசையுடன் அவள் ஒரு வாத்தியமும் பயில வேண்டும் என்று வீணை கற்றுக்கொடுக்கத் தொடங்கினார் அய்யா. அவளைக் காய்கறி நறுக்குவது, பாத்திரம் கழுவுவது போன்ற வேலைகளைச் செய்ய விடமாட்டார். விரல்கள் தேய்ந்துவிடும்

என்பார். நாகம்மாளுக்கு ஏதாவது உடல் அசௌகரியம் என்றால் தன்னிடமிருந்து படிக்கும் மாணவர்கள் வேலை செய்யவேண்டும் என்று எதிர்பார்க்கமாட்டார். ஷண்முகத்தின் உதவியோடு தானே எல்லாமும் செய்வார். இலை போடுவது, குடிக்க நீர் வைப்பது போன்றவற்றைத் தவிர இவள் வேறு வேலைசெய்யக் கூடாது. அப்படி அவள் விரல்களைப் பாதுகாப்பார்.

"அவ சோம்பேறியாப் போயிடுவா" என்று முணுமுணுப்பான் ஷண்முகம். "பேசாம நானும் பாட்டோட வீணையும் கத்துக்குறேன். வீட்டு வேலைசெய்ய வேண்டாமில்ல?" என்பான்.

"அவகூட உனக்கு என்னடா போட்டி?" என்பார் அய்யா.

அவர் பார்க்காதபோது இவள் தலையில் ஒரு தட்டுத் தட்டுவான். இவள் பாடும்போது பின்னலை இழுத்து கவனத்தைச் சிதற வைப்பான். இவள் முகம் அழுகையில் கோணுவதைப் பார்ப்பது அவனுக்கு ஒரு விளையாட்டு. ஆனால் மரமேறி மாங்காய் பறிப்பது, வெள்ளரிப் பிஞ்சுகளைத் தோட்டத்திலிருந்து எடுத்துவருவது, நாகம்மாள் உறங்கும் மத்தியான வேளைகளில் சமையலறையிலிருந்து தேங்காயும் வெல்லமும் திருடி வந்து தருவது இதெல்லாமும் அவன் செய்தான் அவளுக்காக.

அவள் பெரியவளான அன்று சற்று மிரண்டுவிட்டாள். பின்னாலிருந்த அறை ஒன்றின் சன்னலருகே நின்றுகொண்டிருந்தாள் தனியாக. தொடைகள் கனப்பது போலிருந்தது. அவளை மூன்று நாட்கள் தனியாக்கிவிடுவார்களா? அவள் பாடலாமா? வீணையைத் தொடலாமா? அய்யாவின் அறையிலிருக்கும் புத்தகங்களைப் படிக்கலாமா?

எங்கோ டெல்லியிலிருக்கும் அம்மா நினைவும் வந்தது. கடந்த முறை வந்தபோது அம்மா அவளிடம் இதுபற்றிக் கூறியிருந்தாள். சந்தன வண்ணத்தில் ஊதாப் பூக்கள் அச்சிட்ட ஒரு சீட்டித் தாவணியை நாகம்மாளிடம் தந்துவிட்டுப் போயிருந்தாள். அதைத்தான் கட்டிக்கொண்டு நின்றுகொண்டிருந்தாள். அவள் பாட வேண்டுமே! அவள் வீணையைத் தொட வேண்டுமே! அய்யா அறையிலுள்ள தடிமனான புத்தங்களைப் பூனைக்குட்டி மாதிரி மடியில் போட்டுப் பக்கங்களைப் புரட்ட வேண்டுமே!

சிறிது நேரத்துக்குப்பின் அய்யா வந்தார். நேரே அவளிடம் வந்து அவள் தலையைத் தன் நெஞ்சில் சாய்த்துக்கொண்டு, "என் செல்ல ராசாத்தி" என்றவுடன் இவள் அழத் தொடங்கினாள். எப்படிப் புரிந்துகொண்டாரோ இவள் மனநிலையை. "பாடலாமா, வீணையை, புஸ்தகத்தை எல்லாம் தொடலாமான்னுட்டு பயப்படறியா?" என்று கேட்டார். இவள் தலையை ஆட்டினாள்.

மல்லுக்கட்டு

"அசடு, இதுக்கும் அதுக்கும் என்ன சம்பந்தம்? இப்படித் தனியா யாரு நிக்கச் சொன்னது? வீணை, புஸ்தகம் எல்லாம் யாரும் எப்ப வேணுமின்னாலும் தொடலாம். வா வெளியில" என்று கையைப் பிடித்து அழைத்துச் சென்றார். வேலையாயிருந்த நாகம்மாளிடம், "நாகு, இதை ஒதுங்கச் சொல்லாதே. உனக்குத் தெரியுமே, எனக்கு அதெல்லாம் பிடிக்காதுன்னுட்டு" என்றார். "சரிங்க" என்ற நாகம்மாள் இவளைப் பார்த்துப் புன்னகைத்தாள். "நான் சொல்லல. அதுவே போய் நின்னுகிச்சு. எத்தனை சொன்னாலும் வரல" என்றாள்.

கூடத்தில் ஜமக்காளத்தை விரித்துத் தம்பூராவைக் கையில் தந்தார். ஷண்முகத்தையும் மற்ற மாணவர்களையும் அழைத்தார். எல்லோருமாக வழக்கம்போல் பாடினர். அவள் தாவணியையும் பார்த்தனர். இதுவரை அவள் வாழ்வில் இருந்த விஷயங்களோடு எந்த விட பலவந்த முறிவையும் ஏற்படுத்தாமல் அந்த விஷயம் கலந்துபோனது.

அய்யா முதல்முதலாகத் தன்னுடன் கச்சேரியில் பாடத் தன் மாணவர்களிலிருந்து அவளை அழைத்துப்போனது ஷண்முகத்துக்குச் சற்று மனத்தாங்கலை ஏற்படுத்தியது. அவனும் உடன் வந்தான். ஆனால் பாடவில்லை. அதை அவர் வேண்டுமென்றே செய்தார் என்று தோன்றியது. இரண்டு நாட்களுக்கு முன்பு மத்தியான வேளையில் வெளியூரிலிருந்து ஒரு நபர் அய்யாவைக் கச்சேரிக்கு ஒப்பந்தம் செய்ய வந்திருந்தார். அய்யா தூங்கிக் கொண்டிருந்தார். அவரைத் திண்ணையில் உட்காரவைத்த ஷண்முகம், உள்ளே போய் பிறகு அதை மறந்துவிட்டான். இரண்டு மணி நேரத்துக்குப் பிறகு அய்யா வெளியே வந்தபோது அந்த நபர் அங்கேயே அமர்ந்திருந்தார். அய்யாவைப் பார்த்துக் கும்பிட்டுவிட்டு, தாகமாக இருக்கிறது என்றார். அவர் வந்து இரண்டு மணி நேரமாகிவிட்டது என்றறிந்த அய்யா விடுவிடென்று உள்ளே சென்று, "செண்பகம்" என்று இரைந்து கூப்பிட்டார்.

அவர் அறையில் அமர்ந்து புத்தகங்களை ஷண்முகத்துடன் பார்த்துக்கொண்டிருந்த செண்பகம் அந்தக் குரலின் கோபத்தை அறிந்து வெளியே வந்தாள்.

"கூப்பிட்டீங்களாய்யா?"

"ஏம்மா, திண்ணையில ஆள் உக்காத்திட்டு விசாரிக்கிறது கெடையாதா? நடுப்பகல் நேரம் வெளியூர்லேந்து வந்திருக்காரு. சாப்பிட்டாரா கொண்டாரானுட்டுக் கேக்க வேண்டாம்? அங்க என்ன பண்ணியாவுது?"

ஷண்முகம் வெளியே வந்து, "நான்தாய்யா உக்காத்தினேன். மறந்திட்டேன். பெரிய கச்சேரி மாதிரி படலை. அவரு உடை போட்டுருக்கறதைப் பாத்தா தேங்கா மூடிக் கச்சேரியா இருக்கலாம்னு தோணுது" என்று விளையாட்டாகச் சொல்லிக்கொண்டே போனான்.

தோளில் இருந்த துண்டை அவன் முகத்தில் வீசி எறிந்தார் அய்யா. உள்ளே போய் ஒரு சொம்புத் தண்ணீரும், தட்டில் தின் பண்டங்களும், பழமும் எடுத்து வந்தார். திண்ணையில் வைத்துவிட்டு, "மன்னிக்கணும். பையன் மறந்திட்டான் சொல்ல" என்றார். கச்சேரியை ஒப்புக்கொண்டார். அவர் போனவுடன் உள்ளே வந்து ஷண்முகத்திடம், "பாடறவனுக்கு ஆணவம் கூடாதய்யா" என்றார். அவன் பேசவில்லை. செண்பகத்தைப் பார்த்துப் புருவங்களை உயர்த்தி உதட்டைப் பிதுக்கினான்.

அந்தக் கச்சேரிக்குத்தான் முதன் முதலாய்த் தன் மாணவர்களிலிருந்து செண்பகத்தை அழைத்துப் போனார். அவளைத் தன் கூடப் பாடவைத்துப் பின்பு தனியாகவும் இரண்டு கீர்த்தனைகளைப் பாடச் சொன்னார். அது ஒரு சிறிய கிராமம். பிரதான வீதி ஒன்றைப் போட்டு முடித்திருந்தார்கள். அதைக் கொண்டாடத்தான் கச்சேரி. மைக் செட், சுற்றிலும் சிறு மின்விளக்குகள் தவிர மின்சார உபயோகம் தென்படவில்லை. அதிக ஒளியை உமிழும் விளக்குகள் இல்லை. எப்போதாவது யாராவது டார்ச் விளக்கைப் பிடித்தவாறு எழுந்து போனால், சில வெள்ளைச் சட்டைகளும், வண்ணப் புடவை ரவிக்கைகளும், மடியில் உறங்கும் குழந்தைகளின் தொடையில் அழுந்திய கன்னங்களும் அந்த ஒளிவட்டத்தில் சிக்கின. சபையினருக்கும் மேடையில் இருந்த அவர்களுக்கும் இடையே முதலிரு நிமிடங்களிலேயே ஒரு பாலம் அமைந்துவிட்டது. அதில் போய்ப்போய் அவர்களைத் தொட முடிந்தது. அய்யா பாடி முடித்ததும் கரவோசை ஏதும் எழவில்லை. ஒரு முதியவர் முன்னால் வந்து, "அய்யா, உங்க பாட்டுக்கு அடங்கி இங்க உட்காந்திருந்தோம். எனக்கு எம்பது வயசு ஆவுது. அடுத்த சன்மம்னுட்டு ஒண்ணு இருக்கா இல்லியானுட்டு ஒண்ணும் புரியலை. அப்பிடி ஒண்ணு இருந்திச்சின்னா உங்க வீட்டுல நான் புள்ளயா வந்து பொறக்கோணுங ்க. பாட்டு கேட்டுக்கிட்டே இருக்கோணும்" என்று விட்டு அய்யாவின் வழக்கத்தைத் தெரிந்து வைத்துக்கொண்டு, ஒரு சிறு புட்டியை நீட்டினார். அய்யா மறுக்கவில்லை. ஆனால் அவர்கள் பணம் வைத்து நீட்டிய தட்டிலிருந்து தேங்காய் மூடியை மட்டும் அய்யா எடுத்துக்கொண்டார். "அந்தப் பணத்துல இனிப்பு வாங்கி,

அழாம, எந்தத் தொல்லையும் தராம இருந்த குழந்தைகளுக்குக் குடுத்துடுங்க" என்றார்.

மாட்டு வண்டியில் இரவு வயல்கள் மற்றும் மரங்களூடே நெளிந்த வீதிகளில் மெல்ல வந்தபோது, "ஷண்முகம், செண்பகத்தைப் பாட வெச்சது உன்னை தண்டிக்கிறதுக்குன்னிட்டு நினைச்சிக்காதே. அன்னிக்கு நடந்ததுக்கும் இதுக்கும் சம்பந்தமில்லை. செண்பகம் உங்க எல்லாரையும் தாண்டி ரொம்ப தூரம் போயிட்டா. அவ உழைச்ச உழைப்பு அப்பிடி" என்றார்.

அதன் பின்புதான் ஷண்முகம் அசுர சாதகம் செய்ய ஆரம்பித்தான். செண்பகத்துக்கு அரங்கேற்றம் செய்தார் அய்யா. ஊரிலேயே ஒரு பள்ளிக்கூடத்தில் சின்னதாக, ஆரவாரமில்லாமல் செய்தார். மறக்காமல் அவள் அம்மாவை அழைத்தார். அரங்கேற்றத்தில் அவள் அய்யாவை ஆச்சரியத்திலாழ்த்த ஒரு விஷயம் வைத்திருந்தாள். மரங்கள் அடர்ந்த வனத்தில் ஆடும் மயிலின் ஆட்டத்தை விவரித்து ஒரு வர்ணத்தை ராகமாலிகையாகச் செய்து விநாயகர் துதிக்குப் பதிலாக அதைப் பாடினாள். "கதிர்வேல் நாகமிருவர் மகள் செண்பகம் மனம் மகிழ" என்று தன் முத்திரையையும் இட்டிருந்தாள் அதில். வீட்டுக்குத் திரும்பியதும், "விநாயகர் வணக்கம் செய்யாம பாடுறது ஆணவம் இல்லையா அய்யா?" என்று கேட்டான் ஷண்முகம். "இல்லடா. அது ஞானச் செருக்கு. அது வேணும்டா" என்றார் அய்யா. அவள் இட்ட முத்திரையை அம்மா மிகவும் ரசித்தாள். அம்மாவின் பெயர் நாகவல்லி. நாகமிருவர் என்று சொல்லி அவளையும் தன்னுடன் பிணைத்துக்கொண்டது அவள் சமைத்த சமையலுக்கு எல்லாம் ஈடு செய்தது. அடுத்த கச்சேரிக்கு அம்மா இருக்கவில்லை.

அவளுக்கு வருடத்துக்கு ஐந்தாறு கச்சேரிகளாவது வந்தன. ஷண்முகம் அய்யாவுடன் பாடத் தொடங்கி, தனியாக அரங்கில் ஏறி, தனிக்கச்சேரியும் பண்ண ஆரம்பித்தான். எந்தத் தருணம் அவர்களுக்குள் பிணைப்பு ஏற்பட்டுப்போயிற்று என்று தெரியவில்லை. அது புரியாமலேயே உள்ளுக்குள் ஊறிக்கொண்டிருந்தது போலும். அய்யா அவள் திருமணம் பற்றிக் கேட்டபோது அவள் ஒன்றும் சொல்லவில்லை. "நீ கச்சேரி செய்யறதத் தடுக்கறவனை நீ கட்டக் கூடாது. அவன் உன் பாட்டை மதிக்கணும்" என்றார். அவள் சாதியில் மாப்பிள்ளை பார்ப்பதா என்ன செய்வது என்று கேட்டதற்கும் அவள் பதில் கூறவில்லை. அவளுக்கு பதில் தெரியவில்லை. அய்யா சொல்வதைக் கேட்டுவிட்டு அவள் திரும்பும்போது ஷண்முகம் உள்ளறைக்குப் போகும் ரேழியில் அவளிடம் சொன்னான்:

"செண்பகம், நீ எப்படி வேற மாப்பிள்ளை பாக்கலாம்? நீ என்னெத்தான் கல்யாணம் கட்டணும்."

அவளுக்குள் ஓர் உவகை பொங்கியது. வேகமாக நடந்துபோய் அவனை இறுக அணைத்துக் கொண்டாள். சட்டை போடாத அவன் மார்பில் தன் முகத்தைத் தேய்த்தாள்.

அவர்கள் விருப்பத்தை அய்யாவிடம் தெரிவித்தபோது அவர் தன் பதிலை உடனே சொல்லவில்லை. நாகம்மாள் மகிழ்ச்சியுடன் இவளைக் கட்டிப் பிடித்துக்கொண்டாள். ஷண்முகத்திடம் இரண்டொரு வருடங்கள் போகட்டுமே, என்ன அவசரம் என்றார் அய்யா.

"தீர்மானம் செய்திட்ட பிறகு ஏன் தள்ளிப் போடணும்?" என்றான் அவன்.

"அவளுக்கு இன்னும் கொஞ்சம் வயது கூடட்டுமே" என்றார்.

ஷண்முகமும் அவளும் தொங்கிய முகங்களோடு வளைய வந்தனர் இரண்டு நாட்கள். அதன் பின்னர் அய்யா திருமண நாளைக் குறிக்க முற்பட்டார். அதன்பின் இரு மாதங்கள் ஒருவரையொருவர் தொடுவதிலும், அறிவதிலும், வியப்பதிலும், சுகிப்பதிலும் போயிற்று. பொங்கிப் பொங்கி வந்தது ஆனந்தம். புதிதாக ஒரு பாட்டும் பாடம் செய்யவில்லை. மூன்றாம் மாதம் வெளியூர்க் கச்சேரி அழைப்பு வந்தது அவளுக்கு. ஒப்புக்கொண்டு தந்தி அடித்தபின் என்ன பாட வேண்டும் என்று திட்டமிட்டு அய்யாவிடம் பேச உட்கார்ந்தாள். அய்யா அதில் சில மாற்றங்கள் செய்து தந்தார். புது உருப்படிகள் இரண்டு கற்றுத் தருவதாகச் சொன்னார்.

சாப்பிடும்போது ஷண்முகத்திடம் புது உருப்படிகள்பற்றிச் சொல்லி இருவருமே கற்றுக் கொள்ளலாம் என்றதும், "செண்பகம் கச்சேரி செய்யப்போவுதா?" என்று கேட்டான் ஷண்முகம்.

"ஏன் கச்சேரி செய்யாம சமையலா செய்வா?" என்றார் அய்யா.

"இல்லய்யா. அவ எதுக்கு ஓடணும் அங்க இங்க? வீட்டுல பாடட்டுமே எவ்வளவு வேணுமின்னாலும். கச்சேரின்னா அவ களைச்சுப் போயிடுவா. ஓட்டமெல்லாம் எனக்கே இருக்கட்டும். அவ ஓய்வா இருக்கட்டும்" என்றான்.

அய்யா பேசாமல் சாப்பிட்டார். அவள் அவர் அறையில் குடிக்க நீர் வைக்கப் போனபோது வெடுக்கென்று திரும்பினார். "போ. போ. குடித்தனம் பண்ணு. புள்ள பெத்துக்க" என்றார்.

மல்லுக்கட்டு ❈ 135 ❈

அவள் பேசாமல் நின்றாள். கண்கள் கலங்கின.

"ஏன் அழுவறே பாவிப் பொண்ணே?" என்றார்.

"புது உருப்படி சொல்லித் தருவீங்களா?"

"நாளைக்கு ஆரம்பிக்கலாம் போ" என்றார் கோபமில்லாமல்.

இறக்கும்வரை அவர் கற்றுத்தருவது நிற்கவில்லை. வெளி உலகில் அவர் இசையின் வாரிசு ஷண்முகம் என்றார்கள். விருதுகள், பட்டங்கள், பொன்னாடைகள், புகழாரங்கள் என்று வந்தவாறிருந்தன. வீட்டில் செண்பகமும் அவனும் சேர்த்து பாடிய தினங்கள் மெல்ல மறைந்தன. கச்சேரிகளோடு பல ஐயர்தஸ்துகள் கூடின. மாணாக்கர்கள், முகஸ்துதி பேசுபவர், உண்மையான கலைஞர் என்று ஒரு பெரிய உலகினுள் அவன் புகுந்தான். செண்பகம் அவனுடன் வாழ்ந்தாள். அவனை ஒட்டி நின்றாள். பின்னாலிருந்து பாலை நீட்டினாள். ஆனால் கண்ணுக்குப் புலப்படாத ஓர் இடத்தில் அவர்கள் இன்னமும் பொருதும் மல்லர்களாகவே இருந்தார்கள்.

○

"அண்ணி, எனக்குப் பால்ல கொஞ்சம் மஞ்சப் பொடி போட்டுத் தர முடியுமா?" – சிஷ்யன் சோமு சமையலறைக்குள் வந்து கேட்டான்.

"ஏன், உடம்பு சரியில்லையா?"

"ரெண்டு தும்மல் போட்டுட்டேன் அண்ணி."

சோமுவின் கையில் அந்த வளையல் இன்னும் இருந்தது.

அது மூன்று வருடத்துக்குமுன் நடந்த சமாசாரம். ஷண்முகம் வெளியூர் போயிருந்தபோது, சோமு அவளிடம் அவள் இயற்றிய வர்ணம் கற்றுத் தர வேண்டுமென்று நச்சினான். அவள் சொல்லிக் கொடுத்தாள். ஒரு சிறு நிகழ்ச்சியில் அவள் பெயரைக் குறிப்பிட்டு அதை அவன் பாடினான். ஒரு பிரபல வித்வான் தற்செயலாக நிகழ்ச்சிக்கு வந்திருந்தார். அவர் பாடும் மேடையில் பெண்கள் இருக்கக் கூடாது என்று விடாப்பிடியான கொள்கை வைத்திருந்தார். "என்னப்பா, பொம்மனாட்டி கிட்டப் பாடம் கத்துக்க ஆரம்பிச்சாச்சா? ஒரு காரியம் பண்ணு. ரெண்டு வளையலை மாட்டிண்டுடு" என்றாராம் கிண்டலாக.

"வளையலுக்கென்னண்ணா? இதோ இப்பவே மாட்டிக்கிறேன்" என்று விட்டு விடுவிடுவென்று போய் பக்கத்திலிருந்த நகைக் கடையிலிருந்து இரண்டு வெள்ளி வளையல்களை வாங்கிப்

போட்டுக்கொண்டு வந்துவிட்டான் சோமு. அப்படி அவரை அவமதித்ததற்கு ஷண்முகம் அவனைப் பிறகு கடிந்து கொண்டார். சோமு வளையலைக் கழற்ற மறுத்துவிட்டான்.

சோமு பால் குடித்துக் கொண்டிருக்கும்போது ரங்கசாமி வந்திருப்பதாக இன்னொரு மாணவன் வந்து சொன்னான். அதற்குள் ரங்கசாமி உள்ளேயே வந்துவிட்டார்.

"செண்பகம்மா, ஒரு தப்பு நடந்துபோச்சு" என்றார் படபடப்புடன்.

"என்ன விஷயம்?" என்று கேட்டவாறே சமையலறையை ஒட்டிய கூடத்தில் வந்து அமர்ந்து அவரையும் அமரச் சொன்னாள் செண்பகம்.

"ஒரு மாசமா நான் ஊர்ல இல்ல. ஷண்முகம் அண்ணாவோட கச்சேரி தேதியக் குறிச்சுட்டு நான் வெளியூர் போயிட்டேன். என் கீழ இருக்கறவர பக்கவாத்தியத்துக்கு ஏற்பாடு பண்ணச் சொல்லியிருந்தேன். அவர் கொஞ்சம் புதிசு. சம்பிரதாயம் தெரியாது. அவர் வந்து... தெரியாம... பொம்பளை ஆர்ட்டிஸ்டா போட்டுட்டார். வயலின், கடம் ரெண்டும் லேடஸ்தான். நான் இப்பத்தான் வரேன். என்ன செய்யிறது?" என்றார்.

"சங்கீதத்துல ஆம்பிள என்ன பொம்பள என்ன சார்? எங்கய்யா குடும்பத்துல பொம்பளைங்க மிருதங்கம், கஞ்சிரா எல்லாம் வாசிச்சிருக்காங்க. பொம்பளைங்க ராகம், தாளம், பல்லவி எல்லாம் பாட வேண்டிய அவசியமில்லேனிட்டு சொன்ன காலத்துல இவங்க வம்சத்துப் பொம்பளங்க ராகம் பாடி, ஸ்வரமும் போட்டிருக்காங்க. இவங்க பெரிய பாட்டியே இப்படி ஸ்வரம் பாடினவங்கதான். எங்கய்யா பிள்ளை இவர். ஒண்ணும் சொல்ல மாட்டார். போங்க" என்று அனுப்பிவைத்தாள்.

சோமு வெள்ளி வளையலை நெருடியபடி நின்றான்.

சரிகைச் சால்வை ஜொலிக்க மேடையேறி வணங்கிவிட்டு அமர்ந்து, தன்னிரு பக்கமும் உள்ள பக்கவாத்தியக் கலைஞர்கள் மேல் கண்களைச் சுழலவிட்ட ஷண்முகத்தின் முகத்தில் சிறு திகைப்பு ஏற்பட்டது. இதற்குள் ரங்கசாமி கலைஞர்களை அறிமுகம் செய்வித்தார்.

முதல் பாடலை ஆரம்பித்து, சோமு தன்னுடன் இணைந்து பாட இடைவெளியை ஷண்முகம் விட்டபோது, சோமு எங்கேயோ பராக்குப் பார்த்தபடி இருந்தான். ஷண்முகம், இணைவதற்கான இடைவெளியை இரண்டாம் முறை ஏற்படுத்தியபோதும் சோமு

கவனிக்காமல் இருந்தான். அரை நொடி கழித்து சோமுவுக்கான மைக் பக்கம் சாய்ந்து ஷண்முகம் பாடிய வரியை மீண்டும் பாடி இணைந்து கொண்டாள் செண்பகம். திடுக்கிட்டுத் திரும்பிய ஷண்முகத்தின் கண்களுக்குள் தன் பார்வையைப் பாய்ச்சினாள் செண்பகம். முகம் விகசிக்கப் புன்னகைத்தாள். அவையினர் கரவோசை எழுந்தது. ஷண்முகம் எதிர்பாராத தருணத்தில் ஒரு சிக்கலான பிடியில் மல்லாத்தப் பட்டவர் போல் அவளைப் பார்த்தார். சோமு சட்டென்று அவள் கையிலிருந்து தம்பூராவை வாங்கி மைக்கை அவள் முன் நகர்த்தினான். அடுத்த அடியைச் செண்பகமே எடுத்தாள்.

அந்த ஏ.ஸி. அறையிலும் ஷண்முகத்திற்கு வியர்த்ததா என்று தெரியவில்லை. தோள்களைச் சுற்றி இருந்த சரிகைச் சால்வையைக் கழற்றிக் கீழே வைத்துவிட்டுப் பாட ஆரம்பித்தார் செண்பகத்துடன்.

காலச்சுவடு **14, ஜூன் 1996**

காட்டில் ஒரு மான்

அந்த இரவுகளை மறப்பது கடினம். கதை கேட்ட இரவுகள். தங்கம் அத்தைதான் கதை சொல்வாள். காக்கா – நரி, முயல் – ஆமை கதைகள் இல்லை. அவளே இட்டுக்கட்டியவை. கவிதைத் துண்டுகள் போல சில. முடிவில்லா பாட்டுகள் போல சில. ஆரம்பம், நடு, முடிவு என்றில்லாமல் பலவாறு விரியும் கதைகள். சில சமயம், இரவுகளில் பல தோற்றங்களை மனத்தில் உண்டாக்கிவிடுவாள். அசுரர்கள், கடவுள்கள்கூட அவள் கதைகளில் மாறி விடுவார்கள். மந்தரையைப் பற்றி உருக்கமாகச் சொல்வாள். சூர்ப்பனகை, தாடகை எல்லோரும் அரக்கிகளாக இல்லாமல், உணர்ச்சிகளும், உத்வேகங்களும் கொண்டவர்களாக உருமாறுவார்கள். காப்பியங்களின் பக்கங்களில் ஒண்டிக்கொண்டவர்களை வெளியே கொண்டு வருவாள். சிறகொடிந்த பறவையை வருடும் இதத்தோடு அவர்களை வரைவாள் வார்த்தைகளில். இரவு நேரமா, அந்தப் பழைய வீட்டுக் கூடமா, கூடப் படுத்த சித்தி மாமா குழந்தைகளின் நெருக்கமா என்னவென்று தெரியவில்லை. அந்தக் கதைகள் வண்டின் ரீங்காரமாய் மனத்தின் ஒரு மூலையில் ஒலியுடன் சுழன்றவாறிருக்கின்றன.

தங்கம் அத்தை அந்தப் பழைய, தூண்களும் நடுக் கூடமும் உள்ள வீட்டில் பல பிம்பங்களில் தெரிகிறாள். பெரிய மரக்கதவின் மேல் சாய்ந்தவாறு. அகல் விளக்கை புடவைத் தலைப்பால் மறைத்தபடி ஏந்தி வந்து புரையில் வைத்தபடி. தன் கணவன்

ஏகாம்பரத்துக்குச் சோறிட்டவாறு. கிணற்றுச் சுவரில் ஒரு காலை வைத்து, கயிற்றை இழுத்துக்கொண்டு. செடிகளுக்கு உரமிட்டவாறு.

தங்கம் அத்தை அழுகுக் கறுப்பு. நீவி விட்டாற்போல ஒரு சுருக்கமும் இல்லாத முகம். முடியில் நிறைய வெள்ளி. அத்தை வீட்டில் காலால் அழுத்தி இயக்கும் அந்தக் கால ஹார்மோனியம் உண்டு. அத்தைதான் வாசிப்பாள். தேவாரப் பாடல்களிலிருந்து வதனமே சந்திர பிம்பமோ, வண்ணான் வந்தானே வரை மெல்லப் பாடியவாறு வாசிப்பாள். கறுப்பு அலகுகள் போல நீள்விரல்கள் ஹார்மோனியக் கட்டைகளின் மேல் கறுத்தப் பட்டாம்பூச்சிகள் மாதிரிப் பறக்கும்.

தங்கம் அத்தையைச் சுற்றி ஒரு மர்ம ஓடு இருந்தது. மற்றவர்கள் அவளைப் பார்க்கும் கனிவிலும், அவளைத் தடவித்தருவதிலும், ஈரம் கசியும் கண்களிலும் அனுதாபம் இருந்தது. ஏகாம்பர மாமாவுக்கு இன்னொரு மனைவியும் இருந்தாள். அத்தையை அவர் பூமாதிரி அணுகுவார். அவர் அத்தையை 'டீ' போட்டு விளித்து யாரும் கேட்டதில்லை. 'தங்கம்மா' என்று கூப்பிடுவார். அப்படியும் அத்தை ஒரு புகைத்திரைக்குப்பின் தூர நிற்பவள்போல் தென்பட்டாள். முத்து மாமாவின் பெண் வள்ளிதான் இந்த மர்மத்தை உடைத்தாள். அவள் கண்டுபிடித்தது புரிந்தும் புரியாமலும் இருந்தது. வள்ளியின் அம்மாவின் கூற்றுப்படி அத்தை பூக்கவே இல்லையாம்.

"அப்படீன்னா?" என்று எங்களில் பலர் கேட்டோம்.

வள்ளி தாவணி போட்டவள். "அப்படீன்னா அவங்க பெரியவளே ஆகலை" என்றாள்.

"முடியெல்லாம் நெறய வெளுத்திருக்கே?"

"அது வேற."

அதன்பின் அத்தையின் உடம்பை உற்றுக் கவனித்தோம். 'பூக்காத' உடம்பு எப்படி இருக்கும் என்று ஆராய்ந்தோம். அவள் உடம்பு எவ்வகையில் பூரணமடையவில்லை என்று தெரியவில்லை. ஈரத் துணியுடன் அத்தை குளித்துவிட்டு வரும்போது அவள் எல்லோரையும் போலத்தான் தெரிந்தாள். முடிச்சிட்டச் சிவப்பு ரவிக்கையும், பச்சைப் புடவையும், முடிந்த தலையுமாய் அவள் நிற்கும்போது அவள் தோற்றம் வித்தியாசமாகத் தெரியவில்லை. வள்ளியின் அம்மா வள்ளியிடம், "அது வெறும் பொக்கை உடம்பு" என்றிருந்தாள். பொக்கை எங்கே என்று தெரியவில்லை. பறவையின் உடைந்த சிறகுபோல், அது வெளிப்படையாகத் தெரியாத பொக்கையா என்று புரியவில்லை.

ஒரு மாலை, பட்டுப்போன ஒரு பெரிய மரத்தைத் தோட்டத்தில் வெட்டினார்கள். கோடாலியின் கடைசி வெட்டில் அது சரசர வென்று இலைகளின் ஒலியோடு மளுக்கென்று சாய்ந்தது. குறுக்கே வெட்டியபோது உள்ளே வெறும் ஓட்டை. வள்ளி இடுப்பில் இடித்து, "அதுதான் பொக்கை" என்றாள். பிளவுபட்டு, தன்னை முழுவதுமாய் வெளிப்படுத்திக்கொண்டு, உள்ளே ஒன்றுமில்லாமல் வான் நோக்கிக் கிடந்த மரத்துடன் அத்தையின் மினுக்கும் கரிய மேனியை ஒப்பிட முடியவில்லை.

எந்த ரகசியத்தை அந்த மேனி ஒளித்திருந்தது? அவள் உடம்பு எவ்வகையில் வித்தியாசப்பட்டது? வெய்யில் காலத்தில் அத்தை, மத்தியான வேளைகளில் ரவிக்கையைக் கழற்றி விட்டு, சாமான்கள் வைக்கும் அறையில் படுப்பாள். அவளருகில் போய்ப் படுத்து, ரவிக்கையின் இறுக்கத்தின்றும் விடுபட்ட மார்பில் தலையை வைத்து ஒண்டிக்கொள்ளும்போது அவள் மென்மையாக அணைத்துக்கொள்வாள். மார்பு, இடை, கரங்களில் பத்திரப்பட்டுப் போகும்போது எது பொக்கை என்று புரியவில்லை. மிதமான சூட்டுடம்பு அவளுடையது. ரசங்கள் ஊறும் உடம்புடையவளாகப் பட்டாள். சாறு கனியும் பழத்தைப் போல் ஒரு ஜீவ ஊற்று ஓடியது அவள் உடம்பில். அதன் உயிர்ப்பிக்கும் துளிகள் எங்கள் மேனியில் பலமுறை சொட்டியது. தொடலில், வருடலில், எண்ணெய் தேய்க்கும்போது படும் அழுத்தத்தில், அவள் உடம்பிலிருந்து கரை புரண்டு வரும் ஆற்றைப் போல் உயிர் வேகம் தாக்கியது. அவள் கை பட்டால்தான் மாட்டுக்குப் பால் சுரந்தது. அவள் நட்ட விதைகள் முளைவிட்டன. அவளுடைய கை ராசியானது என்பாள் அம்மா. தங்கச்சி பிறந்தபோது அத்தை வந்திருந்தாள். "அக்கா, என் பக்கத்துல இருக்கா. என்னைத் தொட்டுக்கிட்டே இரு. அப்பத்தான் எனக்கு வலி தெரியாது" என்று அம்மா முனகினாள் அறையை விட்டு நாங்கள் வெளியேற்றப்பட்டபோது. கதவருகே வந்து திரும்பிப்பார்த்தபோது தங்கம் அத்தை அம்மாவின் உப்பிய வயிற்றை மெல்ல வருடியபடி இருந்தாள்.

"ஒன்றும் ஆகாது. பயப்படாதே" என்று மெல்லக் கூறினாள்.

"அடியக்கா, ஒனக்கொரு..." என்று முடிக்காமல் விம்மினாள் அம்மா.

"எனக்கென்ன? ராசாத்தியாட்டம். என் வீடெல்லாம் புள்ளைங்க" என்றாள் அத்தை. ஏகாம்பர மாமாவின் இளைய மனைவிக்கு ஏழு குழந்தைகள்.

"இப்படி ஓடம்பு திறக்காம..." என்று மேலும் விசும்பினாள் அம்மா.

"ஏன், என் ஒடம்புக்கு என்ன? வேளாவேளைக்குப் பசியில்லையா? தூக்கமில்லையா? எல்லா ஒடம்புக்கும் உள்ள சிறு இதுக்கும் இருக்குது. அடிபட்டா வலிக்குது. ரத்தம் கட்டுது. புண்ணு பழுத்தா சீ வடியுது. சோறு தின்னா செரிக்குது. வேற என்ன வேணும்?" என்றாள் அத்தை.

அம்மா அவள் கையைப் பற்றிக் கன்னத்தில் வைத்துக் கொண்டாள்.

"ஒன் ஒடம்பைப் போட்டு ரணகளமாக்கி..." என்று அந்தக் கையைப் பற்றியவாறு அரற்றினாள்.

அத்தையின் உடம்பில் ஏற்றாத மருந்தில்லை என்று வள்ளியின் அம்மா வள்ளியிடம் சொல்லியிருந்தாள். ஊரில் எந்தப் புது வைத்தியன் வந்தாலும் அவன் குழைத்த மருந்து அத்தைக்கு உண்டு. இங்லீஸ் வைத்தியமும் அத்தைக்குச் செய்தார்களாம். சில சமயம் மருந்துகளைச் சாப்பிட்டுவிட்டு அத்தை அப்படி ஒரு தூக்கம் தூங்குவாளாம். வேப்பிலையும், உடுக்குமாய் சில மாதங்கள் பூசைகள் செய்தார்களாம். திடீரென்று பயந்தால் ஏதாவது மாற்றம் நேரலாம் என்ற அவர்கள் திட்டப்படி ஒரு முன்னிரவு நேரம் அத்தை பின்பக்கம் போனபோது கரிய போர்வை போர்த்திய உருவம் ஒன்று அவள்மேல் பாய்ந்ததாம். வீறிட்ட அத்தை துணி துவைக்கும் கல்லில் தலை இடிக்க விழுந்துவிட்டாளாம். அவள் நெற்றி முனையில் இன்னமும் அதன் வடு இருந்தது. அடுத்த வைத்தியன் வந்த போது, "என்னை விட்டுடுங்க. என்னை விட்டுடுங்க" என்று கதறினாளாம் அத்தை. ஏகாம்பர மாமாவுக்கு வேறு பெண்பார்த்தபோது அத்தை அன்றிரவு அரளி விதைகளை அரைத்துக் குடித்துவிட்டாளாம். முறி மருந்து தந்து எப்படியோ பிழைக்கவைத்தார்களாம். "உன் மனசு நோக எனக்கெதுவும் வேண்டாம்" என்று மாமா கண்கலங்கினாராம். அதன்பின் அத்தையே அவருக்கு ஒரு பெண்ணைப் பார்த்தாள். அப்படித்தான் செங்கமலம் அந்த வீட்டுக்கு வந்தாள். எல்லாம் வள்ளி சேகரித்த தகவல்கள்.

அத்தை தன் கையை அம்மாவின் பிடியிலிருந்து விலக்காமல் இன்னொரு கையால் அம்மாவின் தலையை வருடினாள். "வுடு. வுடு. எல்லாத்தையும் வுடு. புள்ள பொறக்கற நேரத்துல ஏன் என் கதையை எடுக்கற?" என்றாள். அன்றிரவுதான் தங்கச்சி பிறந்தாள். அதன்பின் ஊருக்கு ஒரு முறை போனபோதுதான் அத்தை அந்தக் கதையைச் சொன்னாள்.

மழைக்காலம். இரவு நேரம். கூடத்தின் ஒரு பக்கம் ஜமக்காளத்தை விரித்து, எண்ணெய்த் தலை பட்டு, கறை படிந்த உறைகளோடு இருந்த சில தலையணைகளைப் போட்டாகி விட்டது. சில தலையணைகளுக்கு உறை இல்லை. அழுத்தமான வண்ணங்கள் கூடிய கெட்டித் துணியில் பஞ்சு அடைத்திருந்தது. அங்கங்கே பஞ்சு முடிச்சிட்டுக் கொண்டிருந்தது. அவை நிதம் உபயோகத்திலிருக்கும் தலையணைகள் அல்ல. விருந்தினர் வந்தால், குழந்தைகளுக்குத் தர அவை. நாள் முழுவதும் விளையாடிவிட்டு, வயிறு முட்டச் சாப்பிட்டுவிட்டுப் படுத்தவுடன் உறங்கிவிடும் குழந்தைகளுக்கு முடிசுக்கள் உறைக்கவா போகிறது?

சமையலறை அலம்பிவிடும் ஓசை கேட்டது. சொம்பின் ணங்கென்ற சத்தமும், கதவின் கிரீச்சும், தென்னந் துடைப்பம் அதன் பின்னால் வைக்கப்படும் சொத்தென்ற ஒலியும் கேட்டது. தகர டப்பா கிரீச்சிட்டது. கோலப்பொடி டப்பா. அடுப்பில் கோலம் ஏறும். அதன்பின் சமையலறைக் கதவை அடைத்துவிட்டுக் கூடத்தின் வழியாகத்தான் அத்தை வருவாள். யாரும் தூங்கவில்லை. காத்திருந்தனர்.

அத்தை அருகில் வந்ததும், சோமுதான் ஆரம்பித்தான்.

"அத்தே, கதை சொல்லேன்... அத்தே."

"தூங்கல நீங்கல்லாம்?"

நின்று பார்த்துவிட்டு அருகில் வந்து அமர்ந்தாள். காமாட்சியும் சோமுவும் மெல்ல ஊர்ந்து வந்து அவளின் இரு தொடைகளிலும் தலை வைத்துப் படுத்து அண்ணாந்து அவளைப் பார்த்தனர். மற்றவர்கள் தலையணைகளில் கைகளை ஊன்றிக்கொண்டனர்.

அத்தை களைத்திருந்தாள். நெற்றியில் வியர்வை மின்னியது. கண்களை மூடிக்கொண்டு யோசித்தாள்.

"அது ஒரு பெரிய காடு..." என்று ஆரம்பித்தாள்.

"அந்தக் காட்டுல எல்லா மிருகங்களும் சந்தோசமா இருந்தது. காட்டுல பழ மரமெல்லாம் நெறய இருந்தது. ஒரு சின்ன ஆறு ஓடிச்சு ஒரு பக்கம். தாகம் எடுத்திச்சின்னா அங்க போய் எல்லாம் தண்ணி குடிக்கும். மிருகங்களுக்கு எல்லாம் என்னவெல்லாம் வேணுமோ எல்லாம் அந்தக் காட்டுல சரியா இருந்தது. அந்தக் காட்டுல வேடன் பயமே இல்லை. திடீர்னுட்டு அம்பு குத்துமோ, உசிரு போகுமோன்னு பயமே இல்லாம

காட்டில் ஒரு மான்

திரிந்திச்சு அந்த மிருகங்க எல்லாம். எல்லாக் காடு மாதிரியும் அங்கயும் காட்டுத் தீ, வெளி மனுசங்க வந்து மரம் வெட்டறது, பழம் பறிக்கிறது, திடீர்னு ஒரு ஆளு வந்து பட்சிங்களே சுடுறது, ஓடற பன்னியை அடிக்கறது அதெல்லாம் இல்லாம இல்ல. இருந்தாலும், அங்க இருந்த மிருகங்களுக்கும், பட்சிகளுக்கும் பழகிப் போன காடு அது. ஆந்தை எந்த மரத்துல உக்காரும், ராத்திரி சத்தமே இல்லாம காடு கெடக்கறபோது எப்படி அது கத்தும், எந்தக் கல்லு மேல உக்காந்துக்கிட்டுத் தவளை திடீர்னுட்டுக் களகளன்னு தண்ணி குடிக்கிற மாதிரி சத்தம் போடும், எந்த இடத்துல மயில் ஆடும் – எல்லாம் தெரிஞ்சுபோன காடு.

இப்படி இருக்கறப்போ ஒரு மான் கூட்டம் ஒரு நா தண்ணி குடிக்கப் போச்சுது. அதுல ஒரு மான் தண்ணி வழியா போனப்போ விலகிப் போயிடுச்சு. திடீர்னு அது வேற காட்டுல இருந்திச்சு. பாதையெல்லாம் இல்லாத காடு. மரங்கள்லயெல்லாம் அம்பு பாய்ஞ்ச குறி இருந்தது. அந்தக் காட்டுல ஒரு அருவி ஜோன்னு கொட்டிச்சு. யாருமே இல்லாத காடு மாதிரி விறிச்சோன்னுட்டு இருந்தது. மானுக்கு ஒடம்பு வெடவெடன்னுட்டு நடுங்கிச்சு. இங்கயும் அங்கயும் அது ஓடிச்சு. அந்தப் பழகின காடு மாதிரி இது இல்லயேன்னுட்டு அலறிட்டே துள்ளித்துள்ளி காடெல்லாம் திரிஞ்சிச்சு. ராத்திரி ஆச்சுது. மானுக்கு பயம் தாங்கல. அருவிச் சத்தம் அதைப் பயமுறுத்திச்சு. தூரத்துல ஒரு வேடன் நெருப்பை மூட்டி அவன் அடிச்ச மிருகத்தைச் சுட்டு தின்னுட்டிருந்தான். அந்த நெருப்புப் பொறி மான் கண்ணுக்குப் பட்டுது. அது ஒளிஞ்சுக்கிட்டுது. தனியா காட்டைச் சுத்திச் சுத்தி வந்து களைச்சுப்போயி அது உக்காந்துக்கிட்டுது.

இப்படி நெறய நாளு அது திரிஞ்சுது. ஒரு நா ராத்திரி பௌர்ணமி. நெலா வெளிச்சம் காட்டுல அடிச்சது. அருவி நெலா வெளிச்சத்தைப் பூசிக்கிட்டு வேற மாதிரி ரூபத்துல இருந்திச்சு. பயமுறுத்தாத ரூபம். நெலா வெளிச்சம் மெத்துமெத்துனுட்டு எல்லாத்தையும் தொட்டுது. திடீர்னுட்டு மந்திரக்கோல் பட்ட மாதிரி அந்த மானுக்குப் பயமெல்லாம் போயிடுச்சு. அந்தக் காடு அதுக்குப் பிடிச்சுப் போயிடுச்சு. காட்டோட மூலை முடுக்கெல்லாம் அதுக்குப் புரிஞ்சு போயிட்டுது. வேற காடா இருந்தாலும், இந்தக் காட்டுலயும் அருவி இருந்திச்சு. மரம், செடி எல்லாம் இருந்திச்சு. மொள்ளமொள்ள மிருகங்க, பட்சிக எல்லாம் அது கண்ணுல பட்டுது. தேன் கூடு மரத்துல தொங்கறது தெரிஞ்சிச்சு. நல்ல பச்சப் பசேல்னுட்டு புல்லு தெரிஞ்சுச்சு. அந்தப் புதுக் காட்டோட ரகசியம் எல்லாம் அந்த

மானுக்குப் புரிஞ்சிடுச்சு. அதுக்கப்புறமா, பயமில்லாம அந்த மானு அந்தக் காடெல்லாம் சுத்திச்சு. பயமெல்லாம் போயி சாந்தமா போயிடுச்சு."

கதையை முடித்தாள் அத்தை. கூடத்தின் மற்றப் பகுதிகள் இருண்டிருந்தன. இந்தப் பகுதியில் மட்டும்தான் வெளிச்சம். இருண்ட பகுதியைக் காடாய்க் கற்பனைசெய்து, கதை கேட்ட குழந்தைகள், அந்த மானுடன் தோழமை பூண்டு, முடிவில் சாந்தப்பட்டுப் போயினர். தலையணைகளை அணைத்து உறங்கிப்போயினர். நீலமும், மஞ்சளும், கறுப்பும் கலந்த முரட்டுத் துணித் தலையணையில் சாய்ந்து, ஒற்றைக் கண்ணைத் திறந்து, உறக்கக் கலக்கத்தில் பார்த்தபோது, எங்கள் நடுவே, இரு கைகளையும் மார்பின் மேல் குறுக்காகப் போட்டுத் தன் தோள்களை அணைத்தவாறு, முட்டியின் மேல் சாய்ந்துகொண்டு தங்கம் அத்தை உட்கார்ந்திருந்தாள்.

உன்னதம், அக்டோபர் 1994

ஓர் இயக்கம், ஒரு கோப்பு, சில கண்ணீர்த் துளிகள்

மின்னஞ்சலில் சாருவின் குறிப்பு வந்தது.

ஜெட் தொய்வு இன்னும் அகலவில்லை. மற்றவர்கள் தூங்கும்போது எனக்கு விழிப்பு. அவர்கள் விழிக்கும்போது எனக்குக் கண் சொக்கல். ஆகையால் இக்கடிதம். சி.டி.யில் பாட்டை ஓடவிட்டபடி. அதே பாட்டுதான். தமாலுக்குப் பிடித்த ஹிந்திப் பாட்டு.

தனியனாய்
இந்த நகரில்
ஒருவன்
இரவிலும்
பகலிலும்
பிழைப்பைத்
தேடியபடி
கூட்டைத்
தேடியபடி ...

விமானதளத்துக்குக்கூட வராமல் இருந்து விட்டாய் நீ. நான் எதிர்பார்த்தேன் கடைசி வரை. அரை மொட்டைத் தலையும் குர்தாவுமாய் யார் போனாலும் நீதான் என்று மனத்தில் ஒரு துள்ளல். நீயும் ஸகீனாவும் சேர்ந்து இருந்திருப்பீர்கள் அன்று.

O

மின்சார ரயிலில் வந்தபோது ஸகீனா அதிகம் பேசவில்லை என்பது உண்மைதான். கண்களுக்கு அடியே கருவட்டம். அவர்கள் நின்ற இடத்திலிருந்த மின்விசிறி ஓடவில்லை. முகமெல்லாம் வியர்த்திருந்தது ஸகீனாவுக்கு. சாதாரணமாகவே வெய்யில்

தகிப்பு தாளாது அவளுக்கு. மே மாதத் தகிப்பில், ரயில் கூட்டத்தில், மேலே தொங்கிய சங்கிலியைப் பிடித்தபடி வியர்வை கொட்ட. தீப்புண்ணில் வெந்து, புடைத்தும், முறுக்கிக்கொண்டும், சொரசொரத்தும், நிறம் மாறியும் இருந்த கழுத்துப் பகுதியும், தோள் பகுதியும் வியர்வையில் நனைந்தபடி. அவளுடைய துப்பட்டாவால் முகத்தையும், கழுத்தையும் ஒற்றிவிட்டதுகூட அவளுக்குத் தெரியவில்லை. பத்து ஆண்டுகளுக்கு முன் நடந்த அந்த நிகழ்வுக்குப் பின் ஆஸ்பத்திரியில் இருந்துவிட்டு வந்தபோது சிரித்தபடி கூறினாள்: என் கழுத்தையும், தோளையும் பார்த்தாயா? ஏதோ ஒரு ஐந்து என் மேல் படுத்திருப்பதுபோல. உங்கள் சிவன் கழுத்தில் பாம்பு புரளும் என்பாயே? இப்போது என் கழுத்திலும் ஒரு பாம்பு.

சரியாக ஆறுமாதம் ஆனதும் உடைந்தாள். முற்றிலும். "அவர்கள் வருகிறார்கள். வந்து விட்டார்கள். மண்ணெண்ணெயில் முக்கிய தீப்பந்தங்களை வீட்டினுள் எறிகிறார்கள்" என்று பீதியில் உடைந்த குரலில் அலறியபடி ஓட ஆரம்பித்தாள். ஒரு மாதம் அரற்றலும், அலறலும், வீடலுமாய்ச் சென்றது. அதன் பின்பு மெல்லமெல்ல அமைதியடைந்தாள். மனோ வைத்தியரிடம் தெளிவுடன் அந்த நாள் பற்றி எழுதித் தந்தாள்:

அன்று வெள்ளிக்கிழமை. வீட்டில் நானும் அம்மியும் மாத்திரம். டிசம்பர் மாதம் என்றாலும் மத்தியான வேளையில் வெக்கைதான். சன்னலைத் திறந்து வைத்திருந்தோம். காற்று வீச. அம்மி உறக்கத்தில். நான் புத்தகம் படித்தபடி இருந்தேன். ஒரு கூச்சல் அலை எழுந்தது தூரத்தில். சீறலும், கர்ஜனையும், முழக்கமுமாய் ஓர் ஒலிச்சிதறல். திடீரென்று அது பெருகிப் பிரளயமாகி வந்தது. எழும்முன் சொத்துச்சொத்தென்று மண்ணெண்ணெய் நெடியுடன் துணிச்சுருள்கள் வந்து விழுந்தன. தொடர்ந்து எரியும் பந்தங்கள் வந்தன. என் கழுத்தில் நைலான் துப்பட்டா. வீசி எறியும் முன் கழுத்துடன் ஒட்டிக் கொண்டுவிட்டது. பியத்து எடுத்து வீசி எறிந்தேன். செவி கேளாததால் நிம்மதியாய் உறங்கிக்கொண்டிருந்த அம்மியின் மேல் போய் விழுந்தது. வீறிட்டு அவள் எழுவதற்குள் மேலும் இரு தீப்பந்தங்கள் அவள் மேல். நான் மயங்கி விழுந்தேன். எழுந்தபோது அம்மி என் அருகே ஒரு கருகிய உடலாய்.

ஒலிநாடாவில் பதிவானதில் அவள் குரல் பிசிறின்றி ஒலித்தது ஆங்கிலத்தில்:

டாக்டர்: ஸகீனா, உங்கள் மனத்தில் கோபம் இருக்கிறதா?

ஓர் இயக்கம், ஒரு கோப்பு...

ஸகீனா: *(சிரிக்கிறாள்)* டாக்டர், அந்தக் கும்பல் எழுப்பிய ஓசை என்னை எட்டும்போது நான் ஸாஹிர் லுதியான்வியின் கவிதைகளைப் படித்தபடி இருந்தேன். 'அந்த விடியல் வரும் என்றாவது' கவிதை. அடுத்த நொடியில் தீயில் கருகினேன். உடைந்து போகும்வரை கோபமே இல்லை. ஆற்றாமைதான். அதில் மூழ்காமல் மீண்டுவிட்டேன் என்றோர் எண்ணம். இப்போது என் மனத்தில் கோபம் இருக்கிறது டாக்டர். இதுதான் என் ஆதாரம். என் பலம். என் நங்கூரம். கலவரத்தில் தாக்கப்பட்டவர்கள் மனத்திலிருந்து கோபத்தை எடுத்துவிடும்படி உங்களுக்கு உத்தரவா டாக்டர்? அப்படிச் செய்யாதீர்கள். இந்தக் கோபத்தை நான் என் துப்பட்டாவில் முடிந்து வைத்துக்கொள்ளப்போகிறேன். அதைச் சிதறவிடப் போவதில்லை. அதைப் போர்த்திக்கொண்டு தான் நான் இனி இயங்கப் போகிறேன். அதைச் செவிமடுத்தபடி. அதனின்றும் பயின்றபடி. இனி அப்படி ஒன்று நிகழாமல் இருக்க நான் உழைக்க எனக்கு அந்தக் கோபம் தேவை.

"ஸகீனா, தபியத் டீக் நஹீ ஹை க்யா? *(உடம்பு சரியில்லையா?)* ப்ளட் ப்ரஷர் மாத்திரை எடுத்தியா?"

"உம்" என்றாள்.

"சாரு சாமான் எல்லாம் கட்டியிருப்பாள்."

"உம்."

ரயிலை விட்டு இறங்கி, கூட்டம் நடத்தப்படும் ஹுதாத்மா சதுக்கத்துக்கு வரும்வரை அதிகம் பேசவில்லை. சிறு பந்தல் போட்டிருந்தது. மாலை வரை பாட்டும், பேச்சும், உரையாடல்களும்.

ஐந்து மணிவாக்கில் தோளைத் தொட்டு, "நர்கிஸ்காலா வீடுவரை போயிட்டு வந்திடறேன். அப்புறமா ஏர்போர்ட் போகலாம்" என்றாள்.

எட்டு மணிக்குக் கூட்டம் முடியும்வரை வரவில்லை.

பொதுத்தொலைபேசியிலிருந்து நர்கிஸ்காலாவைத் தொடர்புகொண்டபோது,

"ஸகீனா பற்றி இப்பத்தான் தகவல் வந்தது" என்றார்.

"என்ன தகவல்?"

"ஸகீனா விழுந்திட்டா."

"எங்க? அடிகிடி எதுவுமில்லையே?"

காலாவின் குரல் உடைந்தது.

"மேலேயிருந்து விழுந்திட்டா."

"மேலேயிருந்தா? எலும்பு கிலும்பு..."

"பதினேழாம் மாடியிலேயிருந்து விழுந்திட்டா..."

காலா அழுதார்.

"இக்பால் மாமு இருக்கற பில்டிங் மொட்டை மாடியிலேயிருந்து..."

விவரங்களைக் கேட்டுக்கொண்டு அங்கு விரைந்து போய்...

ஸகீனாவின் கழுத்து எலும்பு முறிந்திருந்தது. புல்தரையில் விழுந்திருந்தாள். ரத்தக்களறி எதுவுமில்லை. கழுத்து முறிக்கப்பட்ட கோழிபோல் தலை தொங்கியது. போஸ்ட் மார்ட்டச் சம்பிரதாயங்களுக்காகக் காத்திருந்தது உடல்.

விரலால் கையை நீவிவிட்டபோது தண்ணென்றிருந்தது. கழுத்துப் பகுதியைத் தடவித் தந்தாள். செவிமடலை மென்மையாக நிமிண்டினாள். நுதலில் முத்தமிட்டாள். கண்களிலிருந்து நீர் பொழிந்தவண்ணம். மனத்தில் சுத்தியால் அடிப்பதுபோல் வலி.

எந்தக் கணத்தில் இதைத் தீர்மானித்தாய் ஸகீனா? மேலிருந்து கீழே புல்வெளியைப் பார்த்ததும் என்ன நினைத்தாய்? எதை நினைத்தாய்? கீழே விழுந்தால் மெத்தென்று இருக்கும் என்று நினைத்தாயா பாவிப் பெண்ணே! சுவரில் துளைத்த கொக்கியில் கால் வைத்து மதில் மேல் ஏறினாயா? மதில் மேல் நின்றாயா? வானை நோக்கி எழுந்த கட்டிட மலைகளைப் பார்த்தாயா? கட்டிடங்களுக்கு அப்பால் நீலமாய் மிதக்கும் கடலைப் பார்த்தாயா? கைகளைத் தூக்கி நீச்சல் வீராங்கனைகளைப் போல் குதித்தாயா இல்லை, தொய்ந்து, சரிந்து விழுந்தாயா? வீறிட்டாயா, கண்ணம்மா? காற்றில் உன் குரல் கரைந்து போனதா தங்கமே? எந்தக் கணம் இறப்பு நேர்ந்தது? தரையைத் தொட்டதுமா? இடையிலா? அல்லது, இன்று காலை நாம் பயணப்படுகையிலேயே நீ இறந்தாகிவிட்டதா?

கை அவள் தலையைத் தடவியபடியே இருந்தது.

எது உன்னைத் தகர்த்தது? எது உன்னை வீழ்த்தியது? எது அந்த நொடியில் சுழல் காற்றாய் வந்து உன்னைக் குப்புறத் தள்ளியது? சென்ற மாத நிகழ்வா? சாருவும் நீயும் அகமதாபாத் போனீர்கள் அறிக்கை தயாரிக்க. சாருவின் அத்தை வீடு அங்கிருந்தது. எப்போது நீ சாருவின் தோழியானாயோ அப்போதிலிருந்து உன்னை அறிந்த அத்தை. ஈத் திருவிழாவின் போது நீ ஸேமியா பாயசம் கொண்டு வருவாய் என்று காத்திருக்கும் அத்தை.

ஓர் இயக்கம், ஒரு கோப்பு...

அவள் உன்னையும் சாருவையும் உள்ளே விட மறுத்தாள். அவள் பையனும் மருமகளும் வாயிலை அடைத்துக்கொண்டு நின்றனர். மாடி அறை அவள் அப்பாவுடையது என்று சாரு கோபத்துடன் உரக்கக் கூறியதும் வெளியே இருந்த படிகள் வழியாய் அறைக்குப் போகலாம் என்று சாவி நீட்டப்பட்டது. சாருவும் நீயும் அங்கு மூன்று நாட்கள் இருந்தீர்கள். நீங்கள் தயாரித்த அறிக்கையைப் படிக்காதவர்கள் இல்லை. சாருவும், நீயும், நானும் இருந்த இரு மாலைப் பொழுதுகளில் இரண்டு முறை நீ இரண்டு விஷயங்களைக் குறிப்பிட்டாய்.

ஒன்று: நீங்கள் கடந்து போகும்போது அத்தையின் வீட்டுக் கதவு ஒருக்களித்துத் திறந்திருக்கும் சில சமயம். ஒரு முறை உள்ளே பார்த்தபோது வெளியறையில் அத்தையின் மூன்று வயதுப் பேரன் பொம்மைகளுடன் விளையாடிக் கொண்டிருந்தான். சிறு வாள், கேடயம், பிளாஸ்டிக் பொம்மைகள் இவைதான் அவனுடைய விளையாட்டுப் பொருள்கள். வாளால் பிளாஸ்டிக் பொம்மையின் கைகளையும், கால்களையும் துண்டித்தான். எந்தக் குறியும் இல்லாமல் வழவழத்த இடத்திலும் ஒரு போடு போட்டான்.

"குபேர்" என்று வாயிலிலிருந்து கூப்பிட்டார்கள். திரும்பிப் பார்த்துச் சிரித்தான்.

"பொம்மையை வெட்டலாமா அப்பிடி? அது சின்னப் பாப்பா இல்லையா?"

கையில் குட்டி வாளுடன் கதவருகே வந்து கண்கள் மலர நின்றான்.

"அது முச்லிம். அதைக் கொன்னுட்டேன்" என்றான் மழலையில்.

"குபேர், ஸகீனா மௌஸிகூட முஸ்லிம்தான்."

சிரித்துக்கொண்டே தன் குட்டி பொம்மை வாளால் உன் வயிற்றில் குத்தினான்.

"ஐச்சீராம்" என்றான்.

இரண்டு: தெரு முனையில் இருந்த கோவிலில் கொண்டாட்டம். உரக்கக் கூவிப் பாடியபடி அத்தை குதித்துக் குதித்துக் கடவுள் பெயரைக் கூறினாள். பஜனைப் பாடல்கள் சீறல்களாய் வெளிப்பட்டன. ஒரு கட்டத்தில் முடி அவிழ்ந்து, வியர்வை கொட்ட, ஆவேசக் கூத்துபோல் திம்திம்மென்று அத்தையும் அவள் பஜனைத் தோழிகளும் தரை அதிரத் தட்டாமாலை ஆடினார்கள்.

அத்தை திரும்பி வரும்போது,

"புவா" என்று சாரு மேலிருந்து அழைத்தபோது அத்தை மாடியை நோக்கிப் பார்த்தாள்.

அவை அத்தையின் கண்கள் அல்ல. மங்கி வரும் அந்தி வெளிச்சத்தில் தெரு விளக்கின் மஞ்சள் ஒளியில் அவை ஓர் ஓநாயின் கண்கள் போல் ஒளிர்ந்தன.

இக்பால் மாமு அவள் தோளில் கையை வைத்தார். "செல்வி பேட்டீ!" என்று அழைத்து, தோளைத் தட்டி, சமாதானப்படுத்தினார்.

○

என் குடும்பத்தினர் வந்திருந்தனர் விமானதளத்துக்கு. கலாவதி மௌஸியின் மகன் காரை அனுப்பியிருந்தான் டிரைவருடன். நீ நம்ப மாட்டாய். தமாலின் பெற்றோர் வந்திருந்தனர். தமாலின் மகன் மனுஷ் அவர்களை அழைத்து வந்திருந்தான். கூடவே அமலா. தமாலின் மனைவி. தமாலுடன் எனக்கிருந்த இருபத்தைந்து ஆண்டு உறவை, தன்னால் இப்போது புரிந்துகொள்ள முடிகிறது என்றாள். அழுதாள். என்னுடைய உயர் ஆராய்ச்சிக்கான பயணம் நன்றாக அமைய வாழ்த்தினாள். தமாலின் அப்பா என் தலையைத் தடவி ஆசீர்வதித்தார். "ஒருகால் நீ திரும்பினால் அதுவரை நாங்கள் இருப்போமா மாட்டோமோ, ஜாக்கிரதையாகப் போய் வா" என்றார். என் பெற்றோர் மிகவும் உணர்ச்சிவசப்பட்டுப் போய்விட்டார்கள். அந்தக் கணம் நான் விமான தளத்தில் இருக்கவில்லை. மாதுங்கா ரயிலடியில் இருந்தேன். 1993ஆம் ஆண்டில். அந்த குண்டு வெடிச்சத்தம் தீபாவளி வாணவெடிச் சத்தம் போல்தான் பெண்கள் பகுதியில் கேட்டது. வண்டி நின்றதும் நானும் மற்றவர்களுடன் எட்டிப் பார்த்த அந்தக் கணம் இன்னும் மனத்தில் இருக்கிறது. பிசைந்த மாவை இடும்போது பரந்துகொண்டே போவது போல் அந்தக் கணம் நீண்டு, நீண்டு, நீண்டு போகிறது மனத்தில். வண்டியில் கூட்டம் என்று நான் பெண்கள் பெட்டியிலும் தமால் பொதுப் பெட்டியிலும் ஏறியிருந்தோம். "பொதுப்பெட்டி ஒன்றில் குண்டு வெடித்துவிட்டதாம்..." இறங்கிக் கொஞ்சம் முன்னால் போய்க் கூட்டத்தினுள் நுழைந்து பார்த்தபோது தமால் கீழே கிடந்தான். முட்டிக்குக் கீழே இரண்டு கால்களும் வெறும் கூழாய். நெஞ்சுப் பகுதியில் ரத்தம்.

"தமால்" என்று கூவியபடி அருகில் போனதும், ஒரு நிமிடம் அவனுக்கே நிலைமை விளங்கவில்லை என்று புரிந்தது.

"என்ன ஆயிற்று?" என்றான். ஆம்புலன்ஸில் ஏற்றப்பட்ட போது சற்று எம்பி, கால் பகுதியைப் பார்த்தான். என்னைப் பார்த்துக் கை குவித்தான் இதிலிருந்து என்னை விடுவித்து விடு என்பதுபோல். பக்கத்தில் ஏகப்பட்ட காயங்களோடு ஒரு முஸ்லிம் முதியவர். சரித்திரத்தின் விளையாட்டு. சரித்திர விளையாட்டு. அவருடன் யாருமில்லை. தமாலையும் அவரையும் ஆஸ்பத்திரிக்கு நானும் வண்டியில் இருந்த சில நல்ல மனிதர்களும் அழைத்துப் போனோம். ஆஸ்பத்திரியில் பெயர் எழுதும்வரை தமாலுக்கு நினைவு இருந்தது.

"தமால் முகர்ஜி" என்று குழறல் இல்லாமல் சொன்னான். வயது ஐம்பது என்றான். தன் மதம் மனிதம் என்றான். முஸ்லிம் முதியவரை அறிமுகப்படுத்த யாருமில்லை.

போலீஸ் விசாரணை ஏதோ ஒரு கோணல் கோணத்திலிருந்து வந்தது.

"இருவரும் சேர்ந்து குண்டை வைத்தார்களா, இல்லை, குண்டை வைத்தது இருவரில் ஒருவரா?" பலர் உதவியுடன் தமாலின் உடலைப் பெற்றுக்கொண்டு, ஆஸ்பத்திரியை ஒட்டியிருந்த இடுகாட்டில் அதற்கு எரியூட்டிய பிறகுகூட முஸ்லிம் முதியவரின் உடல் கிடைக்காமல் அவர் குடும்பம் அலைந்துகொண்டிருந்தது. அவருடைய வயதான மனைவி என்னிடம் வந்து, போலீஸ் கெடுபிடி பற்றிச் சற்றும் புரிந்துகொள்ளாது,

"பேட்டி, ரயிலில் போகும்போது விபத்து நடந்திருக்கிறதே, பொருளுதவி ஏதாவது கிடைக்குமா? இரண்டு பெண்கள் இருக்கிறார்கள். நிக்காஹ் செய்ய வேண்டும். பணம் ஏற்பாடு செய்ய வேண்டும். பணம் ஏற்பாடு செய்யத்தான் இன்று கிளம்பினார்..." என்று சொல்ல ஆரம்பித்தாள்.

அவள் கையைப் பிடித்துக்கொண்டு நின்றேன். உனக்கு நினைவிருக்கும். பொருளுதவி அவளுக்குக் கிடைக்க நாம் முயற்சி செய்தோம். தோற்றோம். பின்பு நிதி திரட்டித் தந்தோம்.

அத்தனையும் மின்னல் ஒளியில் ஒரு நொடி மினுங்குபவை போல் மனத்தில் எழும்பி வந்தது. இதை எழுதும்போது மீண்டும்.

◯

ஸகீனா தன்னை முடித்துக்கொண்டு விட்டாள். அவள் வக்கீல். இத்தகைய முடிவுக்குப்பின் நேரும் செயல்முறைக் குழப்பங்களை அறிந்தவள். ஒரு கடிதம் எழுதி வைக்க வேண்டும் என்பது அவள் அறியாததல்ல. ஆகவே இது அவள் திட்டமிட்டுச் செய்தது இல்லை. ஒரு கூஷண நேரத்தில் மூளையை முட்டிய உணர்வுக் கொதிப்பு அலையின் சுழல் தாக்குதலில் நேர்ந்த பிறழ்வு. சற்றுச்

சாய்ந்தவள் முற்றிலும் சரிந்துவிட்டாள். அவளுக்கு ரத்தக் கொதிப்பு உண்டு. 1992இல் ஒரு மாதம் மனோ வைத்தியரிடம் சிகிச்சை பெற்றுதுண்டு.

இத்தகை விளக்கங்களுடன் ஸகீனாவின் முடிவு போலீஸின் கோப்புகளில் அரசாங்கப் பணித்துறைக்கே உரிய மொழியில் இடம்பெற்ற பின்பு, ஸகீனாவின் உடல் கைக்குக் கிட்டியது. அடக்கம் செய்யப்பட்டது.

இக்பால் மாமுவின் வீட்டில் வைத்திருந்த கோப்பு ஒன்றை எடுக்கத்தான் ஸகீனா போயிருந்தாள். அப்படித்தான் அவருக்குத் தொலைபேசியில் கூறியிருந்தாள். சென்றதும் தேநீர் குடித்த பிறகு புத்தகங்கள் இருந்த அறைக்குப் போயிருக்கிறாள். அங்கிருந்த ஓர் அலமாரியில்தான் கோப்பு இருந்தது. அறையின் அந்தப் பக்கத்துக் கதவை திறந்தால் மொட்டை மாடி. பதினைந்து நிமிடங்களுக்குப் பிறகு கட்டிடத்தின் காவலாளி மாமுவின் வீட்டின் அழைப்பு மணியை அடித்தபடியே இருந்தான் கதவு திறக்கும்வரை.

"உங்கள் வீட்டு மாடியிலிருந்து ஒரு பெண் குதித்து..."

"உளறாதே" என்றார் மாமு. "வீட்டில் நான் மட்டும்தான்..." என்று சொல்லி முடிக்கும்முன் ஸகீனா இருப்பது நினைவுக்கு வந்தது. புத்தக அறைக்கு ஓடினார். ஸகீனா இல்லை. மொட்டை மாடிப்புறக் கதவு திறந்திருந்தது. கோப்பு வைத்திருந்த அலமாரியின் பூட்டு திறந்திருந்தது. சாவியுடன் பூட்டு அலமாரியின் மேல் வைக்கப்பட்டிருந்தது. அறையின் மின்சார விளக்கு போடப்பட்டிருந்தது. மாமு மொட்டை மாடிக்கு ஓடிப்போய் கீழே எட்டிப் பார்த்தார். கீழே ஒரு கோணல் கோடாய் ஸகீனா கிடந்தாள். அவள் கறுப்பு துப்பட்டா தோட்டத்தில் பட்சிபோல் வெட்டப்பட்டிருந்த பெரிய புதர்ச்செடியின் சிறகு பகுதியின் நுனியில் காற்றில் அசைந்தபடி.

கீழே ஓடி, மடியில் கிடத்தி, அரற்றி, சுற்றியிருந்தவர்கள் மாமுவைத் தாங்கி...

இக்பால் மாமு மீண்டும், மீண்டும் விவரித்தார். அவருடைய செல்ல மருமகள். அவளை வக்கீலுக்குப் படிக்க வைத்தார். வாழ்க்கை பற்றிய அவளது நிர்ணயங்களை முற்றிலும் ஏற்றார். மீண்டும், மீண்டும் அதைக் கூறினார்.

அலமாரியை இன்னும் பூட்டவில்லை. திறந்து கோப்பை எடுத்துச் செல்வியிடம் தந்தார். கோப்பின் அட்டையில் 'ஜாக்ருதி' (விழிப்பு) என்ற அவர்கள் அமைப்பின் பெயர் இருந்தது.

○

உள்ளே போகும் நேரம் வந்ததும் ஒரு மௌனம் பிறந்தது எங்களிடையே. பின்பு விடைபெறல். தொண்டை அடைத்தல். அம்மாவின் விழிகளில் கண்ணீர். அப்பா கைக்குட்டையால் கண்ணைத் துடைத்தபடி. உள்ளே போனதும் கண்ணாடிக் கதவொன்றில் நான் தெரிந்தேன் பிம்பமாக. அழுதுகொண்டிருந்தேன். நான் அழுகிறேன் என்று கூறிக்கொண்டேன் என்னிடமே. இதற்கு முன்பும் பலமுறை அழுதிருக்கிறேன். ரயிலின் மேல் தட்டில் படுத்தபடி. யாருமில்லா அமானுஷ்ய ரயிலடி ஒன்றில் பின்னிரவு வண்டி ஒன்றின் வரவை எதிர்நோக்கி இருந்தபோது மேலே இருந்த நட்சத்திரங்களைப் பார்த்தபடி. மாட்டு வண்டி ஒன்றில் காளையின் வாலை வெறித்தபடி. விமானநிலையம் ஒன்றின் கழிவறையில். பேருந்தின் மேலடுக்கின் மூலையில் அமர்ந்தபடி. நெடுஞ்சாலையில் விரைவாக வண்டியை ஓட்டியபடி. பலவகை விடைபெறல். விடை கொடுத்தல். இன்னொரு விடைபெறல். இன்னொரு அழுகை. கண்ணாடியில் தோளில் தொங்கிய கறுப்புத் தோல்பையைப் பற்றியபடி உயர் ஆராய்ச்சி செய்யப்போகும் ஐம்பது வயதுப்பெண். வெட்டப்படாத நீள்முடி. கன்னங்களில் கண்ணீர்க் கோடுகள். பக்கத்தில் இருந்த குப்பைக்கான பெட்டியை ஆதரவாகப் பற்றிக்கொண்டு, கண்ணீரை வடிய விட்டேன்.

"டூ யூ நீட் எனி ஹெல்ப்?" என்று குரல் கேட்டது. இன்னொரு பயணி எதிரே நின்றுகொண்டிருந்தாள்.

"நோ, தேங்க்யூ" என்றுவிட்டு உள்வாயிலை நோக்கி நடக்க ஆரம்பித்தேன்.

இப்போதும், இதை எழுதும்போதும், எல்லோரும் உறங்கும்போது நான் விழித்து எழுதும் இந்தப் பொழுதிலும், கண்ணிலிருந்து நீர் வடிகிறது. சரித்திரம் படைப்பவர்களாக நாம் நடமாடிய ஒரு நீண்ட சகாப்தம் முடிவது போல் ஓர் உணர்வு.

ஏனென்று புரியவில்லை. மாதவிடாய் நின்ற பிறகு வரும் சோர்வா என்ற சிலசமயம் நினைக்கிறேன். அப்படி ஒரு சோர்வுணர்வு இதுவரை வந்ததில்லையே என்றும் நினைக்கிறேன். உடல் நம்மை எப்போது அடக்கி வைத்தது? என்று அது நம்மேல் அதிகாரம் செலுத்தியது? எப்போதாவது அதற்கு நாம் பயந்திருக்கிறோமா? வயது என்ற விஷயம் பற்றி நாம் யோசிக்கக்கூட இல்லையே? நர்கிஸ்காலா மாதிரி ஒருவரை நாம் பார்த்துக்கொண்டிருக்கும் போது வயது பற்றி நினைக்கத் தோன்றுமா? எண்பத்தேழு வயதில் கால்கள் முடங்கிவிட்ட நிலையிலும் தன் குழுவின் வேலையைத் தன் வீட்டிலிருந்து செய்வதை அவர் நிறுத்தவில்லையே?

அம்பை

நர்கிஸ்காலாவை நினைக்கும்போது தட்டச்சு இயந்திரத்தின் ஒலிதான் நினைவுக்கு வருகிறது. சன்னல் அருகே, வெளியே பார்க்க வாகாக வைக்கப்பட்ட மேசை அருகே அமர்ந்து நிதம் ஒரு மனித உரிமை அறிக்கையோ, பேச்சு சுதந்திரம் பற்றிய கடிதம் ஒன்றையோ பத்திரிகை ஆசிரியருக்கு அனுப்புவதற்காகத் தட்டச்சு இயந்திரத்தில் அடித்துக்கொண்டிருக்கும் ஒலி. சென்ற மாதம் என்னிடம் கணிப்பொறி ஒன்று வாங்கலாம் என்று பார்க்கிறேன் என்றார். "வேண்டாம் காலா. உங்களை இந்தத் தட்டச்சு இயந்திரத்தோடுதான் என்னால் சம்பந்தப்படுத்த முடிகிறது" என்றேன். "உன்னுடைய சுகமான பிரமைகளுக்காக நான் மாறாமல் இருக்க முடியுமா?" என்று கேட்டார்.

அன்று நான் காலாவுடன் நிறையச் சண்டை போட்டேன்.

"சும்மா இருங்கள் காலா. உங்களைப் போன்றவர்கள். வாழ்க்கையின் முக்கியமான கட்டங்களை காந்தியுடன் கழித்து, சுதந்திரத்துக்காக உழைத்த உங்களைப் போன்றவர்கள், அதன் பின்பு ஏன் ஆசிரமங்களிலும், சிற்றூர்களிலும் முடங்கிக்கொண்டீர்கள்? அரசியல் லாபம் வேண்டாம் என்று ஏன் தீர்மானித்தீர்கள்? காந்தி மேல் வைத்த பாதிப் பக்தியை நாட்டின் மேல் வைத்திருந்தால் நம் நாட்டு அரசியல் மாறி இருக்கும். யார் உங்களை இந்தத் தியாகம் செய்யச் சொன்னது? 1942இல் இந்த வீதிகளில் நீங்கள் எல்லாம் பேட்டை ராணிகள் போல் ஊர்வலம் போனீர்கள். யாருக்கும் பயப்படாமல். நீங்கள் எங்களுக்குத் தந்திருப்பதெல்லாம் இந்தப் பிம்பங்களைத்தான். கொடியை உயர்த்தியபடி நீங்கள் போன ஊர்வலப் புகைப்படங்களை எத்தனை தடவை நாங்கள் பார்த்துப் புல்லரித்திருப்போம்? என் ஆத்திரத்தைக் கிளப்பாதீர்கள். நீங்களும், உங்கள் கதரும், ராட்டையும், காந்தியும். வெறும் சின்னமாகிவிட்டீர்கள் நீங்கள் எல்லாம். சுவரில் படங்களாகவும், தலையில் தொப்பியாகவும், மோஸ்தர் உடைகளாகவும் மாறிவிட்ட சின்னங்கள். உதவாக்கரைச் சின்னங்கள். பேடிச் சின்னங்கள். கோமாளிச் சின்னங்கள். வேறு எந்த அரசியல் சொத்தும் நீங்கள் தரவில்லை..." என்று கத்தினேன்.

நான் அகமதாபாத் சென்று திரும்பிய மனநிலையில் அவ்வாறு பேசியிருக்கலாம். பேசிக்கொண்டே நான் காலாவின் சக்கர நாற்காலி அருகே போய், காலாவைப் பிடித்து உலுக்கிவிட்டேன். காலா தடுக்கவில்லை. அதன் பின்னர் அவர் மடியில் தலையைப் புதைத்துக்கொண்டேன். காலா பேசவில்லை. என் தலைமேல் கையை வைத்தார் ஆசீர் வதிப்பதுபோல்.

○

கோப்பு மேசை மேல் இருந்தது. அறையில் இருந்த புத்தங்கள், மற்ற காகிதங்கள் இவை அட்டைப் பெட்டிகளில் கிடந்தன. பெட்டிகளின் வாய் இன்னும் மூடப்படவில்லை. கீழ் வீட்டுப் பள்ளிச்சிறுவன் அவனுடைய இரு நண்பர்களுடன் வந்து, கட்டி வைக்கும் வேலையைச் செய்வதாய்ச் சொல்லியிருந்தான். அதற்குப் பதிலாக ஹரித்திக் ரோஷனின் படம் ஒன்றைப் பார்க்க மூவருக்கும் பணம் தருவதாக ஏற்பாடு.

நந்தினியிடம் காலையில் கேட்டாள். "அறையை ஒழிக்கணும் நந்தூ. லீவு போடறியா? தனியா என்னால..?

"ஆபீஸ்ல நிறைய வேல. இல்லாட்டி வந்திருப்பேன். சனிக்கிழமைகூட நான் பூனா போகணும் ஆபீஸ் வேலையா. அடுத்த வாரம் ஒழிச்சா பத்தாதா?" என்றாள்.

"வீட்டுக்காரன் நெருக்கறான்..."

சங்கடப்பட்டாள். உதவ முடியவில்லையே என்று வருந்தினாள். சாரு அமெரிக்கா போய்விட்டாள், ஸகீனா இல்லை. செல்வி தனியாகிவிட்டாள் என்று தெரியும். அதனால்தான் கோபப்படாமல், படபடக்காமல், சள்ளென்று விழாமல் பதில். இல்லாவிட்டால், "ப்ளீஸ் அம்மா. நான் வேலை பாக்கறது தனியார் கம்பெனி. நினைச்சபடி லீவு போட இது கவர்மெண்ட் வேலை இல்ல. பெண்கள் அமைப்பும் இல்ல – வீட்டுக்கு விலக்குன்னா லீவு, விரதத்துக்கு லீவு, விருந்துக்கு லீவுன்னுட்டு லீவு போட. ஆம்பளைக்குச் சமதையா வேல பார்க்கணும்ன்னா அதுக்குச் சமதையா உழைக்கணும்" என்று பதில் வந்திருக்கும்.

"இப்படி நீ உன் அறிவுக்குப் பொருத்தமான வேலை செய்ய, ஆணுக்கு நிகரான சம்பளம் வாங்கப் பாதை போட்டது நாங்கள்தான். உன் பாதையிலிருந்த முட்களை எல்லாம் களைந்து, இடர்பாடுகளை எல்லாம் அகற்றி, உன் உரிமைகளை நீ உணரச் செய்தது நாங்கள்தான்" என்று கூறத்தோன்றும் சில சமயம். அப்படிப்பட்ட உரையாடல்கள் நின்றுபோய் வெகுநாட்களாகி விட்டன.

மூன்று ஆண்டுகளுக்கு முன்பு டோங்ரியில் ஒரு வேலையை முடித்துக் கொண்டு சாருவும், ஸகீனாவும் இவளும் திரும்பிவர இரவு ஒரு மணியாகிவிட்டது. வழியில் சாப்பிட நின்றால் நேரமாகிவிடும் என்று நேரே மூவரும் செல்வி வீட்டுக்கே போக முடிவு செய்தனர். அழைப்பு மணியை அடித்துஅடித்து கை ஒய்ந்ததுதான் மிச்சம். உள்ளே ஆள் அரவமே இல்லை. பிறகு பக்கத்து வீட்டாரை எழுப்பி, அவர்கள் வீட்டு பால்கனியிலிருந்து இவர்கள் வீட்டு பால்கனிக்குத் தாவி, வெறுமே சாத்தியிருந்த

அம்பை

கதவைத் தள்ளித் திறந்து உள்ளே வந்தனர். ஐந்தாம் மாடி வீடு. இரவு ஒரு மணிக்கு இப்படித் தாண்டும் வித்தை. அகோரப் பசி. சமையல் மேடையில் காலிப் பாத்திரங்களும் சாப்பிட்ட தட்டுகளும். சாரு நொடியில் மேடையைச் சுத்தம் செய்தாள். ஸகீனா சப்பாத்தி மாவு பிசைய ஆரம்பித்தாள். உருளைக்கிழங்கை வேகப் போட்டாள் இவள். குளிர்பதனப் பெட்டியில் இருந்த வேக வைத்த பருப்பை எடுத்து இவள் வைத்ததும், வெங்காயம், தக்காளி, இஞ்சி, பூண்டு, பச்சை மிளகாய் அரிந்து அதைத் தாளித்தாள் சாரு. சுடச்சுடச் சப்பாத்தியும், பருப்பும், உருளைக்கிழங்கு ஸப்ஜியுமாய் சாப்பாடு இரவு இரண்டு மணிக்கு.

ராமு அப்போது இருந்தான். காலையில், கதவு திறக்காதது பற்றி இவள் கோபமாகக் கேட்டதும், "ராத்திரி பன்னெண்டு மணி, ஒரு மணிக்கு வந்தியானா முழிச்சிட்டிருந்து கதவெல்லாம் திறக்க முடியாது" என்றான் பட்டென்று.

"ஏன், நீ சிநேகிதர்களோட ஊர் சுத்திட்டு மூணு மணிக்கு வந்தா நான் கதவைத் திறக்கலியா? சோறு போடலியா?"

"எனக்கு டயர்ட்டா இருந்தது. தூங்கிட்டன். அதுக்கு இப்பிடிக் கூப்பாடு போடணுமா என்ன?"

"பால்கனியத் தாண்டிக் குதிச்சு வந்தம் நாங்க. ஸகீனாவுக்கு ப்ளட் ப்ரஷர் உண்டு. தெரியுமில்ல?"

சாருவும், ஸகீனாவும் குறுக்கிட்டு, விவாதம் மேலும் வளராமல் தடுத்தார்கள்.

இவர்கள் தேநீர் பருகிக்கொண்டிருக்கும்போது நந்தினி வர, அவளிடம் "அப்பிடி என்ன தூக்கம்? மணி அடிச்சது கேக்கலியா?" என்றதும், "அம்மா, காலேல நீ போட்ட சண்டை நல்லா விழுந்துது காதுல. இதெல்லாம்தான்மா ஒடுக்குமுறை. போ, போயி ஒரு பொஸ்தகம் எழுது" என்று விட்டு ஸகீனா மற்றும் சாரு பக்கம் திரும்பி, "சரிதானே?" என்றாள் ஆங்கிலத்தில். அவள் கூறியதைச் செல்வி விளக்கியதும், சாரு மற்றும் ஸகீனாவின் முகம் இறுகிப்போயிற்று.

ராமு விபத்தில் இறந்தபோதுகூட ஏதோ இவள் கவனிப்புப் போதாமல் அவன் இறந்துவிட்டதுபோல் உறவினர் பேசினர். "நல்ல மனுஷன். பாதி நாள் தானா காப்பி போட்டு, தானா குடிச்சு... அவனாப் பாத்துப் பண்ணிட்ட கல்யாணம்..."

ஆமாம். இருபத்தைந்து ஆண்டுகளுக்கு முன். இன்னும் அது ஒரு குறை.

ஓர் இயக்கம், ஒரு கோப்பு...

நந்தினிகூட, "அப்பாவை நீ இன்னும் நல்லாக் கவனிச்சிருக்கணும்மா ... எப்பப்பாரு ஊர்வலம். வரதட்சணைக் கொடுமை, பலாத்காரம்னுட்டு ஓடிட்டிருந்தே... அப்பிடி எல்லாம் இருக்க நினைக்கறவங்க கல்யாணம் கட்டக் கூடாது..." என்றாள்.

இளைஞர்களாக அவர்கள் இருவரும் ஒரே குழுவில் இருந்து, அவளுடைய இத்தகையச் செயல்பாடுகளை விரும்பியே அவன் அவளை மணந்தான் என்று மகளிடம் விளக்கிக்கொண்டிருக்க அவளுக்குத் தெம்பில்லை அப்போது.

வீட்டுக்காரன் வந்து எட்டிப் பார்த்தான்.

"உதயா காலி கர்ணார்னா நக்கீ?" (நாளைக்குக் கட்டாயம் காலி செய்துவிடுவீர்கள்தானே ?)

அது ஒரு பழங்கால ஓட்டு வீடு. மரப்படிகளில் மேலே வந்தால் வலதுபுறம் ஒரு சிறிய அறை, அவர்கள் அலுவலக அறை. கடந்த இருபது ஆண்டுகளாக.

"ஹோ" என்று விட்டு தலையைத் திருப்பிக்கொண்டாள். கட்டிடத் தொழில் முதலைகள் இந்த வீட்டைக் கண் வைத்து விட்டனர். புது பணக்காரர்களும், நடிகர்களும் வாழும் பகுதியாகிவிட்டது அது. அதிகமாகப் பெண்கள் அங்கு வருவது பற்றிக் கடந்த இரண்டு ஆண்டுகளாக வீட்டுக்காரன் முணுமுணுக்க ஆரம்பித்திருந்தான். முஸ்லிம் பெண்கள் வந்தால் வீடு நாற்றம் அடிக்கிறது என்றான். அவனிடமிருந்து ஜெட் வேகத்தில் வெளிப்படும் அபான வாயு சுகந்தம் போலும். அவரவர் குசு அவரவருக்கு மணக்குமோ என்னவோ? அவர்கள் பசுவைச் சாப்பிடுவதால் அந்த நாற்றம் என்றான். தொடையைத் தூக்கியும், உடலைப் பல கோணங்களில் முறுக்கிக்கொண்டும் அவன் வெளிப்படுத்திய பல்மண வாயுக்களின் நெடியைத் தாங்கிக்கொண்டு, வேத காலம் பற்றி அவனிடம் பேச விரும்பவில்லை அவர்கள்.

பல ஆண்டுகளாக அவர்கள் இருந்து விட்டதால் அறையைக் காலி செய்யப் பணம் கேட்பார்கள் என்ற தவிப்பு அவனுக்கு. வேறு அறை பார்க்கும் முன் பணத்துக்கு அடி போடலாம் என்று கூறியிருந்தாள் ஸகீனா.

கோப்பை எடுத்து மடியில் வைத்துக்கொண்டபோது ஸகீனா அருகில் இருப்பதுபோல் பட்டது. பாம்புக் கழுத்துக்காரி. துப்பட்டாவில் கோபத்தை முடிந்துகொண்டவள். ஊதா வண்ண அட்டையோடு கோப்பு.

॰

நான் உயர் ஆராய்ச்சிக்கான உதவித்தொகை பெறுவதற்கான விண்ணப்பங்களை அனுப்பியபோது நீ கோபம் கொண்டாய். சீறினாய். என்னைக் கோழை என்று குற்றம் சாட்டினாய். ஓடி ஒளிபவள் என்றாய். ஏற்கிறேன் அத்தனைக் குற்றச்சாட்டுகளையும். ஆனால் என் பிரிய தோழி, என் பிரியமானவனின் கால்கள் இருந்த இடத்தில் வெறும் ரத்தக் கூழ் இருப்பதைப் பார்த்தவள் நான். அப்படியும் நான் விழவில்லை. ஓடவில்லை. நின்றேன். எதிர்த்தேன். போராடினேன். இந்தப் பத்து ஆண்டுகளில் 'ஜாக்ருதி'யின் வேலைகளில் முழுமுச்சாய் இறங்கினேன். இசையில் மூழ்கினேன். எத்தனை, எத்தனை கபீர் தோஹோக்களை எத்தனை இடங்களில் பாடினேன்? "ஆஜ் ஸஜன்மோரே" பக்திப் பாடலில், 'அன்பனே, இன்று என்னை அணைத்துக் கொண்டுவிடு; என் சன்மம் சாபல்யமடையட்டும். இதயத்தின் வேதனை, தேகத்தின் அக்னி எல்லாம் குளிர்ந்து போகட்டும்' என்று ஆரம்பித்து, மேலே, மேலே எழும்பிப்போய், 'என் தாகத்தைத் தணிப்பாய் மனத்தை மயக்கும் கிரிதரனே, நான் அடி ஆழம் வரை தாகம் கொண்டவள், சன்ம சன்மாந்திரமாகத் தாகித்தவள்' என்று நான் பாடியபோது, மீண்டும் மீண்டும் 'தாகம் கொண்டவள், தாகம் கொண்டவள்' என்று பன்னிப்பன்னிப் பாடிப் பின்பு குரல் உடைந்துபோனபோது, நீ, நான், ஸகீனா மூவரும் அழவில்லையா?

அது காதல் தாகம் மட்டுமில்லை. நமக்குள் இருந்த தணிக்கப்படாத தாகம். தாகம் கொண்டு அலைபவர்கள் நாம். உலகமெல்லாம் வியாபிக்கக்கூடிய அன்புக்கான தாகம் கொண்டவர்கள். இப்போதும் 'அடி ஆழம் வரை' என்று சொல்லும்போதே ஒரு வலி, குளிர் காற்றாய் என்னை ஊடுருவிச் செல்கிறது. இதை நீ நம்ப வேண்டும். அப்படியும் நான் இங்கு வர முடிவெடுத்தேன் என்றால் ஒரு வலுவான காரணம் உண்டு என்று நீ நம்பவேண்டாமா? செல்வி, குழுத்பென் புவா என் அத்தை மட்டுமல்ல. என்னை வளர்த்தவள். சிறு வயதிலேயே விதவையாகி என் வீட்டில் தன் பையனுடன் வாழ்ந்தவள். நான் எடுத்த எல்லாத் தீர்மானங்களுக்கும் உறுதுணையாக நின்றவள். தமாலை ஏற்றுக்கொண்டவள். தமாலுக்கு மீன் பிடிக்கும் என்பதால் வீட்டில் மீன் சமைக்க உத்தரவிட்டவள். எந்தவிதச் சுணக்கமும் இல்லாமல் எங்கள் வீட்டு நாயை, 'அர்ஜுன் பேட்டா' என்று விளித்து, தன் பூசைப் பிரசாதத்தை அதற்கு ஊட்டியவள். அது இறந்ததும், பிரசாதத்தை அர்ஜுன் பெயரைச் சொல்லி ஒவ்வொரு நாளும் ஒரு தெரு நாய்க்குத் தந்தவள். எந்தச் சடங்கும் அவளை முடக்கவில்லை. எதுவும் யாரையும் முடக்க அவள் விடவில்லை. மனிதம் என்பதை எனக்குப் போதித்தவள்.

அகமதாபாத்தில், அவள் என்னை உள்ளே விட மறுத்தது என் முதல் அதிர்ச்சி. ஸகீனாவை அவள் பார்த்த பார்வை இரண்டாவது அடி. மூன்றாவது சாட்டை வலி அந்த ஒரு மாலையில் மாறிப்போன அவள் கண்கள். சதையைப் பிய்க்கும் இன்னொரு அடியும் வந்தது. நான் உங்களிடம் கூறவில்லை. புவா வெளியே சென்று வருவாள் சில பெண்களுடன். வரும்போது நடையில் வேகம் இருக்கும். ஒருமுறை அப்படி அவள் திரும்பி வரும்போது அவளை எதிர்கொண்டேன். அவளைத் தொடவந்த என்னை ஒதுக்கக் கையை உயர்த்தினாள். செல்வி, புவாவின் கையில் மண்ணெண்ணெய் வாசம் வந்தது. அகமதாபாத் எரிந்துகொண்டிருந்தது. என் உடம்பு நடுங்கத் துவங்கியது. அன்றே நாங்கள் திரும்பினோம்.

யாரிடமும் நான் எதுவும் கூறவில்லை. திரும்பிய அன்று இரவு, சாப்பாட்டு மேசையில் வைத்து அப்பா கூறினார்: "முஸ்லீம்களுக்கு நல்ல பாடம் புகட்டியாகிவிட்டது." "போகட்டும், அவர்கள் பாகிஸ்தானுக்கே" என்றாள் அம்மா. இவர்கள் எல்லாம் என் ரத்தம். உணவு உள்ளே செல்ல மறுத்தது. எப்படி இந்த நச்சுப் பொய்கை உருவானது? ஏன் எனக்குத் தெரியவில்லை? நான் எப்படி குருடாகிப் போனேன்? குடும்பத்திலேயே பாய்ந்துவிட்ட இந்த விஷம் எப்படி உருவானது? பெற்றோர்களையும் பெண்ணையும், அண்ணனையும், தங்கையையும், எல்லா உறவுகளையும் பிரித்துப்போடும் இந்தக் குரூரம் உருப்பொறுவதை நம்மால் ஏன் பார்க்க முடியவில்லை?

பல சிறு நிகழ்வுகள் சட்டென்று வேறு ரூபம்கொண்டு தெரிந்தன. ஸகீனா பற்றி வீட்டில் பல நாட்கள் விசாரிக்காதது. சிறு விளக்கை ஏற்றிக் கும்பிடும் அம்மாவின் பூசைச் சடங்கு கடந்த இரண்டு ஆண்டுகளாய் விஸ்தாரமாகி இருப்பது. 'கர்வத்துடன் சொல் நாம் இந்து என்று' என்ற ஒட்டுத்தாள் அப்பாவின் வண்டிக் கண்ணாடியில் ஒட்டப்பட்டபோது, நாம் தயாரித்த 'கர்வத்துடன் சொல் நாம் மனிதர் என்று' என்ற ஒட்டுத்தாளை நான் அதன் மேல் ஒட்டியது. நான் பச்சைப் புடவை வாங்கியபோது, "இந்தத் துலுக்கப் பச்சையை ஏன் வாங்கினாய்?" என்று அம்மா கூறியது. பல ஆண்டுகளாக நாங்கள் ரொட்டி வாங்கும் முகமது காக்காவின் கடையிலிருந்து ரொட்டி வாங்குவதை நிறுத்தியது. உறவினர்கள் வீட்டில் நிகழ்ந்த விவாதங்கள். துண்டுத்துண்டு நிகழ்வுகள் மனத்தில் கோக்கப்பட்டதும் அவற்றின் அதீதம் தாக்கியது. அத்தனையும் விஷச் சொட்டுகள். குமுத் புவாவின் கையில் நான் முகர்ந்த மண்ணெண்ணெய் வாசம் என் வீடெங்கும் பரவியிருப்பதுபோல் ஒரு பிரமை ஏற்பட்டது.

இந்த வெறிமழை ஓயுமா என்றொரு பயம் மனத்தில் வலிக்கொக்கியாய் மாட்டிக் கொண்டது. நல்லவேளை, தமால் இறந்து போனான். அவனால் தாங்கியிருக்க முடியாது இதை. பௌலோ கொயெல்யோவின் நாவல் ஒன்றில் ஒரு குட்டிக் கதை வரும். ஒரு நாட்டில் ஒரு மந்திரவாதி, பொதுக் கிணற்றில் பைத்தியமாக்கும் மருந்தைக் கலந்துவிடுவான். மக்கள் அனைவரும் அதைக் குடித்துவிட்டுக் கண்டபடி நடக்கத் தொடங்குவார்கள். அவர்களை அடக்கச் சட்டம் கொண்டு வர முயலும் அரசனை அரியாசனத்தை விட்டு இறங்கச் சொல்வார்கள்.

அரசனும் பட்டத்தைத் துறக்க முடிவெடுப்பான். அப்போது அவன் அரசி கூறுவாள்: அரசே, பட்டத்தைத் துறக்க வேண்டாம். வாருங்கள். நாமும் பொதுக் கிணற்றுத் தண்ணீரைக் குடிப்போம். குடித்தவுடன் அவர்களும் மற்றவர்களைப் போல் ஆகிவிடுவார்கள். பிரச்னையும் தீர்ந்துவிடும்.

மந்திரவாதி கை வைக்காத கிணறு இருக்கிறதா என்ற பயம் வந்துவிட்டது, செல்வி. அதன் பின்புதான் நான் வெளியேற முடிவெடுத்தேன். நிதம் நிதம் இதனுடன் வாழ முடியும் என்ற பலமற்றுப்போனேன்.

இப்போதும் உனக்கு இதை எழுதுகிறேன். ஸகீனாவுக்கு எழுத நாள் பிடிக்கும்.

○

கோப்பில் 'ஜாக்ருதி' செய்தி மடலுக்கான அவர்கள் குறிப்புகள், சில நிகழ்ச்சிகளின் விவரணைகள், 'ஜாக்ருதி'யின் சட்டவகை உதவிக்காக வந்த பெண்களைப் பற்றிய விவரங்கள், விவாதங்களின் சுருக்கம், உரையாடல்களின் விளக்கம் இவை இருந்தன. கவனமாக ஸகீனா சேர்த்து வைத்திருந்த பதிவுகள்.

1980இல் முடிவெட்டிக்கொண்ட நிகழ்ச்சி பற்றிய குறிப்பைக்கூட வைத்திருந்தாள்.

"அழகு பற்றிய சர்ச்சை எழுந்தது அந்தப் பேச்சரங்கில். பேராசிரியர்-கவிஞர் ஒருவர் இந்தியப்பெண்ணின் அழகின் அடையாளம் நீள்முடி, பெருமுலை, சிறுஇடை, வாள் கண்கள் என்றெல்லாம் சொல்லிவிட்டுக் கடைசியில் நீள்முடி புராணம் பாடினார். நானும் செல்வியும் ஒருவரையொருவர் பார்த்துக்கொண்டோம். இருவருக்கும் முடியைப் பேணுவதில் நிறைய நேரம் செலவழிந்தது. நந்து பிறந்தபின் செல்விக்குத் தலையை வாரக்கூட நேரமில்லை. அங்கும் இங்கும் திரியும் எனக்கும் முடி ஒரு பாரம். அதுவுமில்லாமல் பேராசிரியர்

நீள்முடி, மயிலின் தோகை, மேகங்களின் பரப்பு என்று உருகஉருக எல்லோர் கண்களும் எங்கள் மேல், நேரே போய் முடிவெட்டிக் கொண்டோம். தலைக்கனம் குறைந்தது!" என்று எழுதி இருந்தாள்.

செல்விக்கு அந்தச் சம்பவம் நினைவிருந்தது. "எங்களை நீங்கள் எந்த விளக்கத்துக்கும் உட்படுத்த முடியாது. விளக்கங்களை, வியாக்கியானங்களை, இலக்கணத்தை, விதிகளை முறிப்பவர்கள் நாங்கள்" என்றவொரு வேகம் கலந்த எதிர்கொள்ளல் இருந்த தருணங்கள் அவை. எல்லா வற்றையும் நிரூபணம் செய்ய வேண்டிய கட்டாயம். சைனீஸ் ப்யூட்டி பார்லருக்கு போய் அவளும் ஸ்கினாவும் முடியை ஒட்ட வெட்டிக்கொண்டனர். வீட்டுக்குப் போனதும், ராமு, "என்ன செல்வி, பழனியா, திருப்பதியா?" என்றான் அலட்டிக்கொள்ளாமல்.

"இரண்டும் இல்லை, சைனா" என்றாள்.

"வண்ணத் தமிழ்ப் பெண்ணொருத்தி என் எதிரில் வந்தாள்..." என்று பாடினான். உற்சாகக் காலங்கள் அவை.

எண்பதுகளில் அவர்கள் ஊர்வலங்களில் பாடிய பாடல்கள் அடங்கிய சிறு புத்தகம் இருந்தது. எத்தனை ஊர்வலங்கள்!

அடங்காதே
ஒடுங்காதே
மூழ்காதே
சாகாதே
நாம்தான் புரட்சி
அநியாயத்துக்கான
பதில் நாம்.

சாருதான் முதல் குரல் கொடுப்பாள். மற்றவர்கள் பதில் பாட்டுப் பாடுவார்கள். பாபர் மசூதி இடிக்கப்பட்ட பின்பு ரயில் பெட்டியில் எல்லாம் அவர்கள் ஒட்டிய மந்திர்–மஸ்ஜித் பாடல் எழுதிய ஒட்டுத்தாள் கோப்பில் இருந்தது.

கோவில், மசூதி, குருத்வாரம்
என்று பிரித்தார்கள் மனிதர்கள்
பூமியைப் பிரித்தாயிற்று
கடலைப் பிரித்தாயிற்று
மனிதர்களைப் பிரிக்காதீர்கள்
மனிதர்களைப் பிரிக்காதீர்கள்.

ஷா பானு விவகாரத்தில் பெண்களுக்கான ஜீவனாம்சம் பற்றிய கேள்வி மறுபரிசீலனைக்கு உட்படுத்தப்பட்டபோது,

சர்ச்கேட் அருகே உள்ள கல்லூரி ஒன்றில் நடந்த கூட்டத்தில் ஸகீனா பேசியது பற்றிச் சாரு குறிப்பு எழுதியிருந்தாள்:

மாலை ஆறு மணிக்குக் கூட்டம் என்று அறிவித்திருந்தார்கள். ஸகீனாவும் நானும் போனபோது கல்லூரி வெளியே புர்கா அணிந்த பல பெண்கள் "ஷரியத்தான் முஸ்லிம் பெண்களுக்கான ஆதரவு", "ஷரியத் சொல்வதைத் தான் ஏற்க வேண்டும்" போன்ற அட்டைகளைத் தாங்கி நின்றனர். ஸகீனாவைப் பார்த்தேன். "எல்லாவற்றுக்கும் இரு பக்கங்கள் உண்டு இல்லையா?" என்று கூறினாள். உள்ளே மன்றத்தில் ஏக்கூட்டம். ஸகீனாவின் வக்கீல் நண்பன் ஷஹீத் என்னுடன் அமர்ந்தான். ஸகீனா பேச ஆரம்பித்ததும் புர்கா அணிந்த பெண்கள் பொங்கி எழுந்தனர். "நீ உண்மையான முஸ்லிம் இல்லை", "உனக்குக் குரான் தெரியாது", "நீ தொழுகை செய்பவள் இல்லை", "நீ முஸ்லிம் பெண்களின் எதிரி" போன்ற கூக்குரல்களை எழுப்பிய வண்ணம் அவர்கள் ஸகீனாவை நோக்கி வந்தனர். "சொல், நீ முஸ்லிம்தானா?" என்று மீண்டும்மீண்டும் கேட்டதும், இன்னும் பின்னால் நகர இடம் இல்லாதவள்போல் தவிக்க ஆரம்பித்தாள் ஸகீனா. குரல் உடைய, "ஆமாம். நான் ஓர் உண்மயான முஸ்லிம்தான். குரானைப் படித்தவள்தான். தொழுகை அறிந்தவள்தான். என்னைப் பேச விடுங்கள்..." என்றாள். கூட்டம் ஆர்ப்பரிக்கத் தொடங்கியது. பக்கத்தில் அமர்ந்து துள்ளிக் கொண்டிருந்த ஒருவரை அடக்கி, "அவள் பேசுவதைக் கேட்போமே" என்றான் ஷஹீத். "வாயை மூடு! நீ முஸ்லீம் அல்ல" என்று அவர் கத்தினார். "நானும் முஸ்லீம்தான்" என்று அவருக்குப் பதில் அளித்தான் ஷஹீத். கூட்டம் கட்டுக்கடங்காமல் போக போலீஸ் வந்தது.

ஸகீனாவைப் பின்புற வாயில் வழியாக நானும் ஷஹீதும் அழைத்து வந்தோம். ஆடிப்போயிருந்தாள். "இது மிகப் பெரிய யுத்தம் சாரு" என்றாள். "எனக்கான அடையாளத்தை வேறு யாரோ தருவதுதான் இதன் தொடக்கம்" என்றாள்.

இதன் நீட்சி போல் இன்னொரு சண்டை சில ஆண்டுகளுக்குப் பின் சாருவின் உறவினர் வீட்டில் நடந்தது. இதைப் படித்ததும் செல்விக்கு அது நினைவுக்கு வந்தது.

விளையாட்டுப்போல்தான் விவாதம் தொடங்கியது. "ஒவ்வொரு முஸ்லீமுக்கும் நான்கு மனைவிகள்" என்று. இது சரியான கணிப்பு இல்லை, அவர்கள் அறிந்த பல இந்துகளுக்கு ஒன்றைவிட அதிகம் மனைவிகள் என்று இவளும் சாருவும் சொல்ல முற்பட்டபோது சாருவின் பெரியப்பாவின் மகன், "நீ அப்படித்தான் சொல்வாய் சாரு. இதில் உன் விவகாரம் கலந்திருக்கிறது. நீ தமாலின் ரகேல் (வைப்பு) தானே?" என்றான்.

ஓர் இயக்கம், ஒரு கோப்பு...

"நான் ரகேலாக இருந்துவிட்டுப் போகிறேனே, சுதீர். உன் தாத்தாவுக்கு எத்தனை மனைவிகள்! உன் கொள்ளுத் தாத்தா கதை தெரியுமா? தாராள மனத்துடன் குஜராத் முழுவதும் அவர் தன் விதைகளைத் தூவியிருக்கிறார். உன் சாயலில் பல கொள்ளுப்பேரன்கள் குஜராத்தில் உலவுகிறார்கள், ஜாக்கிரதை" என்றாள் சாரு.

"இதெல்லாம் விதாண்டவாதம். செல்வி, நீ துளசி ராமாயணம் படித்திருக்காயா?"

"நான் ஏன் துளசிராமாயணம் படிக்க வேண்டும்? நான் கம்பராமாயணம் படித்திருக்கிறேன், தமிழ் இலக்கியமாக."

"அப்படியானால் ஸ்ரீராம் உன் கடவுள் இல்லையா?"

"வாழ்க்கைதான் என் கடவுள்."

"நீ இந்துவா இல்லையா என்பதற்கு உண்டு, இல்லை என்று உன்னால் பதில் சொல்ல முடியுமா?"

"நான் இந்துக் குடும்பத்தில் பிறந்திருக்கிறேன் என்று மட்டும்தான் என்னால் சொல்ல முடியும்."

"உண்டா இல்லையா? அதைச் சொல்."

"உண்டு. இல்லை."

அடிக்கவில்லை. உதைக்கவில்லை. அவ்வளவுதான். கர்ஜித்தனர். முழங்கினர். ஏளனம் செய்தனர். இளக்காரமாகப் பேசினர். சாப்பிட மறுத்தபோது, "சே, இதெல்லாம் நட்புடன் செய்யும் விவாதங்கள்" என்றனர்.

பச்சைத்தாளில் நர்கிஸ்காலாவின் பேட்டி. இவர்கள் மூவரும் எடுத்த பேட்டி. தன் சுதந்திரப் போராட்ட நாட்களை நினைவுகூர்ந்து பின்பு கடைசியில் கூறியிருந்தார்:

"உன் வாழ்க்கையில் என்ன சாதித்தாய் என்று நீங்கள் கேட்கலாம் அதற்குப் பதிலாக நான் உங்களுக்கு ஒரு கதை சொல்வேன். ஒரு ஜென் குரு பல ஆண்டுகள் ஊரைவிட்டு ஒதுக்குப்பபுறமாக இருந்த மலைப்பகுதி குகையொன்றில் தனிமையில் இருந்துவிட்டு வந்தார். அவர் பெற்ற ஞானம் எத்தகையது என்று அறிய விரும்பி மன்னன் அவரை ராஜ சபையில் அழைத்து விசாரித்ததும், சிறிது மௌனம் சாதித்துவிட்டு, தன் இடுப்பில் சொருகியிருந்த ஒரு புல்லாங் குழலை எடுத்து, சின்னதாக, இனிமையாக, ஒரு ஸ்வரக் கோர்வையை ஊதிவிட்டு அவர் போய்விட்டாராம். சொல்லக் கூடியவை அல்ல சில. சொற்களில் பொதியக் கூடியவை அல்ல. என்னை நீங்கள் சாதனை

அம்பை

பற்றிக் கேட்டால், இந்தக் கையால் உங்களைத் தொடுவேன், என் அனுபவங்களின் இதம் தரும் சூடு என் விரல்கள் வழியாய் உங்களை எட்டும் என்று நம்பி. உங்கள் தலையில் என் கையை வைப்பேன். வேறு என்ன நான் செய்ய முடியும்? அதைத் தவிர வேறு என்ன எனக்குத் தெரியும்?"

எத்தனை முறை நர்கீஸ்காலா அவளைத் தொட்டிருக்கிறாள்? கன்னத்தில் தடவியிருக்கிறாள். சாருவும் ஸகீனாவும் அகமதாபாத் சென்று திரும்பிய பின்னர் அவளைக் கண்டு பேசிக் குமுறியதும் அவர்கள் இருவர் தோளிலும் இரு கைகளைப் போட்டு அணைத்தாள். ஐடாயு மாதிரி தெரிந்தாள் அப்போது.

"வாழ்க்கை பற்றிய பெரும் நோக்கு மதங்களாகக் குறுகி, அவற்றின் வெறும் குறியீடுகளாகிவிட்டோம் நாம். வெறும் குறியீடுகள் அவர்கள் கணிப்பில் மதத்துக்கான, நாட்டுக்கான குறியீடுகள். அதில் அகப்பட்டுக்கொள்ளக்கூடாது. இந்த யுத்தத்தில் உங்கள் களம் அதுதான். அடையாளங்களால், விளக்கங்களால், குறுக்கப்படாத களம்."

"எங்கள் ஆயுதம் எது காலா? எதுதான் எங்கள் ஆயுதம்?"

"இதுதான்" என்று விட்டு, தோல் சுருங்கி, வரிகள் ஓடிய சருகுகள் போன்ற இரு அகங்கைகளையும் அவர்கள் கன்னங்களில் வைத்தார் நர்கீஸ்காலா. சிரித்தாள்.

"ஆன்ட்டி, உள்ளே வரலாமா?"

நெடுநெடுவென்று உயரம் இரு சிறுவர்களும். கூட ஒரு சிறுமி. மூவரும் விரைவாகச் செயல்பட்டனர். இடையில் ஓய்வெடுத்தபோது, 'போலே சூடியா'வும் 'ஷாபா ஷாபாவும்' ஆடினார்கள். மீண்டும் வேலையில் ஈடுபட்டார்கள். எல்லாம் ஹ்ரித்திக் ரோஷனுக்காக.

பையன் சொன்னான்: எங்க பாபா சொன்னார்; அமீர்கான் முஸ்லிம். அமீர்கான் படம் பார்க்கக்கூடாது. கோகாகோலாவும் குடிக்கக்கூடாது.

"அப்படியா? ஹ்ரித்திக் ரோஷன் மனைவி முஸ்லிம். அமீர்கான் மனைவி இந்து. கோகாகோலா, பெப்ஸி ரெண்டையும் குடிக்காதே. பல் சொத்தை ஆயிடும். பாபாகிட்டே சொல்லு."

"சொல்றேன்" என்றான் தயக்கத்துடன். பணம் கைக்கு வராதோ என்ற தவிப்பு.

பணத்தைத் தந்ததும் "தண்டா மத்லப் கோகாகோலா" என்று கத்திக்கொண்டே ஓட்டம்.

◯

இரவு இங்கு. ஸைபர் மையம் ஒன்றில் அமர்ந்து இதை எழுதுகிறேன். ஸைபர் மையத்தில் ஏன் என்பதைப் பின்னால் கூறுகிறேன்.

முதலில் ஒரு முக்கியமான தகவல். ஸகீனா இறந்து போய்விட்டாள். இக்பால் மாமுவின் பதினேழு அடுக்கு வீட்டின் மொட்டை மாடியிலிருந்து விழுந்து இறந்துவிட்டாள். கழுத்து முறிந்துபோய். எவ்வளவு விபத்துகள் நம் வாழ்வில்! தமாலின் குண்டு வீச்சு மரணம், பின்பு கார் மோதி ராமு மரணம், இப்போது ஸகீனாவின் துர்மரணம். இது வன்முறைக் காலம். நம் வாழ்க்கைத் தேர்வுகள் அதற்குள் புகாமல் மீள முடியாது.

ஸகீனாவின் மரணம் இன்னும் நெஞ்சைக் குத்துகிறது. அன்றைய தினம் மாலை வரை என்னுடன் இருந்தாள். சற்றுச் சோர்வுடன் இருந்தாள். நர்கிஸ்காலா வீட்டுக்குப் போய் வருகிறேன் என்று போனவள் ஏன் மனம் மாறி இக்பால்மாமுவின் வீட்டுக்குப் போனாள் என்று தெரியாமல் தவித்தேன். பள்ளி நாட்கள் முதல் என் தோழியாய் இருந்தவள். நட்புடன் கழிக்க வேண்டிய ஆண்டுகள் இன்னும் பல இருக்கும்போது ஏன் தற்கொலை செய்துகொண்டாள் என்று தெரியாமல் துடித்தேன். அதைத் தற்கொலை என்று ஏற்க முடியவில்லை. போகும் முன் சாருவை வழியனுப்ப விமான தளம் போகலாம் என்று கூறியிருந்தாள். ஐந்து மணியிலிருந்து அவள் விழுந்து வரை என்ன நடந்திருக்கும் என்று நான் பல வகைகளில் யோசித்து, அவள் சென்ற பாதையைத் திரும்பத்திரும்பப் போட்டுப் பார்த்தேன். சில விளக்கங்கள் கிடைத்தன.

அதற்கு முந்தைய இரவுதான் இரண்டாம் முறை அகமதாபாத் போய்விட்டுத் திரும்பியிருந்தாள். என்னுடன் தொலைபேசியில் தொடர்புகொண்டபோது அவள் குரல் சரியாக இருக்கவில்லை. "நீ உடனே என் வீட்டுக்கு வா. உன் குரலே சரியாக இல்லை. அங்கே ஒன்றும் சாப்பிட்டிருக்க மாட்டாய் சரியாக" என்று வற்புறுத்தினேன். வந்தாள். அவளுக்குப் பிடித்த மெத்தென்ற ரொட்டியும், உருளைக் கிழங்கு, குடைமிளகாய் ஸப்ஜியும் செய்து தந்தேன். சாப்பிட்டாள். இருவரும் படுத்துக்கொண்டு பேசிக் கொண்டிருந்தபோது முதல்நாள் இரவு நடந்த ஒரு சம்பவத்தைச் சொன்னாள். அகதிகள் முகாமருகே இவள் போனபோது சற்று நேரமாகிவிட்டதாம். எதிரே ஒரு முஸ்லிம் இளம்பெண் இடுப்பில் ஒரு குழந்தையும், கையைப் பிடித்தபடி ஒரு குழந்தையுமாய் வந்துகொண்டிருந்தாளாம். குழந்தைகளையும் சமாளித்தபடி ஒரு கையில் பையையும் வைத்துக்கொண்டு வந்தவள், விரலிடுக்கில் மூவர்ணக் கொடி ஒன்றைப் பிடித்துக்கொண்டு அதை எதிரே நீட்டியபடி வந்துகொண்டிருந்தாளாம். ஒரு தற்காப்பு ஆயுதம்

மாதிரி. நானும் இந்தத் தேசத்தின் பிரஜைதான் என்று முறையிடுவது போல்.

"நான் கேவிக்கேவி அழுதேன், செல்வி, அதைப் பார்த்து. அப்படி நிரூபிக்க வேண்டிய கட்டாயம் ஏன் சிலருக்கு மட்டும்? என் காலா சுதந்திரப் போராளி. என் மாமு இந்த நகரத்தின் பல தர்மஸ்தாபனங்களின் தலைவர். என் அம்மி ஒரு பள்ளி நிர்வாகியாக இருந்து ஓய்வு பெற்றவள். கருகிச் செத்தவள். என் அப்பா உயர் அதிகாரியாக இருந்தவர். இதோ நான் பாம்புக் கழுத்துடன் நடமாடுகிறேன். அந்தப் பெண்ணுக்கும் அப்படி ஒரு குடும்பம் இருக்கலாம் இல்லை, இந்தியாவில் உள்ள எத்தனையோ ஏழைப் பெண்களில் ஒருத்தியாய் அவள் இருக்கலாம். குழந்தைகள், பை, மூவர்ணக் கொடி என்று அவள் தடுமாறிக்கொண்டு நடந்ததைத் தாங்க முடியவில்லை..." என்று கூறிவிட்டு வெகுநேரம் அழுதாள். "என் காலா இப்படி, என் அம்மி இப்படி என்று நான் வரிசைப்படுத்த வேண்டிய காலம் வந்துவிட்டதே..." என்று சொல்லிச்சொல்லிப் பொங்கினாள்.

அவள் குடும்பத்தினர் இயல்பாகச் செய்தவைகளை நிரூபணங்களாகப் பார்க்கவேண்டி வந்துவிட்டதே என்று மாய்ந்து போனாள். "செல்வி, சாரு கூறுவாளே நினைவிருக்கிறதா? பறவை இறக்கத் தீர்மானித்ததும் ஏகப்பட்ட சிறு கற்களை விழுங்கிவிட்டு மேலே பறந்து, கற்களின் கனத்தால் பறக்க முடியாமல் தரையில் மோதி விழுந்து இறந்துவிடும் என்று? நிறையக் கற்களை விழுங்கிவிட்டது போல் கனக்கிறது மனது" என்றாள்.

"தூங்கு நீ" என்று தட்டித் தந்தேன். குழந்தைபோல் உறங்கிப் போனாள்.

ஆனால் மறுநாள் காலையிலும் அவள் முகத்தில் சுரத்தில்லை. பிறகு வெயிலில் ஹுதாத்மா சதுக்கத்தில் இருந்தோம். உண்ணாவிரதம் வேறு. முதலில் நர்கிஸ்காலா வீட்டுக்குத்தான் போக அவள் நினைத்திருக்க வேண்டும். பிறகு இன்னும் சில நாட்களில் 'ஜாக்ருதி' அலுவலகத்தைக் காலி செய்ய வேண்டும் என்ற நினைவு வந்து, இந்தப் பக்கம் வந்திருக்கும்போதே, மாழுவின் வீட்டில் உள்ள கோப்பை எடுத்துக்கொண்டு விடலாம் என்று நினைத்திருக்கலாம். அவள் தேநீர் பருகும்போது மாழுவிடம் பேசியதை அவரிடம் பலமுறை நினைவுபடுத்திக்கொள்ளச் செய்து, அவர் கூறியதை வைத்து, இதையெல்லாம் கணிக்கிறேன். மாழுவின் வீட்டுக்குப் போக டாக்ஸியை நிறுத்த இவள் நின்றபோது, நந்தினியைப் பார்த்திருக்கிறாள். எந்தப் பக்கம் போகிறாள் என்று விசாரித்திருக்கிறாள். நந்தினி அவளிடம்,

"ஸகீனா மௌஸி, உங்களிடம் ஒரு விஷயம் சொல்ல வேண்டும். தப்பாக நினைக்காதீர்கள். அம்மாவையும் என்னையும் விட்டுக் கொஞ்சம் விலகியே இருங்கள் தயவுசெய்து. நான் பொறுப்பான பதவியில் இருக்கிறேன். எந்தப் பிரச்னையிலும் நான் அகப்பட்டுக்கொள்ள விரும்பவில்லை..." என்றிருக்கிறாள். நீயும் ஸகீனாவும் வளர்த்த பெண் அவள். சிறுமியாக இருந்தபோது ஸகீனாவின் அம்மியையும், காலாவையும் தன் பாட்டிகளாக நினைத்தவள்.

ஏற்கனவே கற்களை விழுங்கிய பறவை ஸகீனா. அவளைப் பாராங்கல்லை விழுங்க வைத்திருக்கிறாள் நந்தினி. அவளைத் தட்டித்தந்திருக்கிறாள் ஸகீனா. பிறகு மாழு வீட்டுக்குப் போனதும் புத்தக அலமாரியைத் திறந்திருக்கிறாள். மாமுவின் வீட்டுக்குப்போய் அவள் செய்ததை எல்லாம் செய்து பார்த்தேன். இதுதான் நடந்திருக்க வேண்டும். அவள் புத்தக அலமாரியைத் திறந்ததும் உள்ளே அம்மியின் புகைப்படம், நந்தினியைப் பிடித்தபடி. ஸகீனா உணர்ச்சிவசப்பட்டிருப்பாள். ரத்தக் கொதிப்புக்கான மாத்திரையை அவள் அன்று சாப்பிட்டிருக்கவில்லை என்று நினைக்கிறேன். தலை சுற்றியிருக்கும். மொட்டைமாடிக் கதவைத் திறந்து வெளியே வந்து, நீண்ட மூச்சு விட்டுக் காற்றைச் சுவாசித்திருப்பாள். அப்போது அந்தப் பறவைச் செடியின் ஞாபகம் வந்திருக்கலாம். கைப் பிடிச்சுவரைப் பிடித்தபடி சற்று எம்பிக் கீழே பார்த்திருப்பாள். காலி வயிறு. பதினேழாம் மாடி. திடீரென்று கால் நழுவியிருக்கலாம். அப்படித்தான் நான் நினைக்கிறேன். பறவைச் செடி மீது மோதி, பின்பு கீழே விழுந்திருக்கிறாள். இப்படித்தான் நம் ஸகீனா முடிந்துபோனாள்.

இப்போது இத்துடன் வைத்திருக்கும் இணைப்பைப் படித்துவிடு. பின்பு கடிதத்தைப் படிக்கலாம். ஸகீனா வீட்டில் வேலை செய்த பெண்ணுக்குக் குழந்தை பிறந்தபோது, சுதந்திரம் கிடைத்த ஐம்பதாம் ஆண்டு. அப்போது ஸகீனா எழுதியது. கோப்பில் கிடைத்தது இது. அவள் அப்போதே நமக்காக எழுதிய கடிதம் என்று நினைத்துக்கொள்கிறேன்.

இணைப்பு: ரோஷனிக்கு ஒரு விடிகாலைப் பாட்டு.

சில வாரங்களுக்கு முன்னால் உன் அம்மா உனக்கொரு பெயர் தந்து, நான் அதை உன் காதில் ஓத வேண்டும் என்றாள். உட்காரவே இடம் இல்லாத அந்தச் சிறிய குடிசை வீட்டில், நூறு ரூபாய்க்கு வாங்கிய ஒரு தொட்டிலைக் கட்டியிருந்தாள். அறையெங்கும் பூக்களைத் தொங்க விட்டிருந்தாள் சரம் சரமாய். ஒரு புது கவுன் வாங்கியிருந்தாள் உனக்கு. இரண்டு மாதங்களுக்கு முன்பு உன்னை

ஆஸ்பத்திரியில், நீ பிறந்த மூன்றே மணி நேரத்திற்குள் பார்த்திருந்தேன். உரிக்கப்பட்ட பழம்போல் இருந்தாய் அப்போது. இப்போது முகத்தில் கண்ணும் மூக்குமாய்க் களை கட்டி இருந்தது. நான் உன் செவியில், 'நீ ரோஷ்னி, நீ ஒளி' என்று ரகசியம்போல் கூறியபோது கண்களை என் பக்கம் சுழற்றிப் பார்த்தாய்.

கிராமத்தில் தன் பங்கு நிலத்தை எழுதிக்கொடுத்துவிட்டு, இங்குப் பிழைக்க வந்து, கடற்கரையில் உள்ள இந்தக் குடிசைப் பகுதியில் நான்கு பெண்களை வளர்த்த உன் பாட்டி, உன்னைத் தாலாட்டி உறங்க வைப்பாள் ஒவ்வொரு இரவும். நீ வளர்கையில், அலை ஓசைப் பின்னணியில், இரவு உனக்குக் கதைகள் சொல்லி உறங்கவைப்பாள். ராஜா ராணி கதைகள், சாத்தான் பற்றிய கதைகள், வீர அன்னையர் கதைகள், பதிவிரதை கதைகள். மசூதியிலிருந்து விடிகாலையில் அஜான் கூறித் தொழுகைக்கு எல்லோரையும் துயில் எழுப்புவார்கள். கோவில்களில் கூட, திருப்பள்ளியெழுச்சி பாடுவார்களாம், கடவுளை எழுப்ப. கேள்விப்பட்டிருக்கிறேன். ரோஷ்னி, இது உனக்கான என் அஜான்; என் விடிகாலைப் பாட்டு. உன்னைக் கண்விழிக்கச் செய்ய, விழிப்புடன் இருக்கச் செய்ய. இது என் தலைமுறையின் பாட்டு; இந்த ஐம்பது ஆண்டுகள் வாழ்ந்திருக்கும் தலைமுறை. பல கதைகளைப் பல குரல்களில் சொல்ல நினைக்கும் தலை முறை. இதில் பல ராகங்கள் உனக்குக் கேட்கும். சுருதிபேதங்கள் இருக்கும். ஏனென்றால் பல ஆண்டுகளைக் கடந்து போகிறது இது. பல வாழ்க்கைகளைத் தொட்டுப் போகிறது. ஒரே வகையாகவும், வேறுபட்டும் இருக்கும் வாழ்க்கை. ஆனால் இதை நீ கேட்க வேண்டும்.

இந்த ஆண்டுகளில் வளர்வதும், வாழ்வதும், வாழ்க்கை, கல்வி மற்றும் வேலை பற்றிய தேர்வுகள் செய்வதும் எளிதாக இருக்கவில்லை. இன்னமும், எங்களில் பலர், செய்த தேர்வுகளை மாற்றி வருகிறோம். நீரோட்டத்தை எதிர்த்து, சுழல்களில் சிக்காமல் எதிர்நீச்சல் போட வேண்டி வந்தது எங்களுக்கு. பல கதைகளை எங்களுக்கும் கூறினார்கள். பெண்ணுக்குத் திருமணம்தான் வாழ்க்கை லட்சியம் என்றார்கள். ஆனால் ஸ்ஸ்ஃபி சந்தியாசினிருபையா பற்றியும், மீரா பற்றியும் எங்களுக்குத் தெரியும். ஆனால் எங்களில் பலர் நாஸ்திகர்கள் அல்லது சடங்குகளை மறுப்பவர்கள் அல்லது ஒரே ஒரு மதத்தைப் பற்றிக்கொள்ளாதவர்கள். இப்போதும் அப்படித்தான்.

சிறுவயதிலேயே சுதந்திர இயக்கமும் அதன் லட்சியங்களும் எங்கள் வாழ்க்கையில் கலந்து விட்டன. அதில் பங்குபெற்ற பெண்களும் ஆண்களும்தான் எங்கள் ஆதர்சமாக இருந்தார்கள். அவர்களில் பலர் எங்களிடையே வாழ்ந்துகொண்டிருந்தார்கள். எங்கள் பள்ளிகளுக்கு வந்து பேசினார்கள். புன்னகைக்கும் காந்தியின் படம் இல்லாத வீடே இல்லை எனலாம். "ஸூனோ, ஸூனோ ஏ துனியாவாலோ பாபுஜிகி அமர் கஹானி" என்ற காந்திஜியின் வாழ்க்கைச் சரிதப் பாடலை நாங்கள் எல்லோரும் பள்ளிப் பருவத்தில் கற்றுக்கொண்டோம். நாங்கள் பள்ளியில் படிக்கும்போது 'ஜாக்ருதி' படம் வந்தது. அதில் ஓர் ஆசிரியர் தன் மாணவர்களை இந்தியா முழுவதும் கூட்டிப்போய், "இந்த மண்ணை எடுத்துத் திலகமிட்டுக் கொள். இது தியாகபூமி" என்று பாடுவார். எங்கள் தலைமுறைக்கு இது ஒரு தேசியப் பாடலாக இருந்தது. "புயலிலிருந்து படகை மீட்டு வந்திருக்கிறோம்; குழந்தைகளே, இந்தத் தேசத்தைப் பத்திரமாக வைத்துக் கொள்ளுங்கள்" போன்ற இந்திப் பாடல்கள் எங்களை உணர்ச்சிவசப்படுத்தின. அழ வைத்தன. பாரதியார் என்ற கவிஞரின் கவிதைகளைப் படித்து வளர்ந்தவர்களும் எங்களிடையே உண்டு. கவிஞர் இக்பாலின் "ஸாரே ஜஹான்ஸே அச்சா" பாடல் எல்லாப் பள்ளிகளிலும் ஒலித்தது. தாகூரின் "ஏக்லா சலோ", "அமார் ஜன்மபூமி" பாடல்களை மொழி பேதம் இல்லாமல் கற்றுக்கொண்டோம். 'காபூலிவாலா' படத்தில் தன் நாட்டை நினைத்துப் பாடுவான் ஒரு காபூலிவாலா. 'என் அருமை நாடே, உனக்கு என் இதயம் சமர்ப்பணம். நீதான் என் இச்சை. நீதான் என் கௌரவம். உன் திக்கிலிருந்து வரும் காற்றுக்கு என் சலாம். உன் உதயம்தான் எனக்கு அருமை. உன் மாலைகள்தான் எனக்கு வண்ணமயம்.' இந்தப் பாடலை நம் நாட்டுக்குப் பொருத்தி அழுதிருக்கிறோம். மராட்டியர், கன்னடியர், தமிழர், தெலுங்கர், பஞ்சாபியர், அஸ்ஸாமியர் போன்ற அடையாளங்களும் எங்களுக்கு இருந்தன. ஆனால் சுதந்திரத்துக்குப் பின்பு வந்த ஆண்டுகளில் வளர்ந்த எங்கள் தலைமுறைக்கு நாடு என்பது ஒரு பெரிய விஷயமாக இருந்தது.

பாடல்கள் மட்டுமல்ல. வேறு ஒலிகளும் கேட்டன. பழமொழிகளாக, உரையாடல்களாக, அன்றாட வாழ்க்கை ஒலிகளாக. இந்த ஒலிகளும் பல மொழிகளில் செவியை நிறைத்தன. கேளேன் சிலவற்றை. மகளும் குப்பையும்

வேகமாக வளரும்; பெண்ணும் பசுவும் இழுத்த இடம் போகும்; பெண்ணும் மண்ணும் அடிக்க அடிக்கச் செழிக்கும்; பெண் பெற்றுக் கற்பாள், ஆண் விற்றுக் கற்பான்; தலையில் ஒரு கூடை பாம்புபோல் மகள்; ஒழுகும் வீட்டையும் சண்டை போடும் மனைவியையும் விட்டுவிடு; பெண்ணின் ஒழுக்கம் கண்ணாடிப் பாத்திரம்போல; கணவன் அடித்தாலும், மழை அடித்தாலும் யாரிடம் புகார் சொல்ல?; எந்த மண்ணிலும் உட்காரலாம், எந்தப் பெண்ணுடனும் படுக்கலாம். சில சமயம், வீட்டில் வயதான பெண்கள் அல்லது வழிப் பயணத்தில் பயணிகள் சில பாடல்களைப் பாடுவார்கள். உழைப்பாளியின் பாடல்கள், ஒப்பாரிகள், தாலாட்டுகள். இவற்றில் பெண்கள் தங்கள் வாழ்க்கை அவலங்களைக் கூறுவார்கள். லட்சிய விண்ணில் பறந்த எங்களை இந்த ஒலிகள் மண்ணில் நிறுத்தின. சில பாடல்களை நான் புத்தகங்களில் படித்தேன். ஒரு பாடல் நினைவில் இருக்கிறது. ஒரு விதவை, அவள் பெண்ணாகப் பிறக்காமல், மரத்தில் ஒரு பூவாக மலர்ந்திருந்தால், சமூகத்துக்கு உபயோகமாக இருந்திருப்பாள் என்று கூறும் பாடல். அந்தப் பாடலின் உருவகம் என் மனத்தை விட்டு அகல மறுக்கிறது. தேசியப் பண்பாடு என்று வேறு ஒன்று இருந்தது. அதன் மையம் அன்னைதான். ஜீஜா மாதா போன்ற அன்னை. வீரப்பால் ஊட்டும் அன்னை, எங்களுக்கு முன்னால் பெண்கள் நாட்டுக்காக வீட்டைவிட்டு வெளியே வந்து உழைத்தாகிவிட்டது. அசாதாரணச் செயல்களைச் செய்தாகிவிட்டது. அதன்பின் வந்த நாங்கள் வீட்டைப் பேண வேண்டும். எங்கள் கடமை எங்கள் முந்தைய தலைமுறைப் பெண்களின் உழைப்பின் பலனை அனுபவிப்பது, வாயைத் திறக்காமல் சொல்வதைக் கேட்பது, எந்தக் கேள்வியும் எழுப்பாமல் இருப்பது என்று எங்களுக்குப் போதிக்கப்பட்டது. எங்கள் பொறுப்பு வீட்டை உருவாக்குவது, நல்ல குடும்பத்தை அமைப்பது, சமூகத்துக்கு உதவும் படிப்பைப் படிப்பது. எங்களுக்கான அறிவுரை தெளிவானது. அமைதியாக அமர்ந்திரு. இல்லாவிட்டால் படகு ஆட்டம் கண்டுவிடும்.

எங்கள் உடல் கனத்துப்போனது. நாங்கள் சுமக்க விரும்பாத கற்களை நாங்கள் பொதி சுமந்தோம். இதையெல்லாம் நான் பின்னோக்கிப் பார்க்கும்போது ஏற்படும் தெளிவில் கூறுகிறேன், ரோஷனி. ஆனால் அந்த வயதில் தெளிவும், குழப்பமுமாய்த்தான் இருந்தோம். ஆனால் நாங்கள் மௌனமாக இருக்கவில்லை. ஒரு பெங்காலிப் பழமொழி

உண்டு தெரியுமா, பெண்ணின் நாக்கை யாரும் கட்டுப்படுத்த முடியாதென்று? அதன்படி நாங்கள் பேசுவதை நிறுத்தவில்லை. கவிதை, கதை, அரசியல், கட்டுரை, இசை, நடனம், ஓவியம் என்று பல வழிகளில் பேசினோம். உயர்கல்வி எங்களில் பலருக்கு இலக்காக இருந்தது. பல குடும்பப் புகைப்படங்களைப் பார்த்தால் பட்டமளிப்பு உடையில் கையில் பட்டத்தைச் சுருட்டி வைத்துக்கொண்டு ஒரு பெண் நிற்கும் புகைப்படம் இருக்கும். முகத்தில் திருப்தி இருக்கும். முகம் நிமிர்ந்து இருக்கும். கண்களில் நோக்கு இருக்கும். என்னுடையதும் அப்படி ஒரு புகைப்படம் உண்டு. இந்தப் புகைப்படம் எடுத்தவுடன், பட்டமளிப்பு உடையைக் கழற்றிவிட்டு, பிள்ளை வீட்டாருக்குக் காட்டவென்று இரண்டாம் புகைப்படம் எடுத்துக்கொள்வதும் உண்டு. நான் முன்பே கூறினேன் இல்லையா, பலவகை நிர்ப்பந்தங்கள் இருந்தன என்று? எளிதானவை அல்ல எதிர்கொள்ள. சுபத்ரா கத்ரே என்றொரு பெண், 'பெண்மையை ஒரு பாதுகாப்புப் பெட்டகத்தில் பூட்டிவிட்டு வெளி உலகில் உலவினால் எவ்வளவு நன்றாக இருக்கும்' என்று சொல்லிருக்கிறாள். அப்போதைய இஞ்சினியர் அவள். 'ஒரு தட்டெழுத்தாளராக இருந்தேன் என்றால் வேலை கிடைப்பது சுலபமாக இருந்திருக்கும். இஞ்சினியர் ஆனதும் ஆண்களுக்கே உரிய இடத்தை நான் ஆக்கிரமிக்க முயலுவதுபோல் என்னைப் பார்த்தார்கள்' என்கிறாள் அவள்.

அறுபதுகளின் இறுதிவரை வீட்டிலும், எங்களைச் சுற்றி இருந்த குறுகிய சூழலிலும்தான் நாங்கள் சண்டை போட்டோம். எங்கள் வாழ்க்கையை மற்றவர் செலுத்தாதபடி இருப்பதற்கான சண்டை. 1961இல் வரதட்சிணை எதிர்ப்புச் சட்டம் வந்தாயிற்று. பள்ளியிலும் கல்லூரிகளிலும் இதுபற்றி விவாதித்தோம். அரசியல் கட்சிகளில் இருந்த பெண்மணிகளும் உண்டு. ஆனால் எழுபதுகளில் தான் பலதரப்பட்ட பெண்கள் கருத்தரங்குகளிலும், பயிலரங்குகளிலும், ஊர்வலங்களிலும், உரையாடல்களிலும் இணைந்தோம். எங்கள் இயக்கத்துக்கான பாட்டுகளை எழுதினோம். பாடினோம். விலைவாசி உயர்வு, வரதட்சிணை, பலாத்காரம், குடும்ப வன்முறை, குடி, சுற்றுச் சூழல் துர்ப்பிரயோகம் இவற்றை எதிர்த்துக் குரலெழுப்பினோம். சேர்ந்தும் தனியாகவும் வேலை செய்தோம். வெற்றி பெற்றோம். தோல்வி கண்டோம். களப் பணியாளர்கள், கல்வியாளர்கள் என்று பிரிந்தோம்

சில சமயம். ஆனால் ஒன்று எங்களுக்கு தெளிவாகத் தெரிந்தது. ஒரே உடற்கூறு இருப்பவர்கள் என்பதால் எங்கள் சிந்தனைகளும் ஒன்று போல இருக்க வேண்டும் என்று அவசியமில்லை. அரசியல் சூழல் எங்களில் சிலரை இந்த இயக்கப் பாதையில் ஏமாற்றமடைய விட்டது. சிலர் விலகிக்கொண்டனர். எங்களில் சிலர் தனிமைப்பட்டுப் போயினர். உரையாடல் தவிர்த்த ஓட்டுக்குள் அடைந்து கொண்டனர். ஒன்றை உணர்ந்துகொண்டோம். அடக்கம் பயில வேண்டும் என்பதை. உடன் பிறப்பு உணர்வு, அன்பு இவற்றை நாங்கள் கொண்டாடினாலும் எங்களுக்குள்ளும் பொறாமை, போட்டி, கர்வம், அலட்சியம், வெறுப்பு என்ற பல சாத்தான்கள் இருந்தன. சிலர் இதிலிருந்து அதீத சக்தியுடன் எழும்பி வந்தனர். யாரும் எந்தக் காட்டுக்கும் துரத்த முடியாத சீதைகளாய். தன் வாழ்வின் பாட்டைப் பாடியபடி தனிவழி நடக்கும் ருபையாக்களாய்.

ரோஷ்னி, ஒளியே, உனக்காக ஐம்பது ஆண்டுகளின் ஐயங்கள், கலங்கங்கள், சமர்கள், போராட்டங்கள் இவற்றைக் கோர்த்துத் தந்திருக்கிறேன். இது ஒரு பாடல்தான். உனக்காக ஒரு காவியம் எழுதும்போது – எழுதுவேன், ஒரு நாள் – எல்லாவற்றையும் விரிவாகக் கூறுவேன். இந்தப் பாட்டு முடிவடைந்துவிட்டது என்று நினைக்காதே. இனக் கலவரங்கள், சாதிச் சண்டைகள், மனிதர் இழிவு இவை எங்களைச் சோர்வடையச் செய்வது உண்மை. ஆனால் எங்கள் யுத்தம் தொடர்கிறது. நதிகள், மரங்கள், மிருகங்கள் இவற்றைக் காப்பாற்றக் குரல் எழுப்பியபடி இருக்கிறோம். முக்கியமாக மனிதர்களை. இந்தப் பாட்டில் எங்கள் மகிழ்ச்சி, பரிதவிப்பு, ஏமாற்றம், உற்சாகம் இவற்றின் எதிரொலிகள் உனக்குக் கேட்கும்.

கண்ணுறங்கு ரோஷ்னி. எழும்போது எங்கள் பாடலைக் கேட்டபடி எழு. நீயும், நானும் இன்னும் பலரும் இந்தப் பாட்டை முடிக்க வேண்டும்.

ஒரு பாட்டை ஆரம்பித்த பிறகு அதை முடிக்கவும் வேண்டும் என்று நாங்கள் நம்புகிறோம்.

இனி கடிதத்தைப் படி.

ஸகீனாவின் மரணம் எப்படி நேர்ந்திருக்கும் என்று கணித்த உடனேயே வீட்டுக்குப் போனேன். நந்தினிக்காகக் காத்திருந்தேன். அவள் வந்ததும் செய்த விசாரணையில் அவள் என்ன பேசினாள் என்ற உண்மை வெளிப்பட்டது. உடனே வேலை

செய்யும் பெண்களுக்கான தங்கு விடுதி நடத்தும் ஸுஸியுடன் தொலைபேசியில் தொடர்புகொண்டேன். அங்கே தொடர்ந்து தங்க ஏற்பாடு செய்யும்வரை தங்க ஒரு விருந்தாளிகள் அறையை ஏற்பாடு செய்தேன். நந்தினியை ஒரு பெட்டியில் அவளுக்கான சில துணிமணிகளை எடுத்துக்கொள்ளச் சொன்னேன். மற்றவற்றை அவளுக்கு அனுப்ப ஏற்பாடு செய்வேன் என்றேன். வீட்டைவிட்டு வெளியேறச் சொன்னேன். அதிர்ச்சி அடைந்தாள். நான் வெளியேற ஏற்பாடு செய்து கொள்கிறேன் என்று நினைத்து, நாடகம் கலந்த ஒரு விடைபெறலுக்குத் தயாராக இருந்தாள் என்று நினைக்கிறேன். ஆத்திரம் கொண்டாள். "என் அப்பா வீட்டில் எனக்கு உரிமை இல்லையா?" என்றாள்.

"வீடு என் பெயரிலிருக்கிறது. உனக்கு எல்லா உரிமையும் எனக்குப் பிறகுதான்" என்றேன்.

போகும்போது, "உடம்பு முடியாமல்போய்ப் படுத்துக் கிடந்தால் நான் வருவேன் என்று எதிர்பார்க்காதே" என்றாள்.

"தனியாக வாழவும் தெரியும். தனியாகச் சாகவும் தெரியும். நீ போகலாம்" என்றேன்.

"நீயெல்லாம் ஒரு தாயா?" என்றாள்.

"நான்தான் சரியான தாய். மற்றவர்கள் தாய் என்ற பிரமையில் இருப்பவர்கள்" என்று சொல்லிக் கதவை மூடினேன்.

அவள் சாமான்களை அனுப்பிவிட்டேன் கணினி உட்பட. அதனால்தான் இங்கிருந்து உனக்குக் கடிதம்.

'ஜாக்ருதி' அலுவலகச் சாமான்களை இக்பால் மாமுவின் நண்பர் ஒருவரின் தொழிற்சாலைக் கிடங்கில் போட்டிருக்கிறேன். சன்னலே இல்லாத கிடங்கு. சூரிய ஒளியே படாத கிடங்கு. ரோஷனிபோல் நாம் படிப்பித்த சிறுமிகளில் ஒருத்தி, அடுத்த தலைமுறையில், கிடங்கைத் திறந்து சூரியனின் கிரணங்களை அதில் பாய்ச்சலாம். காத்திருப்போம். அதுவரை வேறு வேலைகள் பெருங்கடலில் சேரும் சிறு துளிகளாய்.

அங்கே, அமைதியான ஒருபொழுதில் எனக்காக ஒரு பாட்டுப்பாடு. அடி ஆழும்வரைத் தாகம் என்று. எனக்குக் கேட்கும். இங்கிருந்து உனக்கு அனுப்புகிறேன் சில கண்ணீர்த் துளிகளை இத்துடன், பெற்றுக்கொள், வந்து சேர்ந்த விவரம் தெரிவி. செல்வி.

அனுப்பு என்று உத்தரவிட்டு, அனுப்பியாகிவிட்டது என்ற தகவல் வந்ததும் தகவல் வலைத் தொடர்பைத் துண்டித்தாள்.

எழுந்து சைபர் மையம் நடத்துபவரிடம் கட்டணம் செலுத்தினாள். கண்ணாடிக் கதவின் வெளியே சிறு மழை பெய்ய ஆரம்பித்திருந்தது.

"ஜூன் மாத முதல் மழை மேடம்" என்றார் சைபர் மைய ஆசாமி.

"ஆமாம்" என்றாள்.

வெளியே வந்து, வானை நோக்கி முகம் நிமிர்த்தி, தண்ணென்ற மழைத்துளிகளை முகத்தில் ஏற்றுக்கொண்டாள். அந்தக் கணத்தில் காலம் உறைந்து நின்றது.

காலச்சுவடு, ஜூலை — ஆகஸ்ட் 2002

பயணம் 7

சந்திரகாந்தை வழியனுப்ப பாந்த்ரா ரயிலடியில் நுழைந்ததுமே கூட்டம் நெருக்கித் தள்ளியது. முட்டித் தள்ளிக்கொண்டு சிலர் ஓடினர். நிதானமாக வழியை மறித்துக்கொண்டு சிலர் நடை பயின்றனர். சீட்டுகள் வழங்கும் சன்னல்களில் வழக்கம்போல் நீள்வரிசைகள், சண்டைகள், மோதல்கள், வரிசை மீறல்கள். வழிவிடும்படி கூலிகளின் கூவல்கள்.

டில்லி செல்லும் வண்டி பிளாட்பாரத்தில் நின்றுகொண்டிருந்தது. தன் கைப்பெட்டியை இவளிடம் தந்துவிட்டு இவளுடைய பிளாட்பாரச் சீட்டு வாங்கச் சென்றான் சந்திரகாந்த். சற்று ஒதுங்கி நின்றபோதுதான் அவள் கண்ணில் பட்டாள். பிளாட்பார நுழைவாயிலை ஒட்டிய சுவருகே ஒரு டிரங்குப் பெட்டி, இரண்டு துணி மூட்டைகள், பால் குடிக்க எம்பிக்கொண்டிருந்த மகவு, கூட்டத்தை வேடிக்கை பார்த்துக்கொண்டிருந்த ஆறுவயதுப் பையன் இவை எல்லாம் சூழ, தரையில் அமர்ந்திருந்தாள். கைக்குழந்தையின் குண்டியில் இரண்டடி வைத்ததும் அது கதறத் துவங்கியது. பையனை இழுத்து அவனுக்கும் இரண்டு குட்டு தலையில். டிரங்குப் பெட்டியின் மேல் உட்கார்ந்துகொண்டு அவனும் சத்தமாக அழுதான். இரண்டு குழந்தைகளையும் அழவிட்டபின் அவள் கண்களிலும் கண்ணீர் பொங்கியது. துடைத்துக்கொண்டு நிமிர்ந்தவள் கண்ணில் இவள் பட்டாள் போலும்.

"மௌஸிஜீ, ஏ மௌஸிஜீ..." என்று இவளைக் கூப்பிட்டாள்.

பக்கத்தில் போய், "என்ன விஷயம்?" என்றாள்.

"மதுராவுக்குப் போகவேண்டிய வண்டி எப்ப வரும்?" என்று வினவினாள்.

"எப்போ வருமா? பிளாட்பாரத்தில் நிற்கிறது. அதோ பாரு எதிரே. எந்த ஊருக்குப் போகணும்?"

"மதுரா பக்கத்துல ஒரு கிராமம். இந்த வண்டிக்கு அப்புறம் ஏதாவது வண்டி உண்டா மௌஸிஜீ?"

"ஏன் இந்த வண்டியில போகக் கூடாதா? டிக்கட் எடுக்கலியா?"

"இல்ல. அடுத்த வண்டியில போவேன். அது எப்போ வரும்?"

"இதுதான் கடைசி வண்டி. அடுத்த வண்டி நாளைக்குத்தான்."

குழந்தைகளை இறுக அணைத்துக் கொண்டு மௌனம் சாதித்தாள்.

சந்திரகாந்த் வந்தான். என்ன விஷயம் என்று விசாரித்தான். இவள் விளக்கியதும் அவனும் அந்தப் பெண்ணருகே போய் பேச முற்பட்டான். அவள் பட்டும்படாமலும் பதில் கூறவே திரும்பிவிட்டான். "வா நாம் போகலாம். ஏதோ பிரச்சினை போலிருக்கிறது" என்றான்.

இருவரும் பிளாட்பாரத்தில் நுழைந்து அவன் பெட்டியைக் கண்டுபிடித்ததும் அவன் ஏறிக்கொண்டான். இவளும் அவனுடன் ஏறி அவன் கைப்பெட்டியை வைத்துவிட்டு சன்னலருகே அமர்ந்ததும் இறங்கினாள். வண்டி கிளம்பும் வரை இதையும் அதையும் பேசிவிட்டு, வண்டி கிளம்பத் தொடங்கியதும், "சரியாகச் சாப்பிடு. அதிகம் குடிக்காதே" என்று அவசர அறிவுரை தந்தாள். "உனக்கும் அதே அறிவுரைதான்" என்று உரக்கக் கூறிச் சிரித்தபடி கையாட்டினான்.

அத்தனை உடல் தொல்லைகளுக்கும் மனத்தொல்லைகளுக்கும் மருந்து மதுதான் என்பதில் அவனுக்கு அசைக்க முடியாத நம்பிக்கை இருந்தது. அது சர்வரோக நிவாரணி. இருவரில் ஒருவர் கொஞ்சம் மூக்கை உறிஞ்சினாலோ இருமினாலோ பிராண்டி போத்தல் வெளியே வந்துவிடும். "மருந்து சாப்பிடாமல் இருக்க முடியுமா என்ன?" என்பான். அவளும் ஒப்புக்கொள்வாள். சுரம் வந்தால் சுடு நீரில் ரம், மனம் மூட்டம் போட்டால் தக்காளிச் சாற்றில் வோட்கா கலந்த ப்ளடி மேரி அல்லது ஆரஞ்சுச் சாற்றில் வோட்கா கலந்த ஸ்குரு ட்ரைவர், சந்திரகாந்தின் சொந்தக் கண்டு பிடிப்பான தர்பூசணிப் பழச்சாற்றில் வோட்கா

கலந்து ஒரு சிறிய பச்சைமிளகாய் மிதக்கவிட்ட பானம், உற்சாகம் மிகுந்த நாட்களில் மேலும் உற்சாகம் ஊட்ட வைன், கொண்டாட்டத்துக்கு ஷாம்பேன், அதிரடி கொண்டாட்டத்துக்கு க்ளென்ஃபிடிஷ் மால்ட் விஸ்கி என்று அவனிடம் ஒரு நீண்ட 'மருந்து'ப் பட்டியலே இருந்தது.

குடி என்றாலே 'குடி குடியைக் கெடுக்கும்' போன்ற பழமொழிகளையும் இந்திய சினிமாவில் ஒரு முழுங்கு விழுங்கியதுமே தள்ளாடத் துவங்கும் மிகை நடிப்பையுமே அறிந்திருந்த அவள் குடும்பத்தினருக்கு சந்திரகாந்தின் குடி பற்றிய கருத்துகள் அதிர்ச்சி தருபவையாக இருந்தன. முதல் முறையாக கலாசார அதிர்ச்சியை எதிர்கொண்டனர். மருமகனை இவள் 'திருத்த' வேண்டும் என்று இவளிடம் வலியுறுத்தினர். குடிப்பது அவர்கள் பண்பாட்டை ஒட்டிய ஒன்று என்பதையும் பெண்கள் கூட மதுவை விரும்பி அருந்துவார்கள் என்பதையும் கூறி ஓர் ஐம்பது வருடங்களுக்கு முன்பு வடக்கே கிராமங்களில் பெண்களே கள் காய்ச்சி வீட்டு வாசலில் பானையில் கள் வைத்து விற்றார்கள் என்ற சரித்திரத்தையும் கூறிய பிறகு அது பற்றிப் பேசுவதை நிறுத்திக்கொண்டார்கள்.

முகத்தில் சிறு புன்னகையுடன் வெளியே போக முற்பட்ட இவளை "மௌஸிஜீ, மௌஸிஜீ" என்ற விளி நிறுத்தியது. திரும்பிப் பார்த்தபோது அந்தப் பெண் கையை ஆட்டி இவளைக் கூப்பிட்டுக்கொண்டிருந்தாள். அவளருகே போய், "என்ன?" என்றாள்.

"மௌஸிஜீ, இவனைக் கொஞ்சம் பிடியுங்களேன். நான் பாத்ரூம் போயிட்டு வரேன்" என்று குழந்தையை நீட்டினாள். பலகாலம் இவளிடம் பழகியதுபோல் இவளைப் பார்த்துச் சிரித்தபடி தாவியது குழந்தை.

"ஏ கிஷன், நானே-மௌஸியைத் தொந்தரவு பண்ணக் கூடாது" என்று அதனிடம் கொஞ்சினாள்.

நானே-மௌஸியா? ஒரு நிமிடத்தில் பாட்டியாக்கப்பட்டு நின்றாள்.

"மௌஸிஜீ, சாமான் மேல் ஒரு கண்ணு இருக்கட்டும்" என்றபடி பையனின் கையைப் பற்றிக்கொண்டு போக முற்பட்டாள்.

"உன் பேர் என்ன?"

"ரூப்மதி. பையன் பேரு அர்ஜுன்" என்றாள்.

"சரி, போயிட்டு சீக்கிரம் வா" என்றாள்.

குழந்தைக்கு வெறும் மேல் சட்டைதான் இருந்தது. ஒரு கையால் தன் பையைத் திறந்து கை துடைக்கவென்று வைத்திருந்த டவலை குழந்தையின் இடுப்பில் சுற்றி, குழந்தையைக் கையில் வாகாக ஏந்திக்கொண்டாள். கொழுக்கு மொழுக்கென்று கை கொள்ளாமல் இருந்தது குழந்தை. ரொம்பவும் உரிமையுடன் தோள்மேல் சாய்ந்துகொண்டு கழுத்துச் சங்கிலியைப் பிடித்து இழுத்தது. முடியில் விரல்களைத் துளைத்தது. க்ஹ் க்ஹ் என்று எதற்கோ சிரித்தது எச்சில் வடிய. பிறகு முகத்தை இவள் மேல் தேய்த்தது.

"இதோ பாரு, நான் உன் நானீ இல்ல. ரொம்பத்தான் துள்ளாதே" என்று கூறினாள் அதனிடம் இறுகிய முகத்துடன்.

கைகொட்டிச் சிரித்தது. எம்பிஎம்பி அவள் முடியைக் கலைத்தது.

ரயிலடிக் கூட்டம் போவதும் வருவதுமாக இருந்தது.

பத்துப் பதினைந்து நிமிடங்களுக்குப் பிறகுதான் ரூப்மதி தூரத்தே தெரிந்தாள். குழந்தையின் விஷமங்களுக்கு ஈடு கொடுத்தபடி நின்றிருந்ததில் இவள் களைத்திருந்தாள்.

ரூப்மதி அருகில் வந்ததும் குழந்தையை அவள் கையில் திணித்தாள். குழந்தையைக் கையில் வாங்கிக்கொண்ட ரூப்மதி இவளைப் பார்த்தபடி நின்றாள்.

"கடைசி வண்டி போயாகிவிட்டது. என்ன பண்ணப் போகிறாய்?" என்று அவளிடம் கேட்டாள்.

"காலைல எட்டு மணிக்கு வீட்டைவிட்டுப் போன பெண்டாட்டி வீட்டுக்கு வரலன்னா தேடிட்டு வர வேண்டாமா மௌஸீஜ்? ஒம்பது மணியிலிருந்து இங்க இருக்கேன். யாரும் என்னத் தேடிட்டு வரல. மதுரா போய் பஸ் பிடிச்சு போகணும் எங்க கிராமத்துக்கு..."

"யாரு இருக்காங்க அங்க?"

"எங்க பாய் ஸாஹேப், பாபிஜி, பாவுஜி. அம்மா இல்ல எனக்கு... ரொம்ப தூரம் எங்க கிராமம்."

ஏனோ நிர்மலா புதிலின் சந்தால் மொழிக் கவிதை நினைவுக்கு வந்தது. ஒரு மகள் தந்தையிடம் கூறுவதுபோல் அமைந்த கவிதை.

பாபா,

உன் ஆடுகளை விற்றுத்தான் நீ என்னைப் பார்க்க வர முடியும்
என்ற தொலை தூரத்தில் என்னைக் கட்டி வைக்காதே

மனிதர்கள் வாழாமல் கடவுள்கள் மட்டும் வாழும்
இடத்தில்
மணம் ஏற்பாடு செய்யாதே
காடுகள் ஆறுகள் மலைகள் இல்லா ஊரில்
செய்யாதே என் திருமணத்தை
நிச்சயமாக
எண்ணங்களை விட வேகமாய்க் கார்கள் பறக்கும்
இடத்தில்
உயர் கட்டடங்களும் பெரிய கடைகளும் உள்ள இடத்தில்
வேண்டாம்

கோழி கூவி பொழுது புலராத முற்றமில்லாத வீட்டில்
கொல்லைப்புறத்திலிருந்து சூரியன் மலைகளில்
அஸ்தமிப்பதைப் பார்க்கமுடியாத வீட்டில்
மாப்பிள்ளை பார்க்காதே
இதுவரை ஒரு மரம் கூட நடாத, பயிர் ஊன்றாத,
மற்றவர்களின் சுமையைத் தூக்காத,
கை என்ற வார்த்தையைக் கூட எழுதத் தெரியாதவன்
கையில் என்னை ஒப்படைக்காதே

எனக்குத் திருமணம் செய்ய வேண்டுமென்றால்
நீ காலையில் வந்து அஸ்தமன நேரத்தில் நடந்தே
திரும்பக்கூடிய இடத்தில் செய்து வை

இங்கே நான் ஆற்றங்கரையில் அழுதால்
அக்கரையில் உன் காதில் பட்டு நீ வர வேண்டும்...

எதிரே ரூப்மதி குழம்பிப்போய் நின்றாள். வெளியே இருட்டிக் கொண்டு வந்தது. அவளைப் பார்த்தால் ஒரு நாள் முழுவதும் சாப்பிட்டிருக்க மாட்டாள் என்று தோன்றியது.

"கொஞ்சம் இரு வரேன்" என்றுவிட்டு அர்ஜுனின் கையை பிடித்துக்கொண்டு விரைந்தாள். கான்டீனில் மும்பாயின் எல்லோர் பசியையும் தீர்க்கும் உணவான வடா-பாவ் இரண்டு வாங்கினாள். ஒரு பிளாஸ்டிக் கோப்பையில் பாலும், ஒரு பிஸ்கோத்துப் பொட்டலமும் வாங்கினாள். எல்லாவற்றையும் அர்ஜுனிடம் கொடுத்துவிட்டு, மூன்று கோப்பை தேநீர் வாங்கி அவற்றை இரு கைகளில் சிந்தாமல் பிடித்தபடி நடந்தாள். அர்ஜுன் பால் கோப்பையையும் பொட்டலங்களையும் பத்திரமாகப் பிடித்துக்கொண்டு கூட வந்தான்.

ரூப்மதியும் அர்ஜுனும் டிரங்குப் பெட்டியின் மேல் அமர்ந்தனர். பாலையும் பிஸ்கோத்தையும் கிஷனுக்கு ஊட்டிவிட்டு அவனைக் கீழேவிட்டாள் ரூப்மதி. இவள் ஒரு கோப்பைத்

அம்பை

தேநீரைச் சுவைத்தபடி அவர்கள் இருவரும் உருளைக் கிழங்கு போண்டா அடைத்த ஓர் அங்குல கனமுள்ள பாவ்—ரொட்டியைச் சுவைத்துச் சாப்பிடுவதைப் பார்த்தாள். ரூப்மதிக்கு இருபத்திரண்டு இருபத்துமூன்று வயது இருக்கும் என்று தோன்றியது. கரிய பெரிய விழிகள். அடர்த்தியான புருவங்கள். முடி செம்பட்டையாக இருந்தது எண்ணெய் காணாதது போல. அடர்ப் பச்சையில் ஒரு நைலான் புடவை. மஞ்சள் ரவிக்கை.

சாப்பிட்டு முடித்தபின், காகிதத் தட்டுகளையும் குவளைகளையும் குப்பைத்தொட்டியில் எறிந்துவிட்டு, கிஷனைத் தூக்கிக்கொண்டு மீண்டும் இவளருகே வந்தாள் ரூப்மதி.

"என்ன ரூப்மதி? என்ன செய்வதாக உத்தேசம்?"

"பாருங்க மௌஸிஜி, ஆட்டோ ஓட்டிட்டு கையில் ஒரு காசு தராம, குடிச்சுட்டு வந்து, ஏழுமணிக்கு எழுந்து நாஷ்தா இப்பவே தான்னா முடியுமா? வீட்டுல மண்ணெண்ணெய் இல்ல. பாவ் இல்ல. பால் இல்ல. டீத்தூள் இல்ல. என் ஸாஸுமா அவங்க வேலையைப் பார்க்கப் போயாச்சு. பிள்ளை பெத்தவங்களுக்கும் குழந்தைகளுக்கும் எண்ணெய் தடவி மாலிஷ் பண்ணி குளிப்பாட்டிட்டு வர ஒரு மணி ஆயிடும். ஏதாவது வீட்டுல அவங்க சாப்பாடும் ஆயிடும். அர்ஜூனும் கிஷனும் என் முகத்தைப் பார்க்கறவங்க. அர்ஜூனை ஸ்கூலுக்கு அனுப்பணும். டிபன் பாக்ஸ்ல வைக்க ரொட்டி பண்ண கோதுமை மாவு கூட இல்ல. வீட்டுல எதுவும் இல்லைன்னதும் எல்லாத்தையும் உருட்டி தள்ளிட்டு, என்னையும் ரெண்டு போட்டுட்டுப் போயிட்டாரு எங்க வீட்டுக்காரர். வீட்டை விட்டுப் போ, உன் பிறந்த வீட்டுக்குப் போன்னு வேற சொன்னாரு. எனக்கும் கோபம் வந்தது. நேர போய் கம்மல வித்தேன். மூட்டை கட்டிட்டுக் கிளம்பிட்டேன். அவங்களுக்கு கவலையே இல்ல பாருங்களேன். ஒருத்தர் கூடத் தேடிட்டு வரல."

"இங்க வருவேன்னுட்டு எப்படித் தெரியும்? அங்க தேடிட்டு இருப்பாங்க."

இரண்டொருவர் நின்று அவளை உறுத்துப் பார்ப்பது போல் பட்டது.

"சரி, நீ ராத்திரி இங்க இருக்க முடியாது. அது சரியில்ல."

"வேற எங்க போக?"

"இதோ பாரு. அவன் உன்னை எப்படி வீட்டை விட்டுப் போன்னுட்டுச் சொல்ல முடியும்? அது உன் வீடும் இல்லியா என்ன? நீ பேசாம திரும்பிப் போ. வீட்டு வாசல்ல டிரங்குப்

பெட்டிய வெச்சுட்டு உட்காரு. எல்லாரும் பார்க்கட்டும். அவனை நாலு கேள்வி கேக்கட்டும். உங்க ஸஸுர்ஜீ அவனை ஒன்னும் சொல்ல மாட்டாரா?"

"அவரே ஒரு குடிகாரர்."

"சரிதான். ஸாஸுமா?"

"அவங்களா? எந்தப் பக்கம் சாய்வாங்கன்னு எப்பிடிச் சொல்ல முடியும்?"

அர்ஜுன் தலையில் டிரங்குப் பெட்டி ஏறியது. துணி மூட்டைகள் ரூபமதியின் தலை மேல். கிஷன் அவள் இடுப்பில்.

ரயிலடியை விட்டு வெளியே வந்து ஓர் ஆட்டோவை ஒதுக்குப்புறமாக நிறுத்தினாள். ஆட்டோக்காரர் உத்தரப் பிரதேசத்தவர் என்பது நன்றாகத் தெர்ந்தது. மும்பாயின் தொண்ணூறு சதவிகித ஆட்டோக்களும், டாக்ஸிகளும் இவர்கள் கையில்தான்.

ரூபமதியிடம் "எந்த இடம்?" என்றாள்.

"மால்வணி."

"மால்வணியா? ரோடு வழியா போனா ரொம்ப தூரமாச்சே? வரபோது எப்படி வந்தீங்க?"

"மத் தீவு வரை பஸ்ஸுல வந்து 'போட்'டுல வர்சோவா கிராமம் வந்து, அங்கேயிருந்து பஸ் பிடிச்சு வந்தோம்."

காயல் பகுதியில் விசைப் படகுகள் இருந்தன. மீனவர்களின் விசைப் படகுகள். குறைந்த கட்டணம்தான். ஐந்து நிமிடங்களில் கடலைத் தாண்டி விடலாம். வீதி வழியாகப் போனால் சுற்று வழி. ஒரு மணி நேரம் பிடிக்கும்.

"கடைசி 'போட்டு' போயிருக்குமே? சரி, சரி, வாங்க" என்று சாமானை ஆட்டோவில் ஏற்றினாள். அவர்களை உட்காரச் சொன்னாள். டிரங்குப் பெட்டி முழு இடத்தை அடைத்துக்கொள்ள அவர்கள் தொற்றிக்கொண்டு அமர்ந்தனர். ஆட்டோக்காரரிடம் நெடுஞ்சாலை வழியாகப் போய் இணைச்சாலையில் நுழைந்து போக வழி கூறிவிட்டு,

"இதோ பாருங்க, உங்க ஊர்க்காரிதான். இங்கேயிருந்து மலாட் வழியா போனீங்கன்னா நூறு, நூத்திப்பத்து ரூபாய் வரும். நான் இருநூறு ரூபாய் தரேன். இவங்களைப் பத்திரமா வீட்டுல சேத்திட முடியுமா?" என்று கேட்டாள்.

"வீட்டுல ஏதோ சண்டை போல இருக்குது ஆன்ட்ஜி. நான் கூட்டிட்டுப்போய் என்ன ஏதாவது அடிச்சு கிடிச்சுப்

அம்பை

போட்டாங்கன்னா..." என்று தயங்கினார். பிறகு, "நீங்களும் கூட வாங்களேன். நான் உங்களை அப்புறமா வீட்டுல விட்டுடறேன்" என்றார்.

"பாய் ஸாஹேப் சரியாகத்தானே சொல்லுறார். மௌலஜீ, வாங்களேன்" என்றாள் ரூப்மதி. "நானி—மௌஸி, வாங்க" என்றான் அர்ஜுன் முதல் முறையாக வாய் திறந்து.

இனிமேல் இவள் நிரந்தரப் பாட்டிதான் போலும். கிஷன் வேறு அரிசிப் பற்களைக் காட்டிச் சிரித்தது. இவள் தயங்கினாள்.

ஆட்டோக்காரர் அர்ஜுனிடம், "பேட்டா, நீ முன்னால வா. ஆன்டிஜி உட்காரட்டும்" என்றார்.

அர்ஜுன் தடைக்கம்பியைத் தாண்டி அந்தப் பக்கம் குதித்து, ஓடி வந்து ஆட்டோக்காரர் அருகில் அமர்ந்தான். ரூப்மதி உட்பக்கம் நகர இவள் டிரங்குப் பெட்டியின் மேல் காலை மடித்து வைத்துக்கொண்டு உட்கார்ந்து கொண்டாள்.

ஆட்டோ கிளம்பியது.

"போலோ ஸ்ரீ ராமச்சந்த்ர கி ஜே! பவன புத்ர ஹனுமான் கி ஜே!" என்று முழங்கினார் ஆட்டோக்காரர். கடவுள் துணையில்லாமல் அவர்களைக் கொண்டு சேர்க்க முடியாது என்று தோன்றியதோ என்னவோ. அர்ஜுன் உற்சாகமாக ஜே போட்டான்.

நெடுஞ்சாலையில் எப்போதுமே வாகனங்களின் நெரிசல்தான். விரைவுதான். நிற்காமல் ஓடும் என்பதுதான் ஆறுதல். ஆட்டோக்காரரிடம் ரொம்ப வேகமாகப் போக வேண்டாம் வண்டியில் குழந்தை இருக்கிறது என்று எச்சரித்தாள்.

குடிகாரக் கணவர்களைத் திட்டியபடி வந்த ரூப்மதி சிறிது நேரத்தில் இவள் தோளில் தலையைச் சாய்த்து உறங்கிவிட்டாள். கிஷனும் தூங்கிவிட்டது. அதன் கால்கள் இரண்டும் இவள் தொடையில் கிடந்தன.

மால்வணி வந்ததும் ரூப்மதியை எழுப்பி வழிகாட்டச் சொன்னாள். அதற்குள் அர்ஜுன் வழிகாட்ட ஆட்டோ அந்தச் சிறு ஒற்றை அறை குடியிருப்புகள் உள்ள பகுதியில் நின்றது. ஆட்டோக்காரர் உதவியுடன் டிரங்குப் பெட்டியை இறக்கி வீட்டின் முன் வைத்தனர். ரூப்மதி இரண்டு குழந்தைகளையும் இரு பக்கமும் வைத்துக்கொண்டு பெட்டி மேல் உட்கார்ந்துகொண்டாள். கிஷன் இன்னும் தூக்கம் கலையாமல் தன் அம்மாவின் மேல் சாய்ந்துகொண்டு இருந்தது. அக்கம் பக்கத்தவர்கள் மெல்ல வந்து குழுமினர்.

வெளியே கயிற்றுக் கட்டிலில் ஐம்பது அறுபது வயது மதிக்கத்தக்க ஒரு மனிதர் அமர்ந்துகொண்டு தலை நிமிராமல் பீடி பிடித்துக்கொண்டு இருந்தார். சத்தம் கேட்டு ஓர் இளைஞன் உள்ளேயிருந்து வந்தான். ரூபமதியின் கணவன் போலும். ரூபமதியைப் பார்த்ததும், "எட்டு மணிக்குப் போனவ ராத்திரி திரும்பி வரியே, எங்க போன? எவனோட போன? திரும்பி ஏன் வந்த?" என்று கூவத் தொடங்கியவன் மற்றவர்கள் இருப்பதைப் பார்த்து நிறுத்தினான். கிஷன் விழித்துக்கொண்டு அழத் தொடங்கியது. கூட்டத்தில் இருந்த ஒருவர், "யாரோ ஓர் அம்மா கூட்டிட்டு வந்திருக்காங்க. சும்மா கத்தாதே" என்றார்.

இவளைப் பார்த்து கரம் கூப்பினான்.

"உங்களுக்கு ஏன் இந்தத் தொல்லை மேடம்? இவ எல்லாம் ஒழுங்கான பொம்பள இல்ல. யார் கூப்பிட்டாலும் போறவ. இவளை எல்லாம் நல்லா மிதிக்கணும். அதைத்தான் நான் செஞ்சேன்" என்று தொடங்கினான்.

சுற்றி இருந்த கூட்டத்தில் பலர் அவனைப் பார்த்துத் திட்டத்தொடங்கினர். ஆட்டோக்காரர் இவளிடம், "வாங்க ஆன்டீஜி" என்றார்.

"இந்த வீட்டுல யாரானும் பொம்பள வாயத் திறந்தா கொலை விழும். ஆமா. பேசணும்னா போ உன் அப்பன் வீட்டுக்கு. இது என் வீடு" என்று தொடர்ந்து சத்தம் போட்டான்.

அவனிடம் சுடச்சுட இரண்டு வார்த்தை பேச வேண்டும் என்று இவள் அவனை நோக்கி அடி எடுத்து வைப்பதற்குள் உள்ளேயிருந்து ஒரு பெண்ணின் குரல் கேட்டது.

"எந்தக் குடிகாரன் வாசல்ல கத்தறது?"

குரலைத் தொடர்ந்து ஓர் ஐம்பது வயதுப் பெண்மணி வெளியே வந்தாள். ரூபமதியின் மாமியார்தான் என்று நிச்சயமாகத் தெரிந்தது. வெளியே வந்தவள் மூலையில் இருந்த கழியைக் கையில் எடுத்துக் கொண்டாள். மகனை நோக்கி, "ஏண்டா நாயே, இது உன் வீடா? நான் முனிசிபாலிடியில வேல பார்த்தபோது கிடைச்ச வீடுடா இது. நான் பணம் கட்டி வாங்கின வீடு. என் பேர்ல இருக்குது இந்த வீடு. என்ன சொன்ன? இந்த வீட்டுல பொம்பள பேசக் கூடாதா? பேசுவோம்டா. நானும் பேசுவேன். என் மருமகளும் பேசுவா..."

ரூபமதி, "ஸாஸுமா" என்று கதறி அழத் தொடங்கினாள். அர்ஜுன் "தாதீ..." என்று அவளைக் கட்டிக்கொண்டான்.

ஓங்கிய கழி இன்னும் கீழிறங்கவில்லை. "குடிச்சுட்டு வந்து கலாட்டா பண்ணறியா நாயே? காலையிலேர்ந்து ரூபமதி எங்கன்னு நூறு வாட்டி கேட்டுத் தவிச்சிருக்கேன். பத்திரமா வீட்டுக்கு வந்து சேர்ந்திருக்கா கடவுள் புண்ணியத்துல. குடிகார அப்பனும் பையனும் ஆட்டம் போடறீங்களா? போங்கடா வெளில. நடங்கடா போலீஸ் ஸ்டேஷனுக்கு..." என்று கழியைத் தரையில் ஓங்கித் தட்டினாள்.

"நான் என்ன செய்தேன்..?" என்று முனகினார் பீடி பிடித்துக்கொண்டிருந்த பெரியவர்.

கூட்டம் அவளை உற்சாகப்படுத்தியது "கேளு, கேளு சரியா" என்று. "பொம்பளைகள ஒழுங்கு இல்ல அப்படி எல்லாம் சொன்னா அவங்களுக்கு ரொம்பக் கோபம் வரும்" என்று சிலர் இவளிடம் விளக்கம் தந்தனர். அடிக்கடி நடக்கும் நாடகமோ என்று தோன்றியது.

ஆட்டோக்காரர் இவளிடம் கிளம்பும்படி நச்சரித்தார்.

ரூபமதியின் கணவன் அவளை எழுந்திருக்கச் சொல்லிவிட்டு, டிரங்குப் பெட்டியையும், துணி மூட்டைகளையும் உள்ளே எடுத்துப்போக முற்பட்டான். உள்ளே போக அவன் திரும்பியபோது கழியால் அவன் காலில் ஓங்கி ஓர் அடி வைத்தாள் ஸாஸுமா. அவன் அலறினான். மீண்டும் கழியை ஓங்கியதும் ரூபமதி அவள் கையைப் பிடித்துக்கொண்டாள்.

இவள் ரூபமதி அருகில் போய் தன் முகவரி அச்சடித்த அட்டையைத் தந்தாள். மாமியாரைப் பார்த்துக் கை கூப்பினாள். அர்ஜுனின் தலையைத் தடவித் தந்தாள். கிஷனின் கன்னத்தைத் தொட்டாள்.

ஆட்டோக்காரர் ஆட்டோவைக் கிளப்பிவிட்டார். இவள் கூடவே வந்தாள் ரூபமதி இடுப்பில் கிஷனுடன். இவள் ஆட்டோவில் அமர்ந்துகொண்டு, "உன் ஸாஸுமா ரொம்ப நல்லவள்" என்றாள் ரூபமதியிடம்.

ஆட்டோவினுள் தலையை நுழைத்து, "இன்னிக்கு அவங்களும் குடிச்சிருக்காங்க..." என்று கிசுகிசுத்தாள் ரூபமதி.

இவள் தலையைத் திருப்பியபோது எதிரே இருந்த கண்ணாடியில் இவளைப் பார்த்தபடி இருந்தார் ஆட்டோக்காரர். ஆட்டோ கிளம்பியது. கூட்டம் விலகி வழிவிட்டது.

காலம், ஜூன் 2007

வற்றும் ஏரியின் மீன்கள்

காஷ்மீரி கேட் பேருந்து நிலையம் வழக்கம் போல் பிரம்மாண்டமாக, பயணிகளைக் குழப்பத்தில் ஆழ்த்தியபடி இருந்தது. எந்தப் பேருந்தை எங்கே பிடிக்க? முன்பதிவு செய்த பயணச் சீட்டு செல்லுமா? ஒற்றையில் சாமான்களை எடுத்துக்கொண்டு இங்கேயும் அங்கேயும் ஓடமுடியவில்லை. திடீரென்று சிறுநீர் முட்டியது. கழிப்பிடத்தின் வெளியே சாமானை வைத்துவிட்டுப் போக முடியாது. கழிப்பிடத்தின் வெளியே ஒரு தோள்பையும் கைப்பையும் ரோஜாப்பதியன்கள் வைத்த மூங்கில் கூடையுமாக நின்றாள். பிறகு கூடையைக் கீழே வைத்துவிட்டுப் பைகளுடன் உள்ளே போனாள். வெளியே வந்தபோது மூங்கில் கூடை பத்திரமாக இருந்தது. அதனருகே அதை வியப்புடன் பார்த்தபடி ஒரு சிறுவன்.

"ஆன்டீஜீ, இது உங்களுதா?"

"ஆமாம்."

"நான் தூக்கிட்டு வரவா?"

"கனமேயில்லையே? நானே தூக்குவேன்."

அவளைப் பார்த்தபடி நின்றான்.

கைப்பையிலிருந்து எட்டணா எடுத்து அவனிடம் தந்தாள். வாங்க மறுத்தான். சின்னப் பையனை வேலை வாங்குவது அவளுக்குப் பிடிக்காது என்று விளக்கினாள். ஒன்றும் செய்யாத அவனுக்கு எட்டணா தந்தால் அவன் பிச்சைக்காரனாகி விடுவானே என்று வாதம் செய்தான்.

"சரி, என்னை பஸ்ஸில் ஏற்றி விடு" என்றாள்.

அவன் கூட வந்தது ஏதோ ஒரு கறுப்புப் பூனைப் பாதுகாப்புப் படையுடன் வருவதுபோல் தோன்றியது. இந்திய நேபாள எல்லையில் உள்ள சிற்றூருக்குப் போகவேண்டிய பேருந்து என்றதும் நெரிசலை விலக்கிக்கொண்டு நீந்துவது போல் விரைவாக முன்னேறினான். பேருந்தின் முன்னே நின்றார்கள் சிறிது நேரத்துக்குப் பின். ஏ.ஸி. பொருத்திய பேருந்து என்று பயணச்சீட்டுப் பதிவு செய்தவர் கூறியிருந்தார். ஒப்பனை கலைந்த ஒரு கலைஞர் போல பேருந்து இருந்தது புழுதி படிந்து.

பயணிகள் சாக்குமூட்டைகளுடனும் பெரியபெரிய டிரங்குப் பெட்டிகளுடனும் சாமான்களைப் பேருந்தின் மேலே வைத்தபடியும் உரக்கப் பேசியபடியும் பேருந்தினுள் ஏற முந்திக்கொண்டிருந்தனர். கும்பலைச் சமாளித்தபடி இருந்த நடத்துனரிடம்,

"இதுதான் ஏ.ஸி. பஸ்ஸா?" என்று கேட்டாள்.

"இது இல்லை. ஆனால் இதுதான் உங்க பஸ்" என்றார் அசட்டையாக.

ஒரு மணி நேரத்துக்குப் பின் இந்தப் பேருந்து ஆனந்த் விஹாரில் நிற்கும், அவள் பயணம் செல்லும் பேருந்து அங்கிருந்து தான் கிளம்பும் என்று சிறுவன் விளக்கினான்.

இயற்கை உபாதைகளுக்கு வழியில் நிற்குமா என்று விசாரித்தாள். கட்டாயம் நிற்கும் என்றார் நடத்துனர். கட்டாய மாகக் குழாயில் தண்ணீர் வரும் கழிப்பிடமாக இருக்காது. அகன்ற, ஆளில்லா, புதர்கள் மண்டிய அல்லது பெரு மரங்கள் உள்ள வீதியில்தான் நிறுத்துவார்கள் வழக்கமாக. சில சமயம் அதுவும் இருக்காது. இருட்டுதான் திரை. ஒரு முறை இப்படித்தான் இருட்டில் ஏதோ பொட்டல் வெளியில் பேருந்து நின்றது. இவள் ஒரே ஒரு பெண்தான் இறங்கினாள். கும்மிருட்டு. பக்கத்தில் ஏதோ ஒரு மூடப்பட்ட கட்டடம். இங்கேயும் அங்கேயும் ஒரு மறைவிடத்துக்கு அலைந்த பின் இருட்டில் ஏதோ பெரிய சுவர் போலத் தெரிந்தது. இருந்துவிட்டு எழுந்தபோது விரைந்து சென்ற ஒரு லாரி ஒளியை உமிழ்ந்துவிட்டுச் சென்றது. அந்த ஒளியில் நிமிர்ந்து பார்த்தபோது 'பக்'கென்றது. அவள் இருந்த இடம் காந்தியின் சிலையைத் தாங்கிய அடிப்பீடம். மேலே கைத் தடியைப் பிடித்துக்கொண்டு ஒரு காலை முன்னே வைத்து காந்தி நடக்கும் நிலையில் நன்றுகொண்டிருந்தார். 'பாபூஜி, மன்னித்துக்கொள்ளுங்கள்,' என்று மானசீகமாக மன்னிப்புக் கேட்டுக்கொண்டாள். நட்ட நடு நிசியில் எல்லா ஆபரணங்களையும்

அணிந்த ஒரு பெண் எப்போது நடமாட முடியுமோ அப்போது தான் இந்தியா உண்மையான சுதந்திர நாடாகும் என்றீர்கள். பெண்களுக்கு ஆபரணங்கள் முக்கியம் என்று நீங்கள் நினைத்திருக்கலாம். ஆபரணங்கள் எதுவும் எங்களுக்கு வேண்டாம் பாபூஜி. நட்ட நடு நிசியிலும், தேவையானபோது இயற்கை உபாதைகளைத் தீர்த்துக்கொள்ளக் கழிப்பிடங்கள் இருந்தால் போதும். சுதந்திர இந்தியாவில் பெண்கள் அடக்கிக்கொண்டு தவிக்காமல் வேண்டியபோது செல்லக்கூடிய கழிப்பிடங்கள் நகரங்களின் முக்கியமான இடங்களிலும் நெடுஞ்சாலைகளிலும் அமைந்தால் போதும். அடக்கியடக்கி எங்கள் மூத்திரப்பைகள் வலுவிழந்து போய்விட்டன. ஆண்கள் சுதந்திரமாகப் பீச்சிய சிறுநீர் கோவில் சுவரிலிருந்து தொடங்கி எண்ணிலாச் சுவர்களில் தடம் பதித்து சுதந்திரத்துக்கு உருவகமாகிவிட்டது. அந்தக் காலத்து அரசர்கள் மரம் நட்டார்கள். குளம் வெட்டினார்கள். சத்திரங்கள் கட்டினார்கள். கழிப்பிடங்கள் கட்டினார்களா என்று தெரியவில்லை. காலம் காலமாக இருக்கும் ஓர் இழப்பு இது என்று தோன்றுகிறது பாபூஜி. காந்தியுடன் இவ்வாறு உரையாடல் நடந்திருந்தது அப்பயணத்தில்.

சிறுவன் வண்டியில் ஏறுமாறு கூறினான். அவன் உள்ளே ஏறிவிட்டு அவளை அழைத்தான். பேருந்தின் நடுவில் இருந்த சன்னல் இருக்கையில் உட்கார்த்தினான். வண்டி மாறி உட்கார்வதில் எந்தச் சிரமமும் இருக்காது என்று ஆசுவாசம் அளித்தான். ரோஜாப் பதியன் கூடை இருக்கைக்கு அடியே புகுந்து கொண்டது எளிதாக. தோள்பையை மேலே சாமான் வைக்கும் இடத்தில் வைத்தான் சிறுவன். ஒரு ரூபாயை நீட்டினாள் சிறுவனிடம். அவன் அதைப் புறக்கணித்துவிட்டு, 'ஆன்டீஜி, தண்ணி வேண்டாமா?' என்று விசாரித்தான். வேண்டும் என்றுவிட்டு கைப்பையைத் திறந்து பணத்தைத் தந்தாள். கீழே இறங்கி ஓடினான். திரும்பி வரும்போது அவன் கையில் ஒரு தண்ணி பாட்டிலும் ஆறு வாழைப் பழங்களும். கீழேயிருந்து நீட்டினான் அவளை நோக்கி.

"பழம் எதுக்கு?" என்றாள்.

"உங்களுக்குத் தெரியாது ஆன்டிஜி, பசிக்கும். அங்க மகேந்திர நகர் பக்கத்திலதான் என் கிராமம் இருக்கு" என்றான் பல பயணங்களை மேற்கொண்டு அனுபவப்பட்டவன் போல.

அவனுக்கு இரண்டு பழங்களைப் பியத்துத் தந்தாள். புன்னகைத்தபடி வாங்கிக்கொண்டான். இந்த முறை ஐந்து ரூபாய் நோட்டை நீட்டினாள். சற்று தயங்கிவிட்டுப் பெற்றுக் கொண்டான்.

தோளில் சுமந்த கனத்த பைகளுடன் பயணம் செய்யும் வெளிநாட்டுச் சுற்றுலா பயணிகளும் அவரவர் கிராமங்களுக்குப் போகும் வழக்கமான பயணிகளுமாய்ப் பேருந்து நிரம்பி இருந்தது.

பேருந்து கிளம்புவதற்கான ஆயத்தங்களைச் செய்தபோது சிறுவன் கீழேயிருந்து அவளுக்கு விடை தந்தான். பேருந்தின் ஓசைகளுக்கு மேல் குரலெழுப்பி, "ஆன்டிஜீ, அங்கே எல்லாம் வானம் வெளிறிச்சுன்னா பனி முகடுகள் தெரியும்..." என்று சொன்னான் உரக்க. அந்தத் தகவலைக் காற்று சுமந்துவர பேருந்து கிளம்பியது.

வானம் வெளிறிய பின் தெரியும் பனிமுகடுகள் ஒரு நல்ல இலக்காகப் பட்டது.

○

பயணங்கள் அவள் வாழ்க்கையின் குறியீடுகளாகிவிட்டன. இலக்குள்ள பயணங்கள், இலக்கில்லாப் பயணங்கள், அர்த்தமுள்ள பயணங்கள், நிர்ப்பந்தப் பயணங்கள், திட்டமிட்டு உருவாகாத பயணங்கள், திட்டங்களை உடைத்த பயணங்கள், சடங்காகிப் போன பயணங்கள்.

அவள் பிறப்பே அவள் அன்னையின் இறுதிப் பயணத்துக்கு சாட்சியாகிவிட்டது. ஆறாவது குழந்தை. அதன் பின்பு அக்காவின் மகவானாள். தீதி தன் பதினாறாவது வயதில் திருமணம் முடித்து குடும்பத்திலிருந்து விடை பெறும் 'பிதாய்' பயணம் மேற்கொள்ளும் போது இவளும் கூடவே பிறந்தகத்துச் சீராய். ஜீஜாஜிதான் தந்தை. இடையிடையே தந்தையையும் மற்ற அக்காக்களையும் ஓர் அண்ணனையும் சென்று காணப் பயணங்கள். பள்ளியிறுதிப் படிப்பை முடித்த உடனேயே தான் செல்லும் நாள் நெருங்கிவிட்டது என்று கூறி, ஜீஜாஜி மறுத்தும் தந்தை திருமண ஏற்பாடு செய்தார். மற்றவர்கள் பயணங்களை ஒட்டியே இவள் வாழ்வு. கச்சலான தேகத்துடன் ஒளியிழந்த கண்கள் கூடிய ஒருவனுடன் 'பிதாய்' பயணம். பிறகுதான் அவனுக்குக் காச நோய் என்று தெரிந்தது. அவன் தன் இறுதிப் பாதையில் கால் வைத்ததும், இவள் தன் வளையல்களை உடைக்க வேண்டும், குங்குமத்தைக் கலைக்க வேண்டும் என்று எல்லோரும் கூறும் முன் ஜீஜாஜி வந்து கூட்டிச் சென்றார். பிறகு பல கல்விப் பயணங்கள். டில்லியில் கல்லூரி ஆசிரியராய், பிறகு பேராசிரியராய் உயர்ந்து மேற்கொண்ட வேலைப் பயணங்கள். தீதி இறந்தபின் அவள் குழந்தைகளை வளர்த்துப் படிக்க வைப்பதற்கான பயணங்கள். அவள் கடைசிப் பையனுக்கு மனப்பிறழ்வு ஏற்பட்டு மின்னதிர்வுச் சிகிச்சை அளித்தபோது செய்த மின்னதிர்ச்சிப் பயணங்கள். ஜீஜாஜியுடன்

சென்ற வெப்பக்கதிர் வைத்திய புற்றுநோய்ப் பயணங்கள். உள்நாட்டு வெளிநாட்டுப் பயணங்கள்.

பயணங்களால் கோர்க்கப்பட்ட வாழ்க்கை. அவள் வேலையிலிருந்து ஓய்வு பெற்றுவிட்டதால் இனி அவள் அமெரிக்காவில் நிரந்தரமாக வாழும் தீதியின் பையன்கள் பெண்களுடன் கலிபோர்னியாவிலும், நியூயார்க்கிலும், வாஷிங்டனிலும், பாஸ்டனிலும்தான் வாழவேண்டும் என்ற அவர்கள் அன்புக் கட்டளைகள். அவள் அங்கு செல்லத் தீர்மானித்தபின் இதோ இந்தப் பயணம். எதேச்சைப் பயணம்.

ஒரு வருடமாகத் தொடர்ந்து நடந்து வாதப்பிரதி வாதங்கள் அந்த இந்தியாவில் வாழாத இந்தியர்களுடன்.

"இந்தியாவில் அப்படி என்ன இருக்கிறது மௌஸீ? புழுதியும், கும்பலும் கூச்சலும்தான். இங்க வந்து பாரு."

"இங்கே நீ வெய்யிலில் காய வேண்டாம். மழையில் நனைய வேண்டாம். உலகமே உன் வீட்டுக்குள்."

"இங்கே உனக்கு அலைச்சல் கிடையாது. எந்தக் கவலையும் இருக்காது. பித்தானை அழுத்தியவுடன் செயல்படும் சங்கடமற்ற உலகம் இது."

"நீ கல்விக்காக இங்கே வந்தவள்தானே? உனக்குத் தெரியாதா?"

தொடர்ந்து இச்செய்திகளுடன் வந்த கைபேசிக் குறுஞ் செய்திகள். மின்னஞ்சல்கள். தொலைபேசி உரையாடல்கள்.

அவள் சிலகாலம் வாழ்ந்த உலகம்தான். பல தேர்வுகள் உள்ள உலகம். ஒரு ஸாண்ட்விச் வாங்கப் போனால் கூடத் தேர்வுகள். மைதா மாவு ரொட்டியா, கோதுமை மாவு ரொட்டியா? எப்படிப்பட்ட வெண்ணெய்? கொழுப்புள்ளதா, நீக்கப்பட்டதா? காய்கறி வைத்த ரொட்டியா, இறைச்சி வைத்ததா? எத்தகைய காய்கறி? எத்தகைய இறைச்சி? வெள்ளரிக்காய் ஊறல் அல்லது வேறு சுவைகூட்டிகள் போடலாமா, கூடாதா? ரொட்டி வாட்டப்பட வேண்டுமா, கூடாதா? பால்கட்டி வேண்டுமா, வேண்டாமா? எல்லாப் பதில்களும் தந்தபின் கடைசியாக, இங்கு சாப்பிடவா, எடுத்துப் போகவா என்ற கேள்வி. அத்தனை தேர்வுகள் இருக்கவில்லை அவள் வாழ்வில். அத்தனை பித்தான்களும் இல்லை அழுத்த. டில்லி வந்த பிறகுதான் அழைப்பு மணியைப் பார்த்தாள்.

அம்பை

அவர்கள் வீட்டுக் கதவு திறந்தே இருக்கும். குடங்களில் தண்ணி எடுத்துப்போகும் பெண்கள் வெளி வராந்தையில் குடங்களை வைத்துவிட்டு இளைப்பாறுவார்கள். வெற்றிலையையும் புகையிலையையும் வாயில் அடக்கிக்கொள்வார்கள். தீதியை அழைத்துப் பேசுவார்கள். குதிரை வண்டியோட்டிகள் வந்து பானையில் நிரப்பியிருக்கும் தண்ணீரைக் குடித்து தாகசாந்தி செய்துகொள்வார்கள். அவர்களில் ஒருவன் நல்ல நாட்டுப்பாடல் கலைஞன். தண்ணீரைக் குடித்துவிட்டு வீட்டுக் குழந்தைகளை அழைத்து உட்கார்த்தி பிளிறும் குரலில் பாட்டுப் பாடுவான். அவர்கள் குழுவை ஒரு கலா போஷகர் பாரீஸ் கூட்டிப்போனார். அங்கேயும் போய் வண்ணத் தலைப்பாகை கட்டிக்கொண்டு ஓங்காரமாகப் பாடிவிட்டு வந்துவிட்டான். திரும்பிவந்தபின் வழக்கம் போல குதிரை வண்டி ஓட்டினான். "பாரீஸ் எப்படி இருந்தது?" என்று கேட்டால் "பரவாயில்லை. கொஞ்சம் பெரிசா இருந்தது" என்பான் சாதாரணமாக. ஐபல் டவரின் படம் அவன் வண்டியில் ஒட்டப்பட்டதைத் தவிர வேறு எந்த மாற்றமும் இல்லை.

சில சமயம் மேயப்போன கலாவதி மாடு முன் வராந்தையில் வந்து நிற்கும். 'ம்மா' என்று தீதிக்குக் குரல் கொடுக்கும். அந்த மாடுதான் ஒருமுறை முன்னாவின் வீட்டுப்பாடப் புத்தகத்தின் பக்கங்களைச் சாப்பிட்டுவிட்டது. அந்தப் புத்தகத்தை அவன் அங்கு வைத்திருந்திருக்கக் கூடாது என்று கடிந்துகொண்டார் ஜீஜாஜி. நியூயார்க்கில் அவன் பிள்ளை கணினியில் வீட்டுப் பாடங்கள் செய்வான். எந்த மாடு வரமுடியும் அங்கே? பேரில்லா மாடுகள் தரும் சுத்திகரிக்கப்பட்ட பால்தானே இப்போதெல்லாம்? அத்தனையும் கதைகள். கல்யாண மாப்பிள்ளை யானைமேல் அமர்ந்து வந்தது முதல், பாலைவன மணலில் கால்கள் புதையப் புதைய நடக்கும் ஒட்டகங்கள், ஆண்டுதோறும் நடக்கும் ஒட்டகப் பந்தயம், அக்கா தீஜின் போது கையில் லட்டுவையோ ஜிலேபியையோ வைத்துக்கொண்டு மணப்பெண்ணாகவும் மாப்பிள்ளையாகவும் மாறும் குழந்தைகள், கடும் பச்சையும் நீலமுமாய் தோகையை வீசியபடி தாழ்வாகப் பறந்து வந்து மரத்தின் கீழ்க்கிளைகளில் வந்து அமரும் மயில்கள், பழைய புடவைகளால் தைக்கப்பட்ட கதகதப்பான ரஜாய்கள், முடிச்சுகள் போட்டுவிட்டுப் பின்னர் ரோஜாவும், கரு நீலமும், ஊதாவும் சிவப்புமாய் வண்ணம் தோய்க்கப்பட்டப் புடவைகளின் முடிச்சுகளை அவிழ்த்துவிட்டு உதறியதும் பீரிடும் வண்ணங்கள் என்று அத்தனையும் கதைகள். அவள் தன் வீட்டுக் குழந்தைகளுக்கும், உறவினர் வீட்டுக் குழந்தைகளுக்கும், நண்பர்கள் குழந்தைகளுக்கும் சொல்லும் கதைகள். ஹாரி பாட்டர் கதைகளைப் போல் இவள் சொல்லும்

கதைகளும் மாயாஜாலக் கதைகள் என்று நினைத்தார்கள் குழந்தைகள். கதைகளின் நாயக நாயகிகள் பலர் இல்லை. சிலர் இன்றும் இருக்கிறார்கள். மாலையில் கள் அருந்திவிட்டு இன்றும் பாடுகிறான் குதிரை வண்டியோட்டி. குதிரை இல்லை. வண்டியும் இல்லை. பாரீஸ் போன பயணக் கதையைப் பேரக் குழந்தைகளுக்குக் கூறுகிறான். அவர்களுக்கான மாயஜாலக் கதைகள் அவை. சில மாதங்களுக்கு முன் மரங்களும் புதர்களும் மண்டிய பாதை ஒன்றைக் கடந்து வந்தபோது காலை இடறிய, தோகை பிய்க்கப்பட்டு இறந்து கிடந்த மயில் மாயாஜாலமா, உண்மையா? அத்தனையும் மாயாஜாலம். அத்தனையும் உண்மை.

முகம் அறியா நபர்களுடன், சாக்கு மூட்டைகளும், டிரங்குப் பெட்டிகளும், வெளிநாட்டுப் பைகளும், துணி மூட்டைகளும், உடைகள் திணிக்கப்பட்ட துணிப் பைகளுக்குமிடையே ரோஜாப் பதியன்கள் உள்ள மூங்கில் கூடையுடன், இரவைக் கிழித்தபடி செல்லும் இந்தப் பேருந்துப் பயணத்தில், திடீரென்று அமைந்த இந்த இடைப் பயணத்தில், எத்தனை விகிதம் மாயாஜாலம் எத்தனை விகிதம் உண்மை என்று தெரியவில்லை.

○

அவள் நிரந்தரமாக வெளிநாடு செல்லத் தீர்மானித்த இரண்டொரு நாட்களுக்குப் பின் பிம்லா தேவியிடமிருந்து கடிதம் வந்தது. அவள் நடத்தும் லோக் சேவா சங்கின் பெயரும் முகவரியும் அச்சிட்ட தாளில் எழுதிய கடிதம். வெள்ளையில் காவி நிற அச்சுச் சொற்கள். அவள் எப்போதும் உபயோகிக்கும் நீல மையில் பிம்லா தேவி எழுதியிருந்தாள். கட்டாயம் தன்னைப் பார்க்க வரும்படியும், வரும்போது டில்லியில் உள்ள ரோஜாப் பண்ணையிலிருந்து ரோஜாப் பதியன்கள் கொண்டுவரும்படியும், அவள் வரவை எதிர்பார்க்கிறாள் என்றும். சற்று ஆச்சர்யமாக இருந்தது. பிம்லா தேவியுடன் தொடர்பு விட்டுப் போய் சில ஆண்டுகளாகிவிட்டன. அவளை எல்லோரும் மாதாஜி என்றும் சாத்விஜி என்றும் அழைக்கத் தொடங்கியபோது இவள் மெல்ல விலகிவிட்டாள். அப்படி அவளைச் சிலர் அழைக்கத் தொடங்கியபோது அவள் எந்த எதிர்ப்பும் காட்டவில்லை. அப்படித்தான் தன்னை அழைக்க வேண்டும் என்று கூறவுமில்லை.

பிம்லா தேவி அவளுடன் கல்லூரியில் படித்தவள். அவள் வேலை பார்த்த கல்லூரியில் பிம்லா தேவியும் சில காலம் சரித்திரத் துறையில் பணியாற்றினாள். விவசாயக் கூலிகள் குடும்பத்திலிருந்து கல்வி பெற வெளியே வந்த முதல் பெண். மா நிறம். படிய வாரிய நீள் முடி. கண்ணாடி மீன் தொட்டியில் எப்போதும் நீந்திக்கொண்டேயிருக்கும் மீன்களைப்போல் அங்கும்

இங்கும் சுழன்றபடி இருக்கும் கண்கள். பளீரென்ற புன்னகை. வலுவான கைகள். கால்கள். உழைப்புக்கு அஞ்சாத உடல் வலிமை. அவர்கள் இருவருக்கும் ஆங்கிலத்தில் சரளமாகப் பேசுவது சிரமமாக இருந்ததால் ஒரே அறையைப் பகிர்ந்து கொள்ளும் தோழிகளாயினர். விடுமுறை நாட்களில் ஜீஜாஜியின் அனுமதியுடன் பிம்லாவின் வீட்டுக்குப் போவாள். அப்போது அவர்களுக்குப் போதிய அளவு நிலம் இருந்தது என்றாலும் அவர்களே நிலத்தில் வேலை செய்வார்கள். பிம்லாவின் அப்பாவைச் சலவை செய்த உடையில் பார்ப்பதே அபூர்வம். மண் படிந்த கால்களும், வியர்வை வழியும் முகமுமாகவே அவர் நினைவில் இருந்தார். பிம்லாவும் அவள் அம்மாவும் நிலத்திலும் வீட்டிலும் சளைக்காமல் வேலை செய்வார்கள். களை பறிப்பதும், பொதி சுமப்பதும், மாட்டுத் தொழுவத்தைச் சுத்தப்படுத்துவதும், கோழிகளைப் பேணுவதும், சமைப்பதுமாக எப்போதும் வேலைதான். ஆடுகளை வேறு அவள் அண்ணன் தம்பிகளுடன் மேய்த்துவிட்டு வருவாள். அவள் அம்மாவின் கைகளில் இருந்த பச்சைக் கண்ணாடி வளையல்களின் 'ஸ்லங் ஸ்லங்' என்ற ஒலிதான் அந்த வீட்டின் அடி நாதம்.

இவளும் வேலைக்குச் சளைத்தவளில்லை. தீதியும் எந்த அலுப்பும் காட்டாமல் வேலை செய்யும் கடும் உழைப்பாளி. ஆனால் அவர்கள் வீட்டில் வேலை ஆட்களும் இருந்தார்கள். பிம்லாவின் வீட்டுக்கு வரும்போது அவர்கள் எல்லோருடனும் சேர்ந்து வேலை செய்வது உற்சாகமாக இருக்கும். ஆடுகளை மேய்ப்பதில் மட்டும் படு தோல்விதான். எல்லா ஆடுகளையும் பிரிப்பதும் சேர்ப்பதும் சாதாரண விஷயமில்லை என்று பிம்லாவிடமும் அவள் சகோதரர்களிடமும் ஒப்புக் கொள்வாள். அவர்கள் சிரிப்பார்கள். ஆடுகள் கூட இவளைப் பார்த்துச் சிரிப்பது போல் படும். ஒரே ஒரு கறுப்பு ஆட்டுக்குட்டி மட்டும் இவள் பக்கம் ஒண்டிக்கொண்டு ஆறுதல் கூறும்.

பிம்லாவின் வீட்டுக்குப் போக ஆரம்பித்த பின்புதான் புகையிலைப் பழக்கம் வந்தது. பிம்லாவின் அம்மா புகையிலையை வாயில் அடக்கியபடிதான் இருப்பாள். "மாஜி, புகையிலையோட நிற்கட்டும். கள்ளுப் பழக்கத்தை ஏற்படுத்தி விடாதீங்க. காலேஜ்ல இவ என் அறையில இருக்கா..." என்பாள் பிம்லா தன் அம்மாவிடம். பிம்லாவின் அப்பா மாலையில் களைத்து வந்த பின் கள் குடிப்பார். பின் கட்டில் மாட்டுத் தொழுவத்தை ஒட்டிய இடத்தில் அமர்ந்து குடிப்பார். அவள் அம்மாவும் குடிப்பாள். அண்ணன்மார்களும் குந்தி அமர்ந்துகொண்டு பருகுவார்கள் சில சமயம். வெளியே கள்ளுக் கடையில் குடிப்பதுதான் அவர்கள் வழக்கம். எப்போதாவது பின்கட்டில் கூடி அமர்வார்கள்.

வீட்டினுள்ளோ, பிம்லாவின் முன்னோ குடிப்பதைத் தவிர்த்தனர் அவர்கள். மாட்டுத் தொழுவத்தைத் தாண்டிப் போனால் ஓர் ஏக்கர் நிலப்பரப்பில் ரோஜாத் தோட்டம் ஒன்று இருந்தது. மாலையில் பிம்லாவும் இவளும் உலாத்தப் போகும்போதுதான் இங்கு கள்ளுக் குடியல் நடக்கும். இவர்கள் திரும்பி வரும்போது அவர்கள் முதுகுப்புறம்தான் தெரியும்.

பிம்லாவிடம் அவள் குடும்பம் ஒரு வித மரியாதையுடன் நடந்துகொண்டது போல் சில சமயம் அவளுக்குப் பட்டது. கிராமத்தில் உள்ள மற்றவர்களும் – வசதி மிக்கவர்களும் உயர் சாதியினரும் கூட – அவளிடம் வணக்கத்துடன் பேசினார்கள் என்று தோன்றியது. பிம்லாவிடம் கேட்டபோது அவள் வெறுமே சிரித்தாள். அவள் சுலபமாக எல்லோரையும் தொட்டுப் பேசினாள். கல்லூரியில் கூட ஒரு முறை கடைநிலை ஊழியர் ஒருவரின் பெண் தற்கொலை முயற்சி செய்துவிட்டு ஆஸ்பத்திரியில் கிடந்தபோது அவரிடம் இதுபற்றி விசாரித்துவிட்டு பிம்லா அவர் தோளைத் தொட்டு ஆறுதல் கூறியதும் அவர் பொருந்து போய் அழ ஆரம்பித்தார். அவள் கையைப் பற்றிக் கொண்டு கதறினார். சில சமயம் கல்லூரி ஆசிரியர்கள் பிம்லாவிடம் சில அந்தரங்க விஷயங்களைக் கூறினர். பிம்லா யாருக்கும் அறிவுரை கூறவில்லை. எந்த உபதேசமும் செய்யவில்லை. அவள் யார் வீட்டுப் பூஜைக்கும் போகவில்லை. அப்படியும் அவள் எல்லோரையும் லோகாயதமான ரீதியில் அல்லாமல் வேறு ஏதோ வகையில் ஆகர்ஷித்தாள். இதமளித்தாள். இவளும் மற்ற தோழிகளும் ஹாஸ்டலில் இரவு நேரக் கொண்டாட்டங்களில் ஒரு முறை இது பற்றி ஒரு கிண்டல் நாடகம் போட்டனர். அதற்கும் பிம்லா சிரித்தாள்.

ஒரு முறை பிம்லாவின் அம்மாவுடன் அமர்ந்து கோழியை நறுக்கிச் சுத்தப்படுத்திக்கொண்டிருந்தாள். அப்போது நடந்த சின்ன உரையாடலும் அது நடந்த பின்னணியும் மனத்தில் ஒரு காட்சி போல் கலந்து வந்தன நினைக்கும் போது. மதியச் சாப்பாட்டுக்கான ஆயத்தங்கள் சமையலறையில். பிசைந்த கோதுமை மாவு ஒரு பக்கம். விறகடுப்பில் பருப்பு வெந்தபடி. அரிந்த வெங்காயம், உருளைக்கிழங்கு, பச்சைக் காய்கறிகள். அரைத்த மசாலா கலந்த தயிரில் சுத்தப்படுத்திய கோழி இறைச்சித் துண்டுகள் அமிழ்த்தப்பட்டன. பூண்டும் வெங்காயமும் இஞ்சியும் கலந்த ஒரு மணம். தாழ்ந்த கூரை வேய்ந்த சமையலறையில் ஒரு சிறு சன்னல் வழியே வெளிச்சக் கீற்று உள்ளே வந்தது. சன்னலூடே பார்த்தால் வெளியே சற்றுத் தள்ளி மாட்டுத் தொழுவம். தொழுவத்தைச் சுத்தப்படுத்திக் கொண்டிருந்தாள் பிம்லா. அப்போதுதான் இவள் கேட்டாள்:

அம்பை

"மாஜீ, பிம்லாவுக்கு எப்போ கல்யாணம்?"

"பிம்லாவுக்கா? பார்க்கலாம்" என்றாள் அவள் அம்மா பட்டுக்கொள்ளாமல்.

ஒரு வேளை தான் கேட்டது பிடிக்கவில்லையோ என்று இவள் நினைத்தபோது, பிம்லாவின் அம்மா, "பிம்லாவுக்குக் கல்யாணம் குடும்பம்புட்டு ஆசை வந்தா அப்போ பண்ணலாம்" என்றாள்.

"ஏன் அவளுக்கு இல்லையா?"

"அப்படித் தெரியல. ஸ்வாமிஜி மஹராஜ் என்ன சொல்லப் போறாரோ பார்க்கலாம்" என்றாள் பிம்லாவின் அம்மா.

மண் சட்டியில் காய்ந்த எண்ணையில் சோம்பு, லவங்கப் பட்டை போட்ட பிறகு தயிரில் ஊறிய கோழி இறைச்சித் துண்டங்கள் எண்ணையில் 'ஸ்...ஸ்'ஸென்று விழும் ஒசையுடன் அந்த உரையாடல் நடந்து முடிந்தது.

○

ஸ்வாமிஜி மஹராஜைக் கையைப் பிடித்து அழைத்து வந்து உட்கார்த்தினர் வீட்டின் முன் வாயிலில். குருடர் அவர். இடையில் சுற்றிய ஒரு துண்டுத் துணி. மற்றபடி வெற்றுடம்பு.

"யார் வீடுப்பா இது?" என்று கேட்டார்.

"மதன்கோபால் மிஸ்ராஜியுடைய வீடு. நூறு ஏக்கரா நிலம் இவர்கிட்ட இருக்கு."

"நிலம் நிலத்துலதான் இருக்கும். இவர் கிட்ட எப்பிடி இருக்கும்?" வாய் விட்டுச் சிரித்தார்.

ஒரு சொம்பில் தண்ணீர் குடிக்கத் தந்தனர்.

"ஸ்வாமிஜி மஹராஜ் ஏதாவது பேச வேண்டும்."

"நல்ல வெயில். உடம்பைச் சுட்டது. தீ வெயில். அப்புறம்தான் மழை வந்தது. வீசிவீசி அடிக்கும் மழை இல்லை. சர மழை. பூப்பூவாய் உடம்பில் விழும் மழை. கால் பக்கம் வந்து ஒண்டிக்கொண்டது. அதன் உடம்பு சிலிர்த்தது. தூக்கினால் ஒரு நாய்க்குட்டி என் முகத்தை நக்கியது. கறுப்பும் வெள்ளையுமாய் இருக்கிறது நாய்க்குட்டி என்றான் இந்த கோவிந். 'காலூ' என்று அவன்தான் பெயர் வைத்தான். நான் எத்தனை மைல் நடந்தாலும் கூடவே வரும். இரவில் கால் பக்கம் சுருண்டு படுக்கும். 'நாய் மஹராஜ்' என்று கூப்பிட ஆரம்பித்தார்கள். இப்போது நாய் இல்லை. மஹராஜ் நான்தான் இருக்கிறேன்." மீண்டும் சிரித்தார்.

வற்றும் ஏரியின் மீன்கள் ❊ 195 ❊

"வாழ்க்கைக்கு உபயோகமாக ஸ்வாமிஜி மஹராஜ் ஏதாவது சொல்ல வேண்டும்."

"உபயோகமாகவா?"

"ஆமாம். பகவத் கீதையிலிருந்து ஏதாவது..."

"பகவத் கீதையா? எனக்கு என்ன தெரியும் பகவத் கீதை? நான் தேசாந்திரி. சஞ்சாரி. ஊர்சுற்றி. பயணி. எங்கு வேண்டுமானாலும் தண்ணி குடித்து, எங்கு வேண்டுமானாலும் சாப்பிட்டு, எங்கு வேண்டுமானாலும் உறங்கி எழுபவன். தாகம் எடுக்கிறது என்றேன். இந்த கோவிந்த் இங்கே கூட்டிக்கொண்டு வந்தான்..."

"அப்ப நீங்க எங்க வீட்டுக்கு வரலாமே!" என்றது ஒரு கீச்சுக் குரல்.

ஸ்வாமிஜி மஹராஜ் குரல் வந்த திக்கில் திரும்பினார். மற்றவர்களும் பார்த்தனர். புத்தகப் பையுடன் ஐந்து வயதுச் சிறுமி. தூணில் சாய்ந்துகொண்டு, இடுப்பில் கையை வைத்துக்கொண்டு. மிஸ்ராஜி போன்றவர்கள் வீட்டு வாசலில் நிற்கக் கூடாத பெண்.

ஸ்வாமிஜி மஹராஜ் சிரித்தார். "வந்தாயா பெண்ணே? வா, கையைப் பிடி" என்றார்.

ஓடி வந்து அவர் கையைப் பிடித்துக் கொண்டாள். புத்தகப் பையைத் தோளில் வீசிப் போட்டுக்கொண்டாள். மற்றவர்கள் தடுக்கும் முன் அவள் இழுத்த இழுப்புக்குப் போய்க் கொண்டிருந்தார் அந்தக் குருடர்.

○

அவரைப் பார்த்து அவர்கள் பதறிப் போனார்கள். அவரை எங்கே உட்காரச் சொல்வது? எதைச் சாப்பிடத் தருவது? பிம்லாவின் வீட்டு மாட்டுத் தொழுவத்தின் ஒரு பகுதி சுத்தம் செய்யப்பட்டது. அவர் அங்கு அமர்ந்தார்.

"மஹராஜ், உங்களுக்குச் சாப்பிட என்ன தருவது? வீட்டில் இன்னிக்கு மாட்டிறைச்சி சமைச்சிருக்கிறோம்."

"மாட்டிறைச்சியா? நீங்க சாப்பிடுங்க. ரொட்டி இருக்கா?"

"இருக்கு."

"ரெண்டு ரொட்டியும் நசுக்கின வெங்காயமும் போதும் எனக்கு."

உள்ளங்கைகளுக்கிடையில் வைத்து நசுக்கப்பட்ட வெங்காயத்தில் உப்பும் மிளகும் போட்டு, சூடான ரொட்டி மேல் வைத்துத்

தந்தனர். ரசித்துச் சாப்பிட்டார். மாட்டுக் கொட்டகையில் படுத்து உறங்கினார். பதினைந்து இருபது நாட்கள் அவர்களுடன் இருந்தார்.

○

அந்தப் பகுதியினர் தங்களுக்குக் கோவில் வேண்டுமென்று கேட்டனர். ஸ்வாமிஜி மஹராஜ் அதில் அக்கறை காட்டவில்லை. மாட்டுத் தொழுவத்தின் பின்னால் இருந்த தரிசு நிலத்தையும் அந்தப் பகுதியில் உபயோகப்படாமல் கிடந்த நிலத்தையும் அவர்களுக்கு உரிமையாக்கினார். அங்கும் இங்கும் அலைந்து ரோஜாப் பதியன்கள் கொண்டுவந்தார். நடச் சொன்னார். தரிசு என்று கருதிய நிலத்தில் ரோஜா முளைத்தது. விரைவில் ரோஜா சாகுபடி செய்யும் கூட்டுப் பண்ணை அங்கே உருவாகி, பிறகு அத்தர் தயாரிப்பு, தர்காகளுக்கு ரோஜாப்பூ, ரோஜா மாலை என்று விரிந்து கொண்டு போயிற்று. ரோஜாப் பண்ணைக்கருகே ஒரு சிறு குடிசை அவருக்கென்றாயிற்று.

குத்தா (நாய்) மஹராஜ் என்று அழைத்தவர்கள் இப்போது குலாப் (ரோஜா) மஹராஜ் என்று அழைத்தனர். அவர் நடந்தபடி இருந்தார்.

○

இவையெல்லாம் ஸ்வாமிஜி மஹராஜ் பற்றிய கிளைக் கதைகள். கொஞ்சம் கூட்டியும் குறைத்தும் எல்லோரும் சொல்லும் கதைகள். மாயமும் மந்திரமும் தெரியாது என்ற ஸ்வாமிஜி மஹராஜ். அதை நம்பாமல் வருபவர்களுக்குத் தர விபூதியோ குங்குமமோ அவரிடம் இல்லை. அவரால் நடக்க முடியும். ரோஜாப் பதியன்களுக்காக. ஏழைக் குழந்தைகள் கல்விக்காக. இடுப்பைச் சுற்றிய துணி. முகத்தை மறைத்த வெண் தாடி. குருட்டுக் கண்கள். வாய்விட்ட சிரிப்பு.

○

அவர் அவர்கள் இருப்பிடத்துக்கு வந்த இரண்டொரு நாட்களி லேயே நடந்த அந்தச் சம்பவத்தை பிம்லாவின் அம்மா இவளிடம் துல்லியமாக விவரித்திருந்தாள். மாடுகள் எல்லாம் வீடு திரும்பத்தொடங்கியிருந்த அந்தி நேரம். கூடையை விரைந்துகொண்டிருந்த பறவைகளின் கீச்சுக்கீச்சு ஒலிகள். ஸ்வாமிஜி மஹராஜ்-க்கென்று இவர்கள் போட்டுக் கொடுத்திருந்த குடிசையில் இந்த நேரத்தில் சிலர் வருவார்கள் அவரைக் காண. அன்றும் சிலர் உட்கார்ந்திருந்தார்கள் அவர் முன். புத்தகப் பையைத் தூக்கிக் கொண்டு ஓடி வந்த பிம்லா கதவருகில் நின்றதுமே அவள் வரவு அவருக்குத் தெரிந்துவிட்டது. இரண்டு

வற்றும் ஏரியின் மீன்கள் ❀ 197 ❀

கைகளையும் விரித்து "வா" என்று கூப்பிட்டார். புத்தகப் பையை மூலையில் வைத்துவிட்டு அவர் பக்கம் ஓடினாள். அவள் தலையைத் தடவித் தந்துவிட்டு அவளை உச்சிமோந்தார். பின்பு மெல்லக் குனிந்து அவள் செவியில் எதையோ மென்மையாகக் கூறலானார். ஒரு வினாடி அவள் முகத்தில் திகைப்பும் வியப்பும். பின்பு மெல்ல மெல்ல பூ மலர்வது போல் அவள் முகம் விகசித்தது. அவள் செவியருகே குனிந்திருந்த அவர் தலை நிமிர்ந்ததும் அவரை அணைத்துக்கொண்டு வெண்தாடி படர்ந்த அவர் முகத்தில் முத்தமிட்டாள் ஐந்து வயது பிம்லா. அவளைத் தன் நெஞ்சோடு அணைத்துக்கொண்டார் ஸ்வாமிஜி மஹராஜ்.

○

பிம்லாவிடம் அந்தச் சம்பவம் குறித்து ஒரு முறை கேட்டதும் அவள் உடனே பதில் கூறவில்லை. வெய்யில் காலத்தில் ஹாஸ்டலின் மொட்டை மாடியில் அவர்களில் சிலர் படுத்துக்கொள்வார்கள். அதற்கென்று கயிற்றுக் கட்டில்கள் வாங்கி வைத்திருந்தனர். ஓரிரவு ஆகாயத்தைப் பார்த்தபடி படுத்துக் கொண்டிருந்தனர் இருவரும். இவள் கேட்டதும் ஆகாயத்தில் நட்சத்திரங்களை ஊடுருவுவது போல் பார்க்கலானாள் பிம்லா.

பிறகு மெல்ல, "அதைத் தெளிவா விவரிக்க முடியுமான்னுட்டு தெரியல..." என்றாள்.

"ஏன் என்னை மாதிரி மக்குகளுக்கு அது புரியாதா என்ன?"

சிரித்தாள். "அப்படி இல்ல" என்றாள் மிருதுவான குரலில். "மொழிக்கு எல்லை இருக்கில்லையா?"

சிறிது நேரம் மௌனத்தில் கழிந்தது.

"குமுத், அவர் காதுல சொன்னது மொழியில அடங்கினது இல்ல. ஒரு வண்டோட ரீங்காரம் மாதிரி இருந்துது முதல்ல. அப்புறம் சளசளன்னு நீரோடை ஓட்டம். அப்புறம் ஒரு பிரவாகம் பாயுறது போல உணர்வு. அதுல மிதந்து போற தக்கை மாதிரி எடையே இல்லாமல் போகுற அனுபவம். அப்புறம் வீசிவீசி ஊஞ்சலாடிட்டு மெதுவா, ரொம்ப மெதுவா, ஊஞ்சலோட ஓட்டம் நின்னு எறங்குற தட்டாமாலை ஆடின உணர்வு. எல்லையே யில்லாத அன்புணர்வு அபிஷேகம் செய்யப்படற பால் மாதிரி எனக்குள்ள என்னைத் தடவி தடவி வழிஞ்ச மாதிரி..."

பிம்லா இன்னும் விவரித்துக் கொண்டிருக்கும்போதே இவள் தூங்கிவிட்டாள்.

○

ஸ்வாமிஜி மஹராஜை இவளும் சந்தித்திருக்கிறாள் ஒரு முறை. அவரைக் காணவேண்டுமென்ற ஆவல் எதுவும் அவளுக்கு இருக்கவில்லை. எல்லா சாமியார்களையும் அவள் வெறுத்தாள். ரூப் கன்வர் அவள் கணவனின் சிதையில் அமர்ந்து எரிந்த ஸதி நிகழ்வுக்குப் பின் கல்லூரி ஆசிரியர்கள் பலர் இத்தகைய மூடச் சடங்குகளை எதிர்த்து தெருவில் ஊர்வலம் போனபோது, "இப்படி ஊர்வலம் போகும் பெண்கள் நடத்தை கெட்டவர்கள். ஒன்றுக்கு மேற்பட்ட ஆண்களுடன் உறவு பூணுபவர்கள்" என்று தொலைக்காட்சியில் பேட்டி தந்தனர் அத்தனை சாமியார்களும். ஜடாமுடி, விபூதி, சந்தனம், மொட்டை, நாமம் என்று ஒரு சாமியார் பாக்கி இல்லை. ஸ்வாமிஜி மஹராஜ் போன்றவர்கள் அவர்களை ஆதரித்திருந்தாலும் மொத்தத்தில் சாமியார்களை அவள் ஒதுக்கினாள்.

ஒரு முறை தென்னிந்தியாவிலிருந்து வந்திருந்த ஒரு மடாதிபதியைப் பார்க்க தீதி இவளையும் வற்புறுத்தி அழைத்துச் சென்றாள். வெளியே இருந்தவர்கள் குலம் கோத்திரம் என்று நூறு கேள்விகள் கேட்டுவிட்டு இவள் விதவை என்று தெரிந்ததும், "விதவைகளைப் பார்த்தால் அவர் பட்டினி கிடக்க நேரிடும். அதனால் அனுமதி இல்லை" என்றார்கள். தீதிக்கு அவ்வளவு கோபம் வந்து அவள் பார்த்தது இல்லை. "இவளைப் பார்க்க அவர் பட்டினி கிடந்தால் நல்லதுதான். நாங்க கிளம்பறோம். அவரைச் சாப்பிடச் சொல்லுங்க..." என்றுவிட்டு வந்து விட்டாள். தீதியுடன் அன்றைக்கு ஏகச் சண்டை. சாமியார்களை நம்புபவள் என்று சாடல். இறக்கும் தருவாயில் தீதி இருந்தபோது மிகுந்த தயக்கத்துடன்தான் இவளிடம் "பிம்லாவை வரச் சொல்வாயா?" என்று கேட்டாள். பிம்லா வந்தாள். கல்லூரி வேலையில்தான் இருந்தாள் அப்போது. அவளைப் பார்த்ததும் தீதியின் விழிகள் நிறைந்தன. பிம்லா மௌனமாக அவள் கரங்களைப் பற்றிக்கொண்டாள். "பிம்லா பேட்டி, தூக்கத்துல நான் போகணும்" என்றாள். தாள முடியாத வலியில் முகம் சுருங்கி இருந்தது. பிம்லா அவள் தலையை வருட ஆரம்பித்தாள். சிறிது நேரத்துக்குப் பின் தீதி உறங்க ஆரம்பித்தாள். பிம்லா அவளை விட்டு அகலவில்லை. விடிகாலை நாலரை மணிக்கு தீதி மெல்லமெல்ல அடங்கிப் போனாள். நீவி விட்டாற்போல் முகத்தின் சுருக்கங்கள் மறைந்திருந்தன. உடனே குளித்துவிட்டுக் கிளம்பிவிட்டாள் பிம்லா. ஸ்வாமிஜி மஹராஜுடன் ரிஷிகேசத்துக்குப் போகப் போவதாகச் சொன்னாள்.

அது நடந்த ஒரு பத்துப் பதினைந்து ஆண்டுகளுக்குப் பின்தான் இவள் ஸ்வாமிஜி மஹராஜைச் சந்தித்தாள். தீதியின் கடைசிப் பெண் அமெரிக்காவில் சென்று படித்துவிட்டு ஓர் அமெரிக்கனையே

திருமணம் செய்துகொள்ளத் தீர்மானித்திருந்தாள். இந்தியா இன்னும் பாம்பாட்டிகளும் யானைகளும் புலிகளும் உள்ள நாடு என்றுதான் அவள் தேர்ந்தெடுத்த நபரின் குடும்பம் நம்பியது. மசாலாவும் காரமும் நிறைந்த சாப்பாடும், வண்ண உடைகள் உடுத்திய கறுத்த, செழிப்பான பெண்களும், காமசூத்ராவும் பரம ஞானிகளும், அதே சமயம் நோயும் நொடியும் பிச்சைக்காரர்களும் என்று பல்வேறு மாறுபட்ட வகைகளில் உவகையூட்டக்கூடிய நாடாகத்தான் இந்தியா அவர்கள் கற்பனையில். மாப்பிள்ளைப் பையன் யானை மேல் ஏறி வர வேண்டும் என்று ஆசைப்பட்டான். 'ஊ, ஆ, ஓ' என்ற உற்சாகக் கூவல்களுக்கிடையே மாப்பிள்ளை யானை மேல் ஏறி வந்தான். அதை நின்று பார்த்துக் கொண்டிருந்த இவளுக்குத் திடீரென்று ஒரு விம்மல் எழுந்தது. அறியாத கணத்தில் தாக்கும் பாரிசவாயு போல. அவள் என்னவென்று கணிக்கும் முன்னர் விம்மல்கள் தொடர்ந்தன. கண்கள் நிறைந்தன. எதற்காகவோ அந்தப் பக்கம் வந்த ஜீஜாஜி அவளைப் பார்த்துவிட்டு அருகில் வந்தார்.

"என்ன குமுத், உன் பெண் பெரியவளாயிட்டா இல்லியா? அவளுக்கும் இனிமே ஒரு குடும்பம், வீடு..."

மெல்லத் தலையசைத்தாள்.

அவள் முகத்தைப் பார்த்துவிட்டு, "என்ன குமுத், என்னாச்சு?" என்றார்.

பளீர் மின்னல் மாதிரி எங்கிருந்தோ, எப்போதோ உருவான வார்த்தைகள் இறங்கி வந்தன அவளையும் உலுக்கியபடி.

"ஜீஜாஜீ, எனக்கு இன்னொரு கல்யாணம் பண்ணியிருக்கலாமே? ஏன் அப்பிடிச் செய்யலே?"

ஜீஜாஜி அதிர்ந்து போனார். நாற்பது வயது அவளுக்கு அப்போது. "நீ... நீ..." என்று குழறினார். அவள் தோளைச் சுற்றிக் கையைப்போட்டு அணைத்துக்கொண்டார். அமெரிக்க மாப்பிள்ளை யானையில் வருவதைப் பார்க்க முடியாதபடி கண்ணீர் அவள் கண்களில்.

கண நேரம் அவள் சொற்கள் அவளையே ஆட்டுவித்ததை பிம்லாவிடம் பேச்சுவாக்கில் கூறியிருந்தாள்.

அடுத்த முறை ஸ்வாமிஜி மஹராஜ் வந்தபோது அவர் தங்கியிருந்த இடத்துக்கு வரும்படி வற்புறுத்தினாள் பிம்லா. ஸ்வாமிஜி பல இடங்களில் லோக் சேவா சங் நிறுவியிருந்தார் அத்தனை ஆண்டுகளில். எல்லா ஆசிரமங்களிலும் ஆசிரமத்தை ஒட்டி ஆனால் அதன் வெளியே ஒரு ரோஜாத் தோட்டமும்

அம்பை

அவருக்கான குடிலும் இருந்தன. டில்லியில் ஒரு சமூக சேவகர் வீட்டில் தங்க வந்திருந்தார். பிம்லா பல முறை கூறியதால் அவள் அங்கே போயிருந்தாள். அவரைக் காணப் பலர் வந்திருந்தனர். ஐ.ஏ.எஸ் பரீட்சையில் தோல்வியுற்ற இருவர் அங்கு வந்திருந்தனர். சந்நியாசிகளாக விருப்பம் என்றனர். "ஆக வேண்டியதுதானே?" என்றார்.

"மார்க்கம்..." என்று இழுத்தனர்.

"மார்க்கமா? பசியைத் தாங்க முடியுமா? அவமரியாதையைச் சகித்துக்கொள்ள முடியுமா? ரெண்டு கஜத் தரையில் தூங்க முடியுமா? முடிந்தால் சந்நியாசிதான்" என்றார்.

"தீட்சை..."

"கையைத் தலையில் வைத்தால் தீட்சை. வைத்துக் கொள்ளுங்கள்" என்றார்.

உலகையே துறக்க வந்திருந்த அவர்கள் சற்று ஏமாற்றத்துடன் ஒதுங்கி நின்றுகொண்டனர்.

அங்கு வந்திருந்த ஒரு பாடகி அவர் முன் பாட வேண்டுமென்று விருப்பப்பட்டாள். பாடச் சொன்னார். அவள் பாடிய மீரா பஜன் இவளுடைய அப்போதைய மன நிலையைப் பிரதிபலிப்பதாக இருந்தது. வாழ்க்கையின் அடிகீழ்த்தளத்துக்கு தள்ளிவிடப்பட்டது போன்ற உணர்ச்சியில் இருந்தாள் அப்போது. பாடகி பாடினாள்:

"ஹே கோவிந்த, ஹே கோபால, அபு தோ ஜீவனு ஹாரி..."

அபு தோ ஜீவனு ஹாரி என்று இப்போது நான் வாழ்க்கையை இழந்துவிட்டேன் என்று அவள் பாடியபோது இவளுக்குத் தொண்டையை அடைத்தது. முள்குத்துவது போல வலித்தது தொண்டையில். வெட்கமாக இருந்தது. பிம்லாவைத் தவிர வேறு யாரையும் தெரியாத அந்த இடத்தில் அப்படி நேர்ந்தது.

ஸ்வாமிஜி, பாடகியின் குரல் வந்த திக்கைப் பார்த்து, "வாழ்க்கையைத் தோற்க அந்த மீராவால்தான் முடியும். அடிக்க அடிக்க மேலே வர பந்து மாதிரி கையை விட்டுப் போகாது அது. அதை இழக்கிறது அவ்வளவு சுலபமில்லை" என்றார்.

இவள் எழுந்து வணக்கம் தெரிவித்துவிட்டு வந்துவிட்டாள்.

அவரைப் போன்றவர்களுக்குப் புரியாது. அந்த நேரம் அவளுக்குத் தேவை ஆன்மீகம் இல்லை. சரியான வயதில் நல்ல திடகாத்திரமான கணவன். கருப்பையில் கனத்துத் தொங்கி, முட்டி மோதி, உதிரத்துடன் யோனியைக் கிழித்துக்கொண்டு

வரும் பிள்ளைகள் ஒன்றிரண்டு. அல்லது மூன்று நான்கு. பால் சுரக்கும் மார்பகங்கள். அத்தனையும் உடலை ஒட்டியது. உடல்தான் அவள் அறிந்த பேருண்மை. உடலைக் கடக்கக்கடக்க எஞ்சுவது உடல்தான். ஆனாலும் அந்தக் கடத்தலைத் துவக்க அவளுக்கு ஒரு துடுப்பு வேண்டும். படகு வேண்டும். படகோட்டி வேண்டும். அவள் உடல்தான் ஆறு. அதுவேதான் கரை. அதுதான் வேட்டையாடும் நபர். அதுதான் இரையும். பாதையும் அதுதான். இலக்கும் அதுதான்.

O

அதன் பிறகு கல்லூரியில் பதவி உயர்வு. ஜீஜாஜியின் உடல் நிலை பற்றிய கவலைகள், பேணுகை என்று ஆண்டுகள் ஓடின. பிம்லாவுடன் இடைவெளி ஏற்பட்டுப்போயிற்று. ஜீஜாஜி இறந்தபோது பிம்லா வந்திருந்தாள். அவள் பழகிய கிண்டல் செய்த பிம்லாதான். இருந்தாலும் அவள் உள்ளே வந்தபோது நெருப்புச் சுடர் ஒன்று அசைந்து வந்தது போல் தோன்றியது. அவள் வழக்கமாக அணியும் மென் வண்ண கைத்தறிப் புடவை மேல் காவி வண்ண சால்வை போர்த்திக் கொண்டிருந்தாள். தொடர்ந்து கண்ணீர் பெருகியபடி இருந்த கண்களுடன் அப்போது இருந்த சோகத்தில் ஏற்பட்ட அதீத கற்பனை என்று நினைத்தாள். பிறகு பலர் அவளிடம் கேட்டார்கள்:

"மாதாஜி பிம்லா தேவியை உங்களுக்குத் தெரியுமா?" "ஸாத்வி பிம்லா தேவி உங்கள் தோழியா?" "அவர் எல்லோரையும் அணைத்துக்கொள்வாராமே? அப்படியா?"

பிறகு மெல்லத் தொடர்பு விட்டுப்போயிற்று. எப்போதாவது ஓர் அஞ்சலட்டை வரும் அவள் எந்த ஊரில் எப்போது இருப்பாள் போன்ற தகவல்களுடன். பிறகு அந்தக் கடிதம். ரயிலில் இடம் கிடக்கவில்லை. நேரடி ரயிலும் இல்லை. பலன் இந்தப் புதுமையான பேருந்துப் பயணம்.

O

அந்த ஆண்டு மழை பொய்த்திருந்தது. வழியெல்லாம் வெறும் உலர் பச்சையாக இருந்தது. தாகத்தில் இருந்த நில வெளி. அவள் இறங்கும் இடம் வந்ததும் அங்கிருந்து ரிக்ஷாவில் கொஞ்சம் தூரம் போனால்தான் அந்தச் சிற்றூர் வரும் என்றார்கள். வந்தது. அங்கும் இங்கும் இருந்த சிறு கடைகளில் விசாரித்தபடி லோக் ஸேவா சங் இருக்கும் இடத்தை எட்டிவிட்டாள். வாயிலருகே இருந்தவரிடம் பிம்லா தேவியின் பெயரைக் கூறி தான் அவள் தோழி என்றதும் ஒரு சிறு வரவேற்பு அறையில் அவளை அமரச் சொன்னார்.

❈ 202 ❈ அம்பை

சிறிது நேரத்தில் "குமுத்" என்று அவள் பெயரை விளித்தபடி பிம்லா உள்ளே வந்தாள். மிகவும் மெலிந்திருந்தாள். எழுந்து போய் அவளருகே நின்று அவள் கையைப் பிடித்து அவளைத் தழுவிக்கொண்டாள்.

"நான்தான்னு எப்படித் தெரியும்? உன்னைப் பார்க்க எத்தனையோ பேர் வருவார்களே?" என்றாள்.

"சிநேகிதின்னு சொன்னாரே! எனக்கு நீ ஒரே ஒரு சிநேகிதி தானே!" என்றாள். சிரித்தாள்.

"இதோ நீ கேட்ட ரோஜாப் பதியன்கள். நீ சொன்ன அந்தப் பண்ணையிலதான் வாங்கினேன். இந்த பஸ் பயணம் தான் முதுகை ஒடிச்சுவிட்டது. குண்டும் குழியுமா பஸ் வீதி. தூக்கித்தூக்கிப் போட்டது" என்றாள்.

"வா. வெந்நீரில் குளி. உனக்கு நல்ல புகையிலை வாங்கி வெச்சிருக்கேன். அப்புறம் பேசலாம்" என்று கூறி அவளைக் கூட்டிச் சென்றாள்.

இவர்கள் வெளியே வந்ததும் எதிர்பட்ட ஒருவரிடம், "சுக்பீர், உங்க ரோஜாப் பதியன் வந்தாச்சு. இதோ இவள் கொண்டு வந்தா..." என்றாள்.

"ஓ, நல்லது" என்றுவிட்டு நகர்ந்தார்.

○

சில மாதங்கள் உடல் நலம் குன்றி இருந்தாளாம். இப்போதுதான் மெல்லமெல்லத் தேறி வருகிறாளாம். இன்னும் பூரண குணம் அடையவில்லையாம். இன்னொரு தோழி ஊர்மிளாதான் இவள் நிரந்தரமாகப் போவது பற்றிச் சொன்னாளாம். படுத்தபடி பேசினாள். முதுகுத் தண்டில் வலியாம். இடையிடையில் வலியில் முகம் வியர்த்தது. அவள் முகத்தைத் துண்டால் ஆதுரத்துடன் துடைத்தபடி இருந்தபோது சூடான சொற்கள் வெளிப்பட்டன இவள் வாயிலிருந்து. எப்போதோ, எங்கேயோ ஆரம்பித்து இன்னும் முடியாத வாதத்தைத் தொடர்வது போல் கேட்டாள்.

"பிம்லா, கடைசியில் இந்த வலிதானே உண்மை?"

"அதுவும்தான்."

"உடம்பை மறுத்துட்டே வந்தே. இப்போ பார் இருக்கிறது உடம்பு மட்டும்தான்."

"உடம்பை யார் மறுத்தது?"

"நீதான். நீ மறுத்தே. யார்யாரோ செய்த தீர்மானங்கள்ள நான் அதைத் தொலச்சேன். ஆனால் அதுதான் நிதர்சனம். உண்மை. இந்த உண்மையை நீ மறுத்தே. உடம்போட மூத்திரம், பீ, ரத்தம். காமம், பசி, தாகம் இதெல்லாம்தான் உண்மை."

"அப்படி இல்ல குமுத்" என்றாள் மென்மையாக.

"பலதரப்பட்டது உடம்பு. தோற்றம் அப்புறம் அன்றாட இயக்கம் பொதுவாகப் பட்டாலும் ஒவ்வொரு உடம்போட உண்மையும் வேறுவேறாத்தான் இருக்கும். உடம்புதான் நங்கூரம். ஆனால் வேறுவேறு கடல்கள்லதான் ஒவ்வொரு உடம்போட தீர்வையும் இருக்கும். வெளியில இருக்கிற மரம், செடி, கொடி, வனம், மிருகம் அத்தனையும் உடம்புதான். எல்லாமே உடம்புதான். உடம்பு மட்டும்தான். உடம்பு இல்லன்னா எதுவும் இல்ல. உடம்பு மூலம்தான் எல்லாம். உடம்போட எல்லைகள் நீ விஸ்தரிச்சுட்டே போகலாம். அது அத்தனையையும் உள்வாங்கிக்கும். அத்தனையோடயும் கலந்து நிக்கும்."

மீண்டும் வியர்த்தது. துடைத்துவிட்டாள்.

O

அவளை அங்கு வரவழைத்த நோக்கத்தைப் பற்றிச் சொன்னாள். அந்த மலைக் கிராமத்துக்கு அவள் தற்செயலாகத்தான் வந்தாள் சில ஆண்டுகளுக்கு முன்பு. அருகே இருந்த ஊர் ஒன்றில் பெண்கள் கலந்து கொள்ளும் ஆன்மீக மாநாடு நடக்கவிருந்தது. பல்வேறு ஆன்மீகவாதிகள் கலந்துகொள்ளவிருந்தனர். கிறித்துவ கன்யாஸ்திரிகள், ஸுஃபி இயக்கத்தினர், ஜைனர்கள், பார்ஸிகள், சீக்கியர்கள், பிம்லா தேவி போன்றவர்கள், மத நல்லிணக்கத்தை வற்புறுத்துபவர்கள், போராளிகள் என்று ஒரு பெரிய கூட்டமே கூடவிருந்தது. பிம்லாவும் சில கன்யாஸ்திரிகளும் ஒன்றாகவே பயணம் செய்தனர். இரண்டு மூன்று ரயில் பெட்டிகளில் அவர்கள் இருந்தனர். இவர்களுடன் இரவு எட்டரை மணிக்கு உணவருந்திவிட்டுத் தன் பெட்டிக்குப் போக விடைபெற்றுக் கொண்டு போனாள் ஓர் இளம் கன்யாஸ்திரி. அவள் தன் பெட்டியைச் சென்றடையவில்லை என்பது இரண்டு மணி நேரத்துக்குப் பின்தான் தெரிந்தது. படட்டத்துடன் தேடியபோது ஒரு கழிப்பறையில் அவள் விழுந்துகிடந்தாள். பலாத்காரம் செய்யப்பட்டிருந்தாள். அவள் உடலெங்கும் ப்ளேடால் 'ஓம் ஓம்' என்று எழுதப்பட்ட ரத்தக் கீறல்கள். அவள் உடலில் அவர்கள் மதத்தை எழுதியிருந்தார்கள். அவள் உடல் மதத்தின் குரூரத்தின் குறியீடாக அங்கே கிடந்தது. அந்த ஆன்மீக மாநாடு இந்தச் சோகத்தின் பின்னணியில் நடந்தது. இது அத்தனைக்கும்

பதிலாக அவர்கள் பயன்படுத்தக் கூடிய ஆயுதம் கல்வியும் ஆரோக்கியமும்தான் என்று பட்டது. ஆரோக்கியமான மனம். ஆரோக்கியமான உடல். அவர்களில் பலர் இந்த இரண்டு துறையிலும் தேர்ச்சி பெற்றவர்கள். வரும் வழியில் இரண்டொரு நாட்கள் இந்த கிராமத்தில் இருந்தாள். இங்கே ஒரு பள்ளிக்கூடம் தொடங்க வேண்டும். ஓர் ஆஸ்பத்திரி கட்ட வேண்டும். ஸ்வாமிஜி மஹாராஜ் தன் வாழ்க்கையின் கடைசிப் படியில் இருந்தார் அப்போது. இவள் திட்டம் மிகச் சரியானது என்றார்.

"இந்தப் பள்ளிக்கூடத்துல படிக்க யார் வருவார்களாம்? இந்தக் கிராமத்துலயே அம்பது வீடுகள்தான் இருக்குன்னுட்டு நினைக்கிறேன்."

"அக்கம் பக்கத்துல பல கிராமங்கள் உண்டு. எல்லை தாண்டி கூட குழந்தைகள் வருவாங்க."

"சரி. பள்ளிக்கூட கனவுக்கு என்னைக் கூப்பிட்டாய். ஆஸ்பத்திரிக்கு?"

"சுக்பீர் இருக்காரே? அவர் ஒரு டாக்டர்."

"நிஜமாவா? தோட்டக்காரர்னு நினைச்சேன்."

பிம்லா சிரித்தாள்.

"இதோ பார் பிம்லா. நீ பல ஊர்களுக்குப் போய் பிரசங்கம் பண்ணு. வெளிநாடு போ. உலகமெல்லாம் சுற்றி உன் கருத்தை, நீ நம்பற வாழ்க்கை இயல் பற்றிப் பேசு. இங்கே என்ன இருக்கு? ஊழலும், மூடத்தன்மையும், வேண்டிய காரியத்துக்கு பணமில்லா பிழைப்பும்தான். இந்தியாவுல ஏன் முடங்கிப் போகணும் நீ? அதுவும் இந்தியாவோட வரைபடத்துல கூட இல்லாத இந்தக் கிராமத்துல?"

"குமுத், ஈரா பாண்டே அவள் அம்மா ஷிவானி பற்றி எழுதின புத்தகத்தைப் பார்த்தாயா? அதுல உடம்பு பலவீனப்பட்டு இருக்கிற அவள் அக்காவைப் பார்க்கப் போவாள். நல்ல மலைப் பகுதியில் இருக்கிற உன் வீட்டுக்கு நீ போகலாமே, இங்க ஏன் இருக்கணும்ன்னு கேட்பா. அதுக்கு அவ அக்கா சொல்லுற பதில்தான் உனக்கும்."

"என்ன பதில்?"

"நீயே படிச்சுப் பார். இல்லாவிட்டால் சுக்பீரைக் கேளு. சொல்வார்."

பிம்லா கண்களை மூடிக் கொண்டாள்.

○

வற்றும் ஏரியின் மீன்கள்

> ஏரி வற்ற, பறவைகள் பறந்து
> வேறு உறைவிடம் தேடும்
> ஏ ரஹீம், சிறகில்லா மீன்கள்
> எங்குதான் போக முடியும்?

அக்பர் காலத்தில் வாழ்ந்த அப்துல் ரஹீம்கான் கானின் கவிதை.

"அப்படியானால் சுக்பீர், பாவப்பட்ட மீன்கள். ஏரி வற்றினதும் சாகப்போகும் மீன்கள்."

"அப்படியில்லை. மழை பெய்யும்னுட்டு நம்பற மீன்கள். சாக பயப்படாத மீன்கள். ஏரி நிரம்பக் காத்திருக்கிற மீன்கள். ஏரியோட பிணைஞ்சுட்ட மீன்கள்..."

○

கனவுகள். வெறும் கனவுகள். அதில் அவளைப் பிணைக்கப் பார்க்கிறார்கள். அவள் சுதந்திரப் பறவை. அவள் வளர்த்த நான்கு பேர் வெளிநாட்டில். எல்லோர் வீட்டிலும் அவளுக்கென்று ஓர் அறை. ஒரு வீடு சலித்துப் போனால் இன்னொரு வீட்டுக்கு அவள் போகலாம். எதிலும் சிறைபட வேண்டாம். இதையெல்லாம் செய்ய பிம்லாவுக்கும் சுக்பீருக்கும் வலுவான காரணங்கள் இருக்கலாம். சுக்பீர் வெளிநாட்டில் வைத்தியம் படித்துவிட்டு இங்கே வந்து ஒரு பெரிய ஆஸ்பத்திரியில் வேலை பார்த்தவர். ஒரிரவு விரைவாக வண்டியை ஓட்டும்போது தெருவைக் கடந்துகொண்டிருந்த ஒரு குடும்பத்தின் மீது மோதி அத்தனைபேரும் ஸ்தலத்திலேயே மரணம். கணவன், மனைவி, இரு குழந்தைகள். ஒரு குழந்தை கைக் குழந்தை. பதறிப்போய் வண்டியை நிறுத்திவிட்டு விரைந்தபோது, இறந்துவிட்ட கைக்குழந்தையை அணைத்தபடி கிடந்த அந்தப் பெண் கடைசி மூச்சை விட்டபடி, "ஏ பாவி, என் மொத்தக் குடும்பத்தையும் கொன்னுட்டியேடா..." என்று கத்தினாள். தீர்ப்பு சுக்பீருக்குச் சாதகமாக அமைந்தது. ஆனால் மரண பீதியுடன் கூடிய அந்தப் பெண்ணின் கண்கள் அவரைத் துரத்தின. 'ஏ பாவி, பாவி, பாவி...'

ஸ்வாமிஜி மஹராஜிடம் வந்து சேர்ந்தார். முதல் நான்காண்டுகள் லோக் ஸேவா சங்கின் அத்தனை ரோஜாத் தோட்டங்களையும் அவர் பயிரிட்டுப் பராமரித்தார். நான்கு உயிர்களுக்காக நான்கு கோடி ரோஜாக்கள். நான்கு ஆண்டுகள். அதற்குப் பிறகு ஆசிரமத்தின் எல்லாக் கிளைகளிலும் வைத்திய சாலை அமைத்துத் தகுதியானவர்களை நியமித்தார். இன்னமும் இரவில் சில சமயம் அந்தக் கண்கள் தோன்றிக் குற்றம் சாட்டுகின்றனவாம். வயது அறுபதாகிவிட்டது. வேறு எங்காவது போய் வேலை செய்திருக்கலாமே என்ற போது அந்தக் கண்களை எந்த நாட்டு எல்லையும் தடுக்க முடியாது என்றார். அவை தன்

உடலில் எழுதப்பட்ட கண்கள் என்றார். ரோஜாத் தோட்டம் போடுவதை நிறுத்தவில்லை.

இவளை எதுவும் பிணைக்கவில்லை. எதுவும் பிடித்து இழுக்கவில்லை.

யோசித்தபடி சற்று தூரம் வந்துவிட்டாள். கண்ணுக்குக் குளிர்ச்சியாக எதுவும் இல்லை. மலைகள் வெகு தொலைவில் இருந்தன. பேருந்தில் வரும்போதாவது இடையிடையே புள்ளி மான்களும் மழை இல்லாமலே தோகை விரித்த மயில்களும் கண்ணில் பட்டன. இங்கு எதுவும் இல்லை. முள் கம்பி ஒன்று வழியை மறித்தது. அதைத் தாண்டி ஒரு குளம். குளத்தின் அந்தப் பக்கம் ஒரு சிறுமி நின்று கொண்டிருந்தாள். அரையில் ஒரு குட்டைப் பாவாடை. திறந்த மேனி. கையில் ஒரு குச்சி. குழந்தைப் பருவத்தில் அவளும் அப்படித்தான் இருந்தாள். தீதியால் எல்லாக் குழந்தைகளையும் சமாளிக்க முடியாது. இவள் ஒரு குச்சியையோ பொம்மையையோ எடுத்துக்கொண்டு வயல் பக்கம் ஓடிவிடுவாள். ஏதாவது மர நிழலில் உட்கார்ந்து கொண்டு வீட்டில் மாட்டியிருக்கும் அம்மாவின் புகைப்படத்தை நினைத்துப் பார்ப்பாள். அம்மா எப்படி இருப்பாள்? தீதி மாதிரி அன்புடன் இருப்பாளா? ஆனால் தீதிக்கு நேரமே இல்லை. எல்லாம் அவசரம்தான். குளிப்பாட்டுவது அவசரம். ரொட்டி சுடுவது அவசரம். போடுவது அவசரம். அவளுக்கு பள்ளிக்கூடம் போக வேண்டுமே? பிறகு மாலை திரும்பி வந்தவுடன் மற்றக் கெடுபிடிகள். தீதி மடியில் உட்கார முடியாது. அம்மாவுக்கு நிறைய நேரம் இருந்திருக்கும். அம்மா மடியில் கிடத்திக்கொள்வாள். தலை வருடுவாள். 'ம்ம்'மென்று பாட்டை முனகுவாள். அழுகை பொத்துக்கொண்டு வரும்.

முள் கம்பியைப் பிடித்துக்கொண்டு அவள் அழுது கொண்டிருந்தாள். குமுறிக்குமுறி அழுகை வந்தது. தெரியாத ஊரில், தெரியாத இடத்தில் முள் கம்பி துணையுடன் ஓர் அழுகை. குளம் சாட்சி. அந்தச் சிறுமி பார்வையாளர். யாரோ கையைத் தொடுவது போல் பட்டது. சிறுமி அருகே நின்று கொண்டிருந்தாள். ஐந்து கூறாகத் தலை முடியைப் பிரித்துப் பின்னல் போட்டிருந்தார்கள். குச்சி குச்சியாய் நீட்டிக்கொண்டு நின்ற பின்னல்கள்.

"மௌஸிஜீ, ஏன் அழறீங்க?"

"கண்ணுல தூசி. நீ எப்படி வந்தே?"

"குளம் ஆழமில்ல. தாண்டி வந்துட்டன்."

"ஸ்கூல் இல்லியா?"

"எங்க வீட்டுக்குக் கதவு இல்ல."

"ஸ்கூல் போகலியான்னு கேட்டேன்."

"அதுதான். எங்க வீட்டுக்குக் கதவு இல்ல."

"உங்க வீடு எங்க?"

"அங்க. ரொம்பத் தூரம். இப்ப மாதாஜி இங்க ஸ்கூல் கட்டுவாங்க. சாயங்காலம் வந்து படிக்கலாம் அந்த ஸ்கூல்ல. சாயங்காலம் பாபாஜியும் மாஜியும் வந்துடுவாங்க இல்ல?"

"இப்ப உங்க வீட்டுல யாரு?"

"தாதா இருக்கான். இல்லாவிட்டா நாய் வந்துடுமே? சாப்பாட்டை எல்லாம் கவுத்துடும். கதவு இல்லியே எங்க வீட்டுல!"

கதவு இல்லா வீட்டை நாயிடமிருந்து காக்கும் பள்ளி செல்லாச் சிறுமி.

"உன் பேர் என்ன?"

"சுனரி."

"உனக்கு ஸ்கூல் போக ஆசையா?"

"எனக்கு பென்சில், நோட்டு எல்லாம் வேணும்."

"அப்புறம்?"

"மௌஸிஜீ, எனக்கு நிறையக் கதை தெரியும். அதை எல்லாம் டீச்சருக்கு நான் சொல்லுவேன். மாதாஜி சொன்னாங்க. ஸ்கூல் கட்டுவாங்களாம்."

முள் வேலிக்குள்ளே நுழைந்து இப்புறம் வந்தாள்.

"மௌஸிஜீக்குத் தெரியுமா? இங்கேயிருந்து நந்தாதேவி மலை வரைக்கும் நடக்கலாம்."

"அப்படியா?"

அமாம். அப்புறம் இன்னும் நடந்து, நடந்து, ரொம்ப நடந்து போனா பஞ்சூலி மலை தெரியும். அஞ்சு மலை. பஞ்ச பாண்டவங்க அந்த அஞ்சு மலையையும் அடுப்பாக்கி சமைச்சுச் சாப்பிட்டாங்க."

"எப்ப?"

"சொர்க்கத்துக்குப் போற முன்னாடி."

அம்பை

"யாரு சொன்னாங்க?"

"எனக்கே தெரியும்."

"சரிதான்."

தண்ணென்ற காற்று வீசியது.

மழைத்துளிகள் இரண்டு சுனரியின் கன்னத்தில் பட்டுத் தெறித்தன. பிறகு இவள் தலையிலும். பிறகு தூற்றல் போட ஆரம்பித்தது.

"மழை, மழை" என்று கூவினாள் சுனரி. இவளுக்கும் கூவ வேண்டும் போல் தோன்றியது.

"ஹ்ங் ஹ்ங்" என்று உறிஞ்சிஉறிஞ்சி சிரித்த சுனரி சடக்கென்று, "நான் போகணும். தாதா திட்டுவான்" என்றாள்.

இரண்டடி வைத்து முள்வேலிக்குள் நுழையப்போனவள் திரும்பி வந்தாள்.

"மௌஸிஜீ, நீங்க அழாதீங்க."

"இல்ல. அழல."

"மாதாஜி ஸ்கூல் கட்டினா உங்களுக்கும் பென்சில், பேனா எல்லாம் கிடைக்கும். நீங்க அழக் கூடாது."

"அழ மாட்டேன்."

முள்வேலிக்குள் நுழைந்து, தண்ணி தெறிக்க, பாவாடை நனைய, குளத்தைத் தாண்டி, வினாடியில் அந்தப் பக்கம் போனாள். ஓடி மறைந்தாள்.

முற்றிலும் நனையும் வரை இவள் நின்றாள். சில்லென்ற காற்றுடன் ஈரம் உடலை ஊடுருவிச் சென்றது. துலக்கி விடப்பட்டது போல் தோன்றியது. அவள் பிடித்துக் கொண்டிருந்த முள் கம்பி, மழையை ஏற்றுக்கொண்ட காய்ந்த மரங்கள், தாகமெடுத்த வாய் போல் திறந்து கிடந்த குளம், குட்டைப் பாவாடையுடன் சுனரி, கூட்டம் அலைமோதிய பேருந்து நிலையத்தில் இவள் பசிக்காகப் பழம் வாங்கிய சிறுவன், அவன் தெரியும் என்று கூறிய வெளிறிய வானத்துப் பனி முகடுகள் எல்லாம் அவள் உடலில் புகுந்து வெளியேறி எங்கும் வியாபித்து விஸ்வரூபமெடுத்து நின்றன. அவற்றைக் கோர்க்கும் புள்ளிகளில் ஒரு சிறு புள்ளியாய் அவள் உடல் சிறுத்துப் போனது.

○

மாலையாகிவிட்டது. பிம்லா தேவி சன்னலருகே சாய்வு நாற்காலியில் கண்ணை மூடியபடி அமர்ந்திருந்தாள். அந்தி ஒளி அவள் முகத்தில் மென் சிவப்பாக விழுந்தது. முதுகு வலி இருந்தது போலும். லேசாக முகத்தைச் சுளித்தாள் அவ்வப்போது. பல நூறாண்டுக் காலம் வாழ்ந்து முடித்தவள் போல் தோற்றமளித்தாள். வயதே அற்றுத் தெரிந்தாள். என்றும் இருக்கப்போகும் நிரந்தரி போன்ற ஆளுமையுடன்.

"பிம்லா" என்று மெல்ல அழைத்தாள்.

கண்ணைத் திறந்து புன்னகைத்தாள். அவள் அருகில் அமர்ந்து,

"வலி அதிகமா?" என்றாள்.

"கொஞ்சம் அதிகம்."

"பிம்லா, மழை பெய்தது" என்றாள்.

"ஆமாம். ரொம்ப எதிர்பார்த்த மழை."

"பிம்லா, ஆசிரமத்தின் பின்னால தடுப்புகள் போட்டு கீத்துக் கொட்டகை போட்டுடலாம். முதல் அஞ்சு வகுப்புகள் எடுக்க முடியும். பரேலியிலிருந்தோ வேறு ஏதாவது ஊரிலிருந்தோ கரும் பலகை, சாக்குக் கட்டி, நோட்டுப் புஸ்தகம், பென்சில், பாடப் புஸ்தகம் எல்லாம் வேணும். பிம்லா, பைகள் வேணும் இல்லையா? அப்புறம் பிம்லா, குழந்தைகளுக்கு ஒரு கப் சூடான பால் தர சாத்தியமா?"

தன் குரல் எதிரொலிப்பதுபோல் தோன்றியது. இவள் கையைப் பற்றிக் கொண்டு பிம்லா தேவி நிம்மதியாக உறங்கிக்கொண்டிருந்தாள். மூச்சு சீராக வந்துகொண்டிருந்தது.

பனிக்குடம், ஏப்ரல் — ஜூன் 2007

கைலாசம்

பேய்த் தொடர் ஒன்றை டி.வியில் பார்க்கத் தொடங்கியதுமே கைலாசம் கிடுகிடுவென்று ஆட ஆரம்பித்தது. 'டிகுடிகுதக், டிகுடிகுதக்' என்று சத்தம் வேறு கூடவே. சலித்துக்கொண்டே எழுந்து ரப்பர் செருப்பை அணிந்துகொண்டு கைலாசத்தைத் தொட்டாள். தடவித் தந்தாள். அடங்குவதாக இல்லை கைலாசம். பேய்த் தொடரில் சவப்பெட்டியின் மூடி திறந்து பேய் எழுந்து உட்கார்ந்து கொண்டு விழித்தது. ஆண் பேய். பெரிய கிறிஸ்டாபர் லீ என்று நினைப்பு நடிகனுக்கு. மொட்டைத் தலையும் மஞ்சள் ஒளிவிட்ட கண்களுமாய் பேய் முழி முழித்தான். கைலாசம் விடாமல் ஆடியது. இரு பக்கமும் கைகளைப் போட்டு அணைத்துக்கொண்டாள். "கைலாசம், கைலாசம்" என்றாள் மென்குரலில், சன்னதம் வந்தது போல் மீண்டும் ஆடியது. கன்னத்தை வைத்தாள் அதன் மேல். "அடங்கு கைலாசம், போதுமே" என்றாள். 'தக் தக் தக்'கென்று ஒலியைக் குறைத்துக் கொண்டே வந்து ஓய்ந்தது. செல்லமாக ஓர் அடி வைத்து விட்டு மீண்டும் பேய்த் தொடர் பார்க்க அமர்ந்தாள். அழகற்ற ஆண் பேய் உலவிக் கொண்டிருந்தது அங்கும் இங்கும், பெண்களின் ரத்தத்தை உறிஞ்ச.

அலட்சியமாகப் பார்த்தாள் தொடரை. கொஞ்சம் இள வயதுப் பேயாக இருக்கக் கூடாதா? வழுக்கைத் தலையும் தொந்தியும் தொப்பையுமாய் இது என்ன பேய்? பெண் பேயாக இருந்தால் மட்டும் அழகாய், இளம் வயதாய், மெல்லிய வெள்ளைப் புடவையுடன், உள்ளாடை தெரிய, கொலுசு குலுங்க நடந்து பாட்டு வேறு பாடும் பெண் பேய்.

கைலாசத்திடமிருந்து ஒசையில்லை. கைலாசம் அவளுடைய குளிர்பதனப்பெட்டி. ஆயிரத்துத் தொள்ளாயிரத்து எண்பத்தைந்தில் வாங்கியது. ஆரம்ப காலத்தில் ஒரு தொல்லையுமில்லை. அப்போது அதற்குப் பெயரில்லை. கடந்த பத்து வருடங்களாக உறைபனிப் பெட்டியில் இமாலயமே வந்து நிற்பதுபோல் பனி உறைய ஆரம்பித்தது. அந்தப் பக்கம் எல்லாம் யாத்திரை போனதில்லை அவள். மும்பாயில் இடிந்து விழுவது போல் நிற்கும் ஒரு கட்டத்தின் மூன்றாம் மாடியில், இமயமலைப் பக்கத்து யாத்திரை ஸ்தலங்களை எல்லாம் நினைவுபடுத்தும்படி பனி உறைந்தது குளிர் பதனப் பெட்டியில், சில சமயம் நெட்டுக்குத்தாய் நடுவில் நிற்கும் இறுக உறைந்த ஓர் ஐஸ் கட்டி, சிவலிங்கம் போல். எத்தனை முறை மின்சாரப் பொத்தானை அழுக்கி அணைத்தாலும் உருகாது லிங்கம். சிலசமயம் பெயர்த்தெடுக்க வேண்டிவரும். பெயர்த்தெடுத்துக் கழுவும் தொட்டியில் போட்ட பின்பு கூட அது உருக நேரம் பிடிக்கும். உருக மறுக்கும் லிங்கம், அதன் பிறகுதான் 'கைலாசம்' என்ற நாமகரணம்.

வீட்டில் உள்ள அனைத்துப் பொருட்களுக்கும் பெயர் உண்டு. தனஞ்செயன் தந்த முள்ளுச்செடிக்குப் பெயர் தனுஷ். சிறுசிறு தட்டை இலைகளாய்ப் பரவும் செடிக்குப் பெயர் மேகா. தான் மரம் என்று நினைத்துக்கொண்டு வெடவெடவென்று உயரத் தொடங்கி காலை எழுந்ததும் கண்ணில் படும் செடியின் பெயர் உஷா. கோணலும்மாணலுமாய் வளர முற்பட்டுக்கொண்டிருக்கும் செடியின் பெயர் வக்கிரன். செயன் கேலி செய்தான் ஒரு நாள், "அது என்ன முள்ளுச்செடிகளுக்கும் கோணல் செடிகளுக்கும் மட்டும் ஆண் பெயர்?"

பெயரிடுவது அவ்வளவு தற்செயலான செயல் அல்ல என்று தோன்றியது. குளிர்பதனப்பெட்டி கைலாசத்துக்கும் இன்னொரு கைலாசத்துக்கும் தொடர்புண்டோ ஒரு வேளை? பல்கலைக்கழகத்தில் ஆராய்ச்சி செய்து கொண்டிருந்தபோது மாணவர்கள் விடுதி இரு பாகங்களாக இருந்தது. வார்டன் வீட்டை ஒட்டியிருந்த அறைகள் பெண்களுடையது. எதிர்ப்புறம் ஆண்கள். இடையே சாப்பாட்டு ஹால், டி.வி வைத்த பொது ஹால், புல்வெளி. ஆராய்ச்சி செய்யும் சோர்வைப் போக்கிக் கொள்ளத்தான் அவளும் தோழிகளும் ஆண்களுக்கு நாமகரணம் செய்யும் வேலையை ஆரம்பித்தனர். ஆரம்பத்தில் 'ஒட்டடைக் கொம்பு', 'தீப்பெட்டி' என்று நேரிடை நாமகரணங்களாகவே அவை இருந்தன. போகப்போக அவை சிக்கலான உட்பொருள் உடைய நாமகரணங்களாக மாறின. பல்லாயிரம் அர்த்தங்கள் உள்ள நாமகரணப்படலத்தை ஆரம்பித்து வைத்தது பேராசிரியர் குலாட்டிதான். புதிதாகத் திருமணம் செய்து கொண்டவர். குன்வந்த்

கவர்தான் அந்தச் செய்தியைக் கொண்டு வந்தாள். பேராசிரியரின் மனைவி திருப்தியாக இல்லையாம். எதுவும் நடக்கும் முன்பே பேராசிரியர் அவசரமாக முடிந்து போய்விடுகிறாராம். பேராசிரியர் சென்று பார்த்த டாக்டர் குன்வந்தின் சித்தப்பாவின் தூரத்து உறவாம். அன்றிரவு பேராசிரியருக்கு வைத்த நாமகரணம் 'கொட்டும் அருவி'.

தீபிகாவின் காதலன் சிகந்தர் ஒன்றாம் மாடியில் பெண்கள் விடுதியை நோக்கிய அறையில் இருந்தான். அங்கிருந்து அவன் இரண்டாம் மாடியில் இருந்த தீபிகாவுக்கு சமிக்ஞைகள் அனுப்புவது வழக்கம். பெண்கள் விடுதியின் சன்னல்கள் பெரும்பாலும் திரை மூடப்பட்டோ, சன்னல் கதவுகள் மூடப்பட்டோதான் இருக்கும். ஒரு நாள் விடிகாலை சுதா கதவைப் படபடவென்று தட்டினாள். இவள் திறந்ததும் "சன்னலைத் திற சீக்கிரம்" என்று பரபரத்தாள். இவள் திறக்கும் முன் அவளே திறந்து "பாரு" என்றாள். கீழே ஒன்றாம் மாடியில் சிகந்தரின் சன்னல் கதவு திறந்து கிடந்தது. கட்டிலில் சிகந்தர் நிர்வாணமாகக் கிடந்தான். போர்வை காலடியில் கிடந்தது. அவன் நீண்ட குறி ஒரு பக்கம் மடங்கி விழுந்திருந்தது. அவள் பார்க்கும் முதல் ஆண் குறி. சுன்னத்து செய்த குறி. சுதாவுக்கும் அது முதல் முறையாம். சுதா ஓடிப்போய் தன் பைனாகுலரை எடுத்து வந்தாள். இருவரும் வெகு அக்கறையுடன் அந்தக் குறியைப் பார்த்தனர். அதை மட்டும் பெரிதாக்கிப் பார்த்தபோது, அவன் உடலிலிருந்து விலகிய ஒன்றாய், ஒரு குட்டிப் பாம்பாய் அது பட்டது. சாதுப் பாம்பு. அவன் உடல் அசைவுகளுக்கு ஏற்ப அங்கும் இங்கும் மடங்கி விழுந்த பாம்பு.

விரைவில் ஒவ்வொருவராய் – தீபிகாவைத் தவிர – நின்று பார்த்துவிட்டுப் போயினர். தான் ஒரு தரிசனப் பொருளாய்க் கிடக்கிறோம் என்று தெரியாமல் நல்ல உறக்கத்தில் இருந்தான் சிகந்தர். சிகந்தருக்குப் 'பாம்பு' என்று பெயரிட்டனர். சுதா நன்றாகப் பாடுவாள். சிகந்தர் எங்காவது அருகில் தென்பட்டால் "நாதர் முடி மேலிருக்கும் நாகப்பாம்பே..." என்று முனக ஆரம்பித்துவிடுவாள். "ஆடு பாம்பே விளையாடு பாம்பே..." என்று பன்னிப்பன்னிப் பாடுவாள். "நல்ல பாட்டு சுதா. ஒரு நாள் நீ முழுப்பாட்டையும் எனக்குப் பாடிக் காட்ட வேண்டும்" என்பான் சிகந்தர். "கட்டாயம், கட்டாயம்" என்பாள்.

இப்படி நாமகரணப் படலத்தில் இருந்தபோது வைத்த பெயர்தான் கைலாசம். கைலாசத்தின் இயற்பெயர் சிவஞானம். அவனுடைய கால்சராய்கள் அவனுடைய குடும்பத் தையற்காரர் தைத்ததாம். இவனுடைய சிறு வயதிலிருந்து அவர்தான் உடைகள்

தைப்பாராம். கால்சராயை வெட்டும் முறையை அவர் மாற்ற மறுத்ததாலோ என்னவோ அவன் சாய்ந்து உட்காரும்போதோ, கால் நீட்டி உட்காரும்போதோ, அவன் தொடை இடுக்கில் கால்சராய் துணி கூம்பி நிற்கும். 'கைலாஷ் பர்பத்' என்று குன்வந்த் கவர் கைலாச பர்வதத்தின் ஹிந்திப் பெயரை அவனுக்கு இட்டாள். இவளும் சுதாவும் 'கைலாசம்' என்று அதைக் குறுக்கினர்.

நாமகரணப் படலம் வெகு நாட்கள் நீடித்தது. பிறகு அந்த உத்வேகம் வந்த வேகத்திலேயே மறைந்து போனது. அவர்கள் வைத்த பெயர்கள் அவர்களின் பாலுணர்வின் வெளிப்பாடுதான் என்று விவாதிப்பார்கள். உடல் அப்போது ஒரு பிரம்மாண்டம். அதன் ஒவ்வொரு துளையும், ஒவ்வொரு மேடும், ஒவ்வொரு இடுக்கும், ஒவ்வொரு நெளிவும் ஒரு விடுபடும் ரகசியம். உடலே உலகாய் விச்வரூபம் எடுத்த காலமது. அதன் ஒரு சிறு இழைதான் கைலாசம்.

○

அவர்கள் எல்லோரையும்விடச்சற்றுப் பெரியவன் கைலாசம். கல்லூரியில் விரிவுரையாளராக ஐந்தாண்டு வேலை பார்த்த பின் ஆராய்ச்சி செய்ய வந்தவன். கலகலப்பானவன் இல்லை. சட்டென்று சிரிக்க மாட்டான். சற்று இறுகிய முகம். ஒட்ட வெட்டிய முடி. மழிக்கப்பட்ட முகம். கறுப்புச் சட்டமிட்ட கண்ணாடி. இவர்கள் முதிர்ச்சி இல்லாமல் இருக்கிறார்கள் என்று அவன் கணிப்பு. எதற்கெடுத்தாலும் 'பக்'கென்று சிரிக்கும் அவர்களைப் பார்த்து சில சமயம் "பி சீரியஸ்" என்று அதட்டுவான். அவனைச் சுற்றி இவர்கள் வட்டமிட்டதற்குக் காரணம் அவன் வீட்டிலிருந்து தொடர்ந்து வந்தபடி இருந்த நெய், பருப்புப் பொடி, ஊறுகாய், முறுக்கு, பணியாரங்கள், பழங்கள் இவற்றின் மேலிருந்த ஆசையால்தான். அவனுக்கும் அது தெரியும் என்றே நினைத்தனர்.

ஒரு நாள் அவன் ஊரிலிருந்து வந்திருந்த மலைப் பழத்தைப் பொது அறையில் உட்கார்ந்தபடி இவள் சுவைத்துச் சாப்பிட்டுக் கொண்டிருந்தபோது கைலாசம் அங்கு வந்தான். பொது அறையில் அப்போது வேறு யாரும் இல்லை. அவன் கையில் இருந்த இலையில் கட்டிய மல்லிகைப் பூ மணத்தது.

சட்டென்று அவளருகில் அமர்ந்து மல்லிகைப் பூவைத் தந்தான்.

"பூவே நீ வெக்கறதில்லையே? வெச்சுக்க" என்றான்.

சற்று ஆச்சரியமடைந்தாள்.

"எதுக்கு இதெல்லாம்?" என்றாள்.

"உனக்கு நல்ல நீள முடி. மத்தவங்க மாதிரி நீ வெட்டிக்கல. அதுல பூ வெச்சா அழகாயிருக்கும்" என்றான்.

இப்படிப் பேசுபவன் இல்லை அவன்.

கொஞ்சம் அதிர்ந்துபோனாள். பூவை மறுக்கவில்லை. பூவை அலட்சியமாகத் தலையில் செருகிக் கொண்டபோது, "மெல்ல மெல்ல. வலிக்காம" என்றான்.

பல நாட்கள் மனப்பாடம் செய்து ஒப்பிப்பவன்போல் அவன் பேச ஆரம்பித்தான்.

"கமலம், உன்னை எனக்குப் பிடிச்சிருக்கு, உன்னை நெருங்கித் தொடணும்னுட்டு இருக்குது. பொம்பளைனா என்னானுட்டு எனக்குத் தெரியாது. உன்னை என்னோட அப்படியே சேர்த்துக்கணம்னுட்டுத் தோணுது. ராத்திரி பகலெல்லாம் உடம்பு பகபகன்னுட்டு எரியுது. என்னைக் கட்டிக்கச் சம்மதமா?" என்றான்.

"என்ன இது சிவம்?" என்றாள் முற்றிலும் அதிர்ந்தபடி.

"ஏன், நான் கேட்டது தப்பா? நீ என்னோட நடந்து வரபோது உன் கை என் மேல இடிக்குது. உன் மார்பு சில சமயம் உரசுது, அது அப்பிடியே தீ மாதிரி தகிக்குது கமலம். பூ மாதிரி மெத்துன்னுட்டு அது பட்டாலும் அது தீ கமலம்," என்று அரற்றியபடி அவளை முத்தமிட முயன்றான்.

"சிவம், ப்ளீஸ், இது நல்லாயில்ல. எனக்கு இது பிடிக்கல." என்றாள் அவனைத் தள்ளியபடி.

அவன் உடல் நடுங்கியபடி இருந்தது. கண்கள் நிறைந்து விட்டன.

"மன்னிச்சுக்க" என்றான். அறையை விட்டு வெளியேறினான்.

அதன் பின் அவன் சற்று விலகியே இருந்தான். கள ஆராய்ச்சிக்காக லண்டன் போகும் முன் ஊருக்குப் போய் வந்தான். திருமணம் புரிந்துகொண்டு வந்தான். மனைவி டாக்டராம். அவன் லண்டன் செல்லும் முன் மனைவி வந்தாள். விருந்தினர் விடுதியில் இடமில்லாதலால் தாழ்வாரத்தின் முனையில் இருந்த இவளுடைய பெரிய அறையில் அவள் தங்கலாமா என்று வார்டன் கேட்டபோது இவள் மறுக்கவில்லை. அவர்கள் இருவரும் ஏதாவது ஹோட்டலில் அறையெடுத்துத் தங்கியிருக்கலாமே என்று தோன்றியது.

டாக்டர் தேன்மொழி கலகலப்பாகப் பழகினாள். ஓர் ஆஸ்பத்திரியில் பெரிய பதவியில் இருந்ததால் கம்பீரமும் கமையும் மிடுக்கும் அவளிடம் இருந்தது.

ஒருநாள் இரவு இவளும் சுதாவும் பேசியபடி படுத்திருந்த போது தேன்மொழி உள்ளே வந்து புடவையைக் களைந்து இரவு உடையை அணியலானாள்.

"டாக்டர், சாப்பாடு எங்க சாப்பிட்டீங்க?" என்றாள் சுதா.

"கனாட்ப்ளேஸ்ல ஒரு ஹோட்டல்ல" என்று அசட்டையாகப் பதில் வந்தது.

"நிஜலாஸா?"

"மெட்ராஸ் கபே, மீல்ஸ். இன்றைய ஸ்பெஷல் ஐவ்வரிசி பாயசம்," என்று கூறியபடி படுக்கையில் அமர்ந்தாள்.

சுதா இவளைப் பார்த்தாள். எழுந்து போக முற்பட்டாள்.

"உட்காரேன்" என்று அவள் கைகளைப்பற்றி அவளை உட்கார வைத்தாள் தேன்மொழி.

"நீங்க சாப்பிட்டீங்களா?" என்று கேட்டாள்.

இருவரையும் பார்த்துச் சிரித்தாள். பேச்சுத் தொடங்கியது.

தேன்மொழி சிவத்தின் தூரத்து உறவு. நன்கு படித்தவன், அவள் தொழிலை மதிப்பவன் கணவனாக வர வேண்டும் என்று காத்திருந்ததால் திருமணம் தள்ளிப் போயிற்று. குடும்ப நண்பர் ஒருவர்தான் சிவம் பற்றிக் கூறினார். சிவத்தின் அப்பாதான் திருமணத்தைப் பேசி முடித்தது. அவனுக்கு அம்மா இல்லை. அத்தைதான் அவனை வளர்த்தாள். உடன் பிறந்தவரும் இல்லை. அவன் மெத்தப் படித்தவன் என்பது தேன்மொழிக்கு மிகவும் பிடித்த விஷயமாக இருந்தது. புகைப் படத்தில்தான் பார்த்தாள். திருமணத்தின் போதுதான் நேரில் பார்த்தது.

"சிவம் எப்படிப்பட்டவர்?" என்று கேட்டாள்.

"நீங்கதானே கட்டியிருக்கீங்க? உங்களுக்குத் தெரியாதா?" என்றாள் சுதா.

"இல்ல சுதா. அவர் யாருன்னே தெரியல. அவர் நல்லபடி தான் நடந்துக்கறாரு. ஒரு கோபமோ தாபமோ இல்ல. ஆனா என்ன அவர் தொடல இன்னம். நடக்கறப்போ கூட என் மேல அவர் கை படல. தோளுல கை போட்டு அணைக்கல. இன்னும் கல்யாணம் கட்டாத உங்ககிட்ட சொல்றேன் இதையெல்லாம், தப்பா நினைக்காதீங்க. உடம்பு பத்தின மோகம், வெறி, ஆவேசம்

அம்பை

எதுவுமே இல்லாம வெறும் பொம்மையா இருக்காரு. நல்ல மனுஷந்தான். கடிஞ்சு ஒரு வார்த்தை பேசல. ஹோட்டல்ல இருக்கலாமேன்னுட்டு எவ்வளவோ சொன்னேன். கேக்கல. இப்பிடி உங்க ரூம்ல உங்களுக்குத் தொல்லையா... ஏதோ ஒரு காலகட்டத்தில் அவர் உறைஞ்சுபோயிட்டாருன்னு படுது. எப்ப இளகப் போறாரோ யாருக்குத் தெரியும்..?"

தேன்மொழி தலை குனிந்தபடி தன் இரு கைகளையும் பிசைந்தபடி அமர்ந்திருந்தாள்.

○

பெண்ணுடலின் ரகசியங்கள் என்ன? அவள் அல்குல் எப்படி அமைகிறது? அதன் மேலுள்ள ஜது மயிர் தொடும்போது பட்டுப்போல் இருக்குமா அல்லது கம்பளிபோல் முரடாய் இருக்குமா? அது படமெடுக்கும் பாம்பின் தலைபோல் இருப்பதாகக் கூறியிருக்கிறது ஒரு பழங்கவிதையில். கமலத்துடையது எப்படி இருக்கும்?

○

மோகம் என்பது கூட ஒரு போதையா? 'கிறுகிறுக்குதடி' என்று சொல்லிவிட்டு 'மொந்தை பழைய கள்ளு போலே' என்றாரே பாரதி? மொந்தை பழைய கள்ளுக்கு இங்கே எங்கே போவது? வாட்ச்மேனிடம் பேசி இங்கே தயாராகும் சரக்கைக் குடித்தேன். அந்தக் கிறுகிறுப்பு வேறு. உடலை ஆட்டுவிப்பது அது. நான் உணர்வது வேறு. ஒரு முறை கமலம் குனிந்து, எட்டி எதையோ எடுக்க முனைந்தபோது அவள் முலை என்மேல் பட்டது. ஜிவ்வென்று ஓர் உணர்வு. மிகவும் லேசாகிப் பறப்பதுபோல். அதே சமயம் உலகத்தின் அத்தனை கனமும் என் குறியின் மேல் கவிந்து விட்டது போல் தோன்றியது. ஒரு பக்கம் கனம் கூட இன்னொரு பக்கம் கனமின்மை. தத்தளிப்பு. கிறுகிறுப்பு. மூச்சு முட்டியது.

இதுதானா மோகம்? இச்சையின் இலக்கணம் தெரியவில்லை.

○

மோகமானேன்.

○

கமலம் என்மேல் இரும்புக் குண்டு போல் உருள வேண்டும். என்னை அழுத்த வேண்டும். நான் அவள் மேல் பூப்பந்து போல் புரள வேண்டும். நோகாமல். நசுக்காமல்.

○

அவளை நான் இறுக்கும்போது அவள் முலைகள் நசுங்க வேண்டும் என் மார்பில். முலைக் காம்புகள் விடைத்து நிற்க வேண்டும். அவளுள் நான் உறைந்து போய்விட வேண்டும்.

O

இத்தனை மோகத்திலும் அவள் உடல் வெறும் உறுப்புகள் கொண்ட ஒன்றாக மட்டுமே படவில்லை. சுழித்துக்கொண்டு ஓடும் ஆறாக, பறவைகளுக்கு உறைவிடமாகும் ஏரியாக, கொந்தளிக்கும் கடலாக உருப்பெற்றவாறு இருக்கிறது அவள் உடல் என் கற்பனையில். அதில் நான் மூழ்க வேண்டும்.

O

பொது அறையில் காலணிகளைக் கழற்றிவிட்டு அமர்ந்திருந்தாள் ஒரு மாலை. கால்களை மடித்து சோபா மேல் வைத்து முகத்தை முட்டின் மேல் கவித்து, கண்களை மூடியிருந்தாள். பச்சைப் புடவையில் அழகான சிறு குன்று மாதிரி இருந்தாள். கரும் அருவியாய் முதுகெல்லாம் ஓடியது முடி. அப்போதுதான் துளிர்த்த பசும் இலைகளாய்ப் பாதங்கள்.

O

பெண்ணின் அங்கங்களை திராட்சை விழிகள், ஆப்பிள் கன்னங்கள், கனி இதழ்கள் என்று உட்கொள்ளவேண்டிய ஒன்றாகவே பார்க்கிறார்கள். என்னை கற்களும் முட்களும் உள்ள கரடுமுரடான நிலமாகவே உணர்கிறேன். கமலம் என்னை உழ வேண்டும். விதை நிலமாக மாற்ற வேண்டும். கமலம் ஒரு சதுப்பு நிலம். எங்கே கால் வைத்தால் இழுக்கும் என்று தெரியாத மர்ம நிலம். அதில் நான் கால் பதிக்க வேண்டும். அதன் சேற்றைப் பூசிக்கொள்ள வேண்டும். அதன் குமிழ்களில் அமிழ வேண்டும். அதைச் செழிப்பாக்க வேண்டும்.

O

கமலம் என்னை ஆட்கொள்ள வேண்டும்.

O

அவள் உடலின் நுழைவாயிலை என் குறி தொடுமா? அந்தத் தொடல் எப்படி இருக்கும்? பல்லாண்டு பல்லாண்டு பல்லாயிரத்தாண்டு பலகோடி நூறாயிரம் ஆண்டு காத்திருந்து விட்டுப் பெய்த மழையின் முதல் துளி பட்டதும் ஏற்படும் சிலிர்ப்பு அதில் இருக்குமா? அல்லது அது தீயைத் தீண்டும் இன்பமா?

O

பகல் பொழுதில்தான் தொலைபேசி ஒலித்தது. எதிர் முனையில் ஒரு பெண் குரல்.

"கமலம் இருக்காங்களா?"

"நான் கமலம்தான் பேசறேன்."

"நான் டாக்டர் தேன்மொழி கமலம். ஞாபகம் இருக்குதா?"

"சிவத்தோட மனைவிதானே?"

"ஆமாம். பரவாயில்லையே நெனப்பு இருக்குதே?"

"எப்படி இவ்வளவு நாள் கழிச்சு? என் நம்பர் எப்படி கிடைச்சிச்சு?"

"வந்து சொல்றேன். நானும் என் கணவரும் குழந்தைகளும் உங்க பில்டிங் கேட்டுலதான் நிக்கறோம். இப்ப மேல வரலாமா?"

"வாங்க தேன்மொழி. என்ன இப்படி கேக்கறீங்க?"

வாயில் மணி ஒலித்தது. நான்கு பேர்கள் உள்ளே வந்தனர். தேன் மொழியுடன் இருந்த நபர் சிவம் இல்லை.

"கமலம், இது என் கணவர் டாக்டர் குமாரசாமி. இது என் பையன் அருண். அமெரிக்கால டாக்டரா இருக்கான். இது என் பொண்ணு அருள்மொழி. இவளும் டாக்டர்தான். சொந்த ஹாஸ்பிடல் கட்டத் திட்டம் போட்டிருக்கா. இப்ப பெங்களூர்ல வேலை" என்று அறிமுகம் செய்தாள் தேன் மொழி.

அனைவரும் உட்கார்ந்து கொண்டு தேநீர் பருகியபடி பேச ஆரம்பித்தனர். சிறிது நேரத்துக்குப் பின் தேன்மொழி மெல்லக் கூறலானாள்.

"கமலம், நானும் சிவமும் ஒரு வருஷத்துக்குள்ளயே பிரிஞ்சிட்டோம். எந்தச் சண்டையும் இல்ல. அவர் ஒரு வெறும் ஜடமா இருந்தார். அவரே என்னைப் பிரியச் சொல்லிட்டாரு. நான் மேல் படிப்புக்காக லண்டன் போனபோதுதான் குமாரசாமியச் சந்திச்சேன். சிவத்தோட நான் ஒரேயடியா முறிச்சுக்கல. இவங்கள்லாம் அவரப் பெரியப்பான்னுதான் கூப்பிடுவாங்க. அவர் அப்பா போன பிறகு நாங்கதான் அவர் குடும்பம். குமாரசாமியும் அவரும் நல்ல நண்பர்களா இருந்தாங்க. இங்க கோயம்புத்தூர்லதான் புரொபசரா இருந்தாரு. அவர் ஆராய்ச்சிக் கட்டுரை எல்லாம் எழுதிட்டே அப்படியே இருந்துட்டாரு. இன்னொரு கல்யாணமே கட்டல. லீவு நாள்ல எங்க கிட்ட வருவாரு. இருப்பாரு. இப்படியே போயிட்டுடு காலம்..."

அவள் பேச்சு ஒரு நீண்ட முன்னுரை என்று தோன்றியது அவளுக்கு. சிவத்தைக் கடந்த காலத்தில் இருத்திப் பேசியது போல் பட்டது.

தேன்மொழி தொடர்ந்தாள்.

"அருள்மொழிக்கு சொந்த ஹாஸ்பிடல் கட்டுறதுக்கு ஏற்பாடு செய்ய பெங்களூரு வந்தவருதான். காலையில நடக்கப் போனவரு வரலை. நல்ல பனிக்காலம், குளிர் தாங்க மாட்டாரு அவரு. கிளம்புற போதே இவ, "வேண்டாம் பெரியப்பா. இன்னிக்குக் குளிர் அதிகம்"ன்னு சொல்லியிருக்கா. கேக்கல. மப்ளரை தலையில சுத்திட்டு போயிருக்காரு. அப்புறமா ஸாங்கிடான்க் ஏரியில உடல் கிடைச்சுது. ஏன், என்னனுட்டு புரியல. ரிடையர் ஆனதுனால கொஞ்சம் ஏங்கிப் போயிட்டாரா என்னனே தெரியல. அவரோட வீட்டைக் காலி பண்ணினபோது ஒரு நோட்டுப் புத்தகம் கிடச்சுது. அது மேல இதுவரை நீங்க இருந்த முகவரி, போன் நம்பர் எல்லாம் இருந்துது. கடைசியா இந்த முகவரி, போன் நம்பர் எல்லாம் எழுதி இருந்துது. அந்த நோட்டுப் புத்தகத்தை அப்பிடியே பிரிக்காம எடுத்திட்டு வந்தேன். அவரு உங்களோட எப்பவாவது பேசினாரா?"

"இல்லயே. பல சிநேகிதங்களோட இப்பவும் தொடர்பு இருக்கு. சுதா கூட போன வாரம் போன்ல பேசினா. இவரோட தொடர்பு விட்டுப் போச்சுது."

மௌனம் நிலவியது.

தேன்மொழி தன் கைப்பையிலிருந்து ஒரு நோட்டுப் புத்தகத்தை எடுத்தாள். பிளாஸ்டிக் தாளில் பொதிந்திருந்த நோட்டுப் புத்தகம்.

கமலத்தை நோக்கி நோட்டுப் புத்தகத்தை நீட்டினாள். "இதை நீங்க வெச்சுக்குங்க. உங்க பேரு இருக்குது மேல. அவருக்கு எப்பிடியாவது சாந்தி உண்டாகணும். நீங்க தப்பா நினைக்காதீங்க. அவருடைய புத்தகம் எல்லாம் காலேஜ் லைப்ரரிக்குக் குடுத்திட்டோம். வேற அதிகம் எதுவும் இல்ல. அத்தனை சொத்தையும் என் பிள்ளைங்களுக்கு எழுதி வெச்சிருக்காரு. ஒரு சன்னியாசி மாதிரி இருந்தாரு. இப்ப போயிட்டாரு. என்னன்னு சொல்ல? இதுல உங்க பேரு இருக்கறதால…"

கை நீட்டி நோட்டுப் புத்தகத்தை வாங்கிக்கொண்டாள்.

பிளாஸ்டிக் தாள் கையில் பட்டதும் ஒரு நடுக்கம் ஏற்பட்டது. பக்கத்திலிருந்த மேசை மேல் வைத்தாள்.

வந்தவர்கள் சிறிது நேரம் அமர்ந்து பேசிவிட்டுச் சென்றனர்.

மேசைமேல் பிளாஸ்டிக் தாளினால் சுற்றப்பட்ட நோட்டுப் புத்தகம் கிடந்தது.

o

பிளாஸ்டிக் தாளை மெல்ல அகற்றினாள். இயந்திரங்களால் தயாரிக்கப்படாத கனத்த தாள் அட்டை. ஆயிரத்துத் தொளாயிரத்து

எழுபத்து நாலு, எழுபத்தைந்து என்று தேதி போட்டு சில குறிப்புகள் இருந்தன. மற்ற பக்கங்கள் வெறுமையாக இருந்தன.

○

ஏரியினடியே ஓர் உடல். சேதிகள் எதுவும் சொல்லாத உடல். அத்தனை ரகசியங்களையும் தன்னுள் உறையவைத்த உடல்.

○

குளிர் பதனப் பெட்டி அருகே இருந்த முக்காலியில் அமர்ந்து அதன் மேல் சாய்ந்துகொண்டாள்.

கைலாசம், உனக்குள்ளே இவ்வளவு தாபம் இருந்தது என்பதை நான் உணரவில்லை. அப்போது என் உடலே எனக்கு ஒரு விடுபடுத்தவேண்டிய மர்மமாக, புதிராகத்தான் இருந்தது. என் உடலை நான் சமாளித்துக் கொண்டிருந்தேன் என்றுதான் சொல்ல வேண்டும். உடல் எனும் பிரம்மாண்டத்தை நான் எதிர்கொண்டது பிறகுதான். அதன் மேடு பள்ளங்களை, குழிகளை, செதில்களை, மடல்களை, இதழ்களை அறிந்துகொண்டது மெல்லமெல்லத்தான். உடலில் முங்கி, மூச்சுமுட்டி எழுந்தது உடனடியாக நேரவில்லை. மெல்லத் தொடங்கி, இடியுடன் கூடிய பெருமழையாவது போல் அது நேர்ந்தது. மென்மையாக ஒலிக்கத் தொடங்கி, பிறகு வேகமும் தாளமுமாக உச்சத்தை எட்டும் பாடல் போல் அது எழும்பியது.

நீ என்னை அணுகியபோது நான் அங்கில்லை. வேறு எத்தனையோ கவலைகளில் மூழ்கி இருந்தேன். ஆராய்ச்சி பற்றிய கவலைகள். எதிர்காலம் பற்றிய கவலைகள். ஆணுடல் பற்றிய ஆர்வமும், குறுகுறுப்பும் இல்லாமல் இல்லை. அது அவ்வப்போது, ஓடும் மேகங்கள்போல் வந்து போய்க்கொண்டிருந்தது. ஆழமாக உள்ளிறங்கவில்லை.

அல்குல் பற்றி எழுதியிருக்கிறாய். என் அல்குல் எனக்கே புரிபடாத ஒன்றாகத்தான் இருந்தது. அதன் ஐந்துமயிர் பற்றியோ, இதழ்கள் பற்றியோ எந்தத் தியானமும் இல்லை. மாதவிடாயின் போது சில சமயம் குருதி படர்ந்து இருக்கும் ஐந்துமயிரைச் சுத்தப்படுத்தியதுகூட அலட்சியத்தோடுதான். ஏதோ ஒரு பாவத்தைச் சுமப்பதுபோல் உடலைச் சுமந்தோம் என்னைப் போன்றவர்கள். உடல் ஒரு குரிசு. கற்றுக்கொடுக்கப்பட்டது அதுதான். படுகுழியில் வீழ்த்திவிடும் உடல். உடலை மிதிக்க வேண்டும். நசுக்க வேண்டும். அடக்க வேண்டும்.

எங்கள் வீட்டில் தங்கம் என்றொரு பெண் வேலை செய்துகொண்டிருந்தாள். சமையல் வேலை. அப்பாவின் காரியாலயத்திலிருந்து இரண்டு பியூன்கள் வீட்டு வேலைக்கு

வந்து போவார்கள். ராமன் நாயர் மற்றும் வெங்கடப்பா. துணி துவைக்கும் போது தங்கம் மரத்தடியே நின்றுகொண்டிருந்த ராமன் நாயரைப் பார்த்ததாகவும் இருவரும் ஒருவரையொருவர் பார்த்தபடி நின்றதாகவும் வீட்டு வேலை செய்யும் நரசம்மா புகார் செய்ய அவர்களைக் 'கையும் களவுமாகப் பிடித்தாக' அம்மா கூறினாள். ராமன் நாயர் அதன் பின் வரவில்லை. தங்கமும் வேலையை விட்டு நீக்கப்பட்டாள். அம்மாவிடம் கேட்டபோது இல்லாவிட்டால் ஏதாவது விபரீதம் நேர்ந்துவிடும் என்றாள். சில மாதங்களுக்குப் பிறகு தங்கத்தை ஒரு பாட்டுக் கச்சேரியில் சந்திக்க நேர்ந்தபோது, "தங்கம், ராமன் நாயரைப் பார்த்தா என்ன விபரீதம் நடக்கும்?" என்று கேட்டேன்.

"யார் சொன்னங்க?" என்றாள்.

"அம்மாதான்."

"ஒரு விபரீதமும் நடக்கல. சும்மா அவனைப் பார்த்தேன். அவ்வளவுதான்." என்றுவிட்டுச் சிரித்தாள். தலையைத் தடவித்தந்தாள்.

விபரீதம் என்பது என் உடலில் இருக்கிறது என்ற கவலை மட்டும் நீங்கவில்லை. என் உடல் எனும் உண்மை வெளிப்படத் தொடங்கியது நான் வீட்டை விட்டு வெளியே வந்த பிறகுதான்.

என் உடலை என்னைத் தரிசிக்கப் பயில்வித்தது ட்ரினடாடிலிருந்து வந்திருந்த நரென்சிங்தான். கலைஞன். அவனுடன் இருந்தபோது ஓர் இயற்கைக் காட்சியாகப் பரிமளித்தது என்னுடல். அதன் மேடுகள் மலையாகவும், அதன் ஆழங்கள் பள்ளத்தாக்குகளாகவும், அதன் அந்தரங்கங்கள் சலசலக்கும் நீரோடையாகவும் மாறின. அவன் உடலும் அதே இயற்கைக்காட்சியின் வேறு ரூபங்களாகப் பட்டது. கொடியாகவும், மண்ணாகவும் அவன் உடலும் வளைந்து குழைந்தது. உழப்படாத நிலமாய் முறுக்கிக் கொண்டது. இறுகிக்கொண்டது. புதைகுழியாய் இழுத்தது.

அதுதான் காதல் என்று நினைத்தேன். அவன் ஓர் அமெரிக்கப் பெண்ணுடன் போக ஆரம்பித்த போது வலித்தது. பிறகு வேறு வேலைகளில் மூழ்கிப் போனேன். இரண்டொரு ஆண்டுகளுக்குப் பின் அவனைச் சந்தித்தபோது சோர்ந்திருந்தான். அமெரிக்கப் பெண் அவனுடன் இல்லை. மிகவும் தனிமையில் இருப்பதாகக் கூறினான். அவன் வீட்டுக்கு அன்று நானும் இன்னும் சிலரும் போனோம். அன்றிரவு அவன் என்னை நெருங்கியபோது நான் அனுமதித்தேன். காலையில் மற்றவர்கள் உறங்கியபடி இருக்க நான் கிளம்பிவிட்டேன். நரென் பேருந்து நிறுத்தம் வரை வந்தான்.

"மறுபடியும் எப்போ?" என்றான்.

"எப்போதும் இல்லை நரென். நேற்று உன்னைப் பார்த்து பரிதாப்பட்டேன். அதனால்தான் இணங்கினேன்..." என்றேன்.

தீ மிதித்ததுபோல் திடுக்கிட்டான்.

"பரிதாப்பட்டாயா?"

"வேறு என்ன காரணம் இருக்க முடியும் நரென்?"

"நீ மாறி விட்டாய்" என்றான்.

பேருந்து வந்தது. ஏறிக்கொண்டேன். சன்னல் வழியாகப் பார்த்து கை அசைத்தேன். "வாழ்க்கை ஒரு நல்ல ஆசிரியர்" என்றேன்.

என் உடலைக் கொடுத்து மீட்டுக் கொள்ள முடிந்தது என்னால். அதை என்னுடையதாக்கிக் கொள்ள முடிந்தது.

எந்த மிகையும் எந்த மட்டுப்படுத்தலும் இல்லாமல் என் உடலை அதன் அத்தனை குறைகளோடும் நிறைகளோடும் ஏற்க முடிந்தது தனஞ்செயனுடன்தான். அவன் என் உடலைப் பறக்கவிட்டான். மீண்டும் என்னிடமே ஒப்படைத்தான். நான் அவன் உடலை அறியாத பிரதேசங்களுக்கு இட்டுச் சென்றதாகவும், திரும்பி வர வழி அமைத்துத் தந்ததாகவும் கூறினான். ஆணுடல் பற்றி இருந்த அவன் கர்வத்தை நான் சமனப்படுத்தினேன் என்றான். விறைத்த குறிதான் ஆணுடலின் உண்மை என்று நினைத்து எவ்வளவு தவறு என்றான். கலவி செய்யாதபோது படுத்தபடி இருக்கும் அவன் குறி எவ்வளவு அழகு என்ற போது உடலுக்குத்தான் எத்தனை அர்த்தங்கள் என்று வியந்தான்.

அவனை மணந்துகொண்டு இருபத்தைந்து ஆண்டுகளாகி விட்டன. இன்னும் காதல் புரியவில்லை, கைலாசம். மோகம் புரிவது எளிது. காதல் அப்படியல்ல. பெண்–ஆண் உறவு மிகவும் சிக்கலானது. அதில்தான் எத்தனை நெருக்கம், எத்தனை விலகல்? எத்தனை மர்மம், எத்தனை வெளிப்படை? எத்தனை வன்முறை, எத்தனை மென்மை? எத்தனை இறுக்கம், எத்தனை குழைவு? எத்தனை ஆதுரம், எத்தனை ஆவேசம்? காதலிக்கும் நபரையே விஷம் வைத்துக் கொல்லலாம் என்று ஆத்திரம் வருகிறது. தணிகிறது. பந்தம்போல் கட்டிப் போடுகிறது. கூடுபோல் ஆசுவாசம் தருகிறது. தகிக்கிறது. குளிர்விக்கிறது.

என் உடலை ஒரு பிரதியாகப் பார்க்கும்போது அது ஒரு நிலைத்தப் பிரதியாக இல்லை, கைலாசம். அது மாறியபடி இருக்கிறது. அதன் தோற்றமும் அர்த்தங்களும் மாறியபடி உள்ளன. என் முலைகள் தளர்ந்து, சற்றே கீழிறங்கி உள்ளன. என் தொடைகளில் பச்சை நரம்போடுகிறது. கால்களிலும்

கைகளிலும்கூட. என் அல்குல் ஒரு பழுத்த இலை போல் இப்போது இருக்கிறது. என் ஐதுமயிர் முன் போல் அடர்த்தியாக இல்லை. கருமையாகவும் இல்லை. நரைத்து இருக்கிறது. ஈரமில்லாமல் உலர்ந்து இருக்கிறது.

செயனின் உடலிலும் பல மாற்றங்கள். முறுக்கிக் கட்டியது போல் இருந்த அவன் உடல் இப்போது சில சமயம் நனைத்து வைக்கப்பட்ட துணிபோல் இருக்கிறது. குளித்து விட்டு அவன் வரும்போது ஈரம் உலராத அவன் குறி நத்தைபோல் சுருங்கி உள்ளது. அவன் முடி முற்றிலும் நரைத்துவிட்டது. என்னுடையதும். அவன் முதுகில் முலைகள் பட சாய்ந்துகொண்டு பின் கழுத்தில் இன்னமும் முத்தம் தருகிறேன். சிலிர்ப்பதாகக் கூறுகிறான். அவன் என்னை வருடும்போது இதமாக இருக்கிறது. குறுகுறுக்கிறது.

இப்படியாக உடல் பல தடங்களில் ஓடியபடி.

நீ ஏன் தொடர்பே கொள்ளவில்லை. கைலாசம்? தேன் மொழியைத் தோழியாக்கிக் கொண்டதுபோல் என்னையும் தோழியாக நினைத்திருக்கக் கூடாதா? வேறு ஒரு கால கட்டத்தில் நீ கேட்டிருந்தால் நான் இணங்கியிருப்பேனா என்று தெரியவில்லை. ஆனால் உன்னை நான் ஒதுக்கியிருக்க மாட்டேன் என்றே நினைக்கிறேன்.

ஏரியின் அடியே கிடந்த உன்னுடலை எரித்தாகிவிட்டது. அதன் சாம்பலை ஆற்றுநீரில் கரைத்தாகி விட்டது. உன் சாம்பல் கரைக்கப்பட்ட அந்த ஆற்று நீர் வறண்ட பிரதேசத்தில் பாயட்டும். அதில் பசுமைப் புல்லாய் முளைக்கட்டும். பசித்த இளம் ஆடோ மாடோ அதைப் புசிக்கட்டும். அதன் உடலில் பாலூறட்டும். ஏதாவது மகவின் வாயில் அந்தப் பால் இனிக்கட்டும்.

மேலும் அந்த ஆற்றுநீர் வெள்ளமாய்ப் பெருகி எங்கும் கரைபுரண்டோடட்டும். மண்ணிலும், கல்லிலும், சகதியிலும் பாய்ந்தோடி காய்ந்ததை எல்லாம் உயிர்ப்பிக்கட்டும். வளமை கூட்டட்டும். சாம்பலின் ஒரு துளி விதையாகி, அது செடியாகி, பழங்கள் தொங்கும் மரமாகட்டும். அதன் கிளைகள் வானை நோக்கட்டும்.

O

வாயில் மணி ஒலித்தது. கமலம் எண்ணங்களிலிருந்து மீண்டபோது உறைபனிப் பெட்டி உருகி பெரு ஆற்றிலிருந்து பிரிந்து வந்த சின்னஞ்சிறு கிளையாறுபோல் காலடியே ஓடிக்கொண்டிருந்தது.

உயிர்நிழல், அக்டோபர் — டிசம்பர் 2006

காவு நாள்

மற்ற இசைக் கலைஞர்கள்போல ஒரு சாண் சரிகை போட்ட பட்டுப் புடவையும் நகைகளும் முகப் பூச்சும் மல்லிகைப் பூவுமாய் மேடையில் ஏறமாட்டாள் பிரமரா. பருத்திப் புடவையோ கதர்ப் புடவையோதான். நல்ல மரத்தில் கடைந்த தன் வீணையைக் கையில் சாய்வாக ஏந்தியபடி அவள் மேடையில் வந்து அமர்வதுதான் பழக்கம்.

முதல் வரிசையில் அவள் தந்தையும் குருவுமான பன்மொழிப் புலவர் கந்தவேளும் தாய் கனகவல்லியும் இசை குரு சுகவனம் ஐயரும் அமர்ந்திருப்பார்கள். அவர்கள் அருகில் பிரமராவின் உயிர்த்தோழியான இவள். இவள் கச்சேரி செய்யும்போது அவர்கள் அருகில் பிரமரா இருப்பாள். இருவரும் இணைந்து கச்சேரி செய்யும்போது மேடையின் இரு பக்கத்தி லிருந்தும் இருவரும் வீணையை ஏந்தி வரும்போதே கச்சேரி களைகட்டி விடும்.

அவள் பிரமரா. வண்டு. இவள் நிதிலா. முத்து.

முதலில் வினாயகர்மேல் ஹம்சத்வனியில் கீர்த்தனம் என்றில்லாமல் திருப்புகழ், வள்ளலார் பாடல், பாரதி, பாரதிதாசன் கவிதைகள் இவற்றி லிருந்து ஏதாவது ஒன்றை இசைத்துவிட்டு, பிறகுதான் வினாயகர்மேல் பாடலும் மற்ற கீர்த்தனைகளும் என்று கச்சேரியின் சம்பிரதாய அமைப்பை மாற்றியிருந்தார்கள் இருவரும். தமிழ், தெலுங்கு, கன்னடம் என எல்லா மொழிப் பாடல்களையும் பொருள் சிதையாமல் பிரித்து வாசிப்பதுதான் அவர்கள் குருவின் பாணி. தியாகராஜர் கிருதிகளை யும் தீட்சிதர் கிருதிகளையும் பொருள் விளக்கத்தோடு

கற்றுத்தருவார். சில வரிகளைப் பாடிவிட்டு, 'அடக்கமான ஆறு' என்பார். வேறு சில வரிகளின் முடிவில், 'ஹோ, அருவி, கொட்டும் அருவி' என்பார். அந்த உணர்வு வீணையில் வர வேண்டும் என்பார்.

மெல்லிய குரலில் பாட்டின் முதல் வரிகளைப் பாடியபடி வீணை வாசிப்புத் தொடங்கும். இடையிடையே குரலும் வீணையும் மீண்டும் சேர்ந்துகொள்ளும்.

அன்று முதல் வரிசையில் அவர்கள் நால்வரும் அமர்ந்தாகி விட்டது. கந்தவேள் ஐயா இன்னும் யாரையோ எதிர்பார்ப்பது போல் பட்டது. பிரமரா மேடையில் வந்து அமர்வதற்கு ஒரு நிமிடம் முன்னால் அவையில் சற்றுப் பரபரப்பு ஏற்பட்டது. பளீரென்ற பட்டுப் புடவையில் ஓர் அம்மாளும் சன்ன சரிகை வேட்டியும் சட்டையுமாய் ஓர் இளைஞனும் உள்ளே வரக் கந்தவேள் ஐயா எழுந்து போய் அவர்களை வரவேற்று உட்கார வைத்தார். அவர் பக்கத்தில் அமர்ந்துகொண்டார்கள்.

சுகவனம் ஐயர் பக்கம் சாய்ந்து மெல்ல, 'யார் சார் அவங்க?' என்றாள் நிதிலா.

'தெரியலையா? மானுடம் காப்போம் கட்சித் தலைவர் கதிரேசன் வீட்டம்மா அமிர்தவல்லி அவங்க. வெளிநாட்டுல படிச்சிட்டு வந்திருக்காரு அவங்க பையன் தேவநாதன். நம்ப பிரமராவைப் பொண்ணு கேட்டிருக்காங்க. நிச்சயமாயிட்டாப்பல தான். கச்சேரிக்கு வந்திருக்காங்க.'

'எனக்குச் சொல்லவே இல்லியே பிரமரா?'

'எல்லாம் முடிவான பிறகு சொல்லலாம்னு இருந்திருப்பா.'

ஓர் ஊசி முனைக் குத்து ஏற்பட்டது மனத்தில்.

பிரமரா வீணையை ஏந்தியபடி மேடைக்கு வந்தாள். பருத்திப் புடவையில் வரவில்லை. மயில் கழுத்து வண்ணப் பச்சையில் ஒரே ஓர் இழை சரிகையிட்ட பட்டுப் புடவை. அமர்ந்தபின் குருவின் பக்கம் திரும்பி வணங்கிவிட்டு, அவையை நோக்கிக் கைகூப்பினாள்.

அவை எதிர்பார்ப்புடன் அமர்ந்திருந்தது. அன்று வள்ளலார் பாடலுடன்தான் கச்சேரி தொடங்கும் என்று பிரமரா இரண்டு நாட்கள் முன்பு கூறியிருந்தாள்.

வீணையை மடியில் வைத்துக்கொண்டு தந்திகளை மீட்டினாள் ஒலி அமைப்பை உறுதிசெய்துகொள்ள. பிறகு 'முன்னம் அவனுடைய நாமம் கேட்டாள்; மூர்த்தி அவனுடைய வண்ணம் கேட்டாள் ...' என்று திருநாவுக்கரசரின் தேவாரத்தை மென்

குரலில் பாடியபடி இசைக்க ஆரம்பித்தபோது, தேவநாதனின் முகத்தில் முறுவல் தோன்றியது. கந்தவேள் ஐயாவும் முகம் பூரிக்கச் சிரித்துக்கொண்டார்.

'பெயர்த்தும் அவனுக்கே பிச்சியானாள்' வரி வந்தபோது ஒருத்தியைப் பிச்சியாக்கும்படி அவனிடம் என்ன இருக்கிறது என்று அறிய தேவநாதன் பக்கம் பார்த்தாள் நிதிலா. அவன் பாராட்டுகளை ஏற்பவன்போல் தன் சுருட்டை முடியைக் கோதிக்கொண்டான்.

பிறகு கச்சேரி வழக்கம்போல் சிறப்பாக அமைந்தது. முடிவில் பூச்சி அய்யங்காரின் பூரணசந்திரிகா தில்லானா தான் வாசிப்பதாக இருந்தது. அதில் வரும் 'நீது மகிமலு தெலிசி' என்று தெலுங்கில், உன் மகிமையைத் தெரிந்துகொண்டு சரணடைந்தேன் என்னும் வரிகள் போதாதென்றோ என்னவோ அதை வாசித்தபின்பு பாரதியின் 'பாயும் ஒளி நீ எனக்கு' பாடலை இசைக்க ஆரம்பித்தாள் கச்சேரிக்கு முத்தாய்ப்பாக. தேவநாதனுக்குப் பிடித்த பாடல் போலும். தில்லானாவுக்கு எழுந்த கரவோசை முதுகில் தட்டிக்கொடுப்பதுபோல் தொடர்ந்தது முடிவில்.

கச்சேரி முடிந்ததும் வழக்கமாக மேடைக்குப் பின்னால் போய் பிரமராவை அணைத்துப் பாராட்டுவாள். அன்று அமிர்தவல்லி அம்மாளையும் தேவநாதனையும் மேடைக்குப் பின்னால் கூட்டிச்செல்ல கந்தவேள் ஐயா முனைந்திருந்தபோது, நிதிலா குருவிடம், 'சார், நான் கிளம்பறேன் சார்' என்றாள்.

'ஏம்மா, பிரமராவைப் பார்க்க வரலியா?'

'இல்லை சார், நேரமாயிட்டுது. கிளம்பறேன்' என்று சொல்லிவிட்டுக் கிளம்பினாள்.

◯

அதன் பிறகு பிரமராவின் வாழ்க்கையை நான்கே வரிகளில் கூறிவிடலாம்.

பிரமரா அரசியல் சார்ந்த உலகம் ஒன்றில் பிரவேசித்தாள். இரு குழந்தைகளுக்குத் தாயானாள். அரசியல் உலகம் அவளை உயரே ஏற்றிப் பின் மளமளவெனக் கீழே இறக்கியது அவள் அதன் தந்திரங்களையும் ஏய்ப்புகளையும் புரிந்துகொண்டு உடன்பட மறுத்தபோது. பிரமரா அதிலிருந்து வெளியே வந்தாள்.

ஆனால் அந்த நான்கு வரிகளுக்கு இடையே கால் நூற்றாண்டு இருந்தது. இருபத்தைந்து வருடங்கள். இருபத்தைந்து வருடச் சுமைகள். அவற்றின் கனத்தை அவள் சுமந்தாள்.

◯

சுமை 1 : பண்பாடு (இதன் சுமையின் தன்மை மாறியபடி இருந்தது. அது வாழ்க்கையின் எல்லா அம்சங்களையும் தொட்டது. அதன் பொருளையும் அவன் குடும்பத்தினர் தங்களுக்கேற்ப மாற்றினார்கள்.)

மொழி சிலரைக் குறுக்கும். ஒரு கூட்டுக்குள் இருத்தி அதன் வெளியே இருப்பவை எல்லாம் மொழி வகுக்கும் பண்பாட்டுடன் சம்பந்தப்படாதவை என்று அடிப்படை வாதம் பேசவைக்கும். கந்தவேள் ஐயா மொழியால் பரந்து போனவர். இசையைப் போலவே மொழியும் எல்லையில்லாப் பெருவெளி என்று நினைப்பவர். கனகவல்லியும் எல்லைகளைக் கடந்தவள். உயர்ந்த இசைவேளாளர் பரம்பரையில் வந்த அவள் ஒரு கல்லூரியில் ஆங்கிலப் பேராசிரியையாக இருந்தாள். அவர்கள் திருமணம் பல எதிர்ப்புகளை மீறி நடந்தது. இருவருக்கும் வெற்றுப் பேச்சுகளிலும் விதண்டாவாதத்திலும் விருப்பம் இருக்கவில்லை. 'கல் தோன்றி மண்தோன்றாக் காலத்தில் முன்தோன்றி...' என யாராவது பேச ஆரம்பித்தால் இருவரும் அமைதியாக எழுந்துபோய்விடுவார்கள்.

கதிரேசனின் குடும்பத்திலிருந்து வந்த திருமணக் கோரிக்கைக் குச் சம்மதித்த காரணம் கதிரேசனின் தந்தையும் கந்தவேளின் தந்தையும் பெரியாருடன் நெருங்கிப் பழகியவர்கள் என்பதால்தான். அந்தந்த சமயத்துக்கு ஏற்பபடி இயங்க வேண்டிய சூழ்நிலைக்கேற்ற அரசியலில் கதிரேசன் இயங்கினாலும் அவ்வப்போது அந்தப் பழைய தொடர்பைக் குறிப்பிடுவதுண்டு. கந்தவேளுடன் பேசும்போதும் இந்தத் தொடர்பை வலியுறுத்தியிருந்தார்.

'உங்க அப்பாவும் என் அப்பாவும் அந்தப் பெரியார் உலகத்துக்காரங்க. நாம எல்லாம் ஒண்ணுக்குள்ள ஒண்ணா இருக்கறதுதான் நம்ம பலம். என்ன சொல்றீங்க?'

'பலத்தைப் பத்தி எல்லாம் எனக்குத் தெரியாது. பொண்ணு சம்மதிக்கணும். கனகா சரின்னு சொல்லணும். அதுதான் எனக்கு முக்கியம்.'

'அது புரியுது. ஆனாலும் பெத்தவங்க சொல்லக் கேக்கணும்னு ஒண்ணு இருக்குதில்ல?'

'அப்படியில்ல. அவள சுதந்திரமா வளர்த்திருக்கோம். அவளுக்குத் தெரியும் எல்லாம். உங்க பையனும் வெளிநாட்டுல படிச்சவரு. சந்திக்கட்டும் ரெண்டுபேரும்.'

பிரமராவிடம் இரண்டு குடும்பங்களிலும் இருந்த தொடர்பு பற்றிக் கூறினார். செல்வாக்குள்ள குடும்பம் என்பதையும் தேவநாதன் படிப்பு பற்றியும் கூறினார். ஆரம்பப் பேச்சுகளில் அவளைப் பங்குபெறவைத்தார்.

அந்தக் கச்சேரியில் அவள் தன் முழுச்சம்மதத்தைத் தந்தாள்.

தேவநாதனின் தோற்றமும் வசீகரமும் அவன் வெளிநாட்டுப் படிப்பும் மனத்தில் ஏற்படுத்திய பிம்பம் பேரலையாய் வந்து பிரமராவை நிலைகுலையவைத்தன. அவள் அப்படிச் சுலபமாய் வீழ்பவள் அல்ல. ஆனால் அது நேர்ந்துவிட்டது. ஆயிரம் தலைவாங்கிய அபூர்வ சிந்தாமணி படத்தில் எஸ். வரலட்சுமி பாடிய 'காதலாகினேன்' பாட்டை முனகியபடி இருந்தாள். அந்த உணர்வை ஊதி ஊதிப் பெரிய பலூனாக மனத்தில் பறக்கவிட்டிருந்தாள். அது இதயத்தையும் சுவாசப்பையையும் முட்டியபடி இருந்தது.

தேனிலவுப் பயணம் பாரீசுக்கு என்று தீர்மானமாகியது.

அது குறித்த அதீதக் குதூகலத்தில் இருந்தாள் பிரமரா. பாரீசில் செய்வதற்குச் சில விஷயங்கள் அவள் மனத்தில் இருந்தன.

1. பாரீஸ் தெருவோரக் காப்பிக் கடைகளில் அமர்ந்து உலகைப் பார்க்க வேண்டும்.

2. பகலெல்லாம் லூவ்ரவில் நேரத்தைச் செலவிடவேண்டும். பிறகு மாலை அதன் நினைவில் ஃப்ரெஞ்ச் மது அருந்த வேண்டும். ஓ, அந்த ஆழ்சிவப்பு மது!

3. வரிகளையும் வளைவுகளையும் உடைத்து ஒளிர் வண்ணங்களையும் ஓவியக் கூடங்களின் வெளியே உள்ள ஒளி நிலைகளையும் ஓவியங்கள்மேல் தெறிக்கவிட்ட உணர்வை மையப்படுத்திய இம்ப்ரஷனிஸ்ட் ஓவியர்களின் படைப்புகள் உள்ள கலைக்காட்சியகத்தில் நாளெல்லாம் க்ளாட் மோனேயையும் ஸெஸானையும் பார்க்க வேண்டும். மொனேயின் நீல ஆற்றின் மேல் எழும் அந்தச் சூரியனைக் களைக்கும்வரை நோக்க வேண்டும்.

4. பிறகு வேன் காக் ஓவியங்களுக்காக மட்டும் ஒரு நாள். அவருடைய அறை ஓவியம், காதில் கட்டுப் போட்டும் தாடியுடனும் தாடியில்லாமலும் சுய உருவ ஓவியங்கள், கோதுமை வயல் ஓவியம் (காற்றில் அலையும் வயலைத் தீட்டியபோது அவர் மனத்தில் இருந்த உணர்வு சாவாம்), உருளைக்கிழங்கு தின்பவர்கள் ஓவியம் – எல்லாவற்றையும்.

5. ஐஃபல் கோபுரத்தின் மேல் தளத்தில் இரவில் கீழே ஒளியில் மூழ்கிய பாரீஸைப் பார்த்தபடி மனத்துக்குப் பிடித்தவனை முத்தமிட வேண்டும்.

அவள் குளிர் காலத்துக்கான கோட்டுகளையும் பான்டையும் அதற்கேற்ற மேலுடைகளையும் பெட்டியில் வைக்க ஆரம்பித்தபோது அமிர்தவல்லி வந்தாள்.

'என்ன பிரமரா, நீ பான்ட் எல்லாம்தான் போடுவியா?'

'என் வயசுக்காரங்க போடறதுதானே அத்தை?'

'அது கல்யாணத்துக்கு முன்ன. இப்ப நீ தேவநாதன் மனைவி, எங்க மருமகள் இல்லையா? சல்வார் கமீஸ் வேணா ஒண்ணு ரெண்டு எடுத்துக்க.'

'அங்க குளிர்ல எப்படிப் புடவை கட்ட முடியும்?'

'நான் புடவை கட்டிட்டுதான் போனேன். தம்பிக்கு இந்த உடையெல்லாம் அவ்வளவாப் பிடிக்காது. தமிழ்ப் பண்பாடுன்னுட்டு ஒண்ணு இருக்குதே? எதுக்கும் தம்பிய ஒரு வார்த்தை கேட்டுடு.'

சற்று அதிர்ந்துபோனாள். வெளியே போயிருந்த தேவநாதனுடன் தொலைபேசியில் பேசினாள்.

'என்ன பிரமரா?'

'அத்தை புடவை எடுத்திட்டுப் போன்னு சொல்லறாங்க.'

'அதுக்கென்ன?'

'குளிர்லயும் பனியிலயும் புடவை எப்படிக் கட்ட முடியும்?'

'ஏன் கட்ட முடியாது? அம்மா புடவைதான் கட்டுவாங்க.'

'தேவா, அம்மா வேற காலத்தைச் சேர்ந்தவங்க.'

'அவங்க சொல்றபடி செய்துடு பிரமரா. அப்புறம் இந்தப் பேர் சொல்லிக் கூப்பிடறது அவங்க முன்னால வேண்டாம்.'

விமான நிலையத்துக்கு அவள் நண்பர்களான கலைஞர்கள் வந்திருந்தார்கள். பெரிய குழு அவர்களுடையது. அந்தக் காலக் கலைஞர்களிடையே இருந்த போட்டி பொறாமை ஏதுமில்லாமல் இவர்களிடையே நட்பும் அன்பும் இருந்தன. இவர்கள் ஒருவரையொருவர் ஆதரித்தார்கள். உற்சாகப்படுத்தினார்கள். விமர்சித்தார்கள். இசையைச் சேர்ந்து உருவாக்கினார்கள். வடநாட்டுக் கலைஞர்களுடனும் மேல்நாட்டுக் கலைஞர்களுடனும் இணைந்து மாற்றிசை உருவாக்கினார்கள். இசை பற்றிய விரிவான புரிதலை ஏற்படுத்திக்கொள்ளத் தொடர்ந்து முயன்றார்கள். இசையின் ஆழத்தைக் கைவிடாமல் அதன் வீச்சை அதிகரிப்பது பற்றிப் பேசியபடி இருந்தார்கள். சிலர் பொறியியல் படித்துவிட்டு இசைக்கு வந்தவர்கள். சிலர் மருத்துவப் படிப்பை விட்டுவிட்டு வந்தவர்கள். சிலர் பரம்பரையாக இசை பேணும்

குடும்பங்களிலிருந்து வந்தவர்கள். அவர்களில் சிலர் நெருங்கிப் பழகினார்கள். காதல் கொண்டார்கள். பின் விலகினார்கள். சில சமயம் திருமணம் செய்துகொண்டு விலகினவர்களும் உண்டு. ஆனால் இசை அவர்களை இருத்தியது. ஒன்றுகூட்டியது.

விமானநிலையத்தில் அவர்கள் பிரமராவிடம் உரிமையுடன் பழகியது தேவநாதனுக்குப் பிடிக்கவில்லை என்பதை அவன் இறுகிய முகம் நிதிலாவுக்கு கூறியது.

'பிரமரா, வைன் சாப்பிடறபோது எங்களை ஞாபகம் வெச்சுக்கப்பா.'

'ஸ்போட்டோவுல வாயைத் தொறந்துட்டுப் பல்லெல்லாம் தெரிய அந்தக் கோணச் சிரிப்பைச் சிரிக்காதப்பா. சார் வீட்டுல பயந்துடப்போறாங்க.'

'ஆமாம், ஆமாம், மோகினிச் சிரிப்பு.'

சிரிப்பும் கும்மாளமுமாய் வழியனுப்பிவைத்தார்கள்.

பாரீஸில் அவள் பட்டியலிட்டிருந்த எதையும் செய்ய முடியவில்லை. தேவநாதனுக்கு ஓவியத்தில் ஈடுபாடு இருக்கவில்லை. ஐப்பல் கோபுரத்தின் மேல்தளத்தில் முத்தமிடுவது தமிழ்ப் பண்பாடு அல்ல என்றான். நிலா முற்றத்தில், வீட்டின் வெளியே கள்ளத்தனமாகச் சந்திப்பது எனப் பல வகைகளில் காதல் செய்திருக்கிறார்கள் நம் பண்பாட்டில் என்று அவள் சிரித்துக்கொண்டே கூறியபோது முறைத்தான். வைன் பற்றிக் கூறியபோது, 'உன் சினேகிதங்க வேடிக்கைக்குச் சொல்றாங்கன்னுட்டு நினைச்சேன். நீ இதெல்லாம் சாப்பிடுவியா என்ன? பாட்டு வீணைன்னு இருப்பேன்னுட்டு நினைச்சேன்' என்றான். 'அந்தக் காலப் பாடினிகள் எல்லாம் சாப்பிடலையா என்ன? அவ்வையார்கூடக் கள்ளு குடிச்சிருக்காங்க தெரியுமில்ல?' என்றதும் 'தலை வலிக்குது' என்று பேச்சை முடித்தான்.

பிறகு அவள் கச்சேரிகளுக்குப் பாரீஸ் போனபோது ஓவியங்களைப் பார்க்கும் ஆசையையும் வைன் குடிக்கும் ஆசையையும் நிறைவேற்றிக் கொண்டாள். இச்சை சார்ந்த மற்ற ஏக்கங்களும் தேவைகளும் புதையுண்டு போயின.

சுமை 2: அரசியல் (பண்பாடும் அரசியலும் கலந்து செயல்பட்டன ஜாடியும் மூடியும் போல. எது ஜாடி, எது மூடி என்று பிரிக்க முடியவில்லை பல முறைகள்.)

திரும்பி வந்ததும் பண்பாடு சார்ந்த பல பொறுப்புகளை தனக்குத் தந்தது அவளுக்குப் பிடித்திருந்தது. மாதந்தோறும் சில கலைஞர்களை அழைத்துக் கௌரவித்து இசை, நாடகம், நடன நிகழ்ச்சிகளை அமைக்கும் பொறுப்பை அவளுக்குத்

தந்தார்கள். மானுடம் காப்போம் கட்சி அதுவரை தேர்தலில் நிற்காவிட்டாலும், மற்ற கட்சிகளின் தேர்தல் வெற்றி தோல்விகளை நிர்ணயிக்கும் ஒன்றாக இருந்தது. அதன் பக்கபலத்துடன் கட்சிகள் தேர்தலில் போட்டியிட்டன. பண்பாட்டுக் கலைகள் சார்ந்த அதன் பிம்பத்தை உருவாக்குவதற்கான முயற்சிகளில் அவளுக்குத் தந்த கலை வளர்ப்போம் திட்டமும் இருந்தது.

ஆள அல்ல அடக்க அல்ல
அறம் காக்க அமைதி காக்க

என்பது அவர்கள் நிரந்தர முழக்கமாக இருந்தது. முதலில் கலை விழாக்களில் அவளுக்காகப் போடப்பட்ட சிறு பதாகைகள் மெல்ல மெல்லப் பெரிதாகி வீதிக்கும் வந்துவிட்டன. நண்பர்களுடன் அவள் தொடர்பு முறியாவிட்டாலும் சந்திப்பது குறைந்தது. ஒரு மாலை அமிர்தவல்லி, 'யாரும்மா அந்த ரங்கநாதன்?' என்றாள்.

'ஏன் அத்தை, அவரு வந்தாரா? கூத்துக் குடும்பத்தைச் சேர்ந்தவரு. ரொம்ப நல்லாப் பாடுவாரு அத்தை. அவரைக் கூப்பிடலாம்னு இருக்கேன்.'

'அதென்னவோ, உன்னைப் பார்க்கணும்னு வந்தாப்பல. அவர் நடத்துற கூத்துப் பள்ளியில ஏதோ விழாவாம். உன்னைக் கூப்பிட வந்தாரு. கையில ஒரு பொன்னாடை இல்ல. ஒண்ணுமில்ல. நான் பேசி அனுப்பிச்சிட்டேன்.'

ரங்கநாதனைக் கைப்பேசியில் கூப்பிட்டாள். தன் வழக்கமான பாணியில், 'யக்காவ், உங்க வீட்டுக்கு வந்தேன். உங்க அத்தைக்காரி அஞ்சே நிமிட்டுல வெளியே அனுப்பிச்சிட்டாங்க' என்று சொல்லிவிட்டுச் சிரித்தான்.

'ரங்கா, ஸாரி. நீங்க என்னைச் கூப்பிட்டுருக்கலாம் இல்ல? எப்ப விழா சொல்லுங்க. வரேன் நான்.'

'சின்ன விழாதான். பேனர் எல்லாம் கிடையாது. பொன்னாடை போடமாட்டேன். வருவீங்களா?'

'கட்டாயம்.'

அவளால் போக முடியவில்லை. அன்று முதல்வர் வீட்டில் விருந்து. அவள் வீணைக் கச்சேரி செய்ய வேண்டும் என்பது அவர் விருப்பம். அவளுக்கு இசையரசி பட்டமும் அன்று தருவதாக ஏற்பாடு.

ரங்கநாதன் குறுஞ்செய்தி அனுப்பினான்:

பரவாயில்லை இசையரசியே. சுகவனம் ஐயரும் உங்க ஐயா கந்தவேளும் வந்து கௌரவிச்சாங்க.

ஐயாவிடம் பேசியபோது, 'பிரமரா, ரொம்ப மகிழ்ச்சிம்மா இசையரசி பட்டம் கிடைச்சதுக்கு' என்றார்.

'என்னப்பா, இப்படிச் சம்பிரதாயமாப் பேசறீங்க? எத்தனை தடவை கூப்பிட்டாலும் வரமாட்டேங்கறீங்க...'

'அது வந்து...'

'என்ன வந்து போயி... போங்கப்பா.'

'வரேம்மா.'

வராமல் இல்லை அவர். பலமுறை வந்திருந்தார் கனக வல்லியுடன். பெரிய வரவேற்பறையை மீறி உள்வரவேற்பறைக்கு அவர்களால் வர முடியவில்லை. பதவியில் இல்லாத, தேர்தலில் ஈடுபடாத கட்சிக்கே இவ்வளவு ஐபர்தஸ்தா என்று வியந்தபடி திரும்பினார்கள் இருவரும் ஒவ்வொருமுறையும். ஒரே ஒருமுறை அமிர்தவல்லி அவர்களிடம் பேசி, 'பொண்ணு வீட்டுல கை நனைக்கமாட்டோம் நாங்கல்லாம்' என்று சொல்லி அனுப்பிவிட்டாள்.

அந்த விலக்கலுக்குக் காரணம் இருந்தது. கனகவல்லியின் முன்னாள் மாணவனான ஒரு தலித் இளைஞன் ஒரு மேல் சாதிப் பெண்ணை மணந்திருந்தான். பெண்ணின் தகப்பன் கதிரேசனிடம் முறையிட்டிருந்தார். ஏதாகூடமாக எதுவும் நடந்துவிடக் கூடாது என்று கந்தவேளும் கனகவல்லியும் அவர்களுக்கு அடைக்கலம் தந்து பெண்ணின் தந்தையிடமும் நல்ல வார்த்தை பேசி சமரசம் செய்ய முயன்றார்கள். காதல் திருமணம் பண்பாட்டுக்கு எதிரானது, அதுவும் கலப்புத் திருமணம் கூடவே கூடாது என்னும் நிலைப்பாட்டை எடுத்திருந்தார் கதிரேசன் அப்போது. உயர்சாதியினரின் சொத்துகளைப் பறிக்கும் சூழ் இது என்றும் கூறிவந்தார். பெண்ணின் தகப்பனைத் தற்கொலைக்குத் தள்ளும் அழுத்தங்கள் ஏற்படுத்தப்பட்டன. நல்ல காலமாகக் கந்தவேளும் கனகவல்லியும் தொடர்ந்து அவரிடம் பேசி, அந்த இளைஞனின் குணங்களை எடுத்துக் கூறி, மகளும் அப்பாவும் உறவாட சந்தர்ப்பம் அளித்து, இரு குடும்பங்களையும் சந்திக்கவைத்து மிகவும் சிக்கலான நிலைமையை எந்த விட அசம்பாவிதமும் நேராமல் சரிப்படுத்தியிருந்தார்கள். கதிரேசன் தன் ஆளுமை குலைந்துபோல் உணர்ந்தார். வருவதும் போவதும் பேச்சும் குறைந்துபோய் ஒரு கட்டத்தில் நின்றேவிட்டது. வெளியே காட்டிக்கொள்ளாமல் இது நடந்ததால் பிரமரா இது பற்றி அறியவில்லை.

சுமை 3: செல்வம் (அந்தக் குடும்பத்தின் பொருள் ஈட்டும் வழிகள் குறித்துக் குழப்பமாகவே இருந்தது.)

தேவநாதன் ஒரு திரைப்படக் கம்பெனி ஆரம்பித்தபோது சினிமா மூலம் பல மாற்றங்கள் கொண்டுவர இயலும் என்றுதான் பிரமரா நம்பினாள். அவன் தாத்தா ஞானமுத்து பெயரில்

பர்ல் ஆஃப் விஸ்டம் என்ற பெயரில் கம்பெனி. 'அது என்ன ஆங்கிலப் பெயர்?' என்றபோது 'நம்ம படம் கான்ஸ்வரைக்கும் போகணும் இல்ல?' என்றான். கான்ஸ் என்ன, காட்பாடி தாண்டாது எனத் தோன்றியது. வழக்கமான கதை. கதாநாயகன் நடனமாதுவிடம் இணைந்து மனைவியைக் கைவிட்டு பிறகு அவள் அவனை மீட்கும் கதை. கதாநாயகியைக் கதாநாயகன் பிசைந்து சாப்பிட்டுவிடுவதைப் போலக் காதல் காட்சிகள். காதல் கனி ரசம், இதழின் தேன் ரசம் என்று பாடல்கள். கான்ஸ்வரை போகப் போவதால் கீழே ஆங்கிலத்தில் அடித் தலைப்புகள் இட்ட ஒரு பிரிண்ட் வேறு லவ் ஃப்ரூட் ஜூஸ், லிப்ஸ் ஹனி ஜூஸ் என்று.

படம் பெரும் வெற்றிபெற்றது. சிலப்பதிகாரத்தை ஆதாரமாக்கிய கதை எனப் புகழாரம். பண்பாட்டின் நாடித் துடிப்பைக் கணிப்பவர்கள் தாங்கள் என்று கதிரேசன் கூறினார் ஒரு கூட்டத்தில். தலைவா, தலைவா எனக் கூவி அழுதார்கள் சிலர்.

அவள் கம்பெனி விஷயத்தில் விலகியே இருந்தாள். ஆனால் இவளும் ஒரு வியாபாரக் கூட்டாளியாக இருந்தாள். சொன்ன இடத்தில் கையெழுத்திட்டாள். நூறு கோடி முதலீட்டிட்ட படம் ஒன்றில் அவள் பாட வேண்டும் என்று ஒரு பெரிய இசை இயக்குநர் விரும்பினார். தான் வீணை வாசிப்பவள், பாட்டு எப்படிப் பாட முடியும் எனக் கூறியும் கேட்கவில்லை. சொற்கள் இல்லாத ஸ்வரங்களைப் பாடிக் காட்டினார். ஹம்ஸானந்தியில் மெட்டு போட்டிருந்தார். பிறகு கவிதை வரிகளை அனுப்பியதும் தூக்கிவாரிப்போட்டது. ஆணும் பெண்ணுமாகப் பாடும் பாட்டு:

ஆண் : இனிக்க இனிக்க நீ பேசு
இன்பம் துய்க்க இதோ காசு
உருக உருக நீ பாடு.
உன் துகில் கலையை நீ ஆடு.

பெண்: இனிக்க இனிக்க நீ பேச
இன்பம் தருவேன் உடல் கூச
உருக உருக நீ பாட
உடை நெகிழ நெகிழ நான் ஆட.

அவள் பாட மறுத்துவிட்டாள். 'அது என்ன பெரிய நாடகம் போடுறா? அவங்கம்மா அப்படி எல்லாம் பாடற குலத்துலயிருந்து வந்தவங்கதானே?' என்றார் கதிரேசன்.

அது அவளைத் தைத்தது. அவள் தாயின் கலைப் பரம்பரை பற்றி அவளுக்கு மெத்தப் பெருமிதம் இருந்தது. அவள் பாட்டி வீணை வாசிப்பில் பல விருதுகள் பெற்றவள். அதில் அரசியாக

அறியப்பட்டவள். இவள் வீணையைத் தேர்ந்தெடுத்த காரணமே அந்த இசைச் சொத்து பாதுகாக்கப்பட வேண்டும், பரம்பரை இசை தொடர வேண்டும் என்பதால்தான். ஒரு பாமரன்போல் அந்தப் பரம்பரையைத் துச்சமாகப் பேசியது சினத்தை ஏற்படுத்திப் பின் கண்ணீர் சிந்தவைத்தது. பலமுறை அம்மாவிடம் அது பற்றிப் பேச நினைத்துப் பிறகு பேசாமல் விட்டாள்.

இரு பூகம்பங்கள் வந்தன அவள் வாழ்க்கையில்.

முதல் பூகம்பம் தேவநாதன் மூலம் வந்தது. அவன் கம்பெனி வேலையாக வெளிநாடு போயிருந்தான். அவள் நண்பன் வயலின் கோபுதான் கூப்பிட்டுச் சொன்னான்.

'பிரமாா, உனக்கு ஒண்ணுமே தெரியாதா?'

'என்ன விஷயம் கோபு?'

'தேவநாதனை ஒரு சின்னப் பொண்ணோட ப்ளேன்ல பார்த்தேன்.'

'அவர் வேலையாப் போயிருக்காரு கோபு. எனக்கு இந்தத் தடவை டிசம்பர் கச்சேரி நிறைய. போக முடியலை அவரோட.'

'என்ன வேலை பிரமரா? அவளும் அவரும் ஒண்ணா உட்கார்ந்தாங்க.'

'வேலை விஷயமா இருக்கும்.'

'நீ இந்த உலகத்துல இருக்கியா இல்லையா? அவளை அவரு தோளுல சாய்ச்சுட்டே இருந்தாரு.'

'என்னது?!'

தேவநாதன் வந்ததும் கேட்டாள் அது பற்றி.

'பிரமரா, நம்ம பட நடிகை அவள். தலைவலின்னுட்டுத் தோளுல தலையை வெச்சிட்டா.'

'என்ன கம்பெனி வேலையாப் போனீங்க?'

உடனே வெகுண்டான். கூச்சல் போட்டான். 'ஆமாம் போனேன் அவகூட. யாரும் பண்ணாததைப் பண்ணினேனா?'

சுற்றியிருந்த சுவற்றின் கீறல்கள் தெரிந்தன.

இரண்டாவது பூகம்பம் அஸ்திவாரத்தையே அசைத்தது.

திடீரென்று வருமான வரி இலாகாவிலிருந்து ஆட்கள் நுழைந்தார்கள். வீட்டின் பல மூலைகளிலிருந்தும் பணத்தையும் நகைகளையும் எடுத்தார்கள். அவர்கள் சுட்டிக்காட்டிய அத்தனை முக்கிய ஆவணங்களிலும் கோப்புகளிலும் அவள் கையெழுத்து இருந்தது. பல கோடி வருமான வரி ஏய்ப்பு எனக் கூறினார்கள். அத்தனைக்கும் அவள் பொறுப்பு என்றார்கள்.

சிக்கலைத் தீர்ப்பதில் இறங்கினார்கள் பிரபல வக்கீல்களும் தேவநாதனும். அவள் வீட்டில் அடைந்துகிடந்தாள்.

சுமை 4: குழந்தைகள் (வயிற்றில் சுமந்தபோது அவர்கள் கனக்கவில்லை. நெஞ்சில் ஏற்றிக்கொள்ள முயன்றபோது பாறாங் கல்லாகக் கனத்தார்கள்.)

இரண்டாம் ஆண்டில் வயிற்றில் மெத்தென்ற கனம்கொள்ளும் உணர்வு. அன்றுதான் மதுரை சோமுவின் 'என்ன கவி பாடினாலும்' கேட்டுவிட்டுப் படுத்த நாள். எத்தனை சோகம், எத்தனை குமுறல்! உடலில் வெள்ளை வந்ததால் தாயை விலக்கி வைத்தவருக்கே வெள்ளை வந்தால் எப்படி இருக்கும் அந்தக் குற்ற உணர்வு? 'என்ன கவி பாடினாலும்' என்று அழும். அம்மாடி எத்தனை துன்பம்! இசையில்தான் எத்தனை உணர்வுகள்! சுகவனம் ஐயர் தேவாரம் பாடும்போது உருகுவார். 'காதலாகிக் கசிந்து கண்ணீர் மல்கி' என்று பாடும்போது கண்ணீர் பூக்கும் குரலில். வயலின் கோபு வாசிக்கும்போது ஒரு பெரிய யானை கட்டுத் தெறித்து ஓடி, பின் அதைப் பாகன் நிலைக்குக் கொண்டுவருவதுபோல் இருக்கும். கணபதியின் மிருதங்கத்தில் ஒலியின் ஓட்டத்தையும் தளர்வையும் முட்டி முட்டிப் பால் குடிக்கும் கன்றின் முட்டலைப் போலத் தொடலும் தேய்ப்பும் விரல் நுனிச் சிலிர்ப்பும் இருக்கும். எத்தனை எத்தனை மௌனங்கள், பீறிடல்கள், ரகசியங்கள், ரகசிய முறிவுகள் இசையில்!

எல்லாவற்றையும் நினைத்தபடி படுத்தபோதுதான் இதமான அந்தக் கனம் வயிற்றில்.

இரட்டைக் குழந்தைகள் பிறந்தன. சிவகாமி, பார்த்திபன் எனப் பெயரிட்டது கந்தவேள்தான். சுகவனம் ஐயர் நீலாம்பரியில் ஒரு தாலாட்டு மெட்டமைத்துத் தந்தார் அவள் குழந்தைகளுக்கு.

அவள் திரைப்படப் பாடலைப் பாட மறுத்தபோது பார்த்திபனும் சிவகாமியும் பிறந்து பத்து ஆண்டுகளாயிருந்தன. மற்ற பல தலைவர்களின் குழந்தைகளைப் போலவே இவர்களும் ஆங்கிலப் பள்ளிகளில் படித்தார்கள். அவள் தந்தைக்கு அது ஒரு குறையாகவே இருந்தது.

அந்த இரு பெரும் பூகம்பங்கள் ஏற்பட்ட போது அவர்கள் இருவருக்கும் 23 வயது.

ஒவ்வொரு இரவும் யுகமாய் நீண்டது. தேவநாதன் நிலைமையைச் சீராக்க அலைந்தபடி இருந்தான். பிரச்சினையைத் தீர்ப்பதில் முனைந்தவர்களுக்குப் பணம் கையைவிட்டுப் போகக் கூடாது என்பது குறியாக இருந்ததே ஒழிய இவளுக்கு என்ன ஆகும் என்பதைப் பற்றிய கவலை இருக்கவில்லை.

ஓரிரவு கைப்பேசி இணைப்புக் கிடைக்க அறையின் வெளியே வந்தபோது, பேச்சுக் குரல் கேட்டது. சிவகாமியும் பார்த்திபனும் கதிரேசனும் அமிர்தவல்லியும் பேசிக்கொண்டிருந்தார்கள்.

'அது என்ன தாத்தா அம்மா அப்படிச் சோகம் காக்கறாங்க? என்ன ஆயிட்டது இப்ப?' என்றான் பார்த்திபன்.

'அது உங்க கந்தவேள் தாத்தா பொண்ணு இல்ல, அப்படித்தான் இருக்கும்.'

'அவங்க எப்பவுமே குழம்புவாங்க. ஒரு பக்கம் பெண்கள் சுதந்திரம்னு பேசுவாங்க. இன்னொரு பக்கம் கம்பெனி நடத்தத் தெரியாம திணறுவாங்க. ஊழல்னு சொன்னாலே ஏதோ பூதம்னு பயப்படுவாங்க. கம்பெனின்னா எத்தனையோ விஷயம் இருக்குமில்ல?' என்றாள் சிவகாமி.

'அவ எப்பவும் அப்படித்தான். உனக்குத் தெரியாது. தேனிலவுக்குப் பான்ட் போட்டுட்டுப் போவேன்னா. அங்க அவன்கிட்ட வைன் வேணும்ம்னு கேட்டாளாம். பெரிய புதுமைப் பொண்ணு. கூடவே கெக்கபிக்கன்னுட்டுச் சிரிச்சுகிட்டுச் சிநேகிதக் கூட்டம் இருக்கும். நம்ம பண்பாடுன்னா என்ன, எப்படி இருக்கணும், எப்படிப் பழகணும், குடும்ப விவகாரங்கள்ல எப்படி விட்டுக் குடுக்காம இருக்கணும்ம்னு இன்னும் தெரியல. ஆச்சுது அம்பது வயசு' என்றாள் அமிர்தவல்லி.

'நானும் சிவகாமியும் கம்பெனில சேரறோம் தாத்தா. வேற மாதிரி படமா எடுக்கலாம்.'

'இதுதான் நான் வளர்த்த பிள்ளைங்க பேச்சு. என்னவோ யாரோ தலைய வாங்கிட்ட மாதிரி இல்ல பேசறா?'

படபடப்பாக இருந்தது பிரமராவுக்கு. மெள்ளப் பின் கதவைத் திறந்து பின்பக்கத் தோட்டத்தின் சிறிய நுழைவாயில் வழியாக வெளியே வந்தாள். சில்லென்று காற்று வீசியது. உடல் நடுங்கியது. என்ன செய்வது என்று தெரியவில்லை. நிதிலாவைக் கைப்பேசியில் கூப்பிட்டாள். சற்று நேரம் ஆயிற்று எடுக்க.

'நிதிலா...'

'யாரு பிரமராவா? என்ன ஆச்சுது? ராத்திரி ரெண்டு மணி.'

'நிதிலா, வீட்டுக்குப் பின்னால இருக்குற தெருவுல நிக்கறேன். என்னை வந்து கூட்டிட்டுப் போறியா?'

'வரேன்' என்றாள் நிதிலா உடனே.

சற்று நேரத்தில் வயலின் கோபுவுடன் காரில் வந்தாள். நடுங்கியபடி நின்றுகொண்டிருந்த அவளை அணைத்து வண்டியில் ஏற்றினாள். கோபு வண்டியைக் கிளப்பினான். தூக்கம் விழித்த

ஒரு குயில் எங்கேயோ கூவியது. நிதிலாவின் தோளில் தலையை வைத்துக்கொண்டாள்.

சுமை நீங்கல்:

கந்தவேள் ஐயாவும் சுகவனம் ஐயரும் எண்பது வயதை நெருங்கிக்கொண்டிருந்தார்கள். கனகவல்லி இன்னும் இரண்டு ஆண்டுகள் பின்னே இருந்தாள்.

பிரமராவின் நண்பர்கள் வாழ்க்கையின் பல நிலைகளைக் கடந்திருந்தார்கள். சிலருடைய குழந்தைகள் இசை உலகில் நுழைந்து சின்ன அதிர்வுகளை ஏற்படுத்திக்கொண்டிருந்தார்கள். சிலர் தனிமைப்பட்டிருந்தார்கள். நிதிலா தனியாகவே இருந்தாள். அவள் பெற்றோர்கள் இல்லை. வயலின் கோபுவுடன் உறவு என்று பலர் கூறினார்கள். அவள் ஏற்கவும் இல்லை மறுக்கவும் இல்லை.

இரவில் அகால நேரத்தில் கதவைத் தட்டியபோது கந்தவேள் ஐயா, அமைதியாக, இருபத்தைந்து ஆண்டுகள் கடக்காததுபோல், அவள் எங்கோ சிறிது நேரம் வெளியே போய்விட்டு வந்ததுபோல் கதவைத் திறந்தார். அவர் தோளில் தலைவைத்து, 'அப்பா, வீணையை அங்கயே வெச்சிட்டு வந்திட்டேன்பா' என்று சொல்லிவிட்டு, அழ ஆரம்பித்தாள். 'போவுது போ. நாளைக்கு வரவழைக்கலாம். அவங்களுக்கு அது எதுக்கு உபயோகப்படும்?' என்றார்.

கனகவல்லி சுடச்சுடக் காப்பி கலந்து எடுத்துவந்தாள்.

மறுவாரம் அருகில் இருந்த சிற்றூர்க் கோயில் ஒன்றில் கச்சேரி ஏற்பாடு செய்தார் சுகவனம் ஐயர். நிதிலாவும் அவளுமாய் செய்யும் கச்சேரி.

பூதாகார விளக்குகள் இல்லாமல் மெல்லிய விளக்குகள். இசை அறிந்த அவை. ஆரம்பப் பாடலாய்த் தேவாரத்தை எடுத்தாள் பிரமரா. 'மற்றுப் பற்றெனக்கின்றி நின் திருப்பாதமே மனம் பாவித்தேன் ...'

'ஓதும் நாள் உணர்வழியும் நாள், உயிர் போகும் நாள் உயர் பாடைமேல், காவு நாள் இவை ...' எனப் பாடல் போனபோது, 'காவு நாள் இவை' என்று பாடிவிட்டு, இழைத்து இழைத்து வாசித்தாள்.

மெல்ல மெல்ல வாழ்தல் என்பது கனமில்லாத ஒன்றாகியது.

காலச்சுவடு, ஜூலை 2013

அசர மரணங்கள்

அவள் முகம் மட்டுமே மற்றவர்களுக்குத் தெரிய மேடைப் பீடங்கள் அருகே நின்றுகொண்டு பேச அவளை அழைக்கும்போதெல்லாம் அவளுக்கு அம்மாவும் அவள் வீணையும்தான் நினைவுக்கு வரும். அம்மாவுக்கும் அவளைப் பெற்ற பாட்டிக்கும் கச்சலான தேகம். வளர்ந்தபின்கூட அம்மா ஐந்தடிக்கும் குறைவுதான். அவளுக்கு ஆறு அல்லது ஏழு வயது இருக்கும்போது தாத்தாவை நெல்லூருக்கு மாற்றினார்கள். பல ஊர்களில் தாத்தாவைப் போட்டார்கள். ஒவ்வொரு ஊருடனும் இணைந்து குடும்பக் கதைகள் உண்டு. சில ஊர்களில் குழந்தைகள் பிறக்கும். ஏதாவது பெண் குழந்தை வயதுக்கு வந்திருக்கும். ஒரு குழந்தை படி தாண்டியிருக்கும். வேறொன்றுக்குக் காதுகுத்தல் நடந்திருக்கும். சில குழந்தைகளுக்குச் சேர்த்து மொட்டை போட்டிருப்பார்கள் சில ஊர்களில். பத்து குழந்தைகள் உள்ள குடும்பத்தில் நிகழ்வு களுக்கா பஞ்சம்?

நெல்லூரைப் பொறுத்தவரை அம்மாவின் மனத்தில் மேலெழும்பி உள்ள நினைவு கறுப்பு மரத்தில் கடைந்த அவள் வீணைதான். நெல்லூரில் தான் அம்மாவுக்கு வீணை சிட்சை ஆரம்பம். அங்கிருந்த வீணை ஆசாரியை வரவழைத்துத் தாத்தா அம்மாவைக் காட்டி, 'இவளுக்கு ஒரு வீணை பண்ண முடியுமா?' எனக் கேட்டாராம். அவர் அம்மாவைப் பக்கத்தில் கூப்பிட்டுத் தலையைத் தடவி, 'பொம்மை மாதிரி இருக்கு பொண்ணு' என்றாராம். ஒரு மாதத்தில் வந்தது வீணை.

உட்கார்ந்து அம்மா மடியில் வைத்துக்கொண்டால் அம்மாவின் முகம் மட்டும் தெரியுமாம். 'கொஞ்சம் பெரிதாகிவிட்டதே?' என்று தாத்தா சொன்னபோது, 'இந்தப் பொண்ணு ரொம்ப ரொம்ப வருஷங்கள் வாசிக்கப்போற வீணை இது. ரொம்ப வயசுவரை இவள் இருப்பாள். இந்த வீணைதான் இவளுக்குத் துணையா இருக்கும்' என்றாராம் ஆசாரி. முகத்தைப் பார்த்து ஒரு நபரின் வாழ்க்கை பற்றிச் சொல்பவராம் அவர். அவர் சொன்னதை அம்மா மறக்கவில்லை. அவள் முகம் மட்டும் தெரியும்படி அமர்ந்து அவள் வீணை வாசிக்கும் புகைப்படம் ஒன்றிருந்தது.

ஆறு வயது தொடங்கித் தாத்தா போன இடங்களுக்கெல்லாம் அம்மாவின் வீணை போயிற்று. ஸ்ரீவைகுண்டம், கோவில்பட்டி, சென்னை எனச் சுற்றியபின் பதினைந்தாம் வயதில் அம்மா அப்பாவின் வீட்டுக்குப் போனபோது மென்பட்டுச் சேலையில் சுற்றப்பட்டு வீணையும் போயிற்று. அப்பா வழிப் பாட்டியின் புருவம் உயர்ந்தது இதைப் பார்த்ததும். அம்மாவின் வீட்டுக் கூடத்தில் பளிச்சென்று கிடந்த அது புக்ககத்தில் கட்டிலுக்குக் கீழே புகுந்துகொண்டது. எல்லோரும் உறங்கியபின் அவளால் மீட்டப்பட.

பிறகு அப்பா சென்ற ஊர்களுக்கு எல்லாம் போயிற்று அம்மாவுடன். ஒவ்வொரு குழந்தையையும் அம்மா வீணையில் கூப்பிடுவாள். 'ஏ... கல்யாணீ...' என்று அக்காவைக் கல்யாணி ராகத்தில் கூப்பிடுவாள். 'ஏ... லலிதா...' என்று இவளை லலிதா ராகத்தில் கூப்பிடுவாள். சங்கராபரணத்தில் 'ஏ... சங்கர்...' என்று தம்பியை. ஏ பி சி டி ஈ எம் ஜி, ஜாக் அண்ட் ஜில் எல்லாம் வீணையில் வாசிப்பாள் இவர்கள் பள்ளியில் படித்தபோது. எல்லாம் பாட்டுதான்.

லல்லிக்குட்டி கல்யாணியே
சங்கரனே
சீக்கிரமா சாப்பிடணுமே
செல்லங்களே

என நிமிடத்தில் இட்டுக்கட்டிப் பாடுவாள். 'வீணையில வாசிம்மா' என்று கத்துவார்கள். வாசிப்பாள். இவள் குழந்தையாக இருந்தபோது யாரோ, 'யாரை உங்கம்மாவுக்கு ரொம்பப் பிடிக்கும்?' என வேடிக்கையாகக் கேட்டபோது, இவள் மழலையில் 'கப்பு வீணை' என்று சொன்னதைச் சொல்லிச் சிரிப்பாள்.

ஊரை விட்டு ஊர் போகும் ரயில் பயணங்களில் அம்மாவின் இடத்தில் அது படுக்கும். அம்மா பக்கத்தில் அமர்ந்துகொள்வாள் குடத்தை மடியில் வைத்துக்கொண்டு அதன்மேல் கையைப் போட்டபடி. இவளுடைய அத்தைகள், 'ஒரு தாமரைப் பூ

❋ 240 ❋   அம்பை

நடுவுல அவளை வெக்காத குறைதான். அப்படித் தாங்கறான் அவளையும் அவள் வீணையையும்' என்று பொருமுவார்கள் என்பாள் அம்மா.

ஒவ்வொரு தீபாவளிக்கும் வீணைக்கும் புது உறை போடுவாள். தந்தி மாற்றுவாள். அவள் அப்பாவுடன் ஏற்பட்ட ஏதோ பிணக்குக்குப் பின் பத்து வருடங்களுக்கு மேல் வீணை வாசிக்காமல் இருந்தபோதும் வீணைக்குத் தீபாவளிப் புது உறைகள் கிடைத்தன. உறையைக் கழற்றி வேறு உறை போடும்போது சுருதி சேர்ப்பாள். வீணையை மடியில் சாய்த்து, கையை நீட்டிப் போட்டு அதன் மேல் தலையை வைத்துக்கொள்வாள் சிறிது நேரம். ஸ்ரிங்... பப்ஸ்ஸாக என ஒன்றிணையா ஒலிகள் கேட்கும். எழுந்துவிடுவாள்.

அம்மாவும் அவள் தம்பியுமாய் ரேடியோவில் வாசித்து விட்டார்களாம். அதனால்தான் பிணக்கு. அப்பாவிடம் அனுமதி வாங்கவில்லையாம். பிணக்கு பிறகு சாதாரண நிகழ்வொன்றில் முறிந்தது. சங்கர் தன் பள்ளியிறுதித் தேர்வு முடிவு வந்ததும் அம்மாவிடம் கேட்ட பரிசு அவள் வீணை வாசிக்க வேண்டும் என்பதுதான்.

அம்மா வீணையின் உறையைக் கழற்றி, தந்திகளைத் தடவித் தந்தாள். வாசித்தாள். அப்பா ஒரு பெரிய கும்பிடு போட்டார் அவளுக்கு. சிரித்தாள்.

○

அப்பாவுக்கு நடுக்கு வியாதி வந்து காலைத் தேய்த்துத் தேய்த்து நடக்க ஆரம்பித்தபோது, அவர்கள் இருவரையும் கோயமுத்தூரிலிருந்து மும்பாய் அழைத்து வருவது எனக் குடும்பத் தீர்மானம் நிறைவேறியது. எந்தத் தீர்மானத்தையும் நிறைவேற்ற முடியாமல் தடுத்து நிறுத்தும் உரிமை அம்மாவிடம் இருந்தது அவர்களுக்கு மறந்துபோயிற்று. ஒரு பெரிய வியாபார நிறுவனத்தின் தலைமைப் பொறுப்பிலிருந்த சங்கர் தன் நிறுவனத்தின் பொறுப்புகளையே சமாளித்தபோது, இது ஒன்றும் பெரிய விஷயமல்ல என்று நான்கு நாட்கள் விடுப்பு எடுத்துக்கொண்டு அவர்கள் இருவரையும் உடன் அழைத்து வரச் சென்றபோதுதான் அவர்கள் செய்த தீர்மானம் இரு நபர்களை மட்டுமே ஒட்டி இருந்தது தெரிந்தது.

அந்த இரு நபர்களும் பிறந்தபின் பல ஊர்களைத் தாண்டி வந்தவர்கள். கிட்டத்தட்ட அறுபது ஆண்டுகள் சேர்ந்து வாழ்ந்தவர்கள். அந்த ஆண்டுகளில் டில்லி, கல்கத்தா, மும்பாய், பெங்களூர், சென்னை எனப் பல இடங்களில் பல ஆண்டுகள் தங்கியவர்கள். அத்தனை ஊர்களின் நினைவுகளும்

அத்தனை நீண்ட வாழ்க்கையின் அர்த்தங்களும் பொருட்களாக அவர்களிடம் குவிந்திருந்தன.

அப்பா புத்தகப் புழு. கறுப்பு மற்றும் அடர் சிவப்புத் தோலால் அட்டை போட்ட தங்க எழுத்துகள் பொறிக்கப்பட்ட ஆங்கிலப் புத்தகங்கள் அவரிடம் இருந்தன. மிஸஸ் ஹென்ரிவுட்டிலிருந்து வால்டர் ஸ்காட், அலெக்ஸாண்டர் ட்யூமாஸ் என்று நீண்ட பட்டியல். வோட்ஹவுஸின் அத்தனை புத்தகங்களும் கானன் டாயில், ரேமண்ட் சாண்ட்லர், அகதா க்றிஸ்டி எனப் போகும் வேறு புத்தகங்களும். வீட்டில் அங்கங்கே பிரம்பு வேய்ந்த தேக்கு நாற்காலிகள் இருந்தன. மூன்று பகுதிகளாகப் பிரிக்கக்கூடிய, இழுப்பறைகளுடன் கிட்டத்தட்ட ஐந்தடி மேசை அப்பாவின் அறையில் இருந்தது. அதன் கடைசி இழுப்பறையில் அவர் படித்த பள்ளியின் நற்சான்றிதழ்கள் இருந்தன. 'சுந்தரம் நன்றாகப் படிக்கும் மாணவன். எல்லாப் பாடங்களிலும் அதிக மதிப்பெண்கள் எடுக்கும் அவன் எல்லோரிடமும் மரியாதையுடன் பழகும் நற்பண்பு உள்ளவன். அவன் கையெழுத்து மட்டும் இன்னும் செம்மைப்பட வேண்டும்' என்ற குறிப்பும் தலைமையாசிரியரின் கையெழுத்துடன் கூடிய நான்கு பக்கச் சான்றிதழும் எட்டாம் வகுப்பிலிருந்து ஆரம்பித்து இருந்தது அவர் கையெழுத்து செம்மைப் படவில்லை என்ற தகவலைத் தாங்கியபடி. பி.ஏ. ஹானர்ஸில் அவர் முதல் மாணவனாகத் தேறிய சான்றிதழும் இருந்தது. அரசாங்க வேலையில் அவரைச் சேரும்படி கூறிய முதல் கடிதம் இருந்தது கடிதங்கள் அடங்கிய ஒரு கோப்பில்.

அந்தக் கோப்பில் நண்பர்கள் கடிதங்கள் இருந்தன. சில திருமண அழைப்பிதழ்கள் இருந்தன. மூத்த பெரியப்பா அவருக்கு எழுதிய நீண்ட கடிதங்கள் இருந்தன. ஒவ்வொரு கடிதத்திலும் ஏதாவது பணமுடை பற்றிய குறிப்பும் கேட்ட அளவுக்குப் பணம் அனுப்ப முடியாத இயலாமை பற்றிய விளக்கமும் இருந்தன. அப்பா சென்னையில் விடுதியில் தங்கிப் படித்தபோது செருப்பு வேண்டும் எனக் கேட்டிருப்பார்போலும். 'செருப்பு அவசியம்தானா என்று யோசி. ஏழு பேர்கள் நாம். சியாமளா இரண்டாம் பிரசவத்துக்கு வந்திருக்கிறாள். இந்த முறை டாக்டரை வீட்டுக்கு வரவழைக்க வேண்டும். மாப்பிள்ளை வேண்டுகோள். ஊரில் அம்மாவின் மாடுகளுக்குச் சீக்கு பிடித்துப் பால் வியாபாரம் இல்லாமல் போய்விட்டது. அடுத்த வாரம் அங்கே காலிசெய்துகொண்டு வரப் போகிறாள். மற்ற குழந்தைகளும் பள்ளிப் படிப்பை முடித்தாகிவிட்டது. அவர்களுக்கும் கல்லூரிக்குப் போக ஆசை. நானும் அடுத்தவன் ராமசாமியும் தான் உத்தியோகம் பார்ப்பவர்கள். கோபாலன் உத்தியோக வேட்டையில் இருக்கிறான். அரசாங்க உத்தியோகம்

❋ 242 ❋ அம்பை

கிடைத்துவிடும் எனத் தோன்றுகிறது. குமாஸ்தா வேலைதான். சுந்தரியைப் பெண் பார்க்க வந்தார்கள். பையனுக்கு மும்பாயில் வேலை. அங்கே வீடு இருக்கிறதாம் தாதர் என்னும் ஓர் இடத்தில். ஒற்றை அறையாம். இரண்டு வருட வாடகைப் பணத்தையும், போக வர வண்டிச் செலவையும் குடித்தனம் வைப்பதற்கான செலவையும் மட்டும் கேட்கிறார்கள் பிள்ளை வீட்டார். அவர்களும் நம்மூர்க்காரர்கள்தாம். இந்த இடம் குதிர்ந்துவிடும் போலிருக்கிறது. பையனும் நல்ல கறுப்பு. அதனால் சுந்தரியின் நிறம் பற்றி அவர்கள் பேசவில்லை. அப்படியாகச் சுந்தரி பம்பாய்க்காரி ஆகிவிடப்போகிறாள். கல்யாணச் செலவு இருக்கிறது இன்னும். இந்த மாதிரி நிலைமையில் செருப்பு உண்மையாகவே உனக்குத் தேவைதானா?' என்று எழுதியிருந்தார் ஒரு கடிதத்தில். எல்லாக் கடிதங்களும் பட்டை அடிக்கும் பேனாவால் ஆங்கிலத்தில் எழுதப்பட்டவை. அன்றாட வாழ்க்கை அரசியலின் தன்மைகளையும் போராட்டங்களையும் குதூகலங்களையும் குமுறல்களையும் கூறுபவை. ஒரு சிவப்பு வெல்வெட் பெட்டியில் அப்பா வாங்கிய தங்கப் பதக்கம் இருந்தது. சுவர் ஓரத்தில் அவர் வேலையிலிருந்து ஓய்வுபெற்றபோது அவர் அலுவலகத்தினர் தந்த அன்பளிப்பான வெள்ளிப் பூண் போட்ட கைத்தடி இருந்தது.

அதன்பின் அப்பா பத்து ஆண்டுகள் பல காரியாலயங்களில் வேலை பார்த்தார் வேறு வேறு ஊர்களில். மாதம் ஒருமுறை அவர் வரும்போது அவருக்குக் காட்ட அம்மா எழுதிய கணக்கு நோட்டு பீரோவில் இருந்தது. சில செலவுக் குறிப்புகள் அம்மா வீட்டை நிர்வாகித்த விதத்தையும் வாழ்க்கையைச் சமாளித்த முறைகளையும் துல்லியமாக விவரித்தன. அவளுக்கான சில விசேஷச் செலவுகளையும் கூறின. அம்மா பல பத்திரிகைகளை வரவழைத்தாள் எனத் தெரிந்தது. அவள் தனக்குப் பிடித்த கதைகளையும் குறிப்புகளையும் பைண்டு செய்து வைத்தாள் என்பது அவள் பைண்டு செலவு என்று குறிப்பிட்டதிலிருந்து தெரிந்தது. ஒரு காலகட்டத்தில் பல தோட்டங்களில் ஆஸ்டர் செடிகளும் அடுக்கு டேலியாவும் போகன்வில்லாவும் போடப்பட்டனபோலும். அம்மாவும் டேலியா, ஆஸ்டர் விதைகளை வாங்கியிருந்தாள். போகன்வில்லா பதியன்களை வாங்கியிருந்தாள். எப்போதாவது அபூர்வமாக ஒரு பட்டை சாக்கலேட் வாங்குவதுண்டு. சாக்கலேட் செலவில் அதையும் குறிப்பிட்டிருந்தாள். அம்மாவின் கை பெரிது என்பதும் தெரிந்தது. 'மங்களத்துக்குக் கடன் ரூ. 10', 'லலிதாவின் தோழி பரீட்சைக்குப் பணம் கட்டச் செலவு ரூ. 15.' இவ்வாறு செலவுக் குறிப்புகள் இருந்தன. அப்பாவால் ஏற்கப்படமாட்டாது என அவள் கருதிய

செலவுகள் இன்ன பிற என்னும் தலைப்பின் கீழ் வந்தன. இன்ன பிறவின் செலவின் தொகை கூடவே இருந்தது. அது ஒரு வேளை அவர்கள் வீட்டில் அப்பா வேற்றூர் போன பின் வந்த அல்சேஷன் நாய்க்காக வாராவாரம் வாங்கிய இறைச்சி மற்றும் அதற்கான வேறு பல செலவுகளுக்கான குறிப்போ என்ற ஐயம் எழுந்தது.

இரண்டு பெண்களுக்காக அவள் மெல்ல மெல்லச் சேகரித்த நகைகளின் செலவுக் குறிப்புகள் இருந்தன. ஓரிடத்தில் 'சங்கர் மனைவிக்கு இரட்டை வடம் சங்கிலி' என்று எழுதியிருந்ததைப் பார்த்ததும் தூக்கிவாரிப்போட்டது. அப்போது அவன் கல்லூரிப் படிப்புகூட முடிந்திருக்கவில்லை. அப்போதேவா வாங்கிவைத்து அது?

பண வரவும் உண்டு. தேங்காய் விற்ற பணம், பலாப்பழம், கருவேப்பிலை விற்ற பணம் எனத் தனிக் குறிப்புகள் இருந்தன. வரவுக் குறிப்பு ஒன்றில் 'சங்கர் மேற்படிப்புக்காக வெள்ளிப் பாத்திரங்கள் விற்று வந்த பணம் ரூ. 2000' எனக் குறிப்பிடப்பட்டிருந்தது சங்கர் அடிவயிற்றில் ஒரு வேதனையை ஏற்படுத்தியது. அவள் சொல்லவே இல்லையே? ஐம்ஷெட்பூர் செல்ல ரயிலில் அவன் அமர்ந்தபின் ஒரு சின்ன மணிபர்ஸை அவன் கையில் திணித்தாள் அம்மா. அதில் இருந்த தொகை அது.

கூடத்துப் பெரிய பீரோ ஒன்றில் அம்மாவின் பைண்டு செய்த புத்தகங்கள் இருந்தன. சாவித்திரி அம்மாள், சரஸ்வதி அம்மாள், குமுதினி, கௌரி அம்மாள் என ஆரம்பித்துக் கல்கி, தேவன், லக்ஷ்மி, ராஜம் கிருஷ்ணன், ஜெயகாந்தன் என்று நாவல்கள் சிறுகதைத் தொகுதிகள் இப்படி ஒரு பக்கம். சுதேசமித்திரனில் ஸ்வரப்படுத்தப்பட்டு வெளிவந்த மைசூர் வாசுதேவாச்சார் கீர்த்தனைகளும் கல்கியில் வந்த பாபநாசம் சிவன் கீர்த்தனைகளும் அம்புஜம் கிருஷ்ணாவின் பாடல்கள் அடங்கிய புத்தகம் ஒன்றும் அவள் சிறு வயதிலிருந்து பாட்டுப் படித்த பாட்டு நோட்டுகளும் அவள் பெண்களின் பாட்டு நோட்டுகளும் இன்னொரு பக்கம். தவிர கம்ப ராமாயணம், திருவாசகம், திருப்புகழ், தேவாரம் போன்ற புத்தகங்கள்.

புகைப்படங்கள் இருந்தன ஆல்பங்களிலும் தனித்தனியாகவும். ஓர் ஆல்பத்தில் வீணையுடன் சிறுமியாய் அம்மா. அப்பா – அம்மாவின் திருமணப் புகைப்படம் பழுப்பேறி. நடு வகிடு எடுத்த தலையுடன் அப்பா. 'எனக்கா திருமணம்?' எனக் கேட்கும் முகத்துடன் அம்மா. தாத்தாவும் பாட்டியும். பெரிய கண்களைச் சுருக்கியபடி அப்பாவின் அம்மா. குடும்பப் புகைப் படங்கள். தவழும் கல்யாணி. பட்டமளிப்பு உடையுடன் கல்யாணி.

அமெரிக்கக் கணவனுடன் கல்யாணி. தோழிகளுடன் லலிதா. லலிதாவின் பள்ளி மற்றும் கல்லூரிப் புகைப்படங்கள். அவர்கள் குடும்பத்துக் குழந்தைகள். அம்மாவின் குடும்பத் திருமணங்கள். கணவனும் மனைவியுமாக எடுத்த ஸ்டுடியோ போட்டோக்கள். நெஞ்சுவரை தெரியும் புகைப்படத்தில் பெரியப்பாவின் மகன் குருமூர்த்தி அண்ணாவின் மனைவி பூமா அவன் காதுவரை வந்தாள். கீழே முக்காலி போட்டார்களாம் அவள் ஏறி நிற்க. அம்மா சொல்லியிருக்கிறாள்.

பீரோவின் ஒரு பகுதியில் அவள் குழந்தைகள் உபயோகித்த பொருட்கள் இருந்தன. மரப்பாச்சி பொம்மைகள், பல்லாங்குழி, பரமபத சோபான படம், தாயக்கட்டைகள், வெள்ளையும் கடும் பழுப்புமாய்ப் பெரிய, சிறிய சோழிகள், காலணாக்கள், லலிதாவுக்கு முதல்முறையாக வாங்கிய துணிப்பொம்மை என்று அழகாக அடுக்கப்பட்டு இருந்தன. ஒரு மூலையில் அவனுக்காக வாங்கிய மவுத் ஆர்கன். வட்ட அட்டையைச் செருகிப் பார்க்கும் வ்யூ மாஸ்டர். நீலத் துணியில் பொதியப்பட்ட ஒரு கடிதக் கட்டைப் பார்த்ததும் திடுக்கிட்டுப் போனான். அது அவன் தன் முதல் காதலி விமலாவுக்கு எழுதிய கடிதங்கள். அவர்கள் உறவு முறிந்ததும் ஒரு நாள் மாலை அவள் வந்து கொடுத்துவிட்டுப் போனாள். வீட்டிலேயே வைத்துவிட்டா போயிருந்தான்? தீவிரக் காதலைப் பேசிய கடிதங்கள். இருவருக்கும் காதல் நிறைவேறாவிட்டால் தற்கொலையைத் தவிர வேறு வழி தெரியவில்லை. இப்போது அவள் கல்லூரிப் பேராசிரியை. கணவரும் பேராசிரியர். இரு குழந்தைகள். அவனுக்கும் ஒரு க்ரேஸ் கிடைத்தாள். மங்களூர்க்காரி. அவனுடன் படித்தவள்.

சுவற்றின் மேல் சார்த்தியபடி காரம் போர்டு. மூலையில் ஓர் உயர முக்காலியில் கிராமபோன் பெட்டி. பழைய ரேடியோப் பெட்டி.

சமையலறைப் பக்கமும் குளியலறைப் பக்கமும் போனபோது தலையைச் சுற்றியது. பெரிய பித்தளை அண்டாக்கள். பித்தளைச் சொம்புகள். பித்தளைக் குடங்கள். அருக்கஞ்சட்டிகள். வாணலிகள். வெங்கல உருளிகள். அரிவாள் மணைகள் சிறியதும் பெரியதுமாய். கனமான பெரிய குழிவுடன் கரண்டிகள். பித்தளை அடுக்குகள். தாளிக்கும் இரும்புக் கரண்டிகள். சேவை நாழிகள். அப்பக்காரல்கள், இடுக்கிகள், கூஜாக்கள், பழைய ருக்மணி குக்கர், பால் தயிர் வைக்கும் வலை பீரோ. ஒரு பகுதியில் ரவிவர்மா வரைந்த கடவுள்கள், ஆரத்தித் தட்டுகள், கற்பூரத்தட்டுகள், சந்தனக் கல், கொலுப்படிகள், பண்ணுருட்டிக் கொலுப் பொம்மைகள், திரியை ஏற்றினால் ஓடும் படகுகள், கோலப் புத்தகங்கள். இன்னொரு திறந்த பீரோவில் குறுக்குத் தையலும் பூவேலைகளும் செய்த

விரிப்புகள், மணிகள் கோர்த்த திரைச் சீலைகள். எல்லாவற்றுக்கும் மேலாக அம்மாவின் கறுப்பு வீணை மஞ்சள் பட்டு சுற்றியபடி.

சோர்வுடன் சங்கர் சாய்வு நாற்காலியில் அமர்ந்தபோது, 'என்ன சங்கர், இப்படிக் குடைஞ்சு குடைஞ்சுப் பார்க்கறியே?' என்றபடி வந்தாள் அம்மா காப்பியுடன்.

'அம்மா, உன்னையும் அப்பாவையும் பம்பாய் கூட்டிட்டுப் போகலாம்னு வந்தேம்மா' என்றான் காப்பியைப் பருகியபடி.

'எதுக்குப்பா?'

'அப்பாவை உன்னால தனியா எப்படிம்மா சமாளிக்க முடியும்? இங்க வந்தா ஏகப்பட்ட சாமான்கள். இதையெல்லாம் வைக்க பம்பாய்ல எங்கம்மா இடம்?'

அவன் காலருகே கீழே அமர்ந்துகொண்ட அம்மா, 'சங்கர், இதெல்லாம் சாமான்கள் இல்லடா. இதெல்லாம்தான் நாங்க' எனச் சொல்லிவிட்டு அவன் கையிலிருந்த காலி டம்ளரை வாங்கிக்கொண்டு எழுந்தாள்.

தமிழில் உரையாடிப் பல ஆண்டுகள் ஆகிவிட்டதாலோ என்னவோ, அவள் கூறியது புரிய நேரம் பிடித்தது சங்கருக்கு. பிறகு புரிந்தது. அது சாமான்கள் நிறைந்த வீடு அல்ல. அது ஒரு வாழ்க்கை முறையின் சரித்திரம். அது இரண்டு சுயசரிதைகளுக்கான குறிப்புகள் கூடிய வெளி. அதில் ஒவ்வொன்றுக்கும் அம்மாவிடமும் அப்பாவிடமும் தேதி உண்டு; விவரங்கள் உண்டு; கதைகள் உண்டு. கட்டுக்கடங்காத சிரிப்பையும் உவகையையும் கண்ணீரையும் நெகிழ்வையும் உண்டாக்கும் நிகழ்வுகள் உண்டு. இசை உண்டு. ராகங்களின் பூச்சு உண்டு. காலடிகள், தரையில் செருப்பு தேயும் ஒலிகள், கொலுசு ஒலி, மெட்டி ஒலி, வளையலொலி, அழுகை, சிரிப்பு, காதல், சண்டை, கிசுகிசுப்பு, மழலை, உலர்த்தும் முன் பட்டென்று துணியை உதறும் ஒலி, தீக்குச்சி உரசல், நெருப்பு பற்றிக்கொள்ளும் ஓசை, புடவை படபடக்கும் ஓசை எனப் பதிவுசெய்யப்படாத ஒலிகள் உண்டு.

முலைப்பாலின் லேசான மணத்திலிருந்து, சுவைத்த வெற்றிலை மணம், பசியைக் கிளப்பும் உணவின் மணம், உணவு தீய்ந்து கருகிய மணம், உடல் குருதி மணம், கலவி மணம் என்று பலர் நாசிகள் முகர்ந்த மணங்களைக் கொண்டது அந்த வீடு.

சங்கர் லலிதாவிடம் தொலைபேசியில் பேசினான். கல்யாணி வெளிநாட்டில் இருந்தாள்.

'அம்மாவும் அப்பாவும் பம்பாய் வரமுடியும்னுட்டுத் தோணலை. வேற ஏற்பாடு செய்யறேன்.'

அம்மாவுக்கு உதவிக்கு ஒரு பெண்மணியை ஏற்பாடு செய்தான். அப்பாவைக் கவனித்துக்கொள்ள நம்பகமான இரண்டு ஆட்களை ஏற்பாடு செய்தான்.

○

அம்மா பம்பாய் வந்தாள். அப்பாவின் மறைவுக்குப் பின். இந்த முறையும் சங்கர்தான் பொறுப்பேற்றான். வர மனமில்லை அம்மாவுக்கு. ஆனால் மனம் சோர்ந்திருந்தாள். அப்பாவின் மறைவுக்குப் பின் பார்த்தபோது வீட்டிலுள்ள சாமான்களின் எண்ணிக்கை கணிசமாகக் குறைந்திருந்தது. நம்பகமான ஆட்களின் வேலை. கனமான பித்தளைச் சாமான்கள் பல மறைந்திருந்தன. அம்மாவிடம் விடைபெறாமலே போய்விட்டன அவள் பெயர் பொறித்த பல பாத்திரங்கள்.

அம்மா பட்டியலிட்டு எல்லாவற்றையும் வினியோகித்தாள். மற்றவை லாரியில் வந்தன அவன் வீட்டிலும் லலிதா வீட்டிலும் இடம்பிடிக்க. அம்மாவின் வீணைக்கு என்று ஒரு பெட்டி செய்ய வேண்டிவந்தது. வாத்தியங்களுக்கான பெட்டிகள் செய்யும் கடைக்குப்போய் அதைச் செய்யும்படி பணித்துவிட்டு வந்தான். அம்மா கிளம்பினாள். சங்கர் வீட்டுச் சமையலறையில் ஒரு பெரிய வெங்கல உருளி வந்தமர்ந்து கொண்டது. அம்மாவின் அறையில் அவள் வீணையும் தையல் இயந்திரமும், அவள் புத்தகங்களும். ஐந்தடிகூட இல்லாத அவள் இருபத்தைந்து ஆண்டுகள் அந்த அறையின் கூரையைத் தொடுபவள்போல் தோற்றமளித்தபடி வளைய வந்தாள்.

ஒரு தீபாவளியின்போது வீட்டை முற்றிலும் சுத்தம் செய்து, வெள்ளை அடிக்க ஏற்பாடு செய்து அம்மாவின் புத்தக அலமாரியைத் திறந்தபோது, மழை தூறுவதுபோல் கொட்டின கரையான்கள். பொடியாகிப் போயிருந்தன புத்தகங்களும் புகைப்பட ஆல்பங்களும். அட்டை மட்டும் இருந்தது. உள்ளே எல்லாம் வெறும் கரையான் அரித்த குழிகள். மும்பாயின் ஈரம் படிந்த சுவர்களின் உபயம். புத்தகங்களையும் ஆல்பங்களையும் எரிக்க வேண்டி வந்தது. கட்டடத்தின் தோட்டத்தில் மொத்தமாய்ப் போட்டு, மண்ணெண்ணெய் ஊற்றிக் கொளுத்தியபோது அம்மா தன் அறையிலிருந்த வராந்தாவிலிருந்து பார்த்தபடி நின்றாள்.

ஒரு சில மாதங்களில் சமையலறையிலிருந்து டங்கென்ற ஒலி கேட்டது கோவில் மணியை ஓங்கி அடித்துபோல. பாத்திரம் தேய்க்க வரும் மராட்டிப் பெண் அம்மாவின் வெங்கல உருளியைக் கைதவறிக் கீழே போட்டிருந்தாள். பாதியாக உடைந்திருந்தது. 'ஆயிரத்து ஐம்பதில் திருசூர் போனப்ப வாங்கினது' என்றாள் அம்மா மெதுவாக. கோவிக்கவில்லை. அறைக்குப்போய் வீணையைத் தொட்டபடி அமர்ந்துகொண்டாள்.

அசர மரணங்கள்

ஒரு நாள் கால் வழுக்கி விழுந்தாள். படுக்கை போட்டுவிட்டது. மெல்ல ஏதோ முணுமுணுத்தாள்.

'என்னம்மா?'

'கறுப்பியை விட்டுட்டுப் போக மனசில்ல' என்றாள். கறுப்பி எனக் குறிப்பிட்டது அவள் கறுப்பு வீணையை.

'உன் வீட்டுல வெச்சுக்குவியா?' என்றாள் முணுமுணுப்பாக.

'சரிம்மா.'

தன் கழுத்திலிருந்த பவழ மாலையைக் கழற்றி இவள் கழுத்தில் போட்டாள்.

'எதுக்கும்மா?'

'இருக்கட்டும். வெச்சுக்க.'

சங்கரை அழைத்து, தையல் இயந்திரத்தை ஒரு தையல் பள்ளிக்குத் தரச் சொன்னாள்.

வீணை அவள் வீட்டுக்கு வந்தது அம்மா போனதும். கூடவே அம்மா குறுக்குத் தையல் போடும் துணியில் தைத்த உறை. மேல் பகுதியில் அழகான குறுக்குத் தையலில் பறவை ஒன்று அமர்ந்திருக்கும் பூவேலை. அதனுடன் வருடந்தோறும் சந்தனப் பொட்டு வைக்கச் சந்தனக் கட்டையும் கல்லும் குங்குமம் நிறைத்த ஒரு குங்குமச் சிமிழும்.

ஒவ்வொரு ஆண்டும் சரஸ்வதி பூஜையன்று வீணையை எடுத்துத் துடைத்து, கலைந்த தந்திகளைக் கூட்டி, சந்தனக் குங்குமப் பொட்டிட்டுக் கறுப்பிக்கு அலங்காரம். மொட்டை மாடித் தொட்டியில் பூக்கும் செம்பருத்தியும் பிச்சிப்பூவும் ஒரு தட்டில் அதன் முன் வைத்து, அம்மாவின் நினைவாக, 'வெள்ளைத் தாமரைப் பூவில் இருப்பாள்...' என்று முனகல். கட்டாயம் வடை, பாயசத்துடன் சமையல் வடநாட்டுக் கணவனுக்கும், 'கோழிக் குருமா இல்லியா?' எனச் சிணுங்கும் குழந்தைகளுக்கும்.

அந்த ஆண்டும் நீண்ட பயணங்களுக்குப் பின் திரும்பி வந்து, கறுப்பியைத் துடைக்க எடுத்து உறையைக் கழற்றியபோது இரண்டு பிருடைகள் விழுந்தன வெளியே. கழன்றிருக்கும் என்று நினைத்து எடுத்துப் பார்த்தபோது உடைந்திருந்தன. தாளத்துக்கான பிருடை ஒன்றும் பின் தந்தியின் பிருடையும். திக்கென்றது. உறையை முற்றிலும் கழற்றியபோது குடம் உடைந்திருந்தது. ஒரு பெரிய விரிசலுடன். ஆழ்ந்த கிரீல் கத்தியைச் செருகியது போல். சற்றுக் குனிந்து பார்த்து, கழுத்திலிருந்த பவழ மாலை ஒரு பிருடையில்

அம்பை

மாட்டிக்கொண்டது தெரியாமல் எழுந்தபோது மாலை அறுந்து பவழங்கள் சிதறின.

கீழே விழுந்திருக்கிறது வீணை. ஒக்கிட முடியாது கட்டாயம். யார் யாரிடமோ பேசி ஒரு நல்ல வாத்தியக் கடையைக் கண்டுபிடித்தாள். வந்து பார்த்த அவர் ஒன்றும் செய்ய முடியாது என்றார். அதை எப்படி அகற்றுவது என யோசித்தபோது, பழைய பேப்பர் வாங்குபவன் வந்து, 'ஆன்ட்டி, ஒரு சுத்தி இருந்தா கொடுங்க, உடைச்சிடறேன். பித்தளை எல்லாம் தனியாக் கீறி எடுத்திடலாம்' என்றான்.

பழம் பெரும் வீணை வித்வான்களின் வீணைகள் என்ன ஆயின? எங்கே போயின? அவை பற்றிய பதிவுகள் உண்டா? வீணை தனம்மாளின் வீணை என்ன ஆயிற்று? வீணை பாலசந்தரின் வீணை என்ன ஆயிற்று? காரைக்குடி சாம்பசிவய்யர் வீணை? அவருக்குக் குழந்தைகள் கிடையாது. தற்போதுள்ள வீணை வித்வான்கள் அவர்கள் வீணைகளை என்ன செய்வதாக உத்தேசம்? வீணைகளுக்கென்று ஒரு சவக்கிடங்கு உண்டா?

கறுப்பியை மீண்டும் உறையிலிட்டாள். பவழங்கள் கரைந்துபோய்விட்டன, கோர்க்க முடியாது என்றார் நகைக் கடைக்காரர். கரைந்த பவழங்களை வண்ணக் காகிதத்தில் பொதிந்துவைத்தாள்.

○

நாசிக்கில் கோதாவரி அந்தமுறை பெருக்கெடுத்து ஓடியது. அம்மாவின் அஸ்தியைக் கரைத்ததும் அங்கேதான். வெகு தூரத்தில் யாருமில்லாத ஒதுக்குப்புறமான ஓர் இடத்தில் கறுப்பியை வைத்து அதன் உறையைக் கழற்றினாள். கையோடு கொண்டுபோயிருந்த சந்தனத்தையும் குங்குமத்தையும் இட்டாள். யாளியில் மீட்டு நகங்கள் வைக்கும் இடத்தில் பவழங்களை வைத்தாள். நதியின் சுழிப்பு அதிகமாக இருந்தது அந்த இடத்தில். மெல்ல நதியில் இறக்கினாள் கறுப்பியை. நூறு வயதான கறுப்பி. அம்மாவின் ஆறு வயதிலிருந்து உடன் வந்தவள். நதி அடித்துக்கொண்டு போயிற்று வீணையை. சில நிமிடங்களுக்குப் பின் ஏதோ ஒன்று பாறையிலோ வேறு எதிலோ மோதி உடைந்தது. கையில் பறவைப் பூவேலை செய்த உறையுடன், நதிக்கு முதுகைக் காட்டியபடி நின்ற இவள் செவியில் அந்த ஒலி வந்து மோதியது வலியுடன்.

○○○

பயணம் 20

வெகுநேர்த்தியான பூவேலை செய்த ஸல்வார் – கமீஸ் துணிகள் இரண்டு வாங்கியிருந்ததை ஜோத்ஸனாவிடம் சொன்னதும் அவள் குஜராத்தி மனம் உடனே அடுத்த கட்டத்துக்குப் போய்ப் பிறகு செயலில் இறங்க முற்பட்டது. ஏதோ ஆராய்ச்சிக்குத் திட்டம் போடுபவளைப் போல் கேள்விப் பட்டியலை முன்வைத்தாள்.

இவள் உடைகளைத் தைப்பது யார்? சரியாகப் பொருந்தும் ஒரு ஸல்வார்–கமீஸ் இவளிடம் உண்டா? பூவேலை கழுத்துப் பகுதியில் மட்டும்தான் இருக்கிறதா அல்லது கைப்பகுதியிலும் கீழே கரையிலும் உண்டா? அவளுக்குத் தைக்கும் தையல்காரரிடம் வர விருப்பமா? முக்கால் வழி ஆட்டோவில் போனாலும் கால் வழி சந்துபொந்துகளில் நடக்க வேண்டிவரும். முடியுமா இவளால்?

ஜோத்ஸனா கேள்விகள் கேட்டாலும் பதிலை எதிர்பார்க்கமாட்டாள். அவளே முடிவுகளை எடுத்துவிடுவாள்.

நல்ல மழை பெய்து நின்ற ஒரு சமயம் ஆட்டோவில் இவளை ஏற்றி ஜோத்ஸனாவும் ஏறிக்கொண்டது அப்படித்தான். வழி நெடுக அவள் தையல்காரரைப் பற்றிக் கூறினாள். ரொம்ப வித்தியாசமானவர் மோஹன்லால். தன் தந்தையிடமிருந்து தொழில் பயின்றவர். ஆமதாபாதைச் சேர்ந்தவர். வில்லேபார்லேயில் உள்ள அத்தனை குஜராத்திக் குடும்பங்களுக்கும் கையில் தையல் மிஷினோடு வந்து அவரவர்

வீட்டிலேயே உட்கார்ந்து தைப்பவர். தவிர தன் வீட்டிலும் குறிப்பிட்ட சிலருக்குத் தைத்துத் தருபவர். அதிகம் வயதானவர் அல்ல. இளைஞர்தான். தைப்பதற்கு அவரிடம் சில நிபந்தனைகள் உண்டு. 2002 கலவரம் பற்றி அவரிடம் பேசக் கூடாது. அவரிடம் தைக்கத் தந்த பிறகு அவரை அடிக்கடிக் கூப்பிட்டுத் தொந்தரவு செய்யக் கூடாது. அவர் சொன்ன தேதிக்குத் தருவார்.

வெளியே மழை மீண்டும் கொட்ட ஆரம்பித்திருந்தது. ஆட்டோக்காரர் வண்டியை ஓரம்கட்டிவிட்டு இரண்டு பக்கத்திலிருந்து பிளாஸ்டிக் திரைகளைப் போட்டார். மீண்டும் கிளப்பினார். மூடியிருந்த ஆட்டோக்குள்ளிருந்து பார்த்தபோது வெளியே பெய்த மழை அழகாகப் பட்டது. ஆட்டோவின் முன் கண்ணாடியில் வீசி வீசி விழுந்த மழைச்சாரல் அபூர்வ ஓவியம்போல் தெரிந்தது. சில சமயம் பெரிய பேருந்துகளும் லாரிகளும் கடந்து போனபோது குண்டுகுழிகளிலிருந்து சேறு எழும்பித் தெறித்தது. மழை ஆரம்பித்த ஒரு நொடியில் முகங்கள் தெரியாதபடி குடைகள் மேலெழுந்தன பல வண்ணங்களில். பல வேலைகளுக்காக விரைந்துகொண்டிருந்தவர்கள் சுற்றிலும்.

அப்னா பஜார் எதிரில் ஆட்டோ நின்றது. மழை மெல்லிய தூரலாய் விழுந்துகொண்டிருந்தது. பித்தானை அழுத்தினால் விரியும் குடையை உள்ளே இருந்தே விரித்து, அது சிலர் மேல் பட்டு, அவர்கள் முணுமுணுக்க, வண்டியிலிருந்து இறங்கினார்கள்.

ஜோத்ஸனா தெருவின் எதிர்ப்புறம் செல்ல நடுவே இருந்த தடைச்சுவரில் ஓர் இடம் கண்டுபிடித்து அவளுடன் தெருவைக் கடந்தாள். அப்னா பஜாரின் பக்கத்திலிருந்த சிறு சந்து ஒன்றில் இருவரும் நுழைந்தார்கள். சந்தின் இரு புறமும் கூண்டுகள் போல அறைகள். அவற்றை ஒட்டிச் சாக்கடைகள். சாக்கடை மேல் இடைவெளி விட்டு இருந்த கல்தான் வீடுகளின் முதல் படியாக இருந்தது. வீடுகள் மேலிருந்து நீண்ட கம்பிகள்மேல் பிளாஸ்டிக் கூரைகள் மழைத் தண்ணீர் உள்ளே வராமல் தடுத்தன. மழையிலும் சாக்கடையில் சிறுநீர் கழித்தபடியும் மலம் கழித்தபடியும் குழந்தைகள். தெருவில் ஓடும் நீரில் காகிதக் கப்பல் விட்டுக்கொண்டிருந்த குழந்தைகள். கம்பிகள் போட்ட சன்னல்களில் பல வண்ணத் துணிகளில் மறைப்புகள். வழி செய்துகொண்டு விரைந்த சைக்கிள்கள், மோட்டார் பைக்குகள். வாகனங்களுக்கு வழிவிடும் வாகன ஓட்டிகளைத் திட்டியபடியும் சந்தின் வெளியேயும் உள்ளேயும் குடைகளுடன் சென்றுகொண்டிருந்தவர்கள்.

சில வீடுகளில் வீடுகளை ஒட்டிய காய்கறி கடைகள், பூக்கடைகள், பெட்டிக் கடைகள். இனிப்புக் கடை ஒன்று.

ஒரு கடை வெளியே நின்று ஜோத்ஸனா பிஸ்கோத்துப் பொட்டலங்கள் இரண்டு வாங்கினாள். காய்கறிக் கடையில் பழம் வாங்கினாள். இனிப்புக் கடையில் அரைக்கிலோ பால்பேடா வாங்கினாள்.

இவளைப் பார்த்து, 'வீட்டுல குழந்தைகள் உண்டு' என்றாள்.

சந்து முனைக்குச் சற்று முன்னால் சிறு திருப்பம்போல் அமைந்த இடத்தில் இருந்தது அந்த வீடு. வெளியே படியில் காலணியைக் கழற்றிவிட்டு, ஓரத்தில் இருந்த சின்ன பிளாஸ்டிக் வாளியில் குடைகளை மடக்கிவைத்தார்கள்.

உள்ளே நுழைந்ததும் கண்ணில் முதலில் பட்டது வலது புறம் தையல் இயந்திரத்தின் முன்னால் அமர்ந்து குனிந்து தைத்துக்கொண்டிருந்த மோஹன்லால்தான். இவர்கள் நுழைந்ததும் நிமிர்ந்து பார்த்தவர் முகம் மலர்ந்தது. 'கேம்சோ ஜோத்ஸனா பென்?' என்றார். 'மஜாமா' எனப் பதிலளித்துவிட்டு இவளை அறிமுகப்படுத்தினாள். இரண்டு மோடாக்களைப் போட்டு உட்காரச் சொன்னார்.

பழங்களையும் இனிப்பையும் பிஸ்கோத்துப் பொட்டலங் களையும் அவரிடம் தந்து, 'குழந்தைகள் எங்கே? ஸ்கூலுக்குப் போயிருக்காங்களா?' என விசாரித்தாள்.

'ஆமாம். ஸ்கூலுக்குப் போயிருக்காங்க ரெண்டு பேரும்' என்றவர் எதிரே படுதா போட்டுத் தடுக்கப்பட்டிருந்த பக்கத்தைப் பார்த்து, 'ஜமீலா, ஜோத்ஸனாபென் ஆவ்யாசே' எனக் குரல் கொடுத்தார்.

உள்ளேயிருந்து இடுப்பில் ஒரு பெண் குழந்தையுடன் வந்தாள் ஜமீலா புன்னகையுடன். கொழுக்கு மொழுக்கென்றிருந்தது குழந்தை. கையில் ஏதோ ஒரு பொம்மையை வைத்துக்கொண்டு ஆட்டிக்கொண்டு இருந்தது. அவர் 2002இல் ஏன் ஆமதாபதை விட்டு வந்தார் என்பது ஓரளவு புரிந்தது.

'பெரியவளாகிவிட்டாளே?' என்றபடி குழந்தையை வாங்கிக் கொண்டாள் ஜோத்ஸனா.

ஜமீலா கையில் ஜோத்ஸனா தந்தவற்றைக் கொடுத்தவர், 'சா லய் ஆவ்' என்றார்.

ஜமீலா உள்ளே போனாள். குழந்தை அவர் பக்கம் தாவியது.

'என்ன பேர் சொன்னீங்க? மறந்துட்டேன்' என்று கேட்டாள் ஜோத்ஸனா.

'அது எப்படி மறக்க முடியும் நீங்க? ஜாஸ்மின் ஜோத்ஸனா' என்றார்.

தன் பெயர் சொல்லப்பட்டதும் எம்பிக் குதித்தது ஜாஸ்மின். ஜோத்ஸனா முகத்தில் புன்னகை தோன்றியது.

'மோஹன்பாய், ஒரு பெண் குழந்தை வேணும்கற ஆசை தீர்ந்ததா ?' கேலியாகக் கேட்டாள் ஜோத்ஸனா.

'பெண் குழந்தை இல்லாத வீடு என்ன வீடு, இல்லையா ஜாஸ்மின் ?' என்று குழந்தையைக் கொஞ்சினார். துள்ளித் துள்ளி அவர் நெஞ்சில் உதைத்தாள் ஜாஸ்மின்.

உள்ளேயிருந்து ஜமீலா சாயாவும் ஒரு தட்டில் டோக்ளாவும் கொண்டுவந்தாள்.

'இதெல்லாம் எதுக்கு?' என இவள் சொல்ல சிநேகமாகச் சிரித்துவிட்டு, 'ஜோத்ஸனாபென் எங்களுக்கு உறவு மாதிரி' என்றாள் ஜமீலா. கணவரிடமிருந்து குழந்தையை வாங்கிக்கொண்டாள். உள்ளே போனாள்.

மூவரும் சாயா குடித்தபடி மெத்தென்றிருந்த டோக்ளாவைச் சாப்பிட ஆரம்பித்த சில நிமிடங்களில் தூங்கிப்போய்விட்டிருந்த ஜாஸ்மினுடன் உள்ளேயிருந்து வந்து அவளை மூலையில் இருந்த சின்ன தொட்டிலில் போட்டுவிட்டு அவர்களுடன் வந்து உட்கார்ந்துகொண்டாள் ஜமீலா. பாதிப் பருகிய தன் கோப்பையை மோஹன்பாய் அவளிடம் நீட்டினார். அதை வாங்கிக்கொண்டு அவள் பருகலானாள்.

இணைந்து இயங்கும் ஒரு தாளகதி அவர்களிருவரிடையே இருந்தது.

மோஹன்பாய் மெல்ல, 'என்ன தைக்கணும்?' எனக் கேட்டார்.

இவள் தன் பிளாஸ்டிக் பையிலிருந்து ஸல்வார்-கமீஸ் துணிகளையும் இரண்டு பட்டு ரவிக்கைத் துண்டுகளையும் வெளியே எடுத்துவைத்தாள். மாதிரி ஆடைகளையும் அவற்றின் அருகில் வைத்தாள்.

பூவேலையைப் பார்த்து வியந்து ஜமீலாவிடம் காட்டினார். 'பத்து ஸரஸ் சே' (ரொம்ப அழகா இருக்கு) என்றாள் தொட்டுப் பார்த்துவிட்டு. பட்டு ரவிக்கைத் துண்டுகளைக் கையில் எடுத்துக்கொண்டு, 'பென், கழுத்துப் பக்கம் பூவேலை செய்தால் நல்லாயிருக்குமே ?' எனக் கூறினாள்.

'செய்யலாம். யார் செய்வாங்க?' எனக் கேட்டாள் இவள்.

மோஹன்பாய் சிரித்துவிட்டு ஜமீலாவைக் காட்டினார். 'எல்லாம் இவ வேலைதான். தையல்காரனுக்கு ஏத்த மனைவி' என்றார்.

அவர் முதுகில் செல்லமாய்த் தட்டினாள் ஜமீலா. மயில் கழுத்து வண்ணப் பட்டுத் துணியிலும், அடர் சிவப்புத் துணியிலும் பூவேலை செய்யலாம் எனத் தீர்மானமாகியது.

'மோஹன்பாய், எப்போ தர முடியும்?' என ஜோத்ஸனா கேட்டதும் நாள்காட்டியைப் பார்த்து எதையோ எண்ணிவிட்டு, பதினைந்து நாட்களுக்குப் பிறகான நாள் ஒன்றைக் குறிப்பிட்டார்.

சரி என்று ஒப்புக்கொண்ட ஜோத்ஸனா, 'மோஹன்பாய், நான் என் மகள் மஞ்சுளாவைப் பார்க்க அமெரிக்கா போகிறேன் இந்த வாரக் கடைசியில். ரெண்டு வாரத்துக்குத்தான். ஒருவேளை நான் வர முடியாவிட்டால் இந்த சரஸ்வதி பென்தான் வருவார் வாங்கிக்கொள்ள' என விளக்கினாள்.

ஜமீலா நாள்காட்டியில் தேதியை வட்டமிட்டு இவள் பெயரை எழுதி அடைப்புக்குறிகளுக்குள் ஜோத்ஸனாவின் பெயரை எழுதினாள். பிறகு அடர்த்தியாகப் பூவேலை செய்த மேசைவிரிப்பு ஒன்றைக் காகிதத்தில் சுருட்டி ஜோத்ஸனாவிடம் தந்தாள். 'மஞ்சுவுக்கு' எனக் கூறினாள்.

'ஓ, இது மஞ்சுவுக்கு ரொம்பப் பிடிக்கும். தாங்க்ஸ்' என்றபடி வாங்கிக்கொண்டாள் ஜோத்ஸனா.

இருவரும் வெளியே வந்தபோது மழை விட்டிருந்தது.

சந்தின் வெளியே வந்ததுமே ஆட்டோ கிடைத்துவிட்டது.

ஆட்டோ கிளம்பியதும் மேசைவிரிப்பை எடுத்துப் பார்த்தாள் ஜோத்ஸனா. பச்சைக்கொடிகளும் பல வண்ணப் பூக்களுமாய் ஒரு நந்தவனமே அதில் இருந்தது.

'ஹூம்' என்று பெருமூச்சுவிட்டபடி மீண்டும் மடித்து வைத்தாள்.

'என்ன ஆச்சு ஜோத்ஸனா?' எனக் கேட்டாள் இவள்.

'இல்லை. வேறு நினைவுகள்' என்று சொல்லிவிட்டு, வெளியே பார்த்தாள். சிறிது நேரத்துக்குப் பின், '2002இல ஒரு கொடிய பயண அனுபவம் எனக்கு ஏற்பட்டுது' என்றாள்.

'நான் ஆமதாபாத் போயிருந்தேன் அம்மா அப்பாவைப் பார்க்க. மோஹன்பாயின் அப்பா ராகேஷ்பாய் எங்க தெருவில தான் தையல்கடை வெச்சிருந்தார். ஜமீலாவுக்கு அப்பா அம்மா கிடையாது. தாத்தா பாட்டியிடம்தான் வளர்ந்தாள். அவளும் மோஹன்பாயும் ஒரே ஸ்கூல்தான். ராகேஷ்பாய் தான் ரெண்டுபேருக்கும் தையல் கத்துத் தந்தது. மோஹன்பாயும் ஜமீலாவும் காதலிக்கிறோம்னு சொன்னதும் ராகேஷ்பாயும் அவர்

மனைவியும் எதிர்ப்பே காட்டலை. ஜமீலா அவங்க வீட்டுப் பெண்ணாவே இருந்தாள். அவள் தாத்தா பாட்டியும் எந்த மறுப்பும் சொல்லவில்லை. நவம்பர் 2001இல்தான் கல்யாணம் நடந்தது. எல்லாருக்கும் அது சரின்னு படலை. அதிருப்தியும் முணுமுணுப்பும் இல்லாமல் இல்லை. கலவரம் வெடிச்சபோது, கும்பல் கும்பலாய் வந்தவங்க செய்த தாக்குதல்ல ஜமீலாவோட தாத்தா பாட்டி இறந்துபோயிட்டாங்க. திடீர் திடீர்னு எதோ ஒரு கும்பல் வந்துட்டே இருந்தது. நம்பகமான டாக்ஸிக்காரரை வரவழைச்சோம் ராகேஷ்பாயும் நாங்களும். பின்பக்கத் தெரு வழியா நானும் மோஹன்பாயும் ஜமீலாவும் வேளியேறிட்டோம் அடுத்த கும்பல் வரதுக்கு முன்னாடி. ஒரு பெரிய கம்பளியைப் போட்டு ஜமீலாவை மறைச்சோம். ஒரு மூட்டை மாதிரி அவள் கிடந்தாள். அவள் பக்கத்தில நான். ஆமதாபாத்தைத் தாண்டிச் சில மைல் போகிறவரைக்கும் அவள் உடம்பு நடுங்கிட்டே இருந்தது. அப்புறம் நான் டிரைவர் பக்கத்துல இருந்த மோஹன்பாயைப் பின்னால வரச் சொன்னேன். அவர் உட்கார்ந்ததும் அவரைத் தாவி அணைச்சிட்டு அவள் கதறிய கதறல்! அப்பப்பா, இன்னும் காதில ஒலிச்சிட்டே இருக்கு.'

அந்தப் பயணத்தை நினைவுகூர்பவள்போல் மௌனித்தாள்.

'இங்கே வந்த பிறகுதான் குழந்தைகள் அவங்களுக்கு. முதல் பையன் ராம் ரஹீம். ரெண்டாவது பையன் கபீர் கிருஷ்ணா. இப்போ ஜாஸ்மின் ஜோத்ஸ்னா. சரஸ்வதி, இவங்க செய்ததை இன்னும் அரசியல் தலைவர்கள்கூடச் செய்யலை' என்றாள்.

'கலப்புத் திருமணங்களால மட்டும் தீர்க்கூடிய பிரச்சினை இதுன்னு நீ நினைச்சா அது இந்த விஷயத்தை ரொம்ப எளிமைப் படுத்திப் பார்க்கும் விஷயம் ஜோத்ஸ்னா. இது அவ்வளவு சுலபமாத் தீர்க்கூடிய விஷயம் இல்லை.'

'ஆமாம். அது சரிதான். ஒரு ஆட்டோ பயணத்துல பேசித் தீர்க்கக்கூடிய விஷயமும் இல்லை.'

'ஒரு அஸ்கர் அலி இஞ்சினியர் தன் வாழ்நாள் எல்லாம் தீர்க்கணம்னு பாடுபட்ட விஷயம்.'

'ஆமாம், அவர் சுயசரிதையில அது தெரிகிறது.'

'அவர்கூட அரசோட மதச்சார்பில்லாத கொள்கையைச் சார்ந்து சில சமயம் வேலை செய்தார்ன்னு விமர்சனம் இருக்கு. தெரியுமா?'

'விமர்சனம் எதுக்கும் வரலாம். கடைசியா ஆஸ்பத்திரியில இருந்தபோது, டாக்டரைக் கூப்பிட்டு, "என் பரம்பரை ஆஸ்தியில

என் பொண்ணுக்கு 1/3 பங்கு கிடைக்கணும்"னு சொன்னவர் அவர்.'

'ஆமாம், அதுக்கு அவர் மகன் இர்ஃபான், "டாக்டர் அதைச் செய்ய முடியாது. வக்கீல்தான் செய்ய முடியும். அவளுக்கு நான் 1/3 பங்கு இல்ல, அரைப் பங்கே தரப்போறேன். கவலைப்படாதீங்க" என்றாராம். ஜோத்ஸ்னா, அவர் வளர்த்த பையன் வேறு எப்படி இருக்க முடியும்?'

ஆட்டோ ஜோத்ஸ்னா வீட்டு வாசலில் நின்றது. அதற்கு அடுத்த ஆட்டோ பயணம் முற்றிலும் மௌனத்தில் கழியும் என்பது அப்போது தெரிந்திருக்கவில்லை.

பதினைந்து நாட்களுக்குப் பின் மோஹன்பாய் குறிப்பிட்டிருந்த தேதியில் போக முடியவில்லை. ஜோத்ஸ்னா அமெரிக்காவிலிருந்து வந்ததும் போகலாம் என்றிருந்துவிட்டாள்.

அவள் வந்த மறுநாள் கிளம்பினார்கள். மோஹன்பாயின் வீட்டு வாசலில் ஒரு சின்னக் கூட்டம் இருந்தது. ஜோத்ஸ்னா அவசரமாக உள்ளே போனாள். சாய்வு நாற்காலி ஒன்றில் ராகேஷ்பாய் என்று அவள் கணித்த ஒருவர் உட்கார்ந்திருந்தார்.

'கேம்சோ ராகேஷ்பாய்? சூ தய்யூ?' என்று நடந்த விஷயம் பற்றி விசாரித்தாள் ஜோத்ஸ்னா.

அவள் குரலைக் கேட்டதும் உள்ளேயிருந்து ஜமீலா ஓடி வந்து அவளை அணைத்துக்கொண்டாள். அழ ஆரம்பித்தாள்.

ராகேஷ்பாய் விளக்கினார்.

கையில் தையல்மெஷினோடு ரயில் தண்டவாளத்தைத் தாண்டி அந்தப் பக்கம் மோஹன்பாய் போய்க்கொண்டிருந்த போது, மின்சார ரயில் வந்து மோதி ஸ்தலத்திலேயே மரணம். மெஷினும் தவிடுபொடி. ஜோத்ஸ்னா ஊரில் இல்லாததால் விவரம் சொல்ல முடியவில்லை. ஊரில் அவள் பெற்றோருக்குத் தெரியும். அவளுக்குச் சொல்லவில்லையா?

'அவர் எப்போதும் கவனமாக இருப்பாரே?' என ஜோத்ஸ்னா கேட்டபோது, இன்னொரு உறவினர் அவரை யாரோ தள்ளிவிட்டுவிட்டார்கள் எனச் சிலர் சொல்வதாகக் கூறினார். 'துரோகி' என்று யாரோ கத்தினார்களாம். அப்படிக் கத்தியது இந்துவா முஸ்லிமா என்பது தெரியவில்லையாம். போலீஸ், வழக்கு என்று போகவில்லை. விபத்து எனத் தீர்மானிக்கப்பட்டு உடல் பொட்டலமாய் வந்தது.

எதிரே சுவரில் மோஹன்பாயின் புகைப்படம் தொங்கியது நாள்காட்டியின் மேல்.

ஒரு மூலையில் இரண்டு பையன்களும் மடியில் ஜாஸ்மினுடன் அமர்ந்திருந்தார்கள் தொங்கிய முகங்களுடன். ஜாஸ்மின் அங்கும் இங்கும் தாவியபடி இருந்து கூச்சலிட்டபடி.

ஜமீலாவை அணைத்தபடி நின்றாள் ஜோத்ஸனா.

ஜமீலாவுக்கு ஆமதாபாத் வர விருப்பமில்லை. அதனால் ராகேஷ்பாயும் அவர் மனைவியும் இங்கே வரத் தீர்மானித்து விட்டார்கள். அடுத்து இருந்த டி.என். நகரில் ஒரு வீடு ஏற்பாடாகி விட்டது. அங்கேயே தையற்கடை வைக்க உத்தேசம். மோஹனின் அம்மா அங்கேதான் வீட்டை ஒழுங்குபடுத்திக் கொண்டிருக்கிறாள் தற்சமயம். ஜமீலா இங்கேயே இந்த வீட்டிலேயே இருப்பாளாம். அவளும் மோஹனும் இருந்த இடமாம் அது.

ஜமீலா மெல்ல விசும்பினாள்.

பிறகு அறையிலிருந்த பீரோவைத் திறந்து இவள் பிளாஸ்டிக் பையை வெளியே எடுத்தாள். அவளிடம் தந்தாள். தைத்து முடித்திருந்தார் மோஹன்பாய். எடுத்துப் பார்க்க மனம் வரவில்லை.

ஜோத்ஸனாவும் இவளும் கிளம்பினார்கள் சற்று நேரத்துக்குப் பிறகு. ஜமீலாவும் ஜாஸ்மினுடன் சந்து முனைவரை வந்தாள். அவளுக்கு ஜோத்ஸனாவின் அணைப்பின் இதம் தேவைப்பட்டதுபோலும்.

ஆட்டோ வந்ததும் ஜோத்ஸனா தன் முகவரி அட்டையை ஜமீலாவிடம் தந்தாள். தன்னுடையதையும் இவள் தந்தாள்.

'ஜமீலா, எப்போ வேணுமானாலும் என்னையோ இவங்களையோ கூப்பிடலாம். நானும் உன்னைக் கூப்பிடுவேன். ராகேஷ்பாயோட நீ வேலை செய்வாய். தெரியும். இருந்தாலும் நீ சொந்தமா ஒரு கடை ஆரம்பிக்கலாம். நாம முயற்சி பண்ணலாம். தைரியமா இரு' என்று சொல்லிவிட்டு 'ஆவ்ஜோ' என்று விடைபெற்றாள். ஜாஸ்மின் ஏதோ மழலையில் குழறியபடி சிரித்துக்கொண்டே டாட்டா சொல்லியது.

பயணம் மௌனத்தில் கழிந்தது. பிளாஸ்டிக் பையிலிருந்து மடித்த ரவிக்கைகள் எட்டிப் பார்த்தன. அடர் சிவப்புத் துணியில் மஞ்சளும் பச்சையும் நீலமும் மென் பழுப்புமாய்க் கொடிகளும் கிளைகளும் பூக்களும் பறவைகளும் இருந்தன. மயில் கழுத்து நிற ரவிக்கையின் கழுத்தின் இரண்டு பக்கமும் நீள்வால் தொங்கியபடி இரு மயில்கள் அடர்பச்சையும் கடும் நீலமுமாய்.

○○○

நிலவைத் தின்னும் பெண்

சரித்திர இடிபாடுகள் நிரம்பிய அந்த ஊரின் பல்கலைக்கழகத்துக்குப் போக வேண்டாம் என்றுதான் முதலில் தீர்மானித்தாள். பல்கலைக்கழகம் உள்ளே தள்ளி, பாறாங்கற்கள் நிறைந்த இடத்தில் இருந்தது. பெரிய பெரிய பாறைகள். கண்ணுக்கெட்டிய தூரம் வரை பாறைகள் கிடக்கும். பல வருடங்கள் முன்பு போயிருக்கிறாள். பாறைகளின் ஸ்திரத் தன்மையும் உறுதியும் அவளுக்குப் பிடிக்கும். கல் சிற்பங்கள் செதுக்கும் அவள் தோழி பாறைகளைத் தொட்டால் அவை பேசும் என்பாள். முன்பு அவளுடன் வந்திருந்தபோது பாறைகளைத் தொட்டுத் தொட்டு அவற்றின் சேதிகளை அறிய முற்பட்டாள் மிகுந்த உற்சாகத்துடன்.

ஆனால் சில நாட்கள் முன்பு கருத்தரங்கிற்கான அழைப்பு வந்தபோது வலிக்கும் கால் முட்டி தான் மனத்தில் முதலில் தோன்றியது. பிறகு மற்ற வலிகள். தோளில், அடி முதுகில், மூட்டுகளில். சில சமயம் சற்றும் எதிர்பாராதபோது குதிகாலில். அல்லது நெஞ்சில் சுரீர்க் குத்து. இல்லை பல்லில் சுரீர் வலி. தாமஸ் ஹார்டி ஏதோ ஒரு நாவலில் வலி இருந்தது, வலி இருக்கிறது, வலி இருக்கும் என்று எழுதியிருந்தது அடிக்கடி நினைவுக்கு வரும். இதில் இந்த அழைப்பு. மின்னஞ்சல் மூலமும் கைப்பேசி வழியாகவும் வற்புறுத்தினார்கள். அவள் பதிலை எதிர்பார்ப்பதாகப் பல குறுஞ்செய்திகள். ஒப்புக்கொண்டாள்.

மாலையாகிவிட்டது நகரத்தில் வந்து இறங்கியபோது. ஜீப் வந்திருந்தது அங்கிருந்து பல்கலைக் கழகத்தைச் சென்றடைய. பல்கலைக்கழக வளாகத்தை எட்டியபோது மென்னிருட்டு பரவ ஆரம்பித்துவிட்டது. அங்கொன்றும் இங்கொன்றுமாய் விளக்குகள். நீட்டிய முலைகளுடன் மல்லாந்து படுத்திருக்கும் கரிய பூதகிகளாய்க் கிடந்தன பாறைகள்.

விருந்தினர் விடுதியை எட்டியபோது பாறைகளின் மேல் அமர்ந்த பெரிய ராட்சசப் பருந்துபோல் அது தெரிந்தது. அவளுக்கான அறையை நோக்கி நடந்தாள். அவள் முன்னால் அவள் பெட்டியுடன் ஜீப்பின் ஓட்டுநர் போய்க்கொண்டிருந்தார். அவள் அறையை ஒட்டித்தான் உணவுக்கூடமும் சமையலறையும் இருந்தன. உணவுக்கூடத்தின் வெளியே இருபத்தைந்து வயது மதிக்கத்தக்க பெண் உட்கார்ந்துகொண்டிருந்தாள். பக்கத்தில் சூம்பிய கால்களுடன் இரண்டு வயதுபோல் தெரிந்த பையன். இவள் வந்ததும் இவளை நிமிர்ந்து பார்த்தார்கள் இருவரும். வண்டுகள் மொய்க்கும் பால் கிண்ணங்கள்போல் கண்கள் பையனுக்கு.

இவள் அறையைத் திறந்து பெட்டியை உள்ளே வைத்ததும் மின்சாரம் போய்விட்டது. பரபரப்புடன் மெழுகுவர்த்தியை ஏற்றி ஒரு மூலையில் வைத்துவிட்டுப் போனார் ஓட்டுநர். அது சுவற்றின் மேல் நிழல் துணிகளைப் போட்டுத் துவைத்தது. எதிரே பெரிய சன்னல். அதன் வெளியே கரிய நிழல்களாய்ப் பெரிய மரங்களும் பின்னணியில் பெரும் பாறைகளும். சன்னலுருகே போனதும் சட்டென்று கண்ணில் மோதியது நிலவு. முழுநிலவு. விளையாட்டு வீரர் ஒருவர் சுழற்றி வானத்தில் எறிந்த பெரும் பந்துபோல. தட்டத் தட்ட எழும் பந்து. சில சமயம் கீற்றுக் கொக்கியாகவும் அரை வட்ட ஊஞ்சலாகவும் முக்கால் வடிவ உடைந்த பீங்கான் தட்டாகவும் இருக்கும் நிலவு.

நெஞ்சில் வந்து வந்து முட்டியது நிலவு.

○

நிலவு அவள் சகபயணி. பேஹாக்கும் சிந்துபைரவியும் இன்னும் பல ராகங்களும் கூடியதாய். பீம்சேன் ஜோஷியும் பேகம் அக்தரும் இணைந்து வந்த இசையாய்.

அம்மாவுக்கும் பாடப் பிடிக்கும். முறையாக இசை பயிலவில்லை. ஆனால் நாட்டுப் பாடல்களும் தாலாட்டுகளும் காவடிச் சிந்துகளும் அவள் என்ன வேலை செய்தாலும் அவள் குரல்நாளங்களில் இருந்தன.

நிலவைத் தின்னும் பெண்

புடவைத் தலைப்பை அம்மா மடியில் இருந்த அவள் முகத்தின் மேல் போட்டிருந்தாள் அவள் உறக்கம் கலையாதிருக்க. உறக்கம் கலைந்தபோது மெல்லிய புடவையின் ஊடே முழுநிலவு தெரிந்தது. அலையலையாய் வந்து மோதுவதுபோல் ஒரு பாட்டு பிஞ்சுச் செவிகளை நிறைத்தது. அம்மாவின் தொடை மெல்ல ஆடியபடி இருந்தது அவள் உறக்கம் நீடிக்க. அவள் வயிற்றின் மேல் மெத்துமெத்தென்று அம்மாவின் கை தட்டல். அம்மா ஏதோ திறந்தவெளிக் கச்சேரியில் கீழே அமர்ந்திருந்தாள் அவளுடன்.

அம்மாவின் நைந்த நூல் புடவையினூடே பார்க்கும் ஒன்றாகிவிட்டது நிலவு. புதிய புடவைகள் அம்மா கட்டுவது அரிது. தையல் இயந்திரத்தின் மேல் தலையைக் கவிழ்த்துக் கொண்டு அதை ஓட்டியபடியோ ஸ்டவில் பம்ப் அடித்தபடியோ இசையில் மயங்கியபடி தலையை அசைத்தபடியோ தான் அம்மா மனத்தில் இருந்தாள். கண்டிப்பும் கறாருமான அம்மா. நெஞ்சுரம் உள்ள அம்மா. மும்பாயின் ஒற்றை அறைச் 'சால்' ஒன்றில் தையல் இயந்திரத்துடன் போராடியபடி, அவளை ஊக்குவித்தபடி, இசையை ரசிப்பதை விடாமல் தக்கவைத்துக் கொண்ட அம்மா.

○

தன்னுடைய அம்மாவும் அப்படிப்பட்டவள்தான் என்றான் அவன். ஆனால் அவள் கல்லூரியில் பேராசிரியை. ஒன்றுமே இல்லாமல் ஒரு கைக்குழந்தையுடன் ரயிலேறி டிக்கெட் கேட்ட டிக்கெட் பரிசோதகரிடம் தன் மூக்குத்தியைக் கழற்றிக் காட்டிய அம்மா. பிறகு படித்துத் தன் காலிலேயே நின்றவள். அவள் வாழ்க்கைப் படகு ஓட இசை ஒரு வலிய துடுப்பாக இருந்ததாம். அவள் பிறந்து வளர்ந்த அந்தப் பெரிய வீட்டிற்கு வராத இசைக் கலைஞர்கள் இல்லை. வாழாவெட்டி, வாழ்க்கையைத் தொலைத்தவள் என்று பெயரிடப்பட்ட அவளைப் பொத்திப் பொத்தி இருக்கச் செய்தது அந்த வீட்டின் இதழும் அதில் நிரம்பிய இசையும்தான். வாயிலில் யாசகம் கேட்க வரும் ஒருவர் நன்றாகப் பாடினால் உள்ளே அழைத்துப் பாடச் சொல்லும் குடும்பம். ஒவ்வொரு பௌர்ணமியும் இசை வளாகமாகிவிடும் அவர்கள் முன்வாசல் தோட்டம். வீட்டில் வந்து தங்கும் பாடகர்கள் அல்லது இசை வாத்தியக் கலைஞர்களின் காலைச் சாதகத்துடன்தான் பல நாட்கள் பொழுது விடியும். பூபாளமோ பௌளியோ எழுப்பும். வீணை மீட்டோ நாதஸ்வர ஒலியோ வயலின் இழைப்போ சிதாரின் தந்தி உராய்வோ கண்களை மலர்த்தும். சில சமயம் மிருதங்கத்தின் தும்தும், தட்தட் ஒலியோ கடத்தின் டட்டட் ஒலியோ திஸ்ர நடையிலோ சதுஸ்ர நடையிலோ கண்ட நடை யிலோ எழவைக்கும். அவளுக்கும் இசைத் தேர்ச்சி இருந்தது.

பெங்களூரில் அவள் வேலைசெய்ய வந்தபோதுகூட வீட்டின் மூலையில் குட்டித் தம்பூரா இருந்தது அவளுக்குப் பலம் தர. சக்தியூட்ட. மல்லேஸ்வரம் பிள்ளையார் கோவிலை ஒட்டிய அரங்கில் எந்த ஹரிகதை, கதாகாலட்சேபம், கச்சேரி நடந்தாலும் அவன் கையைப் பற்றிக்கொண்டு அவன் அம்மா போய்விடுவாள்.

இறுக்கி முடிந்த கொண்டையுடன், கண்ணாடி போட்டுக் கொண்டு, கொஞ்சமும் தளராத இறுகிய தாடைகளுடைய அம்மா. பிடிவாதக்கார அம்மா.

அப்படித்தான் அவன் தன் அம்மாவை அறிமுகம் செய்தான்.

◯

திறந்த புல்வெளியில் அத்தனை மாணவர்களும் கூடியிருந்தார்கள். சிறு சிறு குழுக்களாய் அமர்ந்து டில்லியின் குளிர் காலத் தொடக்கத்தை ரசித்தபடி. சிலரது கம்பளிச் சட்டைகள் வெளியே வந்தாயிற்று. சிலர் வெறும் கம்பளிக் குல்லாய்கள் அல்லது மஃப்ளருடன். சிலர் வெறும் பருத்திச் சால்வையுடன். சிலர் தங்கள் ஆண் நண்பர்கள் அல்லது பெண் தோழிகளுடன் நெருங்கி அமர்ந்தபடி ஒரே சால்வையைப் போர்த்திக்கொண்டோ துப்பட்டாவைத் தன் கழுத்திலும் தன் தோழன் தோளிலும் போட்டபடியோ தோழனின் கம்பளிச் சட்டையிலோ அவன் தாடியிலே கன்னத்தை உரசியபடியோ வரப் போகும் கடுங்குளிர் காலத்தை எதிர்நோக்கியபடி அமர்ந்திருந்தார்கள். அங்கங்கே பேச்சும் சிரிப்பும் பாட்டும் இருந்தன நிலக்கடலை, உருளைக்கிழங்கு வறுவல் அல்லது மட்டரி, பிகானேரி சேவுடன். மேலே நிலவு.

அவள் இருந்த குழுவில் அவன் இருந்தான். அவன் பிரிவைச் சேர்ந்தவர்கள் அவனைப் பாட வற்புறுத்தினார்கள். கள்ளக் குரலில் பாடினான் மெல்ல. 'நான் தேடும்போது நீ ஓடலாமோ, ஏன் ஊடலோ வெண்ணிலாவே வாராய்...' நிலவின் கிரணங்கள் பாட்டைத் தேர்போல் இழுத்துச் சென்றன.

'யார் பாட்டு இது?' என்றாள்.

'சினிமா பாட்டு. ரகுநாத் பாணிக்ரஹி பாடியது' என்றான்.

'அவர் தமிழ்லகூடப் பாடியிருக்காரா என்ன?'

'ஓ, அப்புறம்தான் சஞ்சுக்தாவுக்காக எல்லாவற்றையும் விட்டுவிட்டுப் போனார்.'

இன்னும் பலரும் பாடினார்கள். ரபீந்திர சங்கீத், பஞ்சாபிப் பாடல்கள், ராஜஸ்தானத்து நாட்டுப் பாடல்கள் என்று இரவு போயிற்று. ஏதோ ஒரு கட்டத்தில் அவள் கை அவன்மேல் பட்டு அவன் அதைத் தன் கையில் பிடித்துக்கொண்டான்.

◯

உதவிப் பணம் அவள் செலவுக்கும் அம்மாவுக்கு அனுப்பவும் போதவில்லை என்று ஒரு குடும்பத்துப் பிள்ளைகளுக்கு ட்யூஷன் எடுக்க முற்பட்டிருந்தாள். மாலை ஐந்து முதல் ஏழு மணிவரை. அவர்கள் விடுதியின் சற்றுப் பக்கத்தில்தான். பத்து நிமிட நடை. பணக்காரக் குழந்தைகள். முரண்டு பிடித்தபடி படித்தன.

அவள் கையை ஒருமுறை தொட்டு, 'நீங்க ஏன் இவ்வளவு கறுப்பு?' என்றார்கள் ஒரு நாள்.

'ஏன்னா? கறுப்பு அதனால கறுப்பு' என்றாள்.

'உங்க அம்மாகூடக் கறுப்பா?'

'ம்.'

'உங்கப்பா?'

அப்பா சிவந்த நிறம் என்பாள் அம்மா. அவள் பார்த்ததில்லை. அவள் அம்மா உடலிலிருந்து இறங்கி உலகில் நுழையும் முன்பே அவர் போய்விட்டார். வீட்டின் ஒரு மூலையில் இருந்த பூஜைப் பகுதியில் இருந்த மங்கிய புகைப்படத்தில் அவர் கன்னங்கரேல் என்றுதான் இருந்தார். அது ஏதோ இருட்டில் எடுத்தது என்றாள் அம்மா. முதலில் அதைத்தான் பார்த்தாளாம். பிறகு நேரில் பார்த்தபோதுதான் அவர் சிவப்பு எனத் தெரிந்ததாம். அப்பாவுக்கு அம்மாவின் கறுப்பு பிடிக்குமாம். 'நாகப்பழம்' என்று கொஞ்சுவாராம். 'நானும் நாகப்பழம். நீயும் நாகப்பழம்' என்பாள் அம்மா.

'உங்கப்பா?' என்றார்கள் மீண்டும்.

'அவரும் கறுப்புத்தான். நல்ல பளபளன்னு நாகப்பழக் கறுப்பு. நீங்க ஏன் இவ்வளவு சிவப்பு? தோல் உரித்த பழம் மாதிரி?'

குழந்தைகளுக்கு வியப்பு. சிவப்பு நிறத்தை யாரும் இதுவரை குறைத்துப் பேசியதில்லை. அழகு எல்லாம் சிவப்பு. அவலட்சணம் எல்லாம் கறுப்பு. கடவுள்கள் சிவப்பு. அசுரர்கள் கறுப்பு. கண்ணன் மட்டும்தான் கறுப்பு. ஆனால் அது விசேஷக் கறுப்பு.

'கிருஷ்ணா மாதிரியா?' என்றார்கள்.

'ஆமாம்' என்றாள்.

அதற்குப் பிறகு நிறம் பற்றிப் பேசுவதில்லை.

ஆனால் பல்கலைக்கழகத்தில் நிற மதிப்பீடுகள் இருந்தன. புதிய மாணவர்கள் அறிமுக நிகழ்ச்சியில் பாட்டும் கேலிப் பேச்சுகளும் உற்சாகக் கூச்சல்களும் நடந்தபோது, 'மீட் மி டுநைட் இன் த மூன் லைட்' பாடச் சொன்னார்கள் அவளை.

அவளும் பாடினாள். 'நான் சந்திக்கத் தயார். நீ இருட்டில் தெரிய வேண்டாமா?' என்று தேவிந்தர் சிங் கூற எல்லோரும் ஹோஹோ எனச் சிரித்தனர்.

அவன்தான் எழுந்து அது அவ்வளவு நல்ல நகைச்சுவையூட்டும் விஷயம் அல்ல எனக் கூற, இன்னும் சிலரும் அதை வலியுறுத்த, தேவேந்தர் சிங் மன்னிப்புக் கேட்டான்.

○

பக்கத்து வீட்டு லீலா லோகண்டே வீட்டில் ரேடியோவின் அவசியமே இருக்கவில்லை. காலை நான்கு மணியிலிருந்து துகாராம் பாடல்களைப் பாட ஆரம்பித்துவிடுவாள். பரேலிலிருந்த நெசவாலைகளுக்குச் செல்லும் பல தொழிலாளிகளுக்கு மூன்று வேளை சாப்பாடு அவள் வீட்டில்தான். மாதக் கணக்கு. அம்மாவின் சிநேகிதி. அம்மாவின் குரலோ லீலாதாயியின் குரலோ கசிந்துகொண்டே இருந்தது மனத்தில் டில்லியிலும்.

பாட்டுக் கேட்கும் வாய்ப்பை ஏற்படுத்தித் தந்தான் அவன்.

அவள் கான்டீனில் தேநீர் பருகியபடி இருந்தாள். ட்யூஷன் போக முக்கால் மணி நேரம் இருந்தது.

அவனும் இன்னும் சிலருமாக வந்து அவளுடன் அமர்ந்தார்கள் தேநீர்க் கோப்பைகளுடன்.

'பாட்டு கேட்க வரியா?' என சுனந்தா கேட்க,

'எங்கே? கச்சேரியா?' என்றாள்.

'இல்லை, இல்லை. இங்கே சங்கீத நாடக அகாடமி லைப்ரரில் பாட்டு கேட்கலாம். அதற்கான நேரத்தைப் பதிந்து விட்டு வந்திருக்கிறேன்' என்றான்.

'ட்யூஷன் போக வேண்டுமே?'

'எத்தனை மணிக்கு?'

'நாலு மணிக்கு.'

'அரை மணியாவது கேட்கலாமே?' என்றான்.

அவர்களுடன் போனாள்.

பீம்ஸேன் ஜோஷி லலித் ராகத்தினுள் அவளைக் கையைப் பிடித்து அழைத்துப் போனார். அந்த ராகத்தினுள் நுழையத் தெரியாத அவனுக்கும் அவன் சிறு வழிகள் அமைத்துத் தந்தான் உடன் வந்து. பிறகு ஒரு நாள் குமார் கந்தர்வ், அமீர்கான், பிஸ்மில்லாகான் என ஓர் இசைப் பயணம். சஞ்சுக்தா பாணிக்ரஹி

யின் நடன நிகழ்ச்சியில் ரகுநாத் பாணிக்ரஹி 'ரதிசுக ஸாரே கடமபிஸாரே மதன மனோஹர வேஷம் ராதே' என்று வருடித் தரும் குரலில் ஜெயதேவரின் அஷ்டபதியை ஆரம்பித்துவிட்டு 'தீர ஸமீரே யமுனா தீரே வஸதி வனே வனமாலி ராதே' என வழுக்கி இழைந்தபடி போனபோது, 'ஜிவ்'வென்று ஓர் உணர்வு ஏறியது. 'பூப் ராகம்' எனக் காதருகே சொன்னான். 'கோபி பீனபயோதர மர்த்தன சஞ்சலகரயுகஷாலி' என்ற வரிக்கு சஞ்சுக்தா விரல்களை மார்பருகே மலர்த்தி வைத்துக்கொண்டபோது புரியவில்லை. 'கிருஷ்ணன் கோபிகைகளின் மார்புகளை விரல்களால் நெருடி விளையாடுகிறார்' எனக் கிசுகிசுத்தான். ஒரு நொடிக்கும் குறைவாக அவன் விரல்கள் அவள் புடவைத் தலைப்பினூள் நுழைந்து அவள் மார்பை நெருடினவா? பாணிக்ரஹி பாட்டைப் போலவே அதுவும் பிடித்திருந்தது. அந்த நெருடலில் பற்றிக் கொள்ளும் நெருப்புபோல் ஒன்று உடலெங்கும் ஓடியது.

பேகம் அக்தரின் கஸல்களின் மோகமும் ஏக்கமும் சிருங்காரமும் விரகமும் புரியாதபோது மொழிச்சிக்கல்களை அவிழ்த்துவிட்டு அவற்றை அறிந்துகொள்ள உதவினான். பாலசரஸ்வதி வர்ணத்தின் இடையே மேடையின் பக்கத்தில் போய் சோடா குடித்தபோதும் ஆடுவதற்கு முன் பாடிக்காட்டிய போதும் அவளுடன் ரசித்தான்.

பிறகு மந்திரம் போட்டதுபோல் காட்சிகள் விரியும் சினிமா உலகம். மும்பாயின் சின்ன 'சால்' உலகத்திலிருந்து எல்லைகள் இல்லா உலகத்தின் பல வெளிகள்.

○

விளக்கு வந்தது.

'அம்மாவரே ஊட்டக்கே பன்னி' என்று சாப்பிட அழைத்தாள் வெளியே பார்த்த பெண். இடுப்பில் குழந்தை சூம்பிய கால்களுடன்.

இன்னும் சிலரும் வந்திருந்தார்கள்.

சாப்பிட்டுவிட்டு வந்தபோது அவள் அறையின் வெளியில் இருந்த வராந்தாவில் அமர்ந்துகொண்டு குழந்தையின் கால்களை நீட்டி மடியில் வைத்துக்கொண்டு ஏதோ எண்ணெயை அழுத்தி அழுத்தித் தேய்த்துக்கொண்டிருந்தாள்.

இவளைப் பார்த்துச் சிரித்தது குழந்தை. அந்தப் பெண்ணும் இவளைப் பார்த்துப் புன்னகைத்தாள்.

அறையைத் திறந்து, வெளியே இருந்த படிகள் மேல் அமர்ந்து அந்தப் பெண்ணையும் குழந்தையையும் பார்த்தாள்.

'அது என்ன மருந்தா?' எனக் கேட்டாள் கன்னடத்தில்.

'ஹவுது அம்மாவரே.'

'என்ன ஆச்சு பையனுக்கு?' அவள் பதில் கூறாமல் தடவியபடி இருந்தாள். எண்ணெய் தடவும் இதத்தில் குழந்தையின் கண்கள் மூடிக்கொண்டன. குழந்தையை மடியில் போட்டுக்கொண்டாள்.

இவளைப் பார்த்து, 'நீங்க பெரியவங்க. உங்ககிட்டப் பொய் சொல்லக் கூடாது' என்றாள்.

'ஏன், என்ன விஷயம்?'

'கல்யாணம் ஆன புதுசு. இவருக்கு ஒரு ஹோட்டல்ல வேலை. ஹோட்டல மூடிட்டாங்க. கையில பணம் இல்ல. வயத்துல புள்ள வந்திட்டது. என்னென்னவோ மருந்தைக் கலக்கிக் குடிச்சுட்டேன் அம்மாவரே. தப்பு பண்ணிட்டேன். எதுக்கும் அது கேட்கலை. ஆறு மாசம் கழிச்சுத்தான் டாக்டர் சொன்னாங்க. வயத்துல ரெட்டைப் பிள்ளைன்னு. ஒண்ணு பிறந்த உடனேயே போயிடுச்சு. இவன் தங்கினான். நல்ல வேளையா இங்க வேல கிடைச்சுது. நான் சாப்பிட்ட மருந்து காலைத் தாக்கிடுச்சுபோல. குழந்தை இப்படி...'

கண்கள் கலங்கின.

'அது என்ன எண்ணெய்?'

'இங்க ஆயுர்வேத டாக்டர் ஒருத்தர் தந்தது. நிச்சயம் குணமாயிடும்னு சொல்றார். இப்ப நிக்கறான் கொஞ்சம். சரியாயிடுமா அம்மாவரே?'

'நிச்சயம் சரியாயிடும். கவலைப்படாதே. கொஞ்ச நாள்ல எழுந்திருச்சி ஓடுவான் பாரு.'

உடனே எழுந்து வந்து அவள் கையை எடுத்துத் தன் குழந்தை தலையில் வைத்தாள்.

'உங்க ஆசீர்வாதம் பலிக்கட்டும்.'

உறக்கத்தில் குழந்தையின் முகம் எதற்கோ விகசித்தது. இவள் அதன் தலையைத் தடவித் தந்தாள்.

○

கருத்தரங்கு முடிந்தவுடன் அங்குள்ள இரு கோவில்களுக்குப் போக வண்டி ஏற்பாடு செய்தார்கள்.

கோவிலை ஒட்டிய பல கதைகள். அங்கிருந்த பிரும்மாண்ட கல்தேர் ஊழிக்காலத்தில்தான் நகருமாம். அங்கிங்குப் பிரிந்து போனார்கள் எல்லோரும்.

நுழைவாயிலின் இடது பக்கம் இருந்த தூண்களுடன் கூடிய திறந்த லாயம் போன்ற பகுதியில் ஒரு குட்டி யானை நின்றுகொண்டிருந்தது. இவள் எட்டிப் பார்த்தாள். அந்த யானையின் பொறுப்பாளர் ஒரு மூலையில் அமர்ந்துகொண்டு எதையோ சொல்லிக்கொண்டிருந்தார்.

யானையைப் பார்த்தபோது அதன் கண்களில் இருந்து கண்ணீர் வடிந்துகொண்டிருந்தது. யானை அழுமா என்ன?

'என்னப்பா? ஏதாவது வலியா யானைக்கு?'

'என்னன்னே தெரியலியே' என்று அரற்றினார். 'ஏனாயித்து? ஹேளு மரி. யாத்தக்கே கோபா? யாத்தக்கே அளுதிதியா?' (என்ன ஆச்சு, சொல்லு குழந்தே. எதுக்குக் கோபம்? எதுக்கு அழுறே?)

அது தலையை ஆட்டியது. கண்ணீர் வடிவது நிற்கவில்லை.

'கால் சங்கிலி இறுக்கமா இருக்கோ என்னவோ?'

'இல்லம்மா. பாருங்க. அவனுக்கு வலிக்காமத்தான் சங்கிலி கட்டியிருக்கேன்.' சங்கிலியைக் காட்டினார். அதைத் தடவித் தடவி, 'ஏ கஜானனா, கணபதிராயா, ஹேளோ...' என்றார்.

அவர் தடவலுக்கு ஈடுகொடுத்தவாறு நின்றது, கண்ணீர் வடித்தபடி.

யானையை மெல்லத் தடவினாள் அதன் வயிற்றின் மேல் கைவைத்து.

'அம்மாகிட்டயிருந்து பிரிச்சிட்டிங்களோ?' எனக் கேட்டாள்.

'இவனோட அம்மா ஏதோ காட்டுப் பகுதியில இதை விட்டுட்டுப் போயிடுத்தாம். இவன் தனியாத்தான் கிடைச்சான். சரியாத்தான் இருந்தான். இன்னிக்கு ஏதோ அழுகை. பிடிவாதம்.'

அதன் வயிற்றில் கன்னத்தை வைத்துக்கொண்டாள். தடவித் தந்தாள். கீழே இருந்த பழங்களில் இரண்டை எடுத்து இறைஞ்சுவது போல் அதன் முன்னால் நீட்டினாள். தும்பிக்கையில் வாங்கிக் கொண்டு கீழே போட்டது.

அதைப் பார்த்தபடி நின்றாள்.

வெளியே வண்டியின் ஹாரன் ஒலி கேட்டது.

○

எல்லோரும் அமர்ந்ததும் வண்டி கிளம்பியது.

அந்த பெங்களூர் கருத்தரங்குக்கு அவர்கள் எல்லோரும் குழுவாகத்தான் போயிருந்தார்கள். முதல் நாள் ஆரம்ப

நிகழ்வுகள் முடிந்த பிறகு அவன் அவர்களைத் தன் வீட்டுக்குக் கூட்டிப் போனான். அங்கிருந்து நந்தி கோவிலுக்குப் போகத் திட்டமிட்டார்கள்.

பிரம்மாண்டமான கல் நந்தி. அருகே சிறு மலை மேல் இருந்த மண்டபத்தில் எல்லோரும் சென்று அமர்ந்தபோது மெல்ல இருட்டுப் பரவும் நேரம். நிலவு தலை காட்டிவிட்டது ஒரு பக்கம் அந்தரத்தில் ஊஞ்சலாடியபடி.

அவன் அம்மாவிடம் எல்லோரும், 'ஆன்ட்டி, ஒரு பாட்டு' எனக் கேட்டுக்கொண்டார்கள்.

'பாடேம்மா' என்றான் அவன்.

எந்த பிகுவும் செய்துகொள்ளாமல் சம்மதித்தாள். முதலில் விளக்கினாள்: லீலாசுகரின் கிருஷ்ண கர்ணாம்ருத சதகம் இது. ராகமாலிகையாகப் பாடலாம். நான் ஹம்ஸாநந்தியில் பாடறேன். இவன் தாத்தாவுக்குப் பிடிச்ச பாட்டு இது.

நல்ல கண்ணீரேன்ற குரல். தடம் புரளாமல் ஓடும் வண்டி போல் போகும் பாடும் முறை. பாய்ச்சல் காட்டாமல், வேகம் காட்டாமல், மோதுவதுபோல் வராத, அழுத்தமாய்க் கால் பதித்தத் தளர்நடை.

    ஸாயங்காலே வனான்தே குஸுமித ஸமயே
    ஸைகதே சந்த்ரிகாயாம்

மாலை நேரத்தில் ஒரு வனம். வசந்த காலம். ஒரு மணல் குன்றின் மேல் தெரியும் நிலவு.

பாடலின் கடைசி வரிகளில் 'வந்தேஹம் ரஸகேளி' என அவனும் இணைந்துகொண்டான்.

அந்தப் பாடல் தூரிகைகளின்றி ஓர் ஓவியத்தைத் தீட்டுவதைப் போல் போயிற்று. சுற்றிலும் பெரிய பாறைகள். சற்றுத் தள்ளி நெடுமரங்கள்.

விடுபட வெகுநேரமாயிற்று அவர்களுக்கு.

கடைசி நாளுக்கு முதல் நாள் இரவு ஒரு பாடல் நிகழ்ச்சி இருப்பதாகக் கூறி அழைத்துச் சென்றான்.

மல்லேஸ்வரம் மார்கோசா தெருவில் ஆறு வீடுகள் உள்ள கட்டடத்திற்குப் பின் தோட்டத்தில் அமைக்கப்பட்ட மேடையில் பீம்ஸேன் ஜோஷியின் கச்சேரி. முதலில் நீச்சல் தெரியாத நபருக்கு மூச்சு முட்டுவதுபோல் திணறல் இருந்தது அவளுக்கு. பிறகு மெல்ல மெல்லக் கைபோட்டு நீந்த முடிந்தது. கால் நழுவாமல்

நிலவைத் தின்னும் பெண்

நிற்க முடிந்தது. வெண் நுரையாகவும் வேக அலையாகவும் மந்தகதியில் ஓடிய நதியாகவும் அதைத் தன்மேல் பட்டுச் செல்லவிட முடிந்தது.

பதினொன்றரை ஆகிவிட்டது. பாலாய் நிலவு மேலே.

கடைசிப் பாட்டாய் பசவண்ணரின் வசனம் ஒன்றைத் தொடங்கினார். சிந்துபைரவியில்.

சகோரங்கே சந்த்ரமன பௌகின சிந்தே
அம்புஜக்கே பானுவின உதயத சிந்தே
ப்ரமரக்கே பரிமளத பந்தும்ப சிந்தே
எனகே என்ன கூடல சங்கம தேவன நெனவே சிந்தே.

சகோரப் பறவைக்குச் சந்திரனின் கிரணங்கள் பற்றிய சிந்தை. தாமரைக்கோ சூரிய உதயம் பற்றிய சிந்தை. வண்டுக்குத் தேனை உண்ணும் சிந்தை. எனக்கோ என் கூடலசங்கமத்தில் உள்ள தேவனின் நினைவே சிந்தை.

சிந்துபைரவி நிலவைத் தொட்டுத் தொட்டுத் திரும்பியது கிரணங்களைப் பறிப்பதுபோல்.

சகோரத்தைப் பற்றிய முதல் வரியை அவர் பலுகிப் பலுகிப் பாடியபோது அவள் தலை அவன் தோள்மேல் படிந்தது. அவன் கரம் அவள் தலை மேல் மெத்தென்று படிந்தது.

○

கண்ணாடி முன்னால் நின்றுகொண்டு தன்னைப் பார்த்துக் கொண்டாள்.

கற்றை கற்றையாக நரைமுடி இடுப்புவரை தொங்கிய கூந்தலில். மெல்லிய கம்பிக் கண்ணாடி. அம்மா அவளுக்காக விட்டுச் சென்ற கமலத் தோடும் சிறிய முகப்பு பதித்த இரட்டை வடச் சங்கிலியும். தேய்ந்துபோன மெல்லிய இரு பட்டை வளையல்களும். சற்றே எடுப்பான முன் பற்கள். கறுப்பு. நாகப்பழக் கறுப்பு.

இரவு விளக்கு மட்டும் போட்ட அறையில் வெளியில் இருந்து விழும் விளக்கொளி கலந்து அவள் கண்ணாடிப் பிரதிபலிப்பை அமானுஷ்யமான ஒன்றாகக் காட்டியது. அது அவள்தானா? மாதா மாதம் ரத்தத்தை வெளியேற்றிய, சமைத்த, சமைக்காத, உறையவைத்த உணவுகளை உண்டு, செரித்து, நிதமும் மலம், மூத்திரம், அபான வாயுவை வெளியேற்றும் அவள் உடலா எதிரே தெரிவது? நின்று குளிக்கும்போது மேலே ஊற்றிக்கொள்ளும் தண்ணீர் முலைகளின் மேட்டிலிருந்து வழிந்து, வயிற்றில் ஓடிக்

கீழே தொடைகள் இடையே ஓடிக் குறுகுறுத்துத் தரையில் விழும் அனுபவத்தைத் தரும் உடலா இது? அதனுள்ளா அவள்?

முன்பு ஒருமுறையும் இப்படித் தன்னை வெகுநேரம் பார்த்துக்கொண்டு நின்றாள். ஃப்ராங்க்ஃபர்ட் விமான நிலையத்தின் கழிப்பறைக் கூடம் ஒன்றில். பல ஆண்டுகளுக்கு முன்பு அது.

அவளுக்கும் அவனுக்கும் ஒரே சமயத்தில் வெளிநாடு சென்று களஆய்வுக்கு நிதிநல்கை கிடைத்தது. அவனுக்கு ஜெர்மனிக்கும் அவளுக்கு ஆஸ்திரியாவுக்கும். இடையே பாரீஸில் நான்கு நாட்கள் தங்கிச் செல்லத் தீர்மானித்தார்கள்.

ஐஃபல் கோபுரத்தின் உச்சி. கீழே ஒரு ஜாஜ்வல்யமான இரவில் ஒளிரும் நகரம். மேலே நிலவு. ஒளிர்ந்த விளக்குகள் போடப்பட்ட படகுகள் நகர்ந்ததாலேயே ஆறு ஒன்று இருப்பது தெரியவரும் கரிய இரவில் மறைந்த ஆறு. குளிர். நல்ல குளிர். அவளுக்கு உடல் நடுங்கியது. தன் பெரிய கம்பளிக்கோட்டின் பித்தான்களைப் பிரித்து அவளைத் தன் மார்பில் ஒடுக்கிக்கொண்டு தன் கோட்டால் அவளை மூடினான்.

'அணில் குஞ்சு மாதிரி இருக்கியே...' என்றான். அவள் தலைநிமிர்ந்தபோதுதான் அந்தச் சூடான முதல் முத்தம். குகை ஒன்றில் நுழைவதுபோல் துழாவித் துழாவி, மீண்டும் துழாவிய நீண்ட முத்தம்.

'இப்படியே இருக்கலாம்போல இல்ல?' என்றான். 'ஹஉம்' என்றாள் மேலும் மேலும் முட்டி முட்டி அவனை முத்தமிட்டபடி.

விலகி, கம்பிக்கிராதிமேல் சாய்ந்துகொண்டு சிரித்தான்.

அன்றிரவு அவன் அறையில் கழிந்தது. அடுத்து வந்த இரவுகளும். போதை ஏறியவர்கள்போல் இருவரும் அவரவர் உடலையும் அடுத்தவர் உடலையும் தொட்டுத் தடவி, முகர்ந்து, ஆக்கிரமித்து, விடுவித்து, முயன்று, தோற்று, மீண்டும் முயன்று, வென்றார்கள். தோற்றபோது சிரித்தும் வென்றபோது 'ஓ'வென்று கூவியும் விளையாடினார்கள். சன்னலுக்கு வெளியே நிலவும் அவர்களுடன் புரண்டபடி.

நான்கு மாதங்களுக்குப் பின் அவள் திரும்பினாள். அவனுக்கு இன்னும் இரண்டு மாதங்களுக்கான கூடிய நிதிநல்கை கிடைத்திருந்தது.

இடையே ஃப்ராங்க்ஃபர்ட்டில் ஆறுமணி நேரக் காத்திருப்பின் போது சந்திக்கத் திட்டம்.

நிலவைத் தின்னும் பெண்

அவனைப் பார்த்தவுடன் மெல்ல ஓடிவந்தாள்.

அவளை அணைத்தபடி, 'ஆஸ்திரியாவில் உன் பொழுது நல்லாப் போயிருக்கும்போல. முன்னப் போல ரொம்ப ஒல்லியா இல்ல' எனக் கூறினான்.

உணவகம் ஒன்றில் உட்கார்ந்ததும், 'அது என்ன பெரிய ஆச்சரியச் செய்தி? ஃபோனில் சொன்னாயே?' எனக் கேட்டான்.

'முதல்ல ஐஸ்க்ரீம் சாப்பிடலாம்' என்றாள் அவனை நோக்கிப் புன்னகைத்தபடி.

எழுந்துபோய் வாங்கிவந்தான். கண்ணாடிப் படகு போன்ற பெரிய கிண்ணத்தில் வாழைப்பழத்தை நீளமாக வெட்டிப் போட்டு அதன் மேலே சாக்லேட், ஸ்ட்ராபெரி, வெனில்லா ஐஸ்க்ரீம் உருண்டைகளை வைத்தது.

'சொல்லு' என்றான்.

'ஹேய், நீ அப்பாவாகப் போறே' என்றாள். சொல்லிவிட்டு ஐஸ்க்ரீமை அவன் வாயில் திணித்துவிட்டுச் சிரித்தாள்.

'விளையாடாதே' என்றான் வாயைத் துடைத்துக்கொண்டு.

'ஹேய், விளையாடல. நிஜம். நிஜம். நிஜம்.' என்றாள். கண்கள் பளபளவென்று மின்னின எதிரே தெரிந்த கண்ணாடியில்.

அவன் முகம் வெளிறியது.

'நான் இதை எதிர்பார்க்கலை' என்றான்.

'இதில கவலைப்பட என்ன இருக்கு?'

'நான் வர இன்னும் ரெண்டு மாசமாகும்.'

'அதுக்கென்ன? நீ வந்த பிறகு எல்லாம் செய்யலாம்.'

'எல்லாம்னா?'

'எல்லாம்தான். என் அம்மா, உன் அம்மாகிட்ட சொல்லணும். அவங்களை வரவழைக்கணும். ரிஜிஸ்தர் செய்ய ஒரு நாள் பார்க்கணும்.'

'அது முடியாது சகு.'

'ரிஜிஸ்தர் செய்வதா? சடங்குல நம்பிக்கை இருக்கா உனக்கு?'

'இல்ல. கல்யாணத்துலயும் இல்ல.'

'கல்யாணம் பண்ணிக்காம சேர்ந்திருக்கலாம்னு சொல்றியா? உங்கம்மா ஏத்துப்பாங்களா?'

அம்பை

'சேர்ந்தும் இருக்க விருப்பமில்ல. நீ ஜாக்கிரதையா இருப்பேன்னு நினைச்சேன்.'

'இப்ப நீ விளையாடறே விச்வா.'

'இல்ல, இல்ல. நான் இப்ப இதுக்குத் தயாராயில்ல. அதைப் பத்தி எல்லாம் நான் நினைக்கக்கூட இல்ல.'

'எப்பவும் இப்படியே இருக்கலாம்போல இருக்குன்னியே?'

'எவ்வளவோ சொல்றதுதான். நாம ரெண்டு பேரும் எவ்வளவோ சொன்னோம். செய்தோம்.'

'பொறுப்புன்னுட்டு ஒண்ணு இருக்கு விச்வா.'

'அது பத்திப் பேசினமா?'

'அப்பப் பேசலை. ஆனா இப்பப் பேசலாம்.'

'என்னால இந்தப் பொறுப்பை ஏற்க முடியாது.'

'அதுதான் ஏன்னு கேக்கறேன்.'

'பாரு சகு. நாம சேர்ந்து இருந்தது ஒரு சந்தர்ப்பவசமான விஷயம்தான். சில சமயம் அப்படி நேர்ந்துபோயிடறதுதான். எதிர்பாராம சில விஷயங்கள் நடந்திடுது. நெருங்கிப் பழகின ஒவ்வொரு பெண்ணையும் கல்யாணம் செய்துக்க முடியுமா?'

ஆமாம். அவளுடன் மட்டும்தான் அவன் நெருங்கியிருந்தான் என அவள் ஏன் நினைத்தாள்?

ஐஸ்க்ரீம் உருகிக்கொண்டிருந்தது.

அவன் குரல் சற்று உரக்க ஒலித்தது.

'நான் உன்னைக் கல்யாணம் செய்துப்பேன்னு எதிர் பார்த்தியா? உன்னை நீ கண்ணாடியில பார்த்துண்டா?'

திடீரெனக் குளிர் காற்று அடித்ததுபோல் அவள் வெடவெடத்தாள்.

அவள் பலர் முன்னிலையில் அவனை ஒரு நாடக நிகழ்வில் இழுப்பதுபோல் தோன்றியதோ என்னவோ அவன் எழுந்து போய்விட்டான்.

அவள் விமானம் கிளம்ப இன்னும் மூன்று மணிநேரம் இருந்தது.

அவள் மெல்ல எழுந்து கழிவறைக் கூட்டுக்குப் போனாள். ஒருவரும் இருக்கவில்லை. கண்ணாடியின் முன்னால் நின்று தன்னைப் பார்த்துக்கொண்டாள்.

நாகப்பழக் கறுப்பு. சற்றே எடுப்பான முன் பற்கள். அழகில்லை அவள். மெல்லக் கம்பளிக்கோட்டைக் கழற்றினாள். ஆஸ்திரியா சென்றபின் அவள் அணிய ஆரம்பித்திருந்த பான்டும், ஷர்ட்டும் உடலை நன்றாக மறைத்தன. கீழ் வயிற்றை நோக்கினாள். எப்போதும் போலத் தெரிந்தது. ஆனால் உள்ளே நீர் சலசலப்பதுபோல் ஓர் உணர்வு.

தன்னையே பார்த்துக்கொண்டு நின்றாள் வெகுநேரம். கண்ணீர் பெருகியபடி இருந்தது. உள்ளே நுழைந்த சற்றே வயதான ஒரு பெண்மணி அவளை வெறிக்கப் பார்த்து, 'ஆர் யூ ஓகே?' எனக் கேட்டாள்.

○

டில்லியிலும் நல்ல குளிர். நல்ல வேளை. கம்பளிக்கோட்டினுள் தன்னை நன்றாக மறைத்துக்கொண்டாள்.

நாள் செல்லச் செல்ல மனம் பதைத்தது. சுற்றிலும் இருந்த நண்பர் வட்டத்தில் யாரிடம் சொல்வது? யாரைக் கேட்பது உதவ? அவளுடன் சகஜமாகப் பழகினார்கள் எல்லோரும். சற்று அதிகப்படி அக்கறை காட்டிப் பழகியவன் எப்போதும் அருள்தான். அவளிடம் என்றில்லை. அது அவன் சுபாவம்.

கேன்டீனில் ஒரு நாள் அவனிடம் கேட்டாள்.

'அருள், எனக்கு நீ ஒரு உதவி செய்ய முடியுமா?'

'சொல்லு சகு.'

'இதை நீ யார்கிட்டயும் சொல்லக் கூடாது. உன்னை நம்பலாமா?'

குரல் நடுங்கியது.

'என்ன விஷயம் சகு? எதுவானாலும் சொல்லு.'

'நான் ப்ரெக்னென்டா இருக்கேன்.'

சற்று அதிர்ந்து போனான்.

'விச்வாவா?' என்றான்.

'உம்.'

'என்ன ஆச்சு சகு?'

பாரீஸ் பற்றியும் ஃப்ராங்க்ஃபர்ட்டில் நடந்ததைப் பற்றியும் சொன்னாள்.

ஏதோ முணுமுணுத்தான்.

'அஞ்சு மாசம் முடியப்போகுது அருள்.'

யோசித்தான்.

இரண்டு நாட்களில் அவன் துறைத் தலைவரான பேராசிரியை பிரமீளா பட்கரிடம் அழைத்துப் போனான்.

விவரங்களைக் கேட்டுவிட்டு, 'அவன்கிட்ட நான் பேசவா? தொடர்பு எண் உண்டா?' என்றாள்.

'இல்லை மேடம். பேச வேண்டாம்.'

'உன் தீர்மானம் என்ன?'

அவளால் இதை வெளியே கொண்டுவர முடியாது. அவள் அம்மா உடைந்துவிடுவாள். அவள் வாழ்க்கை முடிந்துவிடும்.

இரண்டு நாட்களுக்குப் பிறகு பேராசிரியை அவளிடம் 'பூனா போக முடியுமா?' என்றாள். பூனாவில் யாரையும் தெரியாது. ஆனால் மும்பாய் அருகே அது. எல்லாம் ரகசியமாக நடக்கும் என்றாள் பிரமீளா. அவள் தோழியாம். அவளுக்காக இதைச் செய்ய ஒப்புக்கொண்டாளாம். கையில் போக வரப் பயணத்துக்கு விமான டிக்கெட்டைத் தந்தாள். மற்ற செலவுகளுக்கான பணத்தையும் தந்தாள். 'இது கடன்தான். கவலைப்படாதே. எப்போது முடியுமோ அப்போது திருப்பித் தா. தைரியமாக இரு' என்றாள்.

அருள் விமான நிலையம்வரை வந்தான் அவளை வழியனுப்ப.

○

டாக்டர் உஜ்வலா பவார் அவளைப் பரிசோதித்துவிட்டு, நிதானமாக, மென் குரலில் விளக்கினாள் ஆங்கிலத்தில்:

அவள் வயிற்றில் இரட்டைக் குழந்தைகள். ஐந்து மாதம் முடிந்த நிலையில் கண், மூக்கு, வாய், கை, கால், பால்குறிகள் எல்லாம் முற்றிலும் உருவாகிவிடுகின்றன. இந்த நிலையில் ஒலி, ஒளி, தொடுகை இவற்றுக்குக் கருவிலிருக்கும் குழந்தை எதிர்வினையாற்றும். அம்மாவின் குரலை அடையாளம் கண்டு கொள்ளும். இசையை உள்வாங்கும். தலையிலிருந்து பின்பாகம் வரைதான் அளக்க முடியும் குழந்தையை. ஏழு அங்குலம் இருக்கும். கால்கள் மடங்கியிருப்பதால் கால்வரை அளக்க முடியாது. கால்வரை அளப்பதாக எடுத்துக்கொண்டால் பதினொரு அங்குலம் இருக்கும் ஐந்து மாதத்தில். ஆறு முதல் பத்து அவுன்ஸ் எடை இருக்கும். ஒரு பெரிய வாழைப்பழம் போல் இருக்கும். இரட்டைக் குழந்தைகளாக இருப்பதால் இரண்டின் எடையும் சிறிது குறைந்திருக்கலாம்.

நிலவைத் தின்னும் பெண்

இசையை உள்வாங்குமா? ஒரு நாள் இரவு யாரோ எதோ பாட்டைப் போட்டபோது வயிற்றில் மீன் வழுக்குவதைப் போல் புரள் இருந்ததே? இதுதானா?

'சுகந்தி, இன்னும் ஏதாவது கேட்க வேண்டுமா?'

'இல்லை.'

'நாளை விடிவதற்குக் கொஞ்சம் முன்னால் வைத்துக் கொள்ளலாமா? அமைதியாக இருக்கும்.'

'சரி.'

'பிரமீளாவுக்காக இதைச் செய்கிறேன். உன் எதிர்காலத்துக்காகச் செய்கிறேன். இது என் சொந்த நர்சிங்ஹோம்தான். பின்னால் தோட்டத்தில் மூலையில்தான் என் வீடு. எந்த வகையிலும் வெளியே தெரியாது. பயப்படாதே.'

'வலிக்குமா?'

'வலிக்காதபடி செய்கிறேன்.'

'எனக்கில்லை.'

'முடிந்தவரை மூன்று பேருக்கும் வலிக்காதபடி பார்த்துக்கொள்கிறேன்.'

O

வெள்ளீயம் பூசிய இரண்டு வட்டில்களில் வைத்திருந்தார்கள். வற்புறுத்தி அவள் கேட்டதும் கொண்டுவந்தார்கள். ரத்தம் பூசப்பட்ட சின்னஞ்சிறு உடல்கள். கண்கள் மூடியிருந்தன. கைகள் மடங்கி, கால்கள் மடிக்கப்பட்டு. குருதி நாளங்கள் ஓடின வழவழவென்ற உடலெங்கும். வழுக்கைத் தலையுடன் இன்னும் வளரவிருந்த பல உள் அங்கங்களுடன் அறுக்கப்படாத தொப்புள்கொடிகள் நீண்டு சுருண்டிருக்க. ஆண் குழந்தைகள்.

பாரீஸில் ஒரிரவு அவன் உறங்கியபின் அவள் நினைத்தாள். குழந்தைகள் பிறந்தால் எவ்வளவு ஆனந்தம்! பெண் குழந்தை யானால் மேகா. எளிதில் மேலெழும்பி மலையைத் தொடுபவள். பஞ்சாகப் பறந்தாலும் மலையை மோதக்கூடியவள். ஆண் குழந்தைக்குப் பெயர் மேரு. மலைபோல் உறுதியாக இருக்க. உயர்ந்திருக்க.

எதிரே வட்டில்களில் வளராமல் சிதைக்கப்பட்ட இரு உடல்கள். ஒருவன் மேரு. இன்னொருவன் முகில்.

அம்பை

'மேரு, முகில், அம்மாவுக்கு வேற வழி இல்லை. அம்மாவால இந்தப் பொறுப்பை ஏற்க முடியல. மன்னிச்சிடுங்கடா' என்றாள். ரத்தக்கறை படிந்த உடல்களைத் தடவினாள்.

டாக்டரிடம் அவை எப்படி அகற்றப்படும் எனக் கேட்டாள்.

'மற்ற கழிவுப் பொருட்களுடன் ...'

'ப்ளீஸ் ...' என்றாள்.

முற்றிலும் விடியாத வேளையில் உஜ்வலாவின் ஆஸ்பத்திரி வளாகத்தின் பின்பக்கத் தோட்டத்தின் கோடியில் இருந்த மாமரத்தின் கீழ் ஒரு பெரிய குழி வெட்டப்பட்டது. வெள்ளைத் துணியில் சுருட்டப்பட்ட உருவாகாத உடலங்கள் அதில் இடப்பட்டன.

அவள் டில்லி திரும்பினாள்.

விமான நிலையத்துக்கு வந்த அருளிடம் கூறினாள்: இரட்டைக் குழந்தைகள், அருள். மேரு, முகில்.

○

அவனிடமிருந்து பணம் வந்தது பிறகு. கருக்கலைப்புச் செலவுக்கு. அவனாலும் பொறுப்பை ஏற்க முடியும் என்னும் குறிப்புடன். இரண்டு மாதங்கள் கழித்து வந்தான். அவளுடன் பேச முற்படவில்லை. எல்லோரும் இருந்தபோது மட்டுமே பொதுவாகப் பேசினான்.

ஒரு பின்மாலையில் வாசகசாலையில் சஹானாவை முனகியபடி படித்துக்கொண்டிருந்த அவனிடம் வந்து, 'கொஞ்சம் வெளில வர முடியுமா?' என்றாள்.

'நான் அது பத்திப் பேசத் தயாராயில்லை.'

'இது அது பத்திப் பேச இல்லை' என்றாள்.

வெளியே பசும் புல் தரையில் யாருமில்லை. அது எல்லோரும் இரண்டாவதுமுறை தேநீர் பருகப் போகும் நேரம். மங்கலான நிலவு.

புல்வெளியின் நடுவே அவன் வந்ததும் அவன் எதிர்பாராத தருணத்தில் காலிலிருந்த செருப்பைக் கழற்றி அவனைப் பாய்ந்து பாய்ந்து அடித்தாள். அவன் தடுத்துக்கொள்வதற்கு முன்னால் முகம், முதுகு, தொடை, தலை எனமாறி மாறி அடி விழுந்தது. இடுப்பில் சொருகி இருந்த பணத்தை அவன் மேல் வீசிவிட்டு மீண்டும் அடித்தாள். 'பாட்டுக்குப் புரண்டுடடா அது

நிலவைத் தின்னும் பெண்

ரெண்டும்! உன் நிறமும் இல்லாமல் என் நிறமும் இல்லாமல் ரத்தச் சதையாய் இருந்ததுடா! கண், காது, கை, கால் எல்லாம் இருந்ததுடா!' ஒவ்வொரு சொல்லையும் அழுத்தி அழுத்திச் சொல்லிச் செருப்பால் அடித்தாள்.

'என்னால் திருப்பி அடிக்க முடியாதா?' என்று அவன் கத்தியபோது, தூரத்தே நின்றுகொண்டிருந்த அருள் அருகே வந்து, சினத்தால் நடுங்கிக்கொண்டிருந்த அவளை வலுக்கட்டாயமாய் அழைத்துப்போனான்.

○

இரண்டொரு வாரங்களுக்குப் பின் அந்தக் கடிதம் வந்தது விச்வாவின் அம்மாவிடமிருந்து.

'என்னிடமிருந்து கடிதத்தை எதிர்பார்த்திருக்கமாட்டாய். அருள் எனக்கு விவரங்களைக் கூறினான். உனக்குத் தெரியாமல் இருக்கலாம். அருள் என் மாணவன். அவன் செய்த தவறு முதலிலேயே என்னிடம் கூறாததுதான். நான் இதை உன்னுடன் இணைந்து வேறுவகையில் எதிர்கொண்டிருப்பேன். ஒவ்வொரு குழந்தைக்கும் தேவை பெயர் தர ஓர் அப்பன் அல்ல. அதை அன்புடன் வரவேற்பவர்கள்தான். நீ எடுத்த முடிவு தவறு என நான் சொல்லவில்லை. அந்த முடிவை எடுக்காமல் இருப்பதற்கான சாத்தியக்கூறுகளையும் எடுக்க வேண்டுமென்றால் அதற்கான ஆதரவையும் நான் தந்திருக்க முடியும் என்றுதான் சொல்கிறேன்.

'சகு, நிறைய வலியையும் வேதனையையும் அனுபவித்து விட்டாய். நீ விச்வாவைச் செருப்பால் அடித்தாயாம். நல்ல காரியம் செய்தாய். விச்வாவைப் போன்ற கலைஞன் இப்படி இருக்க முடியுமா எனக் கேட்டாயாம் அருளிடம். கலையும் கலைஞர்களும் வேறு வேறு. கலையால் கலைஞரா, கலைஞரால் கலையா என்னும் விவாதம் முடிவு பெறாத ஒன்று. என்னை அனாதரவாய்விட்ட விச்வாவின் அப்பா கலைகளை ஆதரித்த பிரசித்தி பெற்ற குடும்பத்திலிருந்து வந்தவன்தான். வீட்டுக்குள் பாட்டின் முணுமுணுப்புகூடக் கேட்கக் கூடாது என்று எனக்குக் கட்டளை. பெண்கள் சத்தம் கேட்கக் கூடாதாம் அவர்கள் வீட்டில். கையில் குழந்தையுடன் என்னைத் துரத்திய அவன் வளர்ந்துகொண்டிருந்த ஒரு பாடகிக்கு ஆதரவாய் இருந்தான். பிறகு, அவள் இசைக் குடும்பத்திலிருந்து அவளைப் பிரித்து, அவள் கலை வாழ்க்கை உயரக் காரணமாயிருந்தான். புகழின் உச்சிக்கு அவளைக் கூட்டிப் போனான். அவன் கீறிய கோட்டை அவள் தாண்டவில்லை. இப்போதும் தாண்டுவதில்லை. அவனைக் கொண்டாடுகிறார்கள்.

'அவனை விட்டுவிட்டு வந்ததும் நான் உச்சஸ்தாயியில் விடாமல் பைத்தியம் மாதிரிப் பாடினேன். தொண்டை கட்டிக் கொண்டு எச்சிலில் ரத்தம் வரும்வரை அப்படிக் கத்திக் கத்திப் பாடினேன்.

'அவனால் வளர்ந்த அந்தப் பாடகியை அகஸ்மாத்தாக எங்கள் கல்லூரி நிகழ்ச்சி ஒன்றில் பார்த்தேன். கூட அவன் இல்லை. ஆசிரியர்கள் அறிமுகப்படுத்தப்பட்டபோது என்னைப் பார்த்த அவள் என்னை அடையாளம் கண்டுகொண்டாள். அருகில் வந்து, 'நீ பறந்துட்டே. நான் இன்னும் கூண்டில்' என்றாள் கிசுகிசுப்பாக. அன்று அவள் "தூண்டிற் புழுவினைப் போல்" பாட்டின் ஆரம்ப வரிகளை மட்டும் பாடினாள் காதல் பாட்டாக இல்லாமல் சோகப் பாட்டாக.

'அவளும் உன்னைப் போல் அனுபவத்தை அடைந்தாள் என்கிறார்கள். மூன்றுமுறை அது நடந்ததாம். புதுப்புது ராகங்களை யும் புதுப் பாடல்களையும் பாட அவளை ஊக்குவித்தவன்தான் இதையும் செய்யத் தூண்டினான்.

'அதனால் எல்லாவற்றையும் பிரி சகு. கலை – கலைஞர், இரவு – நிலவு, பகல் – சூரியன், ஒலி – இசை எல்லாவற்றையும் பிரி. எதற்குள் எது எனத் தெரியாமல் கலந்துகிடக்கும் அதைப் பிரிக்கும்போது அவை ஒட்டியும் ஒட்டாமலும் இருப்பது தெரியும். பெண் – தாய்மை இதையும் பிரி. ஆமாம், அதையும். அவை பிரிக்க முடியாமல் இணைந்தவை என்னும் பிரமை இருக்கிறது. அதை உடை. அப்போதுதான் யதார்த்தத்தையும் தற்செயல் நிகழ்வையும் பிரிக்க முடியும். அனுபவத்தையும் வலியையும் பிரிக்க முடியும். இரண்டுக்கும் வேறு வேறு இலக்கணங்கள்.

'பீம்ஸேன் ஜோஷியின் பசவண்ணாவின் வசனம் கேட்ட இரவு அதற்குப் பிறகு வீட்டுக்கு வந்தபோது, நீ என்னுடன் பேசியது நினைவிருக்கிறதா? உன் வாழ்க்கையிலும் நிலவு வந்தபடி இருக்கிறது என்றாய். நீகூட நிலவின் கிரணங்களை உண்ணும் சகோரப் பறவை என்றாய். நிலாமுகி நீ என்றாய். நீ கூறும் நிலவு யார் என்பதை நான் யூகித்துக்கொண்டேன். சகு, சகோரப் பறவை நிலவின் கிரணங்களை உண்கிறது. அமாவாசை அன்று அது பசித்திருப்பதில்லை. நிலவின் கிரணங்களை உண்பதால் ஜீவித்திருப்பதுபோல் பாவனை செய்தாலும் அதற்கான உணவு அதனுள்தான். குளத்தில் இருக்கும் வரைதான் சூரியனின் கிரணங்கள் தாமரையை மலர்த்தும். குளம் வற்றிவிட்டால் அதே சூரியன் அதைப் பொசுக்கிவிடும். கௌசல்யா கூறுகிறாள் இதை, துளசி ராமாயணத்தில் ஒரிடத்தில்.

நிலவைத் தின்னும் பெண்

'இது உன் உடல் சகு. உனக்கானது. உன் வானமும் உன் நிலவும் உன் உடலில்தான். வெளியே இல்லை. அதில் நீ உருவாக்கலாம். அழிக்கலாம். சந்தர்ப்பங்களைப் பொறுத்து. அத்தனை நாடகங்களும் உடலுக்குள்தான். உடலால்தான். நீ விரும்பும் பசவண்ணா உடலையே வாத்தியமாக்கி, தலையை வாத்தியத்தின் குடமாக்கி, நரம்புகளை வாத்தியத்தின் தந்திகளாக்கினார். அதைப் பெண்ணாக்கினார். ஆணாக்கினார். உடலை நீ எப்படியும் வனையலாம். நீதான் வனைபவள். வேறு எவரும் அல்ல. அதனால் உண்டாகும் இன்பம், வலி, வேதனை, உபாதை, வாதை இவற்றில் எது பெரிது, எது சிறிது எனச் சொல்ல முடியாது. ஒரு கட்டத்தில் பிரிக்க முடியாமல் அளவைகள் கலந்துபோகின்றன. ஆனால் முதலில் அவற்றின் தனி இலக்கணங்களைப் புரிந்துகொள்ள வேண்டும். பிறகுதான் பிரிவுகளை உள்ளடக்கிய கலப்பு. அங்கங்கு பல கதிகளில் ஓடிய பிறகுதான் தாளம் சமத்துக்கு வரும்.

'உடலைப் புரிந்துகொள் சகு. உன்னைப் புரிந்துகொள்வாய். உலகையும்.

'விச்வாவை நீ மன்னிக்க வேண்டும் என்பதற்காக இதை எழுதவில்லை. விச்வாவை மீறி உன் வாழ்வு இருக்க எழுதுகிறேன். உன்னைவிட வயதில் பெரிய சிநேகிதியாய் என்னை ஏற்றுக்கொள்வாயா?

'இன்னும் சில வருடங்களில் கோயமுத்தூரில் உள்ள ஓய்வு பெற்றவர்களுக்கான பெரிய குடியிருப்பில்போய் இருக்கப் போகிறேன். நீ அங்கு வர வேண்டும் என்னைப் பார்க்க. உன் அம்மாவையும் நான் அழைத்தேன் என்று சொல். – உன் பாகிரதி.'

சொன்னபடி செய்தாள். அம்மாவைப் பல ஆண்டுகள் தன்னுடன் வைத்துக்கொண்டாள் தன் உறவாய். அம்மாவின் கடைசித் தருணங்களில் அவளுடன் இருந்தாள். சில ஆண்டுகள் முன்புதான் மறைந்தாள். தன் சொத்தில் ஒரு பெரும் பங்கை அவள் சுகந்தி என்னும் தோழிக்கு விட்டுச்சென்றபோது அது யார் எனத் தெரியாமல் வெளிநாட்டிலிருந்து தன் மனைவியுடன் வந்த விச்வா குழம்பினான் என்றார்கள் அவள் வக்கீல்கள்.

○

கொத்துக் கொத்தான இலைகளுடன்கூடிய மரத்தில் கிளைகளி னூடே தெரிந்தது நிலவு. பக்கத்திலேயே நின்ற மொட்டை மரத்தின் வெளேறென்ற கொம்புக் கிளைகளுடும். ஒரு பக்கத்தில் பச்சை இலைகளில் புகுந்தபடி. நகர்ந்து பார்த்தால் மொட்டைக் கிளைகளைப் போர்த்தியபடி. எங்கும் இருப்பது அது. நினைத்தால் உள்ளே. நினைத்தால் வெளியே. மறைந்தபடியும் தோன்றியபடியும்.

தொட்டி நீரில் மிதந்தபடி. ஓடும் ஆற்றில் குளித்தபடி. கடலில் இழை இழையாய்ப் பிரிந்தபடி. எங்கோ ஒரு மாமரத்திலும் அதன் கிரணங்கள் பரவும். அதன் கீழ் உள்ள மண்ணையும் மண்ணின் ஆழத்தையும்கூட அவை எட்டும்.

○

அறையில் விளக்கைப் போட்டாள்.

வெளியே அரவம் கேட்டது. கதவைத் திறந்தாள்.

அந்தப் பெண் படியருகே அமர்ந்து அந்தப் பையனின் காலில் எண்ணெய் தேய்த்தபடி இருந்தாள். இவளும் சென்று படியில் அமர்ந்தாள்.

'அந்த எண்ணையைத் தா' எனக் கேட்டாள்.

தன் மடியில் இருந்த துண்டை இவள் மடியில் விரித்தாள் அந்தப் பெண். எண்ணெய்க் குப்பியைக் கையில் தந்தாள். பையன் சற்றுத் தடுமாறி நின்று அவள் இருந்த படிக்குத் தாவினான். உட்கார்ந்துகொண்டு, இரண்டு கைகளையும் பின்னால் ஊன்றிக் கொண்டு சாய்ந்து, உரிமையுடன் கால்களை இவள் மடியில் போட்டான்.

அவன் கால்களைப் பிடித்துக்கொண்டு அழுத்தித் தேய்த்தாள் எண்ணெயை.

'அஜ்ஜீ...' என்று கூப்பிட்டுச் சிரித்தான்.

சமத்துக்கு வந்தது தாளம்.

○○○